கதாவிலாசம்

எஸ்.ராமகிருஷ்ணன்

தேசாந்திரி பதிப்பகம்

தேசாந்திரி பதிப்பக வெளியீடு: 57

கதாவிலாசம் கட்டுரைகள்
எஸ்.ராமகிருஷ்ணன்

இரண்டாம் பதிப்பு: மே 2024

தேசாந்திரி பதிப்பகம்,
டி-1, கங்கை அப்பார்ட்மெண்ட்,
110, 80 அடி ரோடு, சத்யா கார்டன்,
சாலிக்கிராமம், சென்னை 600 093,
தொலைபேசி: 044 23644947.
விலை: ரூ.400

Kathavilasam - Essays
S.Ramakrishnan ©

Second Edition: May 2024, Pages: 360
Size: Demy 1x8, Paper: 18.6 kg maplitho

Published by :
Desanthiri Pathippagam
D-1, Gangai Apartments,
110, 80-Feet Road, Satya Garden, Saligramam,
Chennai - 600 093, Ph: 044 2364 4947
Email : desanthiripathippagam@gmail.com
www.desanthiri.com

ISBN: 978-93-87484-58-0
Wrapper Design: Manikandan
Book Design: Manikandan
Printed by: Ramani Print Solution, Chennai.

Price: Rs.400

எஸ். ராமகிருஷ்ணன்

எஸ். ராமகிருஷ்ணன், விருதுநகர் மாவட்டம் மல்லாங்கிணறு கிராமத்தில் 1966இல் பிறந்தார். முழுநேர எழுத்தாளரான இவர் தற்போது சென்னையில் வசிக்கிறார்.

சிறுகதைத் தொகுப்புகள்: எஸ். ராமகிருஷ்ணன் கதைகள், நடந்து செல்லும் நீருற்று, பதினெட்டாம் நூற்றாண்டின் மழை, அப்போதும் கடல் பார்த்துக்கொண்டிருந்தது, நகுலன் வீட்டில் யாருமில்லை, புத்தனாவது சுலபம், வெளியில் ஒருவன், காட்டின் உருவம், தாவரங்களின் உரையாடல், வெயிலைக் கொண்டு வாருங்கள், பால்ய நதி, மழைமான், குதிரைகள் பேச மறுக்கின்றன. காந்தியோடு பேசுவேன், நீரிலும் நடக்கலாம், என்ன சொல்கிறாய் சுடரே.

நாவல்: உபபாண்டவம், நெடுங்குருதி, உறுபசி, யாமம், துயில், நிமித்தம், சஞ்சாரம், இடக்கை, பதின்.

கட்டுரைத் தொகுப்புகள்: விழித்திருப்பவனின் இரவு, இலைகளை வியக்கும் மரம், என்றார் போர்ஹே, கதாவிலாசம், தேசாந்திரி, கேள்விக்குறி, துணையெழுத்து, ஆதலினால், வாக்கியங்களின் சாலை, சித்திரங்களின் விசித்திரங்கள், நம் காலத்து நாவல்கள், காற்றில் யாரோ நடக்கிறார்கள், கோடுகள் இல்லாத வரைபடம், மலைகள் சப்தமிடுவதில்லை, வாசகபர்வம், சிறிது வெளிச்சம், காண் என்றது இயற்கை, செகாவின் மீது பனி பெய்கிறது, குறத்திமுடுக்கின் கனவுகள், என்றும் சுஜாதா, கலிலியோ மண்டியிடவில்லை, சாப்ளினுடன் பேசுங்கள், கூழாங்கற்கள் பாடுகின்றன, எனதருமை டால்ஸ்டாய், ரயிலேறிய கிராமம், பிகாசோவின் கோடுகள், இலக்கற்ற பயணி, செகாவ் வாழ்கிறார், ஆயிரம் வண்ணங்கள்.

திரைப்பட நூல்கள்: பதேர் பாஞ்சாலி—நிதர்சனத்தின் பதிவுகள், அயல் சினிமா, உலக சினிமா, பேசத்தெரிந்த நிழல்கள், இருள் இனிது ஒளி இனிது, பறவைக் கோணம், சாமுராய்கள் காத்திருக்கிறார்கள்.

குழந்தைகள் நூல்கள்: *கால் முளைத்த கதைகள், ஏழு தலைநகரம், கிறுகிறு வானம், லாலிபாலே, நீளநாக்கு, தலையில்லாத பையன், எனக்கு ஏன் கனவு வருது, காசுகள்ளன், பம்பழாபம், சிரிக்கும் வகுப்பறை, அக்கடா.*

உலக இலக்கியப் பேருரைகள்: *ஆயிரத்தொரு அரேபிய இரவுகள், ஹோமரின் இலியட், ஷேக்ஸ்பியரின் மெக்பத், ஹெமிங்வேயின் கடலும் கிழவனும், தஸ்தாயெவ்ஸ்கியின் குற்றமும் தண்டனையும், லியோ டால்ஸ்டாயின் அன்னா கரீனினா, பாஷோவின் ஜென் கவிதைகள்.*

வரலாறு: *எனது இந்தியா. மறைக்கப்பட்ட இந்தியா.*

நாடகத் தொகுப்பு: *அரவான், சிந்துபாத்தின் மனைவி, சூரியனைச் சுற்றும் பூமி.*

நேர்காணல் தொகுப்பு: *எப்போதுமிருக்கும் கதை, பேசிக்கடந்த தூரம்.*

மொழிபெயர்ப்புகள்: *நம்பிக்கையின் பரிமாணங்கள், ஆலீஸின் அற்புத உலகம், பயணப்படாத பாதைகள்.*

தொகை நூல்: *அதே இரவு அதே வரிகள் (அட்சரம் இதழ்களின் தொகுப்பு), வானெங்கும் பறவைகள்.*

ஆங்கிலத்தில் வெளிவந்துள்ள நூல்கள்: Nothing but water, Whirling swirling sky.

இணையதளம்: www.sramakrishnan.com

மின்னஞ்சல்: writerramki@gmail.com

முன்னுரை

ஆனந்தவிகடனில் தொடராக வந்த கட்டுரைகளின் தொகுப்பே இந்நூல். தமிழ் இலக்கியத்தில் சாதனை புரிந்த ஐம்பது சிறுகதை ஆசிரியர்களை அறிமுகப்படுத்தும் விதமாக இந்தக் கட்டுரைகளை எழுதினேன்.

இலக்கிய உலகில் இந்தக் கட்டுரைகள் மிகப்பெரிய வரவேற்பினை பெற்றன. இளைஞர்கள் பலரும் இதன் வழியாக தீவிர இலக்கியத்திற்குள் பிரவேசித்தார்கள் என்பதே நிஜம்.

எழுத்தாளர்கள் காலத்தின் கண்ணாடிகள், சமூகத்தின் சாட்சிகள்! ஒரு பறவையின் எச்சம் மண்ணில் பெரு மரமாய் நிழல் விரிப்பது மாதிரி, ஒரு படைப்பு வாழ்வை இன்னும் இன்னும் அர்த்தப்படுத்தியபடி வாழ்ந்து கொண்டே இருக்கிறது.

தமிழ் கதைமரபு மிக நீண்டது. சிறுகதையின் நூற்றாண்டினைக் கொண்டாடும் இந்தத் தருணத்தில் தமிழின் முக்கியமான எழுத்தாளர்களை பற்றிய அறிமுகமான கதாவிசாலம் திருத்தப்பட்ட புதிய பதிப்பாக வெளியாவது சந்தோஷம் அளிக்கிறது.

கதாவிலாசத்தை தொடராக வெளியிட்டு கௌரவித்த ஆனந்தவிகடன் ஆசிரியர் பாலசுப்ரமணியம், ஸ்ரீனிவாசன், அசோகன். கண்ணன் மற்றும் இந்தத் தொடருக்கு சிறப்பான ஓவியங்கள் வரைந்த அனந்த பத்மநாபன் ஆகியோருக்கும் இந்த நூலை சிறப்பாக உருவாக்கிய மணிகண்டனுக்கும் என் தீராத நன்றிகள்.

என்னை வழிநடத்தும் ஆசான்கள் எஸ்.ஏ.பெருமாள், கவிஞர் தேவதச்சனுக்கும், என்னையும் எழுத்தையும் நேசிக்கும் அன்பு மனைவி சந்திரபிரபா, பிள்ளைகள் ஹரி மற்றும் ஆகாஷ் இருவருக்கும் இதை வெளியிடும் தேசாந்திரி பதிப்பகத்திற்கும் அன்பும் நன்றியும்.

மிக்க அன்புடன்
எஸ்.ராமகிருஷ்ணன்
டிசம்பர் 7, 2018.

1. மௌனி 9
2. ஆ.மாதவன் 17
3. மு.சுயம்புலிங்கம் 25
4. தி.ஜானகிராமன் 32
5. ஆதவன் 39
6. அசோகமித்திரன் 46
7. ந.முத்துசாமி 53
8. திலீப்குமார் 60
9. கோபிகிருஷ்ணன் 67
10. பூமணி 74
11. பி.எஸ்.ராமையா 82
12. வண்ணதாசன் 89
13. எம்.வி.வெங்கட்ராம் 96
14. கி.ராஜநாராயணன் 104
15. பா.செயப்பிரகாசம் 111
16. கு.அழகிரிசாமி 119
17. புதுமைப்பித்தன் 127
18. வண்ணநிலவன் 134
19. நகுலன் 141
20. ஜி.நாகராஜன் 148
21. பாவண்ணன் 154
22. மா.அரங்கநாதன் 161
23. ச.தமிழ்ச்செல்வன் 169
24. நாஞ்சில் நாடன் 176
25. இந்திரா பார்த்தசாரதி 182
26. கந்தர்வன் 189
27. லா.ச.ராமாமிருதம் 196
28. கு.ப.ரா. 203

29.	சா.கந்தசாமி	210
30.	எஸ்.சம்பத்	216
31.	சுஜாதா	223
32.	கிருஷ்ணன் நம்பி	230
33.	கரிச்சான் குஞ்சு	237
34.	கோணங்கி	243
35.	தமயந்தி	250
36.	பிரபஞ்சன்	257
37.	பிரமீள்	264
38.	நீல.பத்மநாபன்	271
39.	தஞ்சை பிரகாஷ்	278
40.	அம்பை	285
41.	ந.பிச்சமூர்த்தி	292
42.	சுந்தர ராமசாமி	298
43.	அ.முத்துலிங்கம்	305
44.	ஜெயமோகன்	312
45.	சூடாமணி	319
46.	வேல.ராமமூர்த்தி	326
47.	ராஜேந்திரசோழன்	333
48.	கௌரிசங்கர்	340
49.	ஜெயகாந்தன்	347
50.	பாரதியார்	354

01

நடமாடும் நிழல்கள்

குளத்தில் எறிந்த கல், தண்ணீரின் மீது தவளை நீந்துவது போல சிற்றலையை உருவாக்கிவிட்டு அடியாழத்தில் சென்று நிசப்தமாக மூழ்கிக் கிடக்கத் துவங்கிவிடுகிறது. நல்ல கதைகளும், குளத்தில் எறிந்த கல் போலத்தான் போலும்! அது உருவாக்கும் சிற்றலையின் மடிப்புகள் விசித்திரமாக இருக்கின்றன. ஒரு கல் உருவாக்கும் அலையைப் போன்று இன்னொரு கல் உருவாக்குவதில்லை. ஒவ்வொரு கல்லும் ஒரு புதிய அலை வடிவை உருவாக்குகின்றன. அது தண்ணீரின் மீது கல் நடனமிடும் அரிய தருணம்.

கல்லூரி நாட்களில் வகுப்பறையை விடவும் நூலகத்தில் அதிக நேரம் செலவிட்டிருக்கிறேன். யாருமற்ற நூலகத்தின் தூசியடைந்த புத்தக அடுக்குகளில் ஏதோ புதை பொருட்களைக் கண்டெடுப்பதைப் போல பால்சாக்கையும் ஜி.நாகராஜனையும் செகாவையும் கு.ப.ரா-வையும் தேடிப் படித்துக் கொண்டிருந்தேன். அந்த நாட்களில் எனக்கு விருப்பமாக இருந்த

எழுத்தாளர் மாக்சிம் கார்க்கி மட்டுமே. ஒருவேளை, அவர் ஊர் ஊராகச் சுற்றியலைந்தவர் என்பதுகூட அவரை நான் விரும்புவதற்குக் காரணமாக இருந்திருக்கக்கூடும்.

தமிழ் எழுத்தாளர்களை வாசிக்கும்போது என்னை அறியாமலே ஓர் அலட்சியம் இருக்கும். என்ன பெரிதாக எழுதிவிடப் போகிறார்கள் என்று நினைத்துக்கொண்டுதான் வாசிக்கத் துவங்குவேன். அந்த நினைப்பை முதலில் சிதறடித்தவர் புதுமைப்பித்தன்.

புதுமைப்பித்தனின் 'மகாமசானம்' என்ற கதையைப் படித்தபோது, அதில் வரும் குழந்தையும் பாவா பூச்சாண்டியும் குகை ஓவியங்களைக் கண்டுபிடித்துப் பார்த்ததுபோல் நம்ப முடியாத ஆச்சரியமாக இருந்தன. அவரது கத்திவீச்சு போன்ற உரைநடை, மனதில் அது வரையிருந்த அனுமானங்களைச் சிதறடித்து, தமிழ்க் கதைகள் உலகத் தரமானவை என்பதை நிரூபிப்பதற்குச் சாட்சியாக இருந்தன.

புதுமைப்பித்தன் ஒரு கட்டுரையில் சிறுகதையின் திருமூலர் என்று மௌனியைக் குறிப்பிட்டிருந்தார். அதனால்தானோ என்னவோ, மௌனியைப் படிப்பதற்குச் சற்றே தயக்கமாக இருந்தது. காரணம், அந்த நாளில் கடவுள் மறுப்பில் தீவிரமாக இருந்தேன். திருமூலர், திருஞானசம்பந்தர் மீதெல்லாம் காரணமற்ற கோபமிருந்தது. நிச்சயம் புதுமைப்பித்தனைவிடவும் பெரிய ஆள் தமிழில் இருக்க முடியாது என்று மௌனியைப் படிக்காமலே இருந்தேன்.

என் நண்பன் மௌனியின் தீவிர ரசிகனாயிருந்தான். அவன் 'மௌனியைத் தவிர தமிழில் சிறந்த எழுத்தாளர் வேறு யாருமே இல்லை' என்று சண்டையிடுவான். அவனை மறுக்க வேண்டும் என்பதற்காகவே மௌனியைப் படிக்கத் துவங்கினேன்.

'அழியாச்சுடர்' என்ற கதையை வாசிக்க ஆரம்பித்தபோது, மனதில் எதிர்ப்பு உணர்ச்சி கொப்பளிக்கத் துவங்கியது. யாரோ ஒருவன் ஜன்னலில் அமர்ந்தபடி நாளெல்லாம் மரத்தைப் பார்த்துக்கொண்டேயிருக்கிறான். பிறகு, தான் எப்போதோ பார்த்த பெண்ணைப் பற்றிப் பேசுகிறான். கோயில், பிராகாரம்,

சாயைகள், யாளி என்று எழுதுகிறாரே, அதைவிடவும் கதாபாத்திரங்களுக்குப் பெயர் வைக்கக்கூட முடியாமல் எதற்கு எழுதுகிறார் என்று ஆத்திரமாக வந்தது. ஆனாலும், பதினைந்து கதைகளை ஒரே இரவில் வாசித்துவிட்டு, மறுநாளே புத்தகத்தைத் தந்துவிட்டேன். நண்பன் அதை எதிர்பார்த்திருக்கக் கூடும். சிரித்துக்கொண்டே, 'மௌனியை உனக்கு ஒரு நாள் பிடிக்கும் பாரேன்' என்றான். நான் நம்பவில்லை. காலம், நாம் விரும்புவதை நாமே புறக்கணிக்கும் படியாகவும், வெறுப்பதை நாமே நெருங்கிச்சென்று நேசிக்கவும் வைக்கும் விசித்திர விளையாட்டை நிகழ்த்துவதை அன்று தெரிந்திருக்கவில்லை.

மௌனியைப் புரிந்து கொள்வதற்கு ஒரு சிறு சம்பவம் காரணமாக இருந்தது. அதன் பிறகு, மௌனியை மிக நெருக்கமானவராக உணரத் துவங்கி இன்று வரை தமிழின் தனித்துவமான எழுத்தாளர் மௌனி என்பதில் உறுதியாக இருக்கிறேன்.

அந்த நிகழ்வு நடந்தபோது எனக்கு இருபத்திரண்டு வயது. கல்லூரி நண்பன் ஒருவனைக் காண்பதற்காக ராஜபாளையம் வந்திருந்தேன். இருவருமாக நடந்தே ஸ்ரீவில்லிபுத்தூர் ஆண்டாள் கோயிலுக்குச் செல்வது என்று புறப்பட்டோம். காரணம், மார்கழி மாதத்தின் விடிகாலையில் நிறைய இளம்பெண்கள் நடந்தே ஸ்ரீவில்லிபுத்தூர் வரை செல்வார்கள். பதினோரு கிலோமீட்டர் தூரம் என்பது பெரிதாகத் தெரியவில்லை. அத்துடன், அந்த வயதில் இளம்பெண்களின் நிழல்களைக்கூட வியப்பாகப் பார்க்கும் ஆசை இருந்தது.

விடிகாலை நான்கு மணிக்கு நாங்கள் நடக்கத் துவங்கியபோது இருள் கலைந்திருக்கவில்லை. ஊரெங்கும் புகையைப் போல வெம்பா படர்ந்திருந்தது. மெல்லிய பனியின் காரணமாக உதடு தானே நடுங்கத் துவங்கியது. நண்பனும் நானும் வடக்கு நோக்கி நடக்கத் துவங்கினோம்.

மரங்கள், வீடுகள், தெருக்கள் யாவும் பனியில் மூழ்கி நிசப்தித்திருந்தன. சாலை ஈரமேறியிருந்தது. பஞ்சுப் பேட்டையைக் கடந்தபோது, மெல்லிய முணுமுணுப்புக் குரல் கேட்டது. யாரோ பாடுகிறார்கள். 'கீசுகீ சென்றெங்கும் ஆனைச்சாத்தன் கலந்து பேசின பேச்சு அரவம் கேட்டிலையோ?

பேய்ப் பெண்ணே, காசும் பிறப்பும் கலகலப்பக் கைபேர்த்து வாசநறுங்குழல் ஆய்ச்சியர் மத்தினால் ஓசை படுத்த தயிரரவம் கேட்டிலையோ?' - திருப்பாவையைப் பாடியபடி யாரோ இருளில் கடந்து செல்வது தெரிகிறது. முகம் தெரியவில்லை. ஆனால், பாடல் வரிகள் மனதின் அடியாழத்திலிருந்து ஒரு சுகந்தத்தை உருவாக்குகின்றன.

நாவில் ஆண்டாளின் பாடல் பாலின் ருசியைப் போலத் தித்திக்கிறது. அந்தக் குரல் இரண்டு பெண்களுடையது. திரிக்கப்பட்ட பஞ்சைப்போல் பிரிக்க முடியாதபடி ஒன்று சேர்ந்த குரல்களாக இருந்தன. அவர்களின் முகத்தைப் பார்க்க வேண்டும் போலிருந்தது. அவசரமாக அருகில் நடந்தோம். அவர்கள் சீரான வேகத்தில் நடந்து கொண்டிருந்தார்கள். அருகில் வருபவர்களைக் கவனிக்கவே இல்லை.

கலையாத இருளும் பனியும் நிசப்தமும் பாதையை மயக்கம் கொள்ளச் செய்திருந்தன. சாலையில் அவர்களின் பாடல் தொலைதூரம் வரை தனியே நீந்திச் சென்றுகொண்டிருந்தது. இருளின் மீது ஆத்திரமாக வந்தது. 'அருகில் நடந்து செல்லும் இளம் பெண்ணின் முகத்தைக் காணவிடாமல் இன்னமும் ஏன் காத்திருக்கிறாய்? கலைந்து போய்விடேன்' என்று மனம் இருளைச் சாடியது. மிக நெருங்கி, அந்தப் பெண்களை விரல் தொடும் தூரத்தில் நாங்கள் நடந்து கொண்டிருந்தோம்.

அந்தப் பெண் பாடிய பாடலில் வந்த ஆனைச்சாத்தன் எனும் வயலில் தென்படும் கீச்சாங்குருவிகளில் ஒன்றாவது நேரில் எதிர்ப்படக்கூடாதா, அதைப் பார்ப்பதற்காக அவள் தன் முகத்தைத் திருப்பமாட்டாளா என்று ஆதங்கமாக இருந்தது. நதியில் ஓடம் செல்வது போல பாடல் வரிகள் மாறிக் கொண்டேயிருந்தன. இரண்டு நிழல்களைப்போல், அவர்கள் கடந்து சென்று கொண்டிருந்தார்கள்.

முன்னறியாத சுகந்தம் அவள் கூந்தலிலிருந்து, தரையிறங்கி வழிந்து கொண்டிருந்தது. அவள் இந்த உலகத்தையே தன் நறுமணத்தால் மூழ்கடித்து விடப் போகிறவளைப்போலச் சென்று கொண்டிருந்தாள். ஸ்ரீவில்லிபுத்தூருக்கு அருகே வந்துவிட்டோம்.

'அம்பரமே, தண்ணீரே, சோறே, அறஞ்செய்யும் எம்பெருமான் நந்த கோபாலா' என அவள் கண்ணனைப்

தமிழின் தனித்துவமான எழுத்தாளரான மௌனி, சிதம்பரத்தைச் சேர்ந்தவர். இயற்பெயர் மணி. 'மணிக்கொடி' இதழில் எழுதத் துவங்கி, 'கசடதபற' இதழ் வரை கதைகள் எழுதியவர். கணிதத்தில் பட்டம் பெற்றிருந்த அவருக்கு இசையிலும் தத்துவத்திலும் ஆழ்ந்த ஈடுபாடு உண்டு. இவரது சிறுகதைகள் 'மௌனி கதைகள்' என்ற பெயரில் வெளியாகியுள்ளன. கதாபாத்திரங்களின் அன்றாட உலகை விவரிப்பதைவிடவும் அவர்களது மனவுலகின் அரிய தருணங்களை வெளிப்படுத்துவதே இவரது பலம். இவர் இருபத்து நான்கு கதைகள் மட்டுமே எழுதியுள்ளார் என்பது குறிப்பிடத்தக்கது.

பாடிக்கொண்டிருந்தாள். ஓடி விளையாடும் குழந்தையைத் துரத்திப் பிடிக்கும் தாய் போல, அத்தனை நெருக்கமான பாவனை.

விடிகாலையின் வெளிச்சம் உலகின் காட்சிகளைப் புலப்படுத்தத் துவங்கிய போது, நாங்கள் ஸ்ரீவில்லிபுத்தூரின் மடவார் வளாகத்தின் அருகே வந்திருந்தோம். வெளிச்சம் உலகின் கருணை போல வழிந்தோடி, அவர்களின் சௌந்தர்யத்தை வெளிப்படுத்தியது. எத்தனை அழகு... எத்தனை சாந்தம்... சகோதரிகளைப்போலத் தெரிந்த இருவரும் தாயும் மகளும் என்பது அவர்களின் வயதில் தெரிந்தது. இருவரும் ஈரக்கூந்தலில் கனகாம்பரப் பூவைச் சூடியிருந்தார்கள். நெற்றியில் சந்தனக் கீற்று. அரக்கு சிவப்பில் மகள் தாவணி அணிந்திருந்தாள். தாயின் புடவை வெளிர் ஊதா நிறத்தில் பூக்கள் நிறைந்திருந்தது. இருவரது கண்களும் வெண்சோழியை நினைவுபடுத்தின.

விடிகாலை வெளிச்சத்தில் கோயிலின் கோபுரம், பறவை தன் சிறகை விரிப்பது போல மெல்ல மேலே எழுந்து கொண்டிருந்தது. சிறுவர்கள் விளையாட்டு முடிந்து, விட்டுச்சென்ற செப்புச் சாமான்களைப்போல நகரின் வீடுகளும் தெருக்களும் சிதறிக் கிடந்தன.

புழுதி படிந்த சாலையில் நின்றபடி இருவரும் கோபுரத்தைப் பார்த்துக் கை கூப்பினார்கள். பிறகு, பெருமூச்சிட்டபடி அதே இடத்தில் நெடுஞ்சாண்கிடையாக வீழ்ந்து கோபுரத்தை

வணங்கினார்கள். எழுந்தபோது அவர்கள் இருவரின் கண்களும் கலங்கியிருந்தன. அழுகிறார்களா? எதற்காக? என்ன மனக்குறை? தங்கள் அழுகையை பூமியைத் தவிர யாரும் பார்த்துவிடக்கூடாது என்பதற்காகத்தான் சர்வாங்கமாக விழுந்து வணங்கினார்களா? என்ன துக்கமது? அவர்கள் கண்ணீரைத் துடைத்துக் கொள்ளவே இல்லை.

எதற்காக இவர்களைப் பின்தொடர்கிறேன்? வெறும் இனக்கவர்ச்சி மட்டும்தானா? காரணம் புரியவில்லை. ஆனால், சுண்ணாம்புக்கல்லை தண்ணீரில் போட்டதும் கொதிக்கத் துவங்குவது போல, மனதில் ஏதேதோ கற்பனைகள் கொதிக்கத் துவங்குகின்றன.

நாங்கள் குற்ற உணர்ச்சியோடு அந்தப் பெண்களைப் பார்த்தபடி இருந்தோம். தரையிலிருந்து எழுந்து கொண்ட பிறகு, முதன் முறையாக அந்த இளம்பெண் எங்களைப் பார்த்துச் சிரித்தாள். அதைச் சிரிப்பு என்று சொல்ல முடியாது. குடத்துத் தண்ணீர் சத்தமின்றித் ததும்புவதுபோல ஒரு புன்னகை அவள் உதட்டில் இருந்து ததும்பிச் சிந்தியது.

'சிற்றஞ்சிறுகாலை வந்துன்னை சேவித்துன் பொற்றாமரையடியே போற்றும்' எனத் திரும்பவும் திருப்பாவை வரிகள் நீண்டன. அவர்கள் மிக வேகமாக தேரடி வீதியைக் கடந்து கோயிலின் உள்ளே போய் விட்டார்கள்.

நாங்கள் கோயிலுக்குள் போனபோது, நூற்றுக்கணக்கில் பெண்கள் ஈரக்கூந்தலும் அவசர நடையுமாகப் பிராகார வெளியில் கடந்து சென்று கொண்டிருந்தார்கள். கோயில் பூக்கடையருகே நண்பன் தன் அண்ணியைக் கண்டுவிட்டதால் அவர்களோடு நின்று பேசிக்கொண்டிருந்தான். இதற்கிடையில், நிமிஷத்தில் அந்த இளம்பெண் எனது பார்வையிலிருந்து நழுவி மறைந்திருந்தாள்.

பிராகாரத் தூண்களில் எரிந்து கொண்டிருந்த சுடர்கள் என்னைப் பரிகசிப்பது போல தலையாட்டிக் கொண்டிருந்தன. கோயில் முழுவதும் தேடிச் சலித்தும் அவளைக் கண்டறிய முடியவில்லை. முள் முறிந்து காலில் தங்கிவிட்டது போலொரு வலி. ஆத்திரமாக வந்தது. உறவும் பிரிவும் நிமிஷத்தில் நடந்தேறி முடிந்துவிட்டதா?

பிரகாசமான சூரிய வெளிச்சம் தெருவில் ஏறியிருந்த போதும் பிராகாரத்தினுள் இருளின் நடமாட்டம் ஒடுங்கவேயில்லை. மனம் வௌவாலைப்போலத் தலைகீழாகத் தொங்கிக் கொண்டிருந்தது.

முரசின் சத்தமும் துளசி வாசமும் நிலையில்லாமல் அசைந்து கொண்டிருக்கும் தீபங்களையும் தாண்டி கோயில் முழுவதும் சுற்றியலைந்தேன். அவள் யாளி மண்டபம் கடந்து வெளிவாசல் நோக்கிப் போய்க்கொண்டிருந்தாள். அருகே போவதற்குள் வெளியேறியிருந்த அவள், தன் கையிலிருந்த சில்லறை நாணயங்களை வயதான பிச்சைக்காரர் ஒருவருக்குக் குனிந்து போட்டுவிட்டு நிமிர்ந்தபோது, கூடையிலிருந்து ஒரு துளசிக் காம்பு தவறி மண்ணில் விழுந்தது. அவள் பேருந்து நிலையம் நோக்கி நடக்கத் துவங்கியிருந்தாள்.

புழுதியில் கிடந்த அந்தத் துளசியை அவசரமாக எடுத்து நாக்கிலிட்டு மென்றேன். சாற்றை விழுங்க முடியவில்லை. திடீரென மனதின் அடியாழத்திலிருந்து மௌனியின் சிரிப்புச் சத்தம் கேட்டது. இந்தச் சம்பவங்கள், நிகழ்வுகள் போலத்தானே மௌனியின் 'அழியாச்சுடர்' கதையிலும் வருகின்றன. அந்த வரிகள் மனதில் நீந்தத் துவங்கின.

அவள் பிராகாரத்தைச் சுற்றிவந்து கொண்டிருந்தாள். 'பின்தொடர்' என மனத்தில் மறுக்க முடியாது தோன்றியது. உலகின் நிசப்தத்தைக் குலைக்க அவளுடைய சலங்கைகள் அணிந்த அடிச்சுவடு இன்றி முடியாது போலும். கால் சலங்கை கணீர் என்று ஒலிக்க நடந்து சென்றாள். தூணில் ஒன்றி நின்ற யாளியும் மிக மருண்டு பயந்து கோபித்து முகம் சுளித்தது. பின்கால் களில் எழுந்து நின்று பயமூட்டியது.

உடனடியாக மௌனியைத் திரும்ப வாசிக்க வேண்டும் என்று தோன்றியது. அவசரமாக ஸ்ரீவில்லிபுத்தூரில் உள்ள பெனிங்டன் நூலகத்துக்குச் சென்றேன். விடிகாலையில் யார் நூலகத்தைத் திறந்து வைத்திருக்கப் போகிறார்கள்! நூலகம் திறக்கும் வரை காத்திருந்தேன். மௌனியைத் தேடி எடுத்து வாசித்தபோது கண்முன்னே 'அழியாச்சுடர்' கதை உருப்பெற்று நடந்தேறியது போலிருந்தது. கதையின் நுட்பமும், மொழியும், பெயரில்லாத அந்தக் கதாபாத்திரமும் வாசிக்க வாசிக்க... நெருக்கமாகத் துவங்கியது. அதன் பிறகு மௌனி... மௌனி... என அரற்றத் துவங்கினேன்.

பின்னொரு நாள் திருவெண்காட்டில் உள்ள குளமொன்றில் கோபுர நிழல் அசைந்து கொண்டிருப்பதைக் கண்டபோது, மௌனியின் 'அழியாச்சுடர்' கதையில் வரும் ஒரு வாசகம் மனதில் அலையாடியது.

எவற்றின் நடமாடும் நிழல்கள் நாம்?

உடலில் ஓடும் ரத்தத்தில் வெள்ளை, சிவப்பு அணுக்களைப்போல் கதைகளும் ஏதேதோ நிறங்களில் அணுக்களாக மாறி ஓடிக்கொண்டிருக்கின்றன. நாம் அறியாமல், நம் உடலில் ஓடும் அரூப நதியல்லவா குருதி!

02
காட்சிப்பிழை

பகல் கனவுகள் பலிப்பதில்லை என்பார்கள். அது நிஜமா எனத் தெரியாது. ஆனால், பள்ளிக் கனவுகள் எதுவும் பலிப்பதேயில்லை என்பதை நானே கண்டிருக்கிறேன்.

பள்ளியில் பேசிய ரகசியப் பேச்சுகள் யாவும் கண் விழித்தபடி கண்ட கனவுகள் தானே! வகுப்பறையில் உடைந்த சாக்பீஸ் துண்டுகளைவிடவும் அதிகமாகக் கனவுகள் சிந்திக் கிடந்திருக்கின்றன.

ஒவ்வொரு வருடமும் திரைப்பட விழாவுக்குத் திருவனந்தபுரம் செல்லும் போதும், சாலைத் தெருவுக்குச் செல்ல மறப்பதேயில்லை. பத்மநாபசுவாமி கோயில் எதிரில் உள்ள பரபரப்பான வணிகவீதி அது. இந்த விருப்பத்துக்குக் காரணம், அந்தத் தெருவில்தான் ஆ.மாதவனின் கடை இருக்கிறது.

ஆ.மாதவன், தமிழின் தனித்துவமான எழுத்தாளர். திருவனந்தபுரத்தில் வாழ்பவர். சாலைத் தெருவில் ஒரு கடையை நடத்தி

வருகிறார். அந்தத் தெருவில் நடக்கும் வெவ்வேறு நிகழ்வுகளை, அங்கு வாழும் மனிதர்களை, அவர்களின் விசித்திர நடவடிக்கைகளை விவரிக்கின்றன அவரது சிறுகதைகள்.

அவரது 'வேஷம்' என்ற கதையைப் படித்தவுடனே, அவரைப் பார்க்க வேண்டும் போலிருந்தது. அதற்காகவே ஒரு நாள் இரவு ரயிலில் புறப்பட்டு, திருவனந்தபுரம் சென்றேன்.

ஆ.மாதவன் என்ன வணிகம் செய்கிறார், கடை எண் என்ன... எதுவும் தெரியாது. அவரது வீட்டு முகவரியும் என்னிடமில்லை!

சாலைத் தெருவுக்குச் சென்று விசாரித்தபோது, அப்படி ஒரு தமிழ் எழுத்தாளர் இருப்பதே எவருக்கும் தெரியவில்லை! 'பாண்டியா?' என்று மட்டும் ஒரு கடைக்காரர் கேட்டார். 'திருவனந்தபுரத்திலே பிறந்த தமிழர்' என்று சொன்னேன். அப்படியும் கண்டுபிடிக்க முடியவில்லை! சாலைத் தெருவுக்குள்ளாகவே மாலை வரை அங்குமிங்குமாகச் சுற்றியலைந்துவிட்டு, இரவே ஊர் திரும்பிவிட்டேன்.

ஆனால், சமீபத்தில் திருவனந்தபுரத்தில் ஆ.மாதவனை தமிழ்ச் சங்கக் கூட்டமொன்றில் சந்திக்க நேர்ந்தது. எளிமையான தோற்றம். முகத்தில் சாந்தம்.

வெளிப்படுத்த முடியாத அன்புடன் கைகளைப் பிடித்துக்கொண்டு பேசிக்கொண்டிருந்தார். 'உங்களைப் பார்க்க வேண்டும் என்று பல நாளாக ஆசைப்பட்டிருக்கிறேன்' என்று முகத்துக்கு நேராகச் சொல்லக் கூச்சமாக இருந்தது.

சாலைத் தெருவாசிகளை ஆ.மாதவன் தன் எழுத்தின் மூலம் அழியாத ஓவியங்களைப் போல சாஸ்வதமாக்கிவிட்டார். தமிழ் இலக்கியத்தில் ஒரேயொரு தெருவைச் சுற்றியே தன் படைப்புலகை உருவாக்கிய தனியொரு எழுத்தாளர் மாதவன்!

சொல்லித் தீராத கதைகள், அந்தத் தெருவில் ஊறிக் கொண்டிருக்கின்றன போலும்! எத்தனை கதாபாத்திரங்கள் எத்தனை நிகழ்வுகள், மனிதர்களின் சுபாவம் தெருவில் படிகிறதா... அல்லது தெருவின் சுபாவம் மனிதர்களைப் பற்றிக்கொள்கிறதா எனத் தெரியாதபடி, சாலைத் தெருவும் அதன் மனிதர்களும் விசித்திரமாக இருந்தார்கள்!

மரத்தில் ஆணி அறையப்பட்ட இடத்திலிருந்து பிசின் வழிந்து கொண்டிருப்பதைப்போல், 'வேஷம்' கதையைப் படித்த நாளிலிருந்து மனதில் அறியாத வலியொன்று கசிந்து கொண்டிருந்தது.

சிவதாஸ் என்ற இளைஞனின் கதையே 'வேஷம்'. அவன் பிழைப்புக்காக தாலூகா அலுவலகத்தில் மனுக்கள் எழுதித்தருவது, வெளிநாட்டுப் பயணிகளுக்கு பட்லர் ஆங்கிலத்தில் பேசி, கோயிலைச் சுற்றிக் காட்டுவது எனச் சின்னஞ்சிறு வேலைகளைச் செய்து பிழைத்துக்கொண்டு இருக்கிறான். நிரந்தர வருமானம் இல்லை, இருப்பிடமும் இல்லை!

சிவதாஸின் ஓர் அதிகாலைப்பொழுதில் கதை துவங்குகிறது. ஒரு கல்யாணத்துக்குச் செல்வதற்காக பத்மநாபசுவாமி கோயில் குளத்தில் விடிகாலையில் குளித்துவிட்டு, துவைத்துத் தயாராக வைத்திருந்த பாலிஸ்டர் வேட்டி, சட்டை அணிந்து முக்கில் இருந்த பண்டாரத்தின் வெற்றிலைப் பாக்குக் கடையில் வந்து உட்கார்ந்து கொள்கிறான்.

அவன் கல்யாணத்துக்குச் செல்வதற்கு ஒரேயொரு காரணம் மட்டுமே இருக்கிறது. அது, அங்கே கிடைக்கும் ஓசிச் சாப்பாடு!

வயிற்றுப் பசியைத் தீர்த்துக் கொள்வதற்காக, அருகில் உள்ள கல்யாண மண்டபங்களில் எந்தத் திருமணம் நடந்தாலும் பெரிய மனிதனைப் போல நுழைந்து, பந்தியில் உட்கார்ந்து சாப்பிட்டுவிட்டு வந்துவிடுவான். அது, அவனது வாடிக்கை.

அன்றும், இதற்காகத்தான் அதிகாலையிலே தயாராக இருந்தான். திருமண வீட்டுக்கு ஆட்கள் வரத் துவங்கினார்கள். திருமண மண்டபத்தை நிர்வகிக்கும் நாயருக்குத் தெரியாமல் உள்ளே போகவேண்டும்!

அவர் கண்டுபிடித்தால் துரத்திவிடுவார் என்பதால், பெரிய மனிதரைப்போல் உள்ளே நுழைந்து, வசதியான ஒரு நபரின் அருகில் உட்கார்ந்து கொண்டான். அது, ஒரு மலையாளி வீட்டுத் திருமணம். உள்ளே உணவு தயாரிக்கும் வாசம் கமகமக்கிறது.

'மண்டப நிர்வாகி வருகிறாரா?' என்று கள்ளப் பார்வை பார்த்தபடியே, கல்யாணச் சடங்குகளைக் கவனிக்கிறான். மணப்பெண்ணுக்குப் புதுப் புடவை தருகிறார்கள். அதை வாங்கிக் கொள்ளும்போதுதான் தெரிகிறது, அந்த மணப் பெண் அவனோடு பள்ளியில் படித்த சுபாஷினி. உடனே, 'அவள் தன்னைப் பார்த்து விடக்கூடாதே' என்று கலக்கம் உருவாகிறது.

பால்ய வயதில் சுபாஷினியும் அவனும் ஒரே பள்ளியில் படித்தார்கள். ஒரு நாள் சுபாஷினி மீது காகித அம்பு விடுகிறான் சிவதாஸ். அவளும் பதிலுக்குச் சிவப்பு மையை அவன் மீது ஊற்றுகிறாள். இதனால் சண்டை உருவாகி, நாளடைவில் அது சமாதானமடைந்து நேசமாகிறது. ஆனால், பள்ளிப் படிப்பை முடிக்காமலே சிவதாஸ் பாதியில் நின்று விடுகிறான்.

இத்தனை வருடங்களுக்குப் பிறகு தனது பள்ளித் தோழியைப் பார்த்தவுடன், கல்யாண மண்டபத்தைவிட்டு வெளியே போய் விடலாமா என்று தோன்றுகிறது. ஆனால், தன்மானத்தைவிடவும் பசி வலுவடையவே, சாப்பிடுவதற்குச் செல்கிறான். விதவிதமான உணவு வகைகள், பாயசம் என விருந்து மணக்கிறது. அவனது இலையில் பொரியலும் அவியலும் பருப்பும் நெய்யும் சுடுசாதமும் போடுகிறார்கள்.

சாப்பிடக் கை வைக்கும்போது, மண்டப நிர்வாகி நாயர் அவனைப் பார்த்து விடுகிறார். சட்டையைப் பிடித்து இழுத்து, 'ஓசிச் சாப்பாட்டுக்கு வந்தவனுக்கு முதல் பந்தியா?' என மிகக் கேவலமாகத் திட்டுகிறார்.

சிவதாஸ் எழுந்து கொள்ள முற்படும்போது, புதுமணப்பெண்ணாக எதிர்வரிசையில் சாப்பிட்டுக் கொண்டிருந்த சுபாஷினி, அவனைத் திரும்பிப் பார்க்கிறாள்.

வெளியே துரத்தப்படும் அவனை, வாசலில் காத்துக்கிடக்கும் பிச்சைக்காரர்கள்கூடக் கேலி செய்து சிரிக்கிறார்கள்.

'கூடப் படித்த பெண்ணின் திருமணத்தில், இப்படி ஒருவேளை சோற்றுக்கு ஆசைப்பட்டுப்போய், கள்ளனைப் போலப் பிடிபட்டு அவமானப்பட்டு விட்டோமே? என்ன வாழ்க்கை இது! குளத்தில் விழுந்து செத்துவிடலாமா?' என்று தோன்றுகிறது.

ஆத்திரத்தில், தான் போட்டிருந்த பாலிஸ்டர் சட்டையைக் கழற்றிச் சுருட்டி, குளத்தில் வீசி எறிகிறான். சிவதாஸின் வேஷம் கலைந்து போயிற்று. ஆனால், நிர்வாணத்தை விடவும், தான் நேசித்த பெண்ணின்முன் அடைந்த அவமானமே, அவன் உடலைக் கூசி நடுங்கச் செய்வதாக இருந்தது.

தோல்வியை விடவும் அதை ஒப்புக்கொள்ளும் தருணம்தான் அதிக வலியைத் தரக்கூடியது.

அவமானப்படுவது பெரிய விஷயமல்ல. நாம் நேசிக்கும் ஒருவரின் முன்பாக அவமானப்பட்டு நிற்பதுதான் தாங்கமுடியாத வலி, இல்லையா?

அதோடு, இந்தக் கதை பில்லியர்ட்ஸ் மேஜையில் ஒரு பந்து மோதி, மற்ற பந்துகளைத் திசைக் கொன்றாக உருளச் செய்வதுபோல், என்றோ என்னுள் புதையுண்டு போயிருந்த மெகருன்னிசா டீச்சரை நினைவுபடுத்திக்கொண்டே இருக்கிறது.

கிராமப் பள்ளியொன்றில் ஆறாம் வகுப்பில் படித்துக் கொண்டிருந்தபோது, மெகருன்னிசா என்ற புதிய ஆசிரியை வேலைக்கு வந்து சேர்ந்தாள். மெகருன்னிசாவுக்கு இருபத்தைந்து வயதிருக்கும். காலில் வெள்ளிக் கொலுசு அணிந்திருந்தாள்.

மற்ற ஆசிரியைகளைப் போல் இல்லாமல், அவள் எப்போதும் சிரித்துக் கொண்டே இருந்தாள். அவள் வருவதற்கு முன்புவரை, பள்ளியில் இருந்த ஆசிரியைகளுக்குத் தங்கள் வயது தெரியவே இல்லை!

ஆனால், அவள் வந்த மறுநாளில் அவர்களின் நரைத்த தலையும், பருத்த உருவமும் உரத்த குரலும் அவர்களின் வயதைக் காட்டிக்கொடுத்திருக்க வேண்டும். அவசரமாகத் தங்களை அழகு படுத்திக்கொள்ளத் துவங்கினார்கள். அது, அவர்களது வயதை மேலும் அதிகப்படுத்திக் காட்டியது.

ஆசிரியர்களும் மாணவர்களைப் போலவே, டக் இன் பண்ணிக்கொண்டு வகுப்புக்கு வந்தார்கள். அவர்கள் பாண்ட் பாக்கெட்டில் சீப்பு இருப்பதும் அடிக்கடி அவர்கள் தலைசீவிக்கொள்வதும் தெரிந்தது.

ஆறாம் வகுப்பு மாணவர்கள் யாவரும் ஒன்றுசேர்ந்து ஒரு தீர்மானம் போட்டோம். எங்களைத் தவிர வேறு வகுப்பு ஆசிரியர்களோ, மாணவர்களோ மெகருன்னிசா டீச்சரைக் காதலிக்கக் கூடாது. ஆனால், அதை நடைமுறைப் படுத்துவது எளிதாக இல்லை.

மெகருன்னிசா டீச்சர் எட்டாம் வகுப்புக்கு ஆங்கிலப் பாடம் எடுக்கச் சென்றபோது, ஒரு மனப்பாடப் பாடலைத் தப்பில்லாமல் சொன்னதற்காக, கோபாலைப் பாராட்டி ஒரு சாக்லெட்டைப் பரிசாகத் தந்த நிகழ்ச்சி, எங்களை ஒரு இரவு தூக்கமில்லாமல் செய்ததோடு, கோபாலைப் பள்ளியை விட்டே விரட்டுவதற்கான சதி ஆலோசனைகளிலும் ஈடுபடச் செய்தது.

அரையாண்டுத் தேர்வு முடிந்து விடுப்பு வந்தது. அதன்பிறகு, பள்ளி திறந்த இரண்டு நாட்கள் மெகருன்னிசா டீச்சர் வரவில்லை. மூன்றாம் நாள் வந்தவள், வகுப்பு முழுவதற்கும் சாக்லெட் கொடுத்துவிட்டு, தனக்கு அடுத்த வாரம் திருமணம். எல்லோரும் அவசியம் வர வேண்டும் என்றாள். சாக்லெட்டை மெல்ல முடியவில்லை... கசப்பாக இருந்தது!

அன்று மாலை ஆறாம் வகுப்பு மாணவர்கள் திரும்பவும் ஒன்றுகூடி, மறு தீர்மானம் போட்டோம். எங்களை ஏமாற்றிவிட்டு டீச்சர் திருமணம் செய்து கொள்ளப் போகிறாள். ஆகவே, அவளது திருமணத்துக்கு யாரும் போகக்கூடாது! அதை மீறி, திருமலை முருகன் மட்டும் டீச்சர் திருமணத்துக்குப் போயிருந்தான். அதற்காக அவனை நாங்கள் விளையாட்டில் கூட சேர்த்துக் கொள்ளவில்லை!

திருமணம் நடந்து முடிந்த இரண்டாம் நாளே, மெகருன்னிசா டீச்சர் பள்ளிக்கு வந்து சேர்ந்தாள். அவள் முகத்தில் களையே இல்லை. பாடம் நடத்தும்போது, ஏதோ யோசனையாகவே இருந்தாள்.

நாலைந்து நாட்களுக்குப் பிறகு, ஒரு பகலில் புல்லட் ஓட்டிக்கொண்டு ஒரு ஆள், எங்கள் பள்ளிக்கு வந்து சேர்ந்தான். தன்னை மெகருன்னிசாவின் கணவன் என்று சொல்லிக்கொண்டு, எங்கள் வகுப்பறைக்கு வந்தான். டீச்சர் அவனை வகுப்புக்கு வெளியே அழைத்துக்கொண்டு போய், ஏதோ பேசிக்கொண்டு இருந்தாள். அவன் திடீரெனக் கத்தத்

சாகித் அகாடமி விருது பெற்ற ஆ. மாதவன் 1934-ம் வருடம் திருவனந்தபுரத்தில் தமிழ்க் குடும்பத்தில் பிறந்தவர். பள்ளி இறுதியுடன் படிப்பை விட்டுவிட்டு கடை வியாபாரத்துக்குச் சென்று விட்டார். நாற்பத்தைந்து வருடங்களாகத் தொடர்ந்து சிறுகதைகள், நாவல்கள் எழுதிவரும் முக்கிய படைப்பாளி. இவரது சிறுகதைகள் 'ஆ.மாதவன் கதைகள்' என்ற பெயரில் மொத்தத் தொகுப்பாக வெளிவந்துள்ளது. 'கிருஷ்ணப் பருந்து' ஆ.மாதவன் இவரது புகழ்பெற்ற நாவலாகும்.

துவங்கி, 'என்னடி... பேசிட்டே போறே? சம்பாதிக்கிற திமிரா... நீ வேலை பார்த்தது போதும். இப்பவே என்கூடக் கிளம்பு' எனக் கையைப் பிடித்து இழுத்தான்!

டீச்சர் வர மறுத்து, ஏதோ சமாதானம் சொல்லிக்கொண்டு இருந்தாள். அவன் ஆத்திரத்தோடு மெகருன்னிசா டீச்சரின் முகத்தில் ஓங்கியறைந்தான். வலி தாங்காமல் கத்தி அழுது விட்டாள் டீச்சர். மற்ற ஆசிரியர்கள் ஓடிவந்து, டீச்சரின் கணவனை விலக்கித் தனியே அழைத்துக்கொண்டு போனார்கள். சிறுகுழந்தையைப் போல மெகருன்னிசா டீச்சர் அழுது கொண்டிருந்தாள்.

அடிபட்டதுகூடக் காரணமில்லை. இத்தனை மாணவர்கள் பார்க்க, அடி வாங்கிவிட்டதுதான் அவளை வேதனைப் படுத்தியிருக்க வேண்டும். தலை நிமிர்ந்து பார்க்கவேயில்லை. தொலைவில் டீச்சரின் கணவன் உரத்த குரலில் கத்திக் கொண்டிருந்தான்.

வெளிநாட்டில் வேலை செய்வதாகச் சொல்லி அவன் தன்னை ஏமாற்றி விட்டதாகவும் முன்பே அவனுக்கு ஒரு திருமணம் நடந்து மணவிலக்கு நடந்திருப்பதாகவும் மெகருன்னிசா டீச்சர், மற்ற ஆசிரியர்களிடம் சொல்லிக் கொண்டிருந்தாள். அவர்கள் அவளைச் சமாதானப்படுத்திக் கொண்டிருந்தனர். டீச்சர், அதன்பிறகு வகுப்புக்கு வரவேயில்லை. பள்ளியிலிருந்தும் மாற்றல் வாங்கிக்கொண்டு போய் விட்டாள்.

பால்யத்தில் அவள் உருவாக்கிய ஆசைக் கனவுகள், நீர்க்குமிழ்கள் போலக் காற்றில் நிமிஷ நேரம் அழகு காட்டி விட்டுக் கரைந்து போய்விட்டன. என்னவானது அவள் வாழ்க்கை? எங்கே இருக்கிறாள்? இன்றுவரை எதுவும் தெரியாது. கதையைவிடவும் வாழ்க்கை அதிகப் புதிரானதில்லையா?

'ஒரே படுக்கையில் உறங்கிக் கொண்டிருக்கிறோம். ஆனால், வேறு வேறு கனவுகள் காண்கிறோம்' என்று ஆங்கிலத்தில் ஒரு வழக்குச் சொல் இருக்கிறது.

கனவுகள் நமக்குக் கிடைத்த வரமா, சாபமா என்றுதான் தெரியவில்லை!

03
திண்ணைப் பேச்சு

பூனைகளைப் போல வெயில், யாருமற்ற வீடுகளில் ஏறியிறங்கி விளையாடும் கிராமங்களைத் தொடர்ந்து ஒவ்வொரு பயணத்திலும் பார்த்துக்கொண்டிருக்கிறேன். சுபாவத்தில், உடையில், பேச்சில் பழக்க வழக்கங்களில் ஒட்டிக்கொண்டு வந்துவிட்ட ஊரைக் கொஞ்சம் கொஞ்சமாக நாமே கவனமாகத் துடைத்து எறிந்துவிட்டு அடையாளமற்ற மனிதர்களாக வாழ்வதற்குப் பழகிவிட்டோம்

சத்தமாகச் சிரிப்பதற்கும் வாய்விட்டு அழுவதற்கும்கூடக் கூச்சமாக இருக்கிறது. அடுத்தவர்கள் கவனிக்கிறார்களா என்று பார்த்துப் பார்த்துதான் உணவகங்களில் சாப்பிட வேண்டியிருக்கிறது. நண்பனின் தோளில் கைபோட்டுக் கொள்வது அநாகரிகமாகிவிட்டது. மூத்திரம் பெய்வதற்குக்கூட வரிசையில் காத்திருக்க வேண்டியிருக்கிறது. எப்படியோ ஏதேதோ நகரங்களில் வேலைகள் செய்து குழந்தைகள் பெற்றுப் பிழைத்துக்கொண்டிருக்கிறோம்.

ஆனால், வாழ்ந்து கொண்டிருக்கிறோமா என்று தெரியவில்லை.

கிராமம் உலர்ந்த நத்தைக்கூட்டைப் போல உயிர்ப்பற்றுப் போய்விட்டிருக்கிறது. ஒவ்வொரு கிராமத்துக்கும் சாலைகளும் தெருவிளக்குகளும் வந்துவிட்டன. ஆனால், அமைதியும் பரஸ்பர அன்பும் வெளியேறிப்போய்விட்டன. ஊரைப் பிரிந்து வராமல் நாய்கள் மட்டுமே தெருவில் குழி பறித்துப் படுத்துக்கிடக்கின்றன. ஆனால், அவை குரைப்பதை நிறுத்திப் பல வருடங்களாகிவிட்டன. யாரைக் கண்டு குரைப்பது? சுபாவம் திரிந்து போனது ஊரும் மனிதர்களும் மட்டுமல்ல... இயற்கையும்தான்!

தீபாவளிக்கு முதல் நாள் இரவு ஒரு ஆட்டோவில் ராயபுரத்திலிருந்து வந்து கொண்டிருந்தேன். டிரைவரைப் பார்த்ததுமே தெற்கிலிருந்து வந்தவர் என்று தெரிந்தது. எந்த ஊர் என்று விசாரித்தேன். கடம்பூர் என்றார். நட்பான குரலில் பேசியபடியே வந்து கொண்டிருந்தபோது, 'சார் வழியிலே அஞ்சு நிமிஷம் ஒரு கடையில் நிறுத்திட்டுப் போயிடலாமா?' என்று கேட்டார். 'சரி' என்றேன்.

ஆட்டோ, பிராட்வேயின் சந்துகளுக்குள் புகுந்து சௌகார்பேட்டையில் உள்ள ஒரு கடையில் நின்றது. மரப் படிகள் கொண்ட கட்டடம் அது. இருவருமாக படிகளில் ஏறிப்போனோம். மங்கிய லைட் எரிந்து கொண்டிருந்தது. உள்ளே வயதானவர் ஒருவர் பைஜாமா ஜிப்பா அணிந்து, பார்ப்பதற்கு குஜராத்தியைப்போல் இருந்தார். ஆட்டோ ஓட்டுநர் தன்னுடைய கையிலிருந்த சிறிய மஞ்சள் பையிலிருந்து ஊதா நிறத்திலிருந்த ஒரு பட்டுப் புடவையையும் துவைத்து மடித்திருந்த பட்டு வேஷ்டி ஒன்றையும் எடுத்து அவரிடம் நீட்டினார். ஏதோ அசூயையான பொருளைத் தொடுவது போன்ற முகபாவத்துடன் அந்தப் பொருள்களை மேஜையில் வைக்கச் சொல்லிவிட்டு வயதானவர் தனது கண்ணாடியை அணிந்து கொண்டார். புடவையின் கரையைப் பிரித்துப் புரட்டிவிட்டு அதிலிருந்து ஒரு நூலை உருவிப் பார்த்தார். மேஜையிலிருந்த பட்டு வேஷ்டி சரிந்து கீழே விழவே, டிரைவர் அவசரமாக எடுத்து மடித்தார். வேஷ்டியில் வெற்றிலைக் கறை படிந்து அழியாமல் இருந்தது.

எவ்விதமான உணர்ச்சியுமின்றி வயதானவர் மேஜை டிராயரிலிருந்து ஐந்நூறு ரூபாய் எடுத்து நீட்டினார். டிரைவர் சற்றே தயக்கத்துடன், 'ஒரிஜினல் காஞ்சிபுரம் பட்டு... விலை நாலாயிரம். வேஷ்டி வேறு இருக்கு, பார்த்துக் கொடுங்க' என்றார். கொச்சையான தமிழில் குஜராத்திக்காரர், 'இந்த வேஷ்டி சரியில்லை. கறையிருக்கு. அதுக்கு 50 ரூபாய்தான் தரமுடியும். நாங்க சேலை பார்டரை மட்டும்தான் கட் பண்ணி விக்கமுடியும். அதுக்கு மேலே பணம் தர முடியாது' என்றார். பேரம் நீண்டு கொண்டே போய் முடிவில் எண்ணூறு ரூபாய் கிடைத்தது.

ஆட்டோ கடற்கரைசாலையில் வந்து கொண்டிருந்தபோது, டிரைவர் தானாகவே சொன்னார். 'நல்ல நாளுக்குத் துணி எடுக்க கையில் காசில்லை சார். வீட்ல மூணு பிள்ளைக இருக்கு. அவளுக்கு வேற சேலை எடுக்கணும். எங்க கல்யாணத்துக்கு எடுத்த பட்டுத்துணி... அதை வெச்சிருந்து என்ன செய்யப் போறேன். அதான் வித்துட்டேன். இப்பவே மணி பத்தாச்சு. உங்களை இறக்கி விட்டுட்டுத் திரும்பி வரும் போது பாண்டிபஜார்ல ஏதாவது புதுத்துணி வாங்கிட்டு வீட்டுக்குப் போகணும் சார்.'

என்னால் பதில் பேச முடியவில்லை. ஆட்டோ இருண்ட சாலைகளில் ஓடிக் கொண்டிருந்தது. டிரைவர் பேசிக்கொண்டே இருந்தார். 'ஊர்ல வீடு, நிலம் எல்லாம் இருந்துச்சு சார். விவசாயம் பண்றதுக்கு லோன் போட்டோம். மழையில்லை. விளைஞ்சதுக்கு விலையில்லை. லோனைக் கட்ட முடியலை. பேங்க்காரன் கழுத்தைப் பிடிச்சான். எல்லாத்தையும் அப்படியே விட்டுட்டு ராத்திரியோட ராத்திரியா கள்ளப்பயக மாதிரி தூங்குற பிள்ளைகளைத் தோள்ல தூக்கிப் போட்டுக்கிட்டு ரயிலேறி வந்துட்டோம். பிழைக்கணுமில்லையா... ஆட்டோ ஓட்டப் பழகிட்டேன்.'

வெடிச் சத்தங்கள் வழியெங்கும் கேட்டுக் கொண்டிருந்தன. சாலையில் எரிந்துகொண்டு இருக்கும் நியான் விளக்குகளின் வெளிச்சத்தையும் வழியெங்கும் மின்னும் விளம்பரப் பலகைகளின் வசீகரத்தையும் தாண்டி, கண்ணுக்குப் புலப்படாத இருள் ஊரெங்கும் வழிந்து கொண்டு இருக்கிறது. டிரைவர் மௌனமாகிவிட்டார்.

வீட்டின் முன்னால் ஆட்டோ வந்து திரும்பி நின்றது. அருகிலிருந்த மைதானத்திலிருந்து வெடித்த வாணவெடி ஒன்று ஆகாசத்தில் ஏழு நிறங்களில் ஒளித் துகள்களை வாரியிறைத்தது. குழந்தையைப்போல அதை வியப்போடு பார்த்தார் டிரைவர். எனக்குத்தான் வழியில் நடந்ததை நினைத்து நடுக்கமாக இருந்தது. அன்றிரவெல்லாம் குற்ற உணர்ச்சி ஒரு கம்பளிப்பூச்சியைப்போல் உடம்பு முழுவதும் படர்ந்து கொண்டிருந்தது.

ஒவ்வொரு இரவும் ஏதோவொரு குடும்பம் ஊரைக் காலி செய்து, மாநகரம் நோக்கி வந்து கொண்டுதானிருக்கிறது. இப்படி வந்தவர்களில் ஊர் திரும்பிப்போனவர்கள் எத்தனை பேர் இருப்பார்கள்? முதுகில் உள்ள மச்சத்தைப் போல், சொந்த ஊர் இனி அவர்களால் பார்க்கவே முடியாமல் போய்விடுமா? யோசிக்க யோசிக்க மனச்சோர்வும் பயமுமாக இருந்தது. பின்பு, அது உருமாறி ஆத்திரமாக வந்தது. ஏதாவது புத்தகம் படித்து மனதைத் திருப்பி விடலாம் என்று எனக்கு பிடித்த ஹெமிங்வேயின் சிறுகதைகளை வாசிக்க முயன்றேன். கண்கள் காகிதத்தில் படிய மறுத்து அலைந்தன.

திடீரென யோசனை வந்ததுபோல மு.சுயம்புலிங்கத்தின் 'ஊர்க்கூட்டம்' என்ற புத்தகத்தை எடுத்து வாசிக்கத் துவங்கினேன். முதல் பக்கத்தில் சுயம்பு, தான் மதுரையில் கண்ட ஒரு காட்சியை எழுதியிருக்கிறார்.

பெரிய சுத்துக்கெட்டு வீடு. ஏழு ஏர் சம்சாரி. எந்த நாடு தீய்ந்து போனாலும் அவர் வீட்டு தானியப்பட்டறையில் தவசம் குறையாது. அந்த வீட்டுப் பெண்கள் முகத்தில் உரசிப் பூசிய மஞ்சளும் அழியாத சிரிப்புமிருக்கும். அப்பேர்ப்பட்ட ஆள் விவசாயம் பொய்த்துப்போய் பிழைக்க வழியின்றி மதுரையின் டவுன்ஹால் ரோட்டில் குரங்குக்குட்டிக்கு சட்டை போட்டு தோள்மேல் உட்காரவைத்துக்கொண்டு கடை கடையாக காசு கேட்டு யாசகம் வாங்கிக்கொண்டு அலைகிறார். பூமி அதே இடத்தில்தான் இருக்கிறது. மனித வாழ்க்கைதான் பொய்த்துப் போய்விட்டது.

வாசிக்க வாசிக்க நாக்கில் மண் ருசி தென்படத் துவங்கியது. நினைவுகள் காரை உதிர்வதுபோல பொறுக்குகளாக உதிரத் துவங்கின.

மு.சுயம்புலிங்கம் கிராமத்து விவசாயி. தூத்துக்குடி மாவட்டம் வேப்பலோடை கிராமம். 'ஊர்க்கூட்டம்' என்று ஒரேயொரு புத்தகம் மட்டுமே எழுதியிருக்கிறார். அந்தப் புத்தகம் கரிசல்காட்டின் வெக்கையும் மணமும் நிறைந்தது. ஊரில் விவசாயியாக வாழ்வதற்கான சாத்தியங்கள் அற்றுப் போனதும், சென்னைக்கு இடம் மாறி காட்டாங்குளத்தூர் பகுதியில் சிறிய ஸ்வீட் ஸ்டால் நடத்திக்கொண்டிருக்கிறார். பசியும் போராட்டமும் அவரது இலக்கியக் கனவுகளை அரித்துத் தின்றுவிட்டன. ஆனால், அவரது படைப்புகளில் வேப்பலோடையின் நினைவுகள் களிமண்ணைப்போல ஈரமும் பிசுபிசுப்புமாக அப்படியே இருக்கின்றன.

சுயம்புலிங்கத்தின் உலகம் அசலானது. வேப்பலோடை மனிதர்கள் மிகுந்த கோபக்காரர்கள். மழையற்றுப் போய் வறுமை பீடித்த ஊரில் வாழ்ந்துகொண்டு தன் ஊரைக் கடந்து செல்லும் மழை மேகங்கள் மீது கோபம் கொண்டு அவற்றைப் படிய வைப்பதற்காக விரட்டிப் போகிறவர்கள். திங்க பழம் தராத மரத்தின் மீதும், உட்கார நிழலற்ற பூமி மீதும் அவர்களது கோபம் பீறிடுகிறது. மண்ணோடு அவர்கள் கொண்டுள்ள பந்தம் மூர்க்கமானது. நினைவுகள்தான் அவர்களது ஒரே ஆறுதல். இதே ஊரில் மழை பெய்திருக்கிறது. நூறு நூறு பறவைகள் இலைக் கூட்டங்களில் விசிலடித்திருக்கின்றன. மேகத்தை வருடிச் செல்லும் மின்னல், இருட்டுக்கு உதை கொடுத்திருக்கிறது. பிறப்பும் சாவும் நடந்தேறியிருக்கின்றன. பார்த்துக் கொண்டிருக்கும்போதே வால் அறுந்த பல்லியைப்போல மூளியாகிவிட்டது ஊர்.

சுயம்புலிங்கத்தின் கதைகளிலே எனக்கு ரொம்பவும் பிடித்தது 'ஒரு திருணையின் பூர்வீகம்' என்ற ஒரு பக்கக் கதை. கிராமத்து வாழ்வின் உக்கிரமும் வெளிப்படுத்த முடியாத உணர்ச்சிகளும் கொண்ட கதை. கதையென்று அதில் அதிகச் சம்பவமில்லை. இடிந்து போன வீட்டின் திண்ணையைப் பற்றிய சிறு குறிப்புகள்.

திண்ணை என்பது வீட்டின் சிறகுகள் என்று சொல்லலாம். ஒவ்வொரு வீட்டுக்கும் இரண்டு சிறகுகள் போலத்

திண்ணைகளிருந்தன. அங்கு எப்போதும் யாராவது ஒருவர் படுத்துக்கொண்டோ, உட்கார்ந்துகொண்டோ இருப்பார்கள். பெரும்பாலும் அது வயதானவர்களின் வசிப்பிடம். சில வீடுகளில் வம்பு பேசும் சிற்றிடம். திண்ணையைப் பார்க்கும்போது அது வீட்டுக்கும் தெருவுக்கும் இடையில் ஒரு பாலத்தைப்போல இருப்பதாகவே தோன்றும். வெளியாட்கள் யார் வந்தாலும் திண்ணையில்தான் அமர்வார்கள். பேசிக்கொண்டிருப்பார்கள். வெற்றிலை போடுவார்கள். திண்ணை ஒரு வகையில் சௌகரியம், மறுவகையில் தொல்லை.

சுயம்புலிங்கம் காட்டும் திண்ணைக் காட்சி வேறு விதமானது.

வீட்டுத் திண்ணையில் கண் தெரியாத பாட்டி பல காலம் கிடந்து இறந்திருக்கிறாள். அதே திண்ணையில் ஓடையில் வண்டி கவிழ்ந்து, எலும்பு முறிந்த தாத்தா படுக்கையாகவே கிடந்திருக்கிறார். அதைவிடவும் அம்மாவின் இறந்த உடலை வைத்திருந்தது இந்தத் திண்ணையில்தான். அம்மா மோட்டுவளையில் ஒரு துணி சுருக்கிட்டு தூக்கில் தொங்கினாள். காரணம் ஒன்றும் பெரிதானதில்லை. வறுமையின் காரணமாகக் கழுத்தில் கிடந்த சங்கிலியை அப்பா கழற்றி விற்றதை சகித்துக்கொண்ட அவளுக்கு, காதில் போட்டிருந்த கம்மலைக் கழற்றியதைத் தாங்கமுடியவில்லை. மூளிக் காதோடு எப்படி ஊருக்குள் நடமாடுவது என்று நாண்டு கொண்டுவிட்டாள். அந்த உடல் இதே திண்ணையில்தான் கிடத்தப்பட்டிருந்தது. பின்னொரு நாள் அப்பாவும் குளிர்காலத்தில் இதே திண்ணையில் பனி தாங்காமல் நடுங்கி விறைத்து செத்துப்போயிருந்தார். ஒரு மழையில் திண்ணை கரைந்து தரையோடு தரையாகிவிட்டது. ஆனால், அந்த நினைவுகள் இலைகளில் தேங்கிய மழைத் துளிகளைப் போல சொட்டிக்கொண்டே இருக்கின்றன.

இந்தக் கதையை எத்தனையோ முறை வாசித்துவிட்டேன். ஒவ்வொருமுறை வாசித்து முடிக்கும்போதும் உடல் முழுவதும் காமாலை பீடித்ததுபோல் துக்கம் பரவிவிடுகிறது. கண்களின் வழியே கண்ணீர் வெளிப்படுகிறது. ஆனால்,

அது இதயத்திலிருந்துதான் ஊற்று எடுக்கின்றது என்பதற்குச் சாட்சியாக இருக்கிறது இந்தக் கதை.

'கால் இல்லாமல்,
கை இல்லாமல்
உறுப்புகள் கோரப்பட்டு
மனுசங்க இருக்காங்க.
வயிறு இல்லாத மனிதன்
இல்லவே இல்லை'

என்று சுயம்புலிங்கத்தின் ஒரு கவிதை இருக்கிறது. இதைப் படித்த பிறகுதான் வயிற்றுப்பாடு என்பது எத்தனை போராட்டமிக்கது என்று எனக்குப் புரியத் துவங்கியது!

04

கரும்பலகை காட்சிகள்

ஒரு மழை நாளின் காலையில் கும்பகோணம் அரசினர் கல்லூரியில் அந்தச் சிற்பத்தைக் கண்டேன். நுரைத்து ஓடும் காவேரியும் தண்ணீரைத் தொட்டு விடுவது போலத் தலைகுனிந்து நிற்கும் கரையோர மரங்களும் கொண்ட அழகான கல்லூரி அது. அரசுக் கல்லூரியின் தமிழ்த்துறை தலைவரும் மரியாதைக்குரிய நண்பருமான முனைவர் மணி அவர்கள் எனக்கு அந்தச் சிற்பத்தை அறிமுகம் செய்து வைத்தார். பார்க்கப் பார்க்க வியப்பாக இருந்தது.

அரசியல் தலைவர்களுக்கும் ஒளவைக்கும் கண்ணதாசனுக்கும் சிலை இருப்பதைப் பார்த்திருக்கிறேன். ஆனால், ஒரு தமிழ் ஆசிரியருக்கு நினைவுச் சிற்பம் செதுக்கப்பட்டிருப்பதை முதன்முதலாக அங்குதான் பார்த்தேன். சிலை வைத்துக் கொண்டாடுமளவுக்குத் தகுதியும் திறமையும் பேரும் பெற்ற அந்தத் தமிழாசிரியர் வித்வான் தியாகராச செட்டியார் அவர்கள் கும்பகோணம் கல்லூரியில் தமிழ் வித்வானாகப் பணியாற்றியவர்.

அந்தச் சிற்பத்தில் ஒரு பழங்கால மேஜை, நாற்காலியில் தலைப்பாகை அணிந்து, ஒரு கையில் ஓலை விசிறியுடன் அமர்ந்திருக்கிறார் தியாகராச செட்டியார். இந்தச் சிற்பத்தைச் செய்தவர் யார் என்றோ, அது எந்த ஆண்டு செய்யப்பட்டதென்றோ குறிப்புகள் அறிய முடியவில்லை. ஆனால், அவர் பாடம் நடத்திய வகுப்பறையின் வெளியில் உள்ள மரத்தூணில் இந்தச் சிற்பம் இருப்பதுதான் இதன் தனிச்சிறப்பு. ஈரம் படிந்த கருப்பூர் சாலையில் நடந்தபடி வித்வான் தியாகராச செட்டியாரைப் பற்றிப் பேசியபடியே வந்தார் முனைவர் மணி.

வெள்ளைக்காரர்கள் காலத்தில் புதிய கலெக்டராக வந்த ஓர் ஆங்கில அதிகாரிக்குத் தமிழின் மீது விருப்பம் உண்டானது. தமிழ் கற்றுக் கொள்ள ஆரம்பித்துச் சில மாதங்களில் இலக்கியங்களையும் வாசிக்கத் துவங்கினார். ஆனால், பழந்தமிழ் இலக்கியங் களைப் புரிந்து கொள்வதில் ஏற்படும் சந்தேகங்களைப் போக்கிக்கொள்ள அடிக்கடி அவர் வித்வான் தியாகராச செட்டியாரை வரவழைத்துப் பாடம் கேட்பது வழக்கம்.

ஒரு நாள் திருக்குறளை கலெக்டர் வாசித்துக் கொண்டிருந்தபோது 'தக்கார் தகவு இலர்' என்ற 114 - வது குறள் தவறாக எழுதப்பட்டிருப்பதாக அவருக்குத் தோன்றியது. உடனே அவர் திருக்குறளில் ஒரு திருத்தம் செய்து, அதை தியாகராச செட்டியாரிடம் காட்டி ஒப்புதல் வாங்கவேண்டும் என்று அவர் வீட்டைத் தேடி வந்தார்.

காலை நேரத்தில் வீட்டில் உள்ள கீரைப் பாத்திகளைக் கொத்தி வேலை செய்துகொண்டு இருந்தார் தியாகராச செட்டியார். கலெக்டர் வீடு தேடி வந்ததும் பதற்றத்துடன் தியாகராச செட்டியாரின் மனைவி அவரை இருக்கையில் அமரச் செய்துவிட்டு கணவரை அழைத்தார். அவரோ தோட்ட வேலை செய்தபடியே, என்ன விஷயமாக வந்திருக்கிறார் என்று கேட்டுவரச் சொன்னார்.

அதற்குள், கலெக்டரே வீட்டின் பின்பக்கம் வந்து நின்றவராக திருக்குறளில் தான் ஒரு தவறு கண்டுபிடித்துள்ளதாகவும், அதைத் திருத்தி எழுதி வந்திருப்பதாகவும் வாசித்துக் காட்டினார்.

தியாகராச செட்டியாருக்கு ஆத்திரம் தாங்க முடியவில்லை. கையிலிருந்த மண் வெட்டியை ஆவேசமாக உயர்த்தியபடி 'யார் எழுதிய பாடலை யார் திருத்துவது... தமிழ் ஒண்ணும் நாதியத்த பிள்ளையில்லை, போற வர்றவன் எல்லாம் தலையில் அடிச்சிட்டுப் போறதுக்கு தமிழ் ஒரு எழுத்தை மாத்துறதுக்கு எந்த வெள்ளைக்காரன் முயற்சி பண்ணினாலும் பாத்துட்டு சும்மா இருக்கமாட்டேன்... வெளியே போங்க!' என்று உரத்த குரலில் சத்தமிட்டார். பயந்துபோன கலெக்டர் வெளியேறிப் போய்விட்டார்.

அன்றைய காலகட்டத்தில் கலெக்டரை எதிர்த்துக் கொண்டால், உத்தியோகம் போய்விடும். தீவாந்திர தண்டனை கூடக் கிடைக்கக்கூடும். ஆனால், தமிழ்மொழியைப் பழிப்பதைப் பார்த்துக் கொண்டிருப்பதைவிடவும் தீவாந்திரம் ஒன்றும் கொடியதல்ல என்று நினைத்தவர் தியாகராச செட்டியார். இத்தனை சத்ய ஆவேசத்தோடு காப்பாற்றப்பட்ட தமிழ், இன்று நூற்றுக்கணக்கான பள்ளிகளில் ஒரு பாடமாகக் கற்றுக் கொடுப்பதற்குக் கூட இடமற்றுப் போன நிலைக்குத் தள்ளப்பட்டிருக்கிறது.

கற்றுக்கொடுத்தல் என்பது ஒரு வேலையல்ல, அது ஒரு சேவை. ஒரு கருணை. ஆசிரியர்களுக்கு வழங்கப்படும் ஊதியம் கூட அவர்களின் கல்விக்கான விலையல்ல. அவர்களின் சேவைக்கு அளிக்கப்படும் மரியாதை. ஆசிரியர்களைத் தரக் குறைவாகவோ, கேலி செய்யும் விதமாகவோ சினிமாவில் சித்திரிப்பது கொரியாவில் முற்றிலும் தடை செய்யப்பட்டிருக்கிறது.

கல்வி வணிகமயமாகிவிட்ட சூழலில் ஆசிரியர் பணி ஓர் ஒப்பந்தக் கூலி என்ற நிலைக்குத் தள்ளப்பட்டிருக்கிறது. ஆனாலும், சம்பளம் குறைவு என்பதற்காக எந்த ஆசிரியரும் கற்றுக்கொடுப்பதில் வஞ்சகம் செய்வதில்லை. தவறான பாடங்களை வகுப்பெடுப்பதில்லை. ஏதோவொரு அறமும், நியாய உணர்வும் தொடர்ந்து ஆசிரியர்களிடம் இருந்து கொண்டுதானிருக்கிறது.

வித்வான் தியாகராச செட்டியாரின் சிற்பத்தைப் பார்த்துக் கொண்டிருந்தபோது, அடிமனதில் உறைந்திருந்த தி.ஜானகிராமனின் 'முள்கிரீடம்' கதை சலனமுறத் துவங்கியது.

தமிழ் இலக்கியத்தின் அரிய சாதனையாளராக அறியப்படும் தி.ஜானகிராமனும் இதே கும்பகோணம் அரசு கல்லூரியின் மாணவர்தான். அவரது 'மோகமுள்' நாவலின் கதா நாயகன் பாபுகூட இந்தக் கல்லூரியில் தான் பயில்கிறான்.

ஜானகிராமனின் கதைகள் நீரோட்டத்தில் தங்கிவிட்ட கூழாங்கற்களைப் போன்றவை. தண்ணீரின் ரகசியங்கள்தான் கூழாங்கற்களாக உருவெடுக்கின்றனவா அல்லது தண்ணீர் உருவாக்கிய சிற்பத்தின் பெயர்தான் கூழாங்கல்லா? தெரியவில்லை. ஆனால், கூழாங்கற்கள் இயற்கையின் கைகள் உருவாக்கியவை. ஈரம் துளிர்ப்பவை. ஜானகிராமனின் கதைகளும் அப்படித்தான்.

'மோகமுள்', 'அம்மா வந்தாள்', 'நளபாகம்' எழுதிய கைகள் எப்படியிருக்கும்! நல்ல இசைக் கலைஞராக உருவாக வேண்டிய தி.ஜா. தவறி எழுத்தாளர் ஆகிவிட்டாரா? அல்லது இசைக்கலைஞர்கள் வயலின், வீணை, மிருதங்கம் எனத் தமக்குப் பிடித்தமான ஒரு வாத்தியக் கருவியின் வழியே தம் கலைத்திறனை வெளிப்படுத்திக் கொள்வதுபோல, சொற்களைத் தனது வாத்தியக் கருவியாக்கிக் கொண்ட அபூர்வ கலைஞரா?

புகைப்படத்தில் காணப்படும் ஜானகிராமனுக்கும், அவரது கதைகளின் வழியாக அறிமுகமாகும் ஜானகிராமனுக்கும் எத்தனையோ வேறுபாடு இருக்கிறது. புகைப்படத்தில் ஜானகிராமனைக் காண்பது, வரைபடத்தில் கடலைப் பார்ப்பது போன்றது. கடலின் ஆழமும் பிரமாண்டமும் அறியாத ரகசியங்களும் பயமும் விம்முதலும் சூரியனை விழுங்கிக் கொண்டுவிடும் பசியும் ஒரு வரைபடத்தில் தென்படுவதில்லை. ஜானகிராமன் எழுத்துக்கும் இத்தனை குணங்கள் இருக்கின்றன.

தும்பைப் பூவில் உள்ள தேனைக் குடித்துப் பார்த்திருக் கிறீர்களா? புல்லில் ஒட்டும் பனித்துளி அளவுதானிருக்கும். ஆனால், அதன் ருசி அலாதியானது. இக்கதையை வாசிக்கும் ஒவ்வொரு முறையும் அதை நான் அனுபவித்திருக்கிறேன்.

இதுவும் ஒரு ஆசிரியரைப் பற்றிய கதையே! அனுகூலசாமி ஒரு பள்ளி ஆசிரியர். முப்பத்தாறு வருடங்கள் ஒரு

சாகித்ய அகாடமி பரிசு பெற்ற தி.ஜானகிராமன் சொற்களை இசையாக்கிய அபூர்வ எழுத்தாளர். தஞ்சை மாவட்டம் மன்னார்குடியை அடுத்து தேவங்குடியில் 1921-ல் பிறந்தவர். பத்து வருடங்கள் பள்ளி ஆசிரியராகப் பணியாற்றிவர், பின்பு அகில இந்திய வானொலியில் பணியாற்றி ஓய்வு பெற்றார். தமிழின் சிறந்த பத்து நாவல்களை எவர் தேர்வு செய்தாலும் இவரது 'மோகமுள்'ளைத் தவிர்க்க முடியாது. 'சிவப்பு ரிக்ஷா', 'சக்தி வைத்தியம்' போன்ற சிறுகதை தொகுதிகளும், 'அம்மா வந்தாள்', 'மரப்பசு', 'நளபாகம்', 'மலர்மஞ்சம்' எனச் சிறந்த நாவல்களையும் 'நாலு வேலி நிலம்', 'வடிவேல் வாத்தியார்' போன்ற நாடகங்களையும் எழுதியிருக்கிறார். 1982-ம் ஆண்டு தி.ஜானகிராமன் மரணமடைந்தார். இவரது மொத்தச் சிறுகதைகள் இரண்டு தொகுப்புகளாக வெளிவந்துள்ளன.

பள்ளியில் வேலை செய்துவிட்டு ஓய்வுபெறுகிறார். பிரிவு உபசார விழாவில் நாகஸ்வரம் இசைத்து மாணவர்கள் அவரை அழைத்துவந்து மாலை மரியாதை செய்கிறார்கள். அனுகூலசாமி தான் பணியாற்றிய இத்தனை வருடங்களில் எந்த ஒரு மாணவனையும் அடித்ததே இல்லை. ஏன், அதிர்ந்து ஒரு வார்த்தை சொன்னதுகூட கிடையாது. அதுதான் அவர் பெற்ற கௌரவம்!

ஓய்வுபெற்ற மனிதராக வீடு திரும்புகிறார். அவரது மனைவி ஆச்சரியத்துடன் கேட்கிறார், 'மாணவர்களிடம் உங்களுக்கு ஒருமுறைகூட கோபமே வந்ததில்லையா?' அவர் புன்சிரிப்புடன், 'உலகத்திலே இருக்கிறது கொஞ்ச காலம். மழைக்கு வந்து ஈசல் மடியறாப்பில் அந்தப் பொழுதை அடிச்சுக்கிட்டு, கோவிச்சுக்கிட்டுப் போக்கணுமா?' என்கிறார். அவரது மனைவியோ 'ராட்சசன் மாதிரி கோவிச்சுக்க வேண்டாம். ஆம்பிளையா இருக்கிறதுக்காகவாவது ஒரு தடவை கோபம் வரவேண்டாமா?' என்கிறார். அவர் பதில் பேசாமல் எப்படியோ கௌரவமாக, எந்தப் பழியுமின்றி ஓய்வு பெற்றுவிட்ட சந்தோஷத்துடன் சிரித்துக்கொள்கிறார்.

அப்போது, அவரது வகுப்பில் படித்த ஆறுமுகமும் அவனோடு இன்னொரு சிறுவனும் அவனது தாயும் தயங்கித் தயங்கி வீட்டினுள் வருவது தெரிகிறது. ஆறுமுகத்தோடு வரும் சிறுவன் பெயர் சின்னையா என்று நினைவுக்கு வருகிறது.

ஆறுமுகம் தயக்கத்துடன், 'இவங்க சின்னையாவோட அம்மா சார்' என்று அறிமுகப்படுத்துகிறான். சின்னையா கலக்கத்துடன் தலை கவிழ்ந்தபடி உதடு நடுங்க அம்மா அருகில் நின்றுகொண்டிருக்கிறான். எதற்கு வந்திருக்கிறார்கள் என்று புரியாமல் அனுகூலசாமி யோசிக்கும்போது ஆறுமுகம் சொல்லத் துவங்குகிறான்...

'சார், போன வருசம் இவன் நம்ம வகுப்பிலே இருந்து ஒரு இங்கிலீஷ் புத்தகத்தைத் திருடிக்கொண்டுபோய் வேற பேர் ஒட்டிக் கடையில் பாதி விலைக்கு வித்துட்டான். நான்தான் அதைக் கண்டுபிடிச்சு உங்ககிட்ட கூட்டிட்டு வந்தேன். நீங்க அதுக்குத் தண்டனையா இனிமே அவன்கூட யாரும் பேசக்கூடாதுனு சொன்னீங்க!' என்கிறான்.

அனுகூலசாமிக்கு நடந்தவை லேசாக நினைவுக்கு வருகிறது ஆறுமுகம் தொடர்ந்து சொல்கிறான்... 'அன்னிலேர்ந்து நாங்க இவனை ஒதுக்கிட்டோம் சார்! யாரும் பேசவே மாட்டோம். இப்போகூட உங்க பிரிவு உபசார விழாவுக்கு பசங்ககிட்ட ஆளுக்கு ஒரு ரூபாய் வசூல் பண்ணினோம். இவன் காசு கொடுக்க வந்தான். வாங்க மாட்டோம்னு சொல்லிட்டோம். அது போல அவனை பார்ட்டிக்கும் வரக்கூடாதுனு சொல்லிட்டோம்' என்கிறான்.

இதைக் கேட்டுக் கொண்டிருந்த சின்னையா தன்னை அறியாமல் விசும்பி அழத் துவங்குகிறான். அவனைச் சமாதானம் செய்தபடியே சின்னையாவின் தாய் கலங்கிய குரலில் சொல்கிறாள்...

"நல்ல பையன் சார். அன்னிக்கு ஏதோ புத்தி பிசகா செஞ்சிட்டான். இந்த ஒரு வருசமா பிள்ளை சொரத்தாவே இல்லை. வீட்டுல தங்கச்சிகிட்டேகூட முகம் கொடுத்துப் பேசுறதில்லை சார். இன்னிக்குத்தான் விசயத்தைச் சொல்லி அழுதான். நீங்கதான் மன்னிப்புக் கொடுத்து, மத்த பையன்களை இவனோட பேசச் சொல்லணும். அப்படியே இதையும் ஏத்துக்கணும்" என்கிறாள்.

சின்னையா தன் வேர்த்து வடிந்த கையில் சுருட்டி வைத்திருந்த ஒரு ரூபாயை அவரிடம் நீட்டுகிறான். அனுகூலசாமிக்கு அதுவரை இருந்த மனமகிழ்ச்சி சிதறிப்போய் கையும் களவுமாகப் பிடிபட்டது போலிருக்கிறது. அவர்

தண்டனையை ஏற்றுக்கொள்வது போலக் குனிந்து வாங்கிக் கொள்கிறார். பின்பு குரல் தழுதழுக்கச் சொல்கிறார்...

'இந்தப் பயக இப்படிச் செய்வாங்கனு தெரியாதும்மா!'

சின்னையாவின் முகத்தில் முதல்முறையாக லேசாகச் சிரிப்பு வருகிறது. அவரும் சிரிக்கிறார். ஆனால், சுவரில் மாட்டப்பட்டிருந்த இயேசுநாதரின் முள்கிரீடம் இடம் மாறி, தனது தலையில் பொருத்தப்பட்டது போல வலியை உணர்கிறார் அனுகூலசாமி.

ஜானகிராமனின் இக்கதையில் வரும் அனுகூலசாமியை விடவும் சின்னையா எனக்கு மிக நெருக்கமாக இருக்கிறான். உலகிலேயே மிகக் கடுமையான தண்டனை புறக்கணிப்புதான். அதிலும் பேசாமல் ஒதுக்கிவிடுவது தண்டனையின் உச்சபட்ச நிலை!

சொற்களுக்கு வாசனை இல்லாமல் இருக்கலாம். எடையில்லாமல் இருக்கலாம் ஆனால், அதற்குக் கத்தியைவிடவும் கூரான உடல் இருக்கிறது. அது அம்பைவிட ஆழமாகத் துளைக்கக்கூடியது. நாவினால் சுட்ட வடு இல்லாத மனிதர்கள் யாராவது இருக்கிறார்களா என்ன?

05
முன் கதவும் பின் கதவும்

ஆமைக்கும் முயலுக்கும் ஓட்டப் பந்தயம் நடந்ததாகச் சொல்லப்படும் கதையை எப்போது கேட்டாலும் சில கேள்விகள் மனதில் உருவாகின்றன. எதற்காக முயலும் ஆமையும் போட்டியிட வேண்டும்? முயல், தரையில் வாழும் ஜீவராசி. அதற்குப் போட்டியிட வேண்டும் என்று ஆசையிருந்தால் தன்னைவிட வேகமாக ஓடும் மானோடு போட்டியிடலாம். ஏன்... ஒரு நாய், பூனை அல்லது எலியுடன் போட்டி போட்டிருந்தால்கூட முறையாக இருந்திருக்கும்.

ஆமையோ நீர்வாசி. அது தரைக்கு வருவதே அபூர்வம். அதிலும் ஒரு துறவியின் நித்ய தியானத்தைப் போன்றதொரு மௌனம் வேறு ஆமையைச் சுற்றிக் கவசமிட்டுள்ளது இப்படிப்பட்ட ஆமையைப் பந்தயத்துக்கு அழைத்ததற்குப் பின்னணியில் வேறு ஏதேனும் காரணமிருக்குமா? பந்தயம் நடப்பது தரையில் என்று தெரிந்தும் ஆமை எப்படி ஒப்புக்கொண்டது? ஒருவேளை, இதே பந்தயம் தரையில் இல்லாமல்

தண்ணீருக்குள் நடந்திருந்தால், முயல் இரண்டே நிமிஷத்தில் பரலோகம் போயிருக்கும், இல்லையா?

ஆமை தண்ணீரை விட்டு வெளியே வருவதேயில்லை. கிணறு தான் அதற்கு உலகம். தன்னைச் சுற்றி என்ன நடக்கிறது என்று அதற்குத் தெரியாது. குட்டிக் குட்டியான கால்கள். முகத்தை வெளியில் காட்டக்கூட ஆயிரம் தயக்கம். பயமும் கூச்சமும்தான் அதன் சுபாவம். இப்படித்தானே பெண் காலம் காலமாக வாழ்கிறாள்?

முயல் பார்க்க வெண்ணிறமாக பெரிய மீசையோடு இருக்கிறது. தான் எதையும் தாவிப் போய்விட முடியும் என்று பெருமை பேசிக்கொள்கிறது. ஆனால், சிறு சத்தம் கேட்டால் கூட இந்தக் கம்பீரம் சிதறித் தப்பியோடும் சுபாவம் கொண்டது. நூற்றாண்டுகளாக ஆண் இப்படித்தான் இருந்து வருகிறான் என்றால், இக்கதை ஆணும் பெண்ணும் சேர்ந்த குடும்பம் சரித்திரம்தானா? யோசிக்கையில் நிஜம் என்றுதான் தோன்றுகிறது.

முதுகில் ஓட்டைச் சுமந்து செல்லும் ஆமையைப் போல ஒரு பெண், தான் செல்லுமிடமெல்லாம் ஒரு வீட்டைச் சுமந்து கொண்டுதான் செல்கிறாள். பல நேரம் பயணங்களில் ரயில் புறப்பட்டு ஒரு மணி நேரமான பிறகும், வீட்டில் பால் உறை ஊற்றப்பட்டுவிட்டதா, தோசை மாவை பிரிட்ஜில் வைத்து விட்டார்களா, ஊறுகாய் பாட்டில் இறுக்கமாக மூடப்பட்டிருக்கிறதா என்று வீட்டின் அன்றாட காரியங்களைப் பற்றி செல்பேசியில் பெண்கள் பேசுவதைக் கண்டிருக்கிறேன்.

சிலந்தியைப் போல அவர்கள் வீட்டைக் கண்ணுக்குத் தெரியாத ஆயிரம் நூல்களால் கட்டியிருக்கிறார்கள் போலும்! அதனால்தானோ என்னவோ, எந்த நூலும் அறுபட்டுவிடக்கூடாது என்ற பயம் அவர்கள் மனதில் இருந்துகொண்டே இருக்கிறது.

ஒவ்வொரு குடும்பமும் ஒரு மறைக்கப்பட்ட சரித்திரத்தைக் கொண்டிருக்கிறது. அதில் காயங்களும் தோல்விகளும் ஏமாற்றங்களும் ரகசியப் பேச்சுகளும் உடைந்த மண்பாண்டத்தைப் போன்று ஒன்று சேர்க்க முடியாதபடி

சிதறிக்கிடக்கின்றன. உண்மையில் குழந்தைகளால்தான் பல குடும்பங்கள் பிளவுபடாமல் இருக்கின்றன.

யாவர் வீட்டிலும் தூசி படிந்திருப்பது போல், மனக்குறைகளும் வெளிப்படுத்தப்படாத ஆசைகளும் படிந்து கிடக்கின்றன. வார்த்தைகளை மென்று விழுங்கி விழுங்கியே பெண்களின் தொண்டையில் ஆறாத ரணம் ஓடியிருக்கிறது.

காற்றாடி அலைவது போல பல குடும்பங்கள் எங்கே நிலைகொள்வது எனத்தெரியாத ஏதோவொரு அந்தரத்தில் மிதந்து கொண்டிருக்கின்றன. சந்தோஷம் ஊதுபத்திப் புகையைப் போல எங்கோ ஒரு மூலையில் மெலிதாக வீட்டைச் சுற்றி மறைந்து விடுகிறது.

டெல்லிக்குச் சென்றிருந்தபோது ஒரு நண்பரின் வீட்டில் தங்கியிருந்தேன். டிசம்பர் மாதக் குளிரில் இரவு ஒன்பது மணிக்கு அவர் மனைவி அம்மியில் ஏதோ அரைத்துக்கொண்டு இருந்தார். மிக்ஸியும் கிரைண்டரும் வந்துவிட்ட யுகத்தில் எதற்காக அம்மியில் அரைக்கிறார் என்று ஆச்சரியத்துடன் பார்த்தேன்.

நண்பரின் மனைவி வியர்த்து வழிய சட்னி அரைத்தபடியே, "அவங்களுக்கு அம்மியில் சட்னி அரைச்சாத்தான் பிடிக்கும். ஊர்லயிருந்து இதுக்காகத்தான் அம்மியைக் கொண்டுவந்தேன். மிக்ஸியில் அரைச்சா சத்தம் போடுவாங்க" என்றார்.

என்ன பிடிவாதம் என்று நண்பனின் மேல் கோபம் வந்தது. இரவு சாப்பாட்டின்போது இதைப்பற்றிக் கேட்டதும், "என்னடா செய்யறது... சின்ன வயசில இருந்து வர்ற பழக்கம். எங்கம்மா எந்த ராத்திரியா இருந்தாலும், அம்மியிலதான் துவையல் அரைச்சுத் தருவாங்க! இல்லாட்டி எங்கப்பாவுக்குக் கோபம் வந்திரும்.

ஒரு நாள், சட்னி சரியா அரைபடலேனு அம்மாவோட பெருவிரலை அம்மியிலே வெச்சு நைச்சுட்டாரு. கொடகொடனு ரத்தம் வழிஞ்சதை என் கண்ணால் பார்த்தேன். பாவமா இருந்தது. தப்போ சரியோ, நாக்கு பழகிப் போச்சுடா! மாத்திக்க முடியலை!" என்றபடி தோசையைப் பிய்த்துச் சாப்பிட ஆரம்பித்தான்.

கே.எஸ். சுந்தரம் என்ற இயற்பெயர் கொண்ட ஆதவன், 1942-ம் வருடம் கல்லிடைக்குறிச்சியில் பிறந்தவர். அறுபதுகளில் எழுதத் துவங்கி, தமிழ் சிறுகதை உலகில் பல குறிப்பிடத்தக்க சாதனைகளை நிகழ்த்தியவர்.

இந்திய ரயில்வேயில் சில ஆண்டுகள் பணியாற்றிய பிறகு, டெல்லியில் உள்ள நேஷனல் புக் டிரஸ்டின் தமிழ்ப் பிரிவின் துணையாசிரியராகப் பல ஆண்டுகள் பணியாற்றியுள்ளார். தனது 45 வயதில் சிருங்கேரிக்குச் சென்றபோது, ஆற்றில் எதிர்பாராதவிதமாக அடித்துச் செல்லப்பட்டு மரணமடைந்தார்.

இவரது படைப்புகள் பல இந்திய மொழிகளிலும், ஆங்கிலம், பிரெஞ்சு, ரஷ்யன் உள்ளிட்ட உலக மொழிகளிலும் மொழிபெயர்க்கப் பட்டுள்ளன. 'காகித மலர்கள்', 'என் பெயர் ராமசேஷன்', 'இரவுக்கு முன் வருவது மாலை', 'புதுமைப்பித்தனின் துரோகம்', 'ஒரு அறையில் இரண்டு நாற்காலிகள்', 'கனவுக்குமிழிகள்', முதலில் இரவு வரும்' போன்றவை இவரது முக்கிய நூல்கள்.

தோசையைப் போடும்போது அவன் மனைவியின் பெருவிரலைப் பார்க்கவேண்டும் போல் இருந்தது. சாப்பாட்டின் இடையில் அவன் தன் மனைவியைப் புகழ்ந்தான்.

"எம்.ஏ. படிச்சிருக்கா. ரேங்க் ஹோல்டர். நான்தான் வேலைக்குப் போகவேண்டாம்னு சொல்லிட்டேன். மனுசன் உழைக்கிறதே சாப்பிடுறதுக்குத் தானடா! அதுவும் டெல்லியில் ஓட்டல் சாப்பாடு சகிக்காது. அதுக்குத்தான் கல்யாணமே பண்ணிக்கிட்டேன். இப்போதான் வாய்க்கு ருசியா சாப்பிடுறேன். என்ன வேணா சொல்லு, வீட்டுச் சாப்பாடு போல வராதுடா. மெஷின்ல அரைச்சுச் சாப்பிட்டா உடம்புக்குக் கெடுதினு அமெரிக்கன் ஹெல்த் மேகஸின்ல போட்டிருக்கான் படிச்சியா?" என்றபடி கை கழுவிவிட்டு டி.வி. பார்க்கத் துவங்கினான்.

நண்பனின் மனைவி அமைதியாக சிறிய நோட்டில் ராமஜெயம் எழுதிக் கொண்டிருந்தார். ஆயிரம் மைல் கடந்து ஓர் அம்மியைத் தன்னோடு தூக்கிக்கொண்டு

வந்திருக்கிறார். மொழி தெரியாத ஊரில் அவருக்குத் தெரிந்த இடங்கள் இரண்டு. ஒன்று காய்கறி வாங்கும் கடை, மற்றது ரயில் நிலையம். பல ஆயிரம் சம்பளம் வாங்கும் கணவன், வசதியான அரசு குடியிருப்பு. தலைநகர் வாழ்க்கை என எல்லாமும் கிடைத்து விட்டிருக்கிறது. ஆனால், அவர்கள் எந்த நூற்றாண்டில் வாழ்கிறார்கள் என்பதுதான் எனக்குச் சந்தேகமாக இருக்கிறது.

இதன் இன்னொருபுறம். மாநகரில் அதிகாலை நான்கு மணிக்கு குக்கர் விசில் சத்தம் கேட்கும் வீடுகள் பெருகிக் கொண்டிருக்கின்றன. குழந்தைகள் கண் விழிப்பதற்குள் சமையலை முடித்து ஈரக் கூந்தலும் தலைவலியும் அவசர நடையுமாக எங்கோ மறைமலைநகர் அருகில் வேலைக்குச் செல்ல மின்சார ரயிலுக்கு புறப்பட்டுச் செல்லும் பெண்கள் அன்றாடக் காட்சியாகி விட்டார்கள். அவர்கள் கூந்தலில் இருந்து உறக்கம் சொட்டுச் சொட்டாக வழியெங்கும் சொட்டிக் கொண்டு வருவது தெரிகிறது. கனவுகள் காண்பதுகூட அவர்களுக்கு வார இறுதிநாளில் மட்டும்தான் சாத்தியம் போலும்!

வாழ்வின் உண்மையான ருசி எது? தெரியவில்லை. ஆனால், வாழ்வின் நுட்பங்களை வெளிப்படுத்துவதும், வளர்த்து எடுப்பதும் நல்ல கலையின் நோக்கங்களில் ஒன்றாக என்றைக்கும் இருந்து வருகிறது. தமிழ் எழுத்தாளர்களில் ஆதவன் அளவுக்குக் குடும்ப உறவுகள் குறித்து நுட்பமாக எழுதியவர்கள் வெகு குறைவே.

ஆதவன் கதைகளின் மையம் குடும்பம். அதிலும் படித்த மத்திய தர வர்க்கத்துக் குடும்பம்! அதிநவீன வாழ்க்கையை வாழ்வதாகச் சொல்லிக் கொண்டு எத்தனை தூரம் ஒருவருக்கு ஒருவர் பாசாங்கும் போலித்தனமும் வீண் கௌரவமுமாக வாழ்ந்துகொண்டு இருக்கிறார்கள் என்பதைத்தான் ஆதவன் வெளிப்படுத்துகிறார்.

ஆதவனின் சிறப்பு அவர் கதையைச் சொல்லும் முறை. அதற்கு வலு சேர்ப்பது அவரது இயல்பான கேலி. கதையை வாசிக்கும் எவரும் வாய் விட்டுச் சிரிக்காமல் இருக்க முடியாது. அதே நேரம், இப்படிச் சிரித்தோமே என்று ஒரு நிமிடம் குற்ற உணர்ச்சிக்கு நம்மை ஆட்படுத்திவிடும் நுட்பமும் அவருக்குக் கை வந்திருக்கிறது.

குறிப்பாக, இளம் கணவன் - மனைவிக்குள் நடக்கும் பிணக்கும், இச்சையும், வார்த்தைகளில் வெளிப்படுத்த முடியாத குழப்பங்களும் இவரது எழுத்தில் அபூர்வமாகவும் துல்லியமாகவும் வெளிப்பட்டுள்ளன. ஆதவனின் பெண்களும் ஆண்களும் வீட்டில், வெளியில் என எப்போதும் ஒருவரையொருவர் சொற்களை வீசித் தாக்கிக் கொள்கிறார்கள். சில நேரம் சொல்லின் வலி அவர்களை மௌனமாக்குகிறது. சில நேரம் ஆவேசம் கொள்ளச் செய்கிறது. ஆனால், இந்தச் சொற்போர்தான் அவர்கள் வாழ்க்கைக்கு ருசி தருகிறது.

ஆதவனின் 'முதலில் இரவு வரும்' சிறுகதைத் தொகுப்பில் உள்ள 'சினிமா முடிந்தபோது' என்ற கதையை எனக்கு ரொம்பவும் பிடிக்கும். நாகராஜனும் கௌரியும் இளம் தம்பதிகள். தங்களது நாலு வயதுக் குழந்தையைத் தூக்கிக்கொண்டு சினிமா பார்த்துவிட்டு இரவு வீடு திரும்புகிறார்கள். படம் முடிந்து வெளியே வரும்போது தியேட்டர் அருகில் உள்ள காபி கௌண்டரில் உட்கார்ந்து ஒரு காபி சாப்பிட்டுவிட்டுப் போகலாம் என்கிறான் நாகராஜன். ஆனால், கௌரியோ குழந்தை தூங்கிக் கொண்டிருக்கிறாள். அதோடு கடைசி பஸ் போய்விடும் என்று மறுத்துவிடுகிறாள்.

வீட்டுக்கு வந்தும் அந்த ஏமாற்றத்தை நாகராஜனால் தாங்க முடியவில்லை. 'நான் ஆபீஸைவிட்டு வந்தவுடன் அதை மறந்துவிடுவது போல, நீ வீட்டை விட்டு வந்தவுடன் அதை மறந்துவிட வேண்டும். சதா பூனை மாதிரி வீட்டையே சுற்றிக் கொண்டிருக்கிறாய்' என்று கௌரியுடன் சண்டையிடுகிறான். அவள் கோபத்தை மறைத்துக்கொண்டு, 'நான் பூனை என்றால், நீங்கள் யானையா? யானைதான் எப்போதும் கூட்டமாக இருக்கும்' என்று கேலி செய்கிறாள். அந்தப் பரிகாசம் அவனை மிகவும் கோபத்துக்குள்ளாக்குகிறது.

'குழந்தை பிறந்ததில் இருந்து நீ ரொம்பவும் மாறிவிட்டாய். தாய்மை உனக்கு ஒரு சிலுவையாகி விட்டது' என்று பேச்சை வளர்க்கிறான். ஆனால், அவள் சற்றும் யோசிக்காமல், 'நீங்கள் சினிமா தியேட்டர் அருகில் காபி குடிக்கலாம் என்று நிற்கச் சொன்னது, அங்கு வரும் பணக்காரப் பெண்களை நோட்டம் விடலாம் என்றுதானே?' என கடைசி அஸ்திரத்தைப் பயன்படுத்துகிறாள்.

அவன் பதிலற்றுப் படுக்கையில் படுத்துக் கொண்டு, தனக்குப் பிடித்தமான நடிகையை நினைத்தபடி தூங்கிப்போய் விடுகிறான். வீட்டு வேலைகள் யாவும் முடித்த பிறகு படுக்கைக்கு வரும் கௌரியும், தியேட்டரில் அவளை ரசித்துப் பார்த்த வாலிபர்களின் உடல் வாளிப்பையும் அழகையும் பற்றி நினைத்தபடியே தூங்கிப்போய் விடுகிறாள்.

வாழ்க்கைச் சித்திரம் இப்படித்தான் இருக்கிறது. சொற்களைக் கட்டி மேய்ப்பதுதான் எழுத்தாளனின் வேலை என்கிறார் ஆதவன்.

வாழ்க்கை ஒரு பாதரச உருண்டையைப் போல நம் கைகளில் அகப்படாமலும், அதே நேரம் மிக வசீகரமாகவும் கண்முன்னே உருண்டோடிக் கொண்டிருக்கிறது. கைவசமாவது அவரவர் விருப்பமும் முயற்சியும் சார்ந்ததுதான் இல்லையா?

06 மீதமிருக்கும் சொற்கள்

'அலிபாபாவும் நாற்பது திருடர்களும்' படத்தில் திருடர்களாக நடித்தவர்களில் எவரையாவது நினைவிருக்கிறதா? 'கர்ணன்' படத்தில் யுத்தக் காட்சியில் வரும் தேரோட்டிகளில் எவர் முகமாவது ஞாபகத்தில் இருக்கிறதா? நீங்கள் இதற்கான பதிலை யோசித்துக்கொண்டு இருக்கும்போது, நான் கடந்த காலத்தின் சாலையில் சில மைல் பின்னால் போய்விட்டு வந்துவிடுகிறேன்.

தேனாம்பேட்டையின் குறுகலான ஒரு பிள்ளையார் கோயில் சந்தில் இருக்கிறது ஒரு மரக்கடை. அந்தக் கடைக்கு யார் உரிமையாளர் என்று நான் பார்த்ததே கிடையாது. அவர் எங்கோ மார்த்தாண்டத்தில் இருக்கிறார் என்பார்கள். எப்போதாவது மரக் கடையில் ஊதுவத்தியும் பூமாலைகளுமாக சாமி படங்கள் புத்துணர்ச்சி பெறும் நாளில், அவர் ஊரிலிருந்து வந்திருக்கிறார் என்பது தெரியும். கடையைக் கவனித்துக் கொள்வதற்கு கேசவன் என்ற நண்பன் பொறுப்பாக இருந்தான்.

கேசவன் கடையைவிட்டு வெளியே போவதேயில்லை. ஆனால், அவனுக்கு எல்லாவற்றையும் தெரிந்துகொள்ள வேண்டும் என்ற ஆசை அதிகமாயிருந்தது. இதற்காக சினிமா, இலக்கியம், அரசியல் என்று சகல தரப்பு நண்பர்களையும் இரவு நேரத்தில் கடைக்கு வரச் சொல்லி டிபன் வாங்கிக் கொடுத்து, கைச்செலவுக்குக் காசும் கொடுத்துப் பேசிக்கொண்டு இருப்பான். பேச்சு பல நேரங்களில் பின்னிரவைக் கடந்து சென்றுவிடும்.

அந்தக் கடையில் நடராசன் என்ற வயதானவர் வேலைக்கு இருந்தார். வயது அறுபதைக் கடந்திருக்கும். ஒடிசலான தோற்றம். பழுப்படைந்து போன வேஷ்டியை உடுத்தியிருப்பார். டீ வாங்கி வருவதற்கும் சிகரெட், பழம் வாங்கி வருவதற்கும் அரை மணிக்கொருதரம் நடந்துகொண்டு இருப்பார். இரவு எத்தனை மணியானாலும் தனது பழைய சைக்கிளில் ஏறிச் சென்று எங்கிருந்தாவது சைனா டீ வாங்கிக்கொண்டு வருவார். மற்றபடி அவருக்கென்று மரக்கடையில் ஒரு படிக்கட்டு இருந்தது. அதில் உட்கார்ந்தபடி மற்றவர்கள் பேசுவதைக் கேட்டுக்கொண்டே இருப்பார். யாரிடமும் அவர் பேசி நான் பார்த்ததே இல்லை. எப்போதாவது சில நேரம் மறைவாக அவர் சிகரெட் புகைப்பதைப் பார்த்திருக்கிறேன்.

ஒரு இரவு கேசவனின் கடையில் பேச்சு நீண்டு, மணி மூன்றாகிவிட்டது. டீ வாங்குவதற்குப் போன நடராசன் திரும்பி வந்தால் டீயைக் குடித்துவிட்டு சபை கலைந்துவிடலாம் என்று யாவரும் காத்துக் கொண்டு இருந்தோம். நேரம் கடந்து கொண்டு இருந்ததே தவிர, அவர் வரவே இல்லை. ஏமாற்றத்துடன் கேசவன் மோசமான கொச்சை வார்த்தைகளால் நடராசனைத் திட்டியபடி கடையை மூடிவிட்டு தனது ஸ்கூட்டரை எடுத்துக் கொண்டு புறப்பட்டான்.

நானும் இன்னொரு நண்பனும் ஆட்டோ கிடைக்காமல் நடந்தே திருவல்லிக்கேணி அறைக்குப் போவது என்று நடக்கத் துவங்கினோம். ராயப்பேட்டையை நெருங்கும்போது மணிக்கூண்டு பக்கமிருந்து சைக்கிளில் வந்து கொண்டு இருந்தார் நடராசன். அவரைப் பார்த்ததும் நண்பன் டீ குடிக்கும் ஆசையில் 'நடராசன்!' என்று கத்திக் கூப்பிட்டான்.

அவர் கவனிக்காதது போல் சைக்கிளில் போய்க்கொண்டு இருந்தார். 'ஏய் நடராசன்!' என்று அவன் கத்தினான். அவர் வேகவேகமாக அருகில் வந்து நின்று கோபத்துடன், "போடா மசிரு... நடராசன் என்ன உன் வீட்ல சாணி அள்ளிப் போடுற வேலையா செஞ்சுக்கிட்டு இருக்கான். உங்களுக்கு எல்லாம் என்னடா தெரியும். நானாவது உழைச்சுச் சாப்பிடுறேன்... நீங்க எல்லாம் நக்கித்தாண்டா பிழைக்குறீங்க!" என்று ஆவேசமாக சைக்கிளில் மாட்டியிருந்த பிளாஸ்கை எடுத்து சாலையில் வீசியெறிந்தார். அதிர்ச்சியில் நண்பனது முகம் வெளிறிப்போனது. அவருக்கு என்ன ஆயிற்று என்று தெரியவில்லை. சைக்கிளை எடுத்துக்கொண்டு தேனாம்பேட்டைக்குப் போய் விட்டார்.

இரண்டு நாட்களுக்குப் பிறகு கேசவனின் கடைக்குப் போனபோது எப்போதும் போல நடராசன் அதே படிக்கட்டில் உட்கார்ந்திருந்தார். அவர் முகத்தில் சலனமேயில்லை. நானும் நடந்த எதையும் காட்டிக்கொள்ளவே இல்லை.

அன்றிரவு நான் அறைக்குத் திரும்பும்போது நடராசனும் தனது சைக்கிளை உருட்டிக்கொண்டு என் கூடவே வந்தார். இருவரும் எதையும் பேசிக் கொள்ளவேயில்லை.

அறையை நெருங்கும்போது அவர் தணிவான குரலில், "தெரியாமப் பேசிட்டேன் தம்பி. மன்னிச்சிருங்க. அன்னிக்கு டீ வாங்கப் போன இடத்திலே சந்தேகப்பட்டு, என்னை போலீஸ் பிடிச்சு நாலஞ்சு அடி அடிச்சு, 'நீ யார்டா... என்ன வேலை செய்றே?'னு கேட்டாங்க. என்ன சொல்றதுனு தெரியலை. பேசாம நின்னுட்டே இருந்தேன். ரெண்டு மணி நேரம் ஜாம் பஜார் ஸ்டேஷன்ல உட்கார வெச்சுட்டாங்க. அவமானமாப் போச்சு. அந்தக் கோபத்துலதான் உங்களைத் தப்பா பேசிட்டேன்" என்றார்.

அப்போதுதான் உறைத்தது. நடராசன் எந்த ஊர், எதற்காக இந்த வேலை செய்கிறார் என்று இத்தனை நாள் எதையும் கேட்டதே இல்லையே. இருவரும் மேன்ஷன் படிக்கட்டில் உட்கார்ந்து கொண்டோம். "உங்களுக்கு எந்த ஊரு? எப்போ மெட்ராஸுக்கு வந்தீங்க?" என்று நடராசனைக் கேட்டேன். அவர் தலை கவிழ்ந்தபடியே சொன்னார்... "சார்! நீங்க 'வஞ்சிக் கோட்டை வாலிபன்' பார்த்து இருக்கீங்களா?

'அலிபாபாவும் நாற்பது திருடர்களும்' படத்தில் வரும் திருடங்க யாரையாச்சும் ஞாபகமிருக்கா?"

எதற்குக் கேட்கிறார் என்று புரியாமல் பார்த்துக்கொண்டு இருந்தேன். அவர் குரல் கரகரத்தது... "நாப்பத்து மூணு படத்துல நடிச்சிருக்கேன் சார். எல்லாம் துணை வேஷம். குதிரையில் வர்ற சேவகன், ஜெயில்ல கிடக்கிற கைதி. குதிரை வண்டிக்காரன். இப்படி இருபது வருசம் கோடம்பாக்கத்தைச் சுத்திட்டே இருந்துட்டேன். ஒரு படத்துலகூட ஒரு வார்த்தை பேசுனது கிடையாது.

ஊமைப்படம் காலம் முடிஞ்சு எப்பவோ பேசும் படமா? மாறிருச்சு. ஆனா, என்னை மாதிரி ஊமையா, படத்துல ஒரு வசனம்கூடப் பேசாம நடிச்சுக்கிட்டு இருக்கிறவங்க நூத்துக் கணக்கிலே இருக்கிறோம். 'வள்ளி திருமணம்' நாடகத்திலே வேலன், வேடன், விருத்தன்னு மூணு வேஷம் கட்டிப் பாடினவன் சார். 'ராஜபார்ட் நடராசன்'னு சொன்னா அவ்வளவு பேரு.

சினிமாவுல போனா கிட்டப்பா, மகாலிங்கம் மாதிரி வந்திரலாம்னு சொன்னாங்க. என் நேரம்... படத்துல ஒரு வார்த்தை பேசுறதுக்கே சான்ஸ் கிடைக்காமப் போயிருச்சு. நடிக்க வந்த இடத்துல எப்படியோ பழக்கமாகி, டான்ஸ் ட்ரூப்ல உள்ள சரோஜானு ஒரு பொண்ணைக் கட்டிக்கிட்டேன். குடும்பமும் சரிப்படலே. வாலிபத்துலே பாட்டு பாட்டுனு பெத்தவங்களைக் கூட கவனிக்காம அலைஞ்சேன். இன்னிக்குப் பாருங்க... கிழிஞ்ச காகிதத்துக்கு இருக்கிற மதிப்புகூட எனக்குக் கிடையாது!"

இருவரும் மௌனமாக உட்கார்ந்தோம். நட்சத்திரம் ஒன்று வானில் எரிந்து மறைந்தது.

"வள்ளி திருமணப் பாட்டு இப்பவும் ஞாபகமிருக்கா?" என்று கேட்டேன். கவிழ்ந்த தலை நிமிர்ந்து கொண்டது. 'மேயாத மான்... புள்ளி மேவாத மான்' என்ற பாடலை அவர் தனது நடுங்கும் குரலில் பாடத் துவங்கினார். பாட்டு பாதியில் உடைந்து சிதறியது. அவர் வாயைப் பொத்திக்கொண்டு அழுதார். பிறகு, வேஷ்டியால் முகத்தைத் துடைத்த படி எழுந்து தன் சைக்கிளை எடுத்துக் கொண்டு புறப்படத் தயாரானார்.

சாகித்ய அகாடமி பரிசு பெற்ற அசோகமித்திரன் தமிழ் இலக்கியத்தின் சாதனையாளர். தமிழ் இலக்கியத்துக்கு உலக அளவில் அங்கீகாரம் பெற்றுத் தந்தவை இவரது கதைகள். அமெரிக்க இலக்கியங்களைத் தமிழில் அறிமுகம் செய்த தனிப்பெருமை இவருக்குரியது. இவரது நாவல்கள் ஆங்கிலம், இந்தி உள்ளிட்ட பல்வேறு மொழிகளில் மொழிபெயர்க்கப்பட்டுள்ளன. ஆங்கிலத்திலும் தொடர்ந்து எழுதி வந்த அசோகமித்திரன், அயோவா பல்கலைக்கழகத்தில் எழுத்தாளர்களுக்கான சிறப்புப் பயிலரங்கில் கலந்து கொண்டவர்.

இவரது சிறுகதைகள் மொத்தமாகத் தொகுக்கப்பட்டு இரண்டு தொகுதிகளாக வெளிவந்துள்ளன. இவர் எழுதிய கட்டுரைகள் இரண்டாயிரம் பக்க அளவில் இரண்டு தொகுதிகளாக வெளிவந்துள்ளன. 'பதினெட்டாவது அட்சக்கோடு', 'தண்ணீர்', 'ஆகாசத்தாமரை', 'ஒற்றன்', 'மானசரோவர்' போன்றவை இவரது முக்கிய நாவல்கள்.

நடராசனைக் கட்டியணைத்துக் கொள்ள வேண்டும் போலிருந்தது. முதல் முறையாக 'நடராச அண்ணே!' என்று கூப்பிட்டேன். அவர் சைக்கிளை உருட்டிய படியே, "தப்பா ஏதாவது பேசியிருந்தா மன்னிச்சிருங்க தம்பி!" என்று சொல்லியபடி இருளில் போய் மறைந்தார்.

காலம், ஆசைகளைக் கரையானைப்போல் தின்று தீர்த்து விடுகிறது. ஜெயிக்கவும் முடியாமல் திரும்பிச் செல்லவும் முடியாமல் தவிக்கும் மனிதர்களின் கோபமும் வேதனையும் நகரமெங்கும் புதைந்து கிடக்கின்றன. விருப்பம் தோற்றுப் போகும் போது கிடைப்பதைப் பற்றிக் கொண்டு வாழப் பழகிவிடுகிறார்கள். ஆனால், அடிமனதில் ஒரு பூரானைப் போல் ஆசைகள் சுருண்டு கிடக்கின்றன. என்றாவது ஒரு நாள் தமது திறமைகள் அங்கீகரிக்கப் படக்கூடும் என்ற நம்பிக்கை மட்டுமே அவர்களிடம் இருக்கிறது.

தமிழ் நாவல்களிலே சினிமா உலகின் நிஜத்தைத் துல்லியமாக எடுத்துக்காட்டும் ஒரேயொரு நாவல் மட்டுமே உள்ளது. அது அசோகமித்திரனின் 'கரைந்த நிழல்கள்'.

தமிழ் சினிமாவின் உண்மையான வரலாறு அந்த நாவலில்தான் உள்ளது. சினிமாவில் சந்தர்ப்பங்கள்

நெருங்கிய மனிதர்களைக் கூட எப்படி எல்லாம் ஏமாற்றச் செய்கின்றன என்பதையும், ஒரு திரைப்படத்தின் வெற்றிக்கும் தோல்விக்கும் பின்னால் எத்தனை பேரின் உழைப்பும் வாழ்க்கையும் பின்னப்பட்டிருக்கிறது என்பதையும் அந்த நாவல் முழுமையாக வெளிப்படுத்துகிறது.

சினிமா உலகின் நிஜத்தை முகத்தில் அறைவது போலச் சொல்லும் அசோக மித்திரனின் ஒரு சிறுகதை இருக்கிறது. அக்கதை 'புலிக் கலைஞன்'. 'காலமும் ஐந்து குழந்தைகளும்' என்ற அசோகமித்திரனின் சிறுகதைத் தொகுப்பில் அது இருக்கிறது. நானே இருபது முறைக்கும் மேலாகப் படித்திருக்கிறேன். நடிக்க ஆசைப்பட்டு வரும் இளம் நண்பர்கள் பலருக்கும் படிக்கத் தந்திருக்கிறேன். படித்து முடித்த பலரும் பெருமூச்சுடன், வார்த்தைகள் அற்ற நிலையில் தலை கவிழ்ந்து கொள்வதையும் கண்டிருக்கிறேன்.

அந்தக் கதை ஒரு அனுபவம். கண்ணாடிக் கோப்பை கை தவறி விழும்போது மனது கொள்ளும் பதைபதைப்பு போல உணர்ச்சி நிலை. கதையின் பிரதான பாத்திரம் காதர். அவனது பாஷையில் சொல்வதானால் 'டகர்பாயிட்' காதர். அதாவது (டைகர் பைட்) புலிச்சண்டை போடும் காதர்.

புலி வேஷம் போடுவதில் அவன் சாமர்த்தியசாலி. ஒரு நாள் சினிமா கம்பெனி ஒன்றுக்கு நடிப்பதற்கு வேஷம் கேட்டுச் செல்கிறான் காதர். வேஷம் இல்லை என்று துரத்தப் படுகிறான்.

அவனோ தனது திறமையைப் பார்த்துவிட்டு வேஷம் தருமாறு சொல்லியபடி கையோடு கொண்டு வந்திருந்த புலித் தலை முகமூடியை மாட்டிக்கொண்டு சட்டென நான்கு கால் பாய்ச்சலில் நாற்காலி மீது பாய்ந்து தாவி புலி போல குலை நடுங்கும் முறையில் கர்ஜனை செய்கிறான். நிஜப் புலியே நேரில் வந்தது போலிருக்கிறது. அவன் உடலில் புலியின் கோடுகள் தோன்றி மறைவது போலிருக்கிறது.

மேஜை, நாற்காலி என தாவித் தாவி, கடைசியில் மின்சார விசிறி உயரத்துக்கு எகிறி தரையில் விழுகிறான். ஆவேசம் அடங்கியது போல அவன் உடல் தளர்கிறது. புலி வேஷம் கலைந்து, 'எனக்கு ஏதாவது ரோல் நடிக்க வாய்ப்பு தருவீர்களா?' என்று மன்றாடும் மனிதனின் உருவமாக மாறுகிறது.

சினிமா கம்பெனிக்காரர்களுக்கு அவனை என்ன செய்வதெனத் தெரியவில்லை. படப்பிடிப்பின்போது வேஷம் தருவதாகச் சொல்லி, சாப்பிட்டுப் போகும்படி இரண்டு ரூபாய் சில்லறையைத் தேடி எடுத்துத் தருகிறார்கள். அவன் காசை வாங்க மறுத்துவிடுகிறான். சில மாதங்களுக்குப் பிறகு, வேஷம் தருவதற்காக அவனைத் தேடி கடிதம் போடும்போது, அவன் அந்த விலாசத்தில் இல்லை என்று கடிதம் திரும்பி விடுகிறது என முடிகிறது கதை.

எங்கே போனான் அந்தப் புலிக் கலைஞன்? அவனது குடும்பம் என்ன ஆனது? சினிமாவில் நிஜ யானையே கோமாளிபோல டவுசர் அணிந்து பைக் ஓட்டுவதற்கும், பந்து போடுவதற்கும் பழக்கப்படுத்தப் பட்டுவிட்ட சூழலில் புலிக்கலைஞன் என்னதான் செய்வான்? புலியாக வாழ்வதற்குப் புலிகளாலேயே முடியவில்லை என்ற நிஜம் அவனுக்கு இந்நேரம் புரிந்திருக்குமா? வாழ்க்கையின் பற்சக்கரங்கள் கருணையற்று அவனை மென்று துப்பிவிட்டன. ஆனாலும், அவன் காலத்தின் மனசாட்சியைப் போல அழிவற்று இருந்துகொண்டே இருக்கிறான்.

புலிக்கலைஞனைப் படிக்கும் போதெல்லாம் இது கற்பனையாக இருந்துவிடக் கூடாதா என்று மனது ஏங்குகிறது. ஆனால், நிஜம் புலியின் கண்களைப் போல கதையெங்கும் மினுங்கிக்கொண்டு இருக்கும் போது, எப்படி என்னை நானே ஏமாற்றிக் கொள்வது?

ஜெயித்தவர்களின் கதைகள் ஒவ்வொன்றும் ஒருவிதத்தில் இருக்கின்றன. தோற்றுப் போனவர்களின் கதையோ பெரும்பாலும் ஒன்று போலத்தான் இருக்கிறது. தோல்வி என்று அதை சொல்ல முடியுமா எனத் தெரியவில்லை. புறக்கணிப்பின் பெயர் தோல்வியா என்ன?

07

நரையேறும் காலம்

காலை நடைப்பயிற்சிக்குச் செல்லும் போது வழியில் தினமும் அவர்கள் மூவரையும் பார்ப்பேன். எழுபது வயதான ஒரு பெரியவர், நாற்பது வயதான குள்ளமான மனிதர், பதினாறு வயது பையன். மூவரும் ஒரேவிதமான ஷூ, வெள்ளை நிற பேன்ட், டி-ஷர்ட் அணிந்திருப்பார்கள். அவர்களில் குள்ளமானவர் வழி முழுவதும் பேசிக்கொண்டே வருவார். பதினாறு வயது பையன் அவர்களோடு நடப்பதை விலக்கி தனியே ஓடத் துவங்கிவிடுவான். அப்போது நடுத்தர வயதுக்காரர் சத்தமாக 'கோவிந்த் வெயிட்' என்று உரத்த குரலில் கூப்பிடுவதைக் கேட்டிருக்கிறேன். அவன் அதைப் பற்றிய லட்சியமேயின்றி தனியே அதிகாலை வெளிச்சத்தில் ஓடுவான்.

வயதானவர் மிக மெதுவாகத்தான் நடப்பார். சாலைக்கடைகளில் தொங்கும் தினசரிகளின் போஸ்டர்களை அருகில் சென்று வாசித்த பிறகே கடந்து வருவார். இது அந்த நடுத்தர வயதுக்காரருக்குப் பிடிக்கவே பிடிக்காது. சாலையைக்

கடந்து வந்து அவரது கையைப் பிடித்து இழுப்பார். 'என்ன பழக்கம்ப்பா இது? அதான் வீட்ல ஹிண்டு வருதே. அதைப்படியேன்' என்பார்.

பதினைந்து நிமிடங்களுக்குப் பிறகு, அவர்கள் சாலை முனை வரை நடந்து அருகில் உள்ள மாநகராட்சி மைதானத்திற்கு வந்து சேர்வார்கள். அங்கிருக்கும் பெஞ்சில் சில நிமிடங்கள் உட்கார்ந்து ஆசுவாசப்படுத்தும்போது பெரியவருக்கு அவர் ஒரு நாள் முழுவதும் செய்ய வேண்டிய வேலைகளின் பட்டியலை நடுத்தர வயது நபர் குழந்தைக்குச் சொல்வது போலச் சொல்வார்.

'டிபன் சாப்பிட்டு பேங்க்குக்குப் போயி 'செக்'கை கலெக்ஷனுக்கு போட்டிருப்பார். வரும்போது மாம்பலம் வரை போயி காபி பவுடர் அரைச்சு வாங்கிக்கோ, அப்படியே ஸ்டேஷன் கீழே வெந்தயக் கீரையிருக்கும்... பார்த்து ஒரு கட்டு வாங்கிக்கோ... அங்கிருந்து வடபழனிக்குப் போயி, நம்ம முரளியோட பையன் ஸ்டேட்ஸ்ல இருந்து வந்திருக்கான். அவனைப் பார்த்து பேசி நம்ம கோவிந்தை அனுப்புறதுக்கு யோசனை கேளு. அவங்க வீட்ல ஏதாவது கொடுத்தா சாப்பிடாதே.

வீட்டுக்கு வந்ததும் கதவை பூட்டிக்கோ. வேலைக்காரக் குட்டி வந்தா அவளை ஒரு கண் பார்த்துக்கோ... வீடு பெருக்குறேன்னு எதையாவது வாயில் எடுத்துப்போட்டுத் தின்னுகிட்டு இருப்பா... போன் வந்தா யாருனு கேட்டு நம்பரைக் குறிச்சு வெச்சிரு... பகல்ல வீட்ல ஏ.சி. போடாதே... சொன்னது எல்லாம் நினைவு இருக்கில்லையா? தலையைத் தலையை ஆட்டிக் கேட்டுட்டு பிறகு மறந்துட்டேன்னு சொல்லாதே... வீட்டுக்குப் போனதும் ஒரு பேப்பரில் எழுதி வெச்சுக்கோ. உன் செலவுக்குப் பத்து ரூபா இருக்கு. பஸ்ல போயிட்டு வந்திரு. இதையெல்லாம் செஞ்சு முடிச்சதும் போன் பண்ணு. வேறு ஏதாவது இருந்தா சொல்றேன்.'

மாநகராட்சி மைதானக் காவல்காரனின் குழந்தைகளுக்காக, வீழ்ந்து கிடக்கும் இலைகளில் ஒன்றை எடுத்து ஊதுகுழல்போல ஒன்றைச் செய்து தருவார் பெரியவர். குள்ளமானவர் உடற்பயிற்சி முடிந்ததும் அருகில் வந்து அப்பாவின் கையிலிருக்கும் இலைக்குழலை பிடுங்கிப் போட்டபடியே மைதானத்தைவிட்டு அழைத்துக்கொண்டு போவார்.

இருவரும் போன பிறகு பதினாறு வயது பையன் மட்டும் சாவகாசமாக வந்து சுவரில் ஏறி உட்கார்ந்து கொண்டு நிம்மதியாக ஒரு சிகரெட் பிடிப்பான். புகையை வானத்தை நோக்கி ஊதுவான். பிறகு ஒரு பபிள்கம்மை மென்று சுவைத்துவிட்டு ஒரு மரத்தில் ஒட்ட வைத்துவிட்டுப் போவான்.

இந்த மூன்று நடையாளர்களை மாதக்கணக்கில் பார்த்துக் கொண்டு இருக்கிறேன். துணி துவைப்பதற்காக உவர் மண் எடுக்கச் செல்பவர்கள் கழுதைகளின் கால்கள் நடுங்க மணல் மூட்டைகளை ஏற்றிவருவதைப் போல இத்தனை வேலைகளைப் பெரியவரின் முதுகில் ஏற்றிய போதும் அவர் எப்படிச் சலனம் இல்லாமல் ஏற்றுக்கொள்கிறார். உண்மையில் யார் அப்பா, யார் பிள்ளை?

சில நாட்களுக்குப் பிறகு தற்செயலாக அந்த வயதானவர் மட்டும் தனியே நடந்து வருவதைப் பார்த்தேன். நான் அவரது பெஞ்சின் அருகில் சென்று அமர்ந்தேன். அவர் சிரித்தபடியே, 'நீங்கள் எழுத்தாளர்தானே... பத்திரிகையில் உங்கள் போட்டோ பார்த்திருக்கிறேன்' என்றார். அவரும் நானுமாக அருகம்புல் சாற்றைக் குடித்தோம். அவர் இளவெயிலைப் பார்த்தபடியே என் குழந்தைகளைப்பற்றி விசாரித்தார். நான் தயக்கத்துடன் கேட்டேன், 'இன்றைக்கு உங்கள் மகன் வரவில்லையா?'

அவர் சிரித்தபடியே சொன்னார்... 'ஊருக்குப் போயிருக் கிறான். அவனைக் கவனிச்சிருக்கீங்களா... எனக்கு ஒரே பையன். பேரு விஸ்வம். பெரிய வேலை, நல்ல சம்பளம். ஆனா, சதா வாய் ஓயாம எதையாவது உளறிக்கிட்டே இருப்பான். முட்டாள்... நான்கூட ரிட்டயர்ட் இன்ஜினீயர். வயசு எழுபதாகுது. மருமகள் பேங்க்ல வேலை பாக்குறா. உதவியா இருக்கட்டுமேனு மகன்கூட வந்து இருக்கேன். ஊர் அம்பாசமுத்திரம். பெரிய வீடு இருக்கு. பாத்துக்கிட யாருமில்லை. பூட்டிட்டு வந்துட்டோம்.'

அன்றைக்குக் காவல்காரனின் குழந்தைகளைக் காணவில்லை. நான் அவரிடம் ஒரு இலையைக் கொடுத்து ஊதுகுழல் செய்துதரச் சொன்னேன். அவர் இலையை லாகவமாக மடித்துக் கொண்டே சொன்னார், 'அப்பாவும்

தமிழில் நவீன நாடகங்கள் உருவானதற்கு மிக முக்கிய காரணகர்த்தாவாக இருந்தவர் ந.முத்துசாமி. இதற்காக இவர் சங்கீத நாடக அகாதமியின் விருது பெற்றிருக்கிறார். 1936-ம் ஆண்டு தஞ்சை மாவட்டத்தில் உள்ள புஞ்சை என்ற கிராமத்தில் பிறந்தவர். தெருக்கூத்தை தமிழ்க் கலையின் முக்கிய அடையாளமாக்கியவர்களில் முத்துசாமி முக்கியமானவர். இவரது 'கூத்துப்பட்டறை' என்ற நாடக அமைப்பு தமிழில் பரிசோதனை நாடகங்களுக்கு வழிகாட்டியாக இருந்து வருகிறது. 'கசடதபற', 'நடை' போன்ற இலக்கிய இதழ்களில் தொடர்ந்து சிறுகதைகள் எழுதியிருக்கிறார். இவரது 'நீர்மை' என்ற சிறுகதைத் தொகுதி குறிப்பிடத்தக்கதாகும். 'அப்பாவும் பிள்ளையும்', 'நாற்காலிக்காரர்கள்' 'காலம் காலமாக', 'சுவரொட்டிகள்', 'படுகளம்' போன்ற நாடகங்களை எழுதியிருக்கிறார். அன்று பூட்டிய வண்டி என்ற தெருக்கூத்துக் கலை பற்றிய இவரது கட்டுரைத் தொகுப்பு மிக முக்கியமானது. நவீன தமிழ் நாடகங்களை உலகமெங்கும் நடத்திக் காட்டிய பெருமை ந.முத்துசாமிக்கு உண்டு.

பிள்ளையும் கொஞ்சிக்கிடறதும் ஒட்டிக்கிட்டு தூங்குறதும் பத்து வயசு வரைக்கும்தான். அப்புறம் வளர வளர இடைவெளி வந்துருது. உடைந்த கண்ணாடியில் முகம் பார்த்தா முகம் சிதறித்தான் தெரியும். அப்படித்தான் பையன் அப்பனைத் தப்பு சொல்றான். அப்பன் பையனைத் தப்பு சொல்றான். மரத்து நிழல் மாதிரி இருந்துட்டுப் போயிட்டா பிரச்னையில்லை. புரியலையா? மரத்து நிழலால மரத்துக்கு ஒரு லாபமும் கிடையாது. மத்தபடி வெயில்ல ஒதுங்குற யாரா இருந்தாலும் அது குளிர்ச்சியானதுதான்.'

அவர் குழலை ஊதிப் பார்த்தார். நாதம் வந்தது. சிறு குழந்தையைப்போல ஆகாசத்தை ஏறிட்டபடி ஊதினார். ஊதுகுழல் சத்தம் கேட்டு ஓடி வந்த ஒரு சிறுவன் ஆசையாகக் கையை நீட்ட, பெரியவர் அந்தச் சிறுவனுக்கு ஊது குழலைத் தந்து விட்டு சொன்னார்... 'ரெண்டு நாள் முன்னாடி மாம்பலம் ஸ்டேஷன் படியில் மயக்கமா வருதுனு உட்கார்ந் துட்டேன். கண்ணைக் கட்டிக்கிட்டு வந்தது. எனக்குனு யாருமே இல்லையேனு ஒரு நிமிஷம் கண்ல தண்ணி வந்திருச்சு... யாரோ ஒரு ஸ்கூல் பையன் ஓடிப்போய் ஜூஸ் வாங்கிட்டு வந்து கொடுத்தான். வீடு வரைக்கும் கூடவே

வந்து விட்டுட்டுப் போனான். ஒருவேளை அப்பவே நான் போயிருந்தா... வாக்கிங் போறதுக்கு ஒரு ஆள் குறைஞ்சிருக்கும். என்னைத் திட்டுறதுக்குப் பதிலாக என் பையன் அவன் மகனைத் திட்ட ஆரம்பிச்சிருவான். இப்போ நான் ஒரு தடுப்புச் சுவர் மாதிரி இருக்கேன். இவ்வளவுதான் சார் வாழ்க்கை!'.

எனக்கு காஃப்கா, தஸ்தாயெவ்ஸ்கி, புதுமைப்பித்தன் என பல எழுத்தாளர்களைப் பற்றிய நினைவுகள் வந்தன. இவர்கள் யாவரும் அப்பாவோடு பிணக்குக் கொண்டவர்கள். அப்பாவுக்கும் மகனுக்குமான பிணக்கு உலகமெங்கும் ஒன்றுபோலத்தான் இருக்கிறது. படிக்கவைப்பது, வேலை வாங்கித் தருவது, சாப்பாடு போடுவது மட்டும் ஒரு அப்பாவின் வேலையல்ல. அப்பாவாக இருப்பது ஒரு பொறுப்பு உணர்ச்சி. அது தன்னை விலக்கிய நிலை.

ந.முத்துசாமியின் கதை ஒன்று நினைவுக்கு வந்தது. இவரது கதைகளின் உலகம் புஞ்சை என்ற கிராமம் மீதான அவரது நினைவுகளும் சம்பவங்களுமே. கதைகளின் பின்புலத்தைத் துல்லியமாக விவரிப்பதன் வழியாக கதாமாந்தர்களின் உணர்ச்சிகளை வெளிப்படுத்தும் தனியான எழுத்து முறை இவருடையது. மிக அபூர்வமாகவே சிறுகதைகள் எழுதிவரும் ந.முத்துசாமியின் 'அப்பாவின் பள்ளிக்கூடம்' என்ற சிறுகதை தமிழில் வெளிவந்த சிறந்த கதைகளில் ஒன்று.

இந்தக் கதை பள்ளிக்கூடம் செல்லும் இரண்டு சிறுவர்களைப் பற்றியது. அவர்களது அப்பா ஒரு பள்ளி ஆசிரியர். அவர் சில நாட்களுக்கு முன்பாக மாரடைப்பால் வகுப்பறையிலே இறந்துபோகிறார். அந்த நிகழ்ச்சி சிறுவர்களின் மனதில் மிக ஆழமான துயரத்தை உருவாக்குகிறது.

ஒரு நாள் பள்ளி முடிந்து வீடு திரும்பிவரும்போது வழியெல்லாம் மூத்தவன் அழுதபடி வருகிறான். தம்பி காரணம் கேட்டும் சொல்லவேயில்லை. வீடு வந்ததும் அம்மாவிடம் கதறி அழுதபடி தன்னை வாத்தியார் அடித்து விட்டதாகச் சொல்கிறான். இதைக் கேட்டு தம்பியும் சேர்ந்து அழுகிறான்.

பிள்ளைகளின் மீது விழும் அடி அவர்கள் அப்பனை இழந்ததை உறுதிப் படுத்துவது போல இருப்பதாக

அம்மாவிற்குத் தோன்றுகிறது. அவளும் தன் பிள்ளைகளைக் கட்டிக்கொண்டு அழுகிறாள். இதைக் கண்ட பாட்டி, பிள்ளைகளைச் சமாதானம் செய்கிறாள். மறுநாள் ஆசிரியரைப் பார்க்க பிள்ளைகளைக் கூட்டிக்கொண்டு பள்ளிக்கூடம் செல்கிறாள் பாட்டி. ஆசிரியரோ தான் அடிக்கவேயில்லை என்கிறார். மூத்தவனுக்கு அப்பா இறந்து போன பிறகு அவரது முகம் சில நாளிலே மறந்து போய்விட்டிருக்கிறது. அப்பாவைப் பற்றி நினைத்தால் ஒரு ஆசிரியரின் உருவம்தான் நினைவுக்கு வருகிறது.

அவன் மனமயக்கத்தில் வகுப்பு ஆசிரியர் தன் அப்பாவைப் போலவே இருப்பதாக நினைக்கிறான். அன்றும் இது போன்ற மனபிரமை அதிகமாக, பயத்தில் வகுப்பை விட்டு வெளியேறி ஓட முயற்சிக்கும்போது தடுக்கி விழுகிறான். ஆசிரியர் அவனைக் காப்பாற்றப் போகும்போது அப்பாவின் ஆவி தன்னைப் பிடிக்க வந்து விட்டதாக நினைத்து கத்தி அழுகிறான். வீடு வரும் அவனை வேறு பள்ளியில் சேர்ப்பதாக பாட்டி சமாதானம் செய்கிறாள் என்பதோடு கதை முடிகிறது.

அப்பா எப்படி குழந்தைகள் மனதில் படிந்து போயிருக்கிறார். அல்லது அப்பாவை எப்படி நினைவு கொள்வது என்பதுதான் கதையின் மையம். பெரும்பான்மை வீடுகளில் அப்பாவின் உருவம் துர்கனவில் வரும் உருவம் போலவே குழந்தைகளுக்குள் படிந்து இருக்கின்றன. அப்பாவின் மீது கோபம் துளிர்க்காத இருபது வயது இளைஞனே உலகில் இல்லை. ஆனால், அந்தக் கோபம் அப்பாவின் மீதான கோபமில்லை. தனது அடையாளங்களை ஏற்றுக்கொள்ள மறுப்பதன் விளைவாக உண்டான கோபம். தனது விருப்பங்களைப் பகிர்ந்து கொள்ள முடியாத கோபம். அடுத்தவர்கள் தன் குடும்பத்தை மதிக்க வேண்டும் என்பதற்காக அப்பா விதித்த கட்டுப்பாடுகளின் மீதான கோபம். இந்தக் கோபங்கள் சில நேரம் நீர்க்குமிழியைப் போலக் கரைந்து விடுகின்றன. சில நேரம் தீக்காயம் போல் நாள்பட்டும் உலராமலே போய்விடுகின்றன.

பையனுக்கும் அப்பாவுக்குமான உறவு படகுக்கும் அதைச் செய்த மரத்தச்சனுக்கும் உள்ள உறவைப் போன்றது. படகு ஆற்றில் விடப்படுவதற்காகத்தான் உருவாக்கப்படுகிறது.

தச்சன் அதைச் செய்யும்போது மிகக் கவனமாகச் செய்கிறான். ஆனாலும் அதை ஆற்றில் விடாமல் வீட்டிலே வைத்துக்கொண்டு இருக்க முடியாது. அதோடு ஆற்றின் சீற்றத்தைச் சந்திக்க படகிற்கு அவன் கற்றுத்தந்து விடவும் முடியாது. கூடவே இருக்கவும் முடியாது. ஆற்றின் விசையை எதிர்கொள்வது படகின் விதி.

தொலைவில் செல்லும் படகின் போக்கினைக் கரையிலிருந்து மௌனமாகப் பார்க்கும் தச்சனைப் போன்றதுதான் அப்பாவின் நிலை. ஒரு நாள் நாமும் அந்த தச்சனில் ஒருவனாக இருப்போம் என்பதுதான் மறுக்க முடியாத உண்மை.

08
மாநகர கோடை

கோடை கருணையற்றது. அது மனிதர்களைத் தங்களது இயல்பிலிருந்து மூர்க்கம் கொள்ளச் செய்துவிடுகிறது. வெருகுப் பூனை காட்டில் அலைவது போல மூர்க்கமாகச் சுற்றிக் கொண்டு இருக்கிறது கோடையின் சூரியன்.

உறங்கி எழும்போதே நாவு உலர்ந்து இருக்கிறது. தண்ணீர் ருக்குள்ளேயே மூழ்கிக்கிடக்க மாட்டோமா என்று மனதும் உடலும் ஏங்குகிறது. மனிதர்கள் மட்டுமல்ல, ஆடு மாடுகளும் மரங்களும் கூட நீர் வேட்கையில் உடல் வெளிறிவிடுகின்றன. வீட்டின் கதவுகள் ஜன்னல்கள் யாவையும் ஊடுருவி பழுப்பேறிய வீட்டின் தரைகளை, சுவர்களைத் துடைத்துச் சுத்தம் செய்கிறது முரட்டு வெயில். யாவையும் அணைத்துக் கொள்கின்றன வெளிச்சத்தின் அகன்ற கைகள். உலகம் வெயிலின் தித்திப்பில் கரைகிறது.

இன்னொருபுறம் பெண்களுக்குக் கோடையைக் கடப்பது என்பது பயமும் பெருமூச்சும் கோபமும் எரிச்சலும்

கொண்ட நீள் பயணம். தண்ணீர் லாரிகளின் பின்னே குடங்களுடன் ஓடி நீர் பிடிக்க வேண்டும். உறக்கத்தில் கூட கண் இமைக்குள் வெயில் பிரகாசிக்கும். குழந்தைகளின் அழுகுரலும் சுவர்களில் இருந்து வடியும் வெக்கையுமாக கோடை வாழ்க்கையை ஓர் உலர்ந்த திராட்சைப் பழத்தைப் போல சாறு வற்றிப்போனதாக ஆக்கியிருக்கிறது.

சில வருடங்களுக்கு முன்பு, திருவான்மியூர் பகுதியில் ஒரு நண்பனின் அறையில் இருந்தேன். அந்த வீட்டுக்காரர் பலசரக்குக் கடை வைத்திருந்தார். அவரது ஐம்பது வயது மனைவிதான் வீட்டை நிர்வகித்து வந்தார். கீழே வீட்டுக்காரரும் இரண்டு குடித்தனங்களும் இருந்தார்கள். மாடி இரண்டாகப் பிரிக்கப்பட்டு, அங்கேயும் இரண்டு குடும்பங்கள் இருந்தன. அதற்கும் மேலே ஆஸ்பெஸ்டாஸ் போட்டது எங்களது அறை. அதில் ஆறு பேர் குடியிருந்தோம்.

வீட்டுக்காரப் பெண்மணி மிகவும் கண்டிப்பானவர். காலை ஆறு மணியில் இருந்து ஏழு மணி வரை மோட்டார் போடுவார். எங்களைப் போன்ற தனிக் கட்டைகளுக்கு ஆளுக்கு ஒரு வாளி தண்ணீர். குடும்பத்தினருக்கு தினமும் இரண்டு குடம், இரண்டு வாளி தண்ணீர். இதற்கு மேல் ஒரு குவளை தண்ணீர் கூடக் கிடைக்காது. நண்பர்கள் எவராவது அறைக்கு வந்துவிட்டால், குளிப்பதற்காக அருகில் உள்ள தரமணியில் மாணவர்கள் விடுதிக்குக் கூட்டிச் செல்ல வேண்டிய நிலை. ஆனாலும், அந்தத் தெருவில் இந்த வீட்டில் மட்டும் தண்ணீர் வந்து கொண்டு இருந்தது. மற்ற தெருவாசிகள் குடங்களுடன் தண்ணீர் லாரியின் பின்னால் ஓடிக்கொண்டு இருந்த காலம் அது.

அக்னி நட்சத்திரம் துவங்கிய நாள்... ஆஸ்பெஸ்டாஸ் அறையில் மதியம் பாயை விரித்துப் படுத்தபடி மோபிடிக் நாவலை வாசித் துக்கொண்டு இருந்தேன். உப்பு உருகிக் கசிவது போல சுவரிலிருந்து வெக்கை பிசுபிசுத்து வழிந்தது. எங்கள் அறையில் மின்சார விசிறி கிடையாது. மின்சாரக் கட்டணமாக நாங்கள் நூறு ரூபாய் மட்டும் தருவதால் எங்களுக்கு இதற்கான அனுமதி மறுக்கப்பட்டிருந்தது. வீட்டு ஆஸ்பெஸ்டாஸ் வீட்டில் யாரோ ஆள் ஏறி நடப்பது போல வெயில் ஆங்காரத்துடன் நடந்து செல்வது தெரிந்தது.

ஒரு குவளை தண்ணீர் கிடைத்தால் போதும், மேலே தெளித்துக்கொள்ளலாம் என்று தேடினால் வாளியில் துளி தண்ணீர் இல்லை. மாறாக வெயிலில் சூடேறி உருகிவிடும் நிலையில் இருந்தது பிளாஸ்டிக் வாளி.

யாருக்கும் தெரியாமல் ஒரு வாளி தண்ணீரைத் திருடி வந்துவிடலாம் என்று யோசனையாக இருந்தது. அநேகமாக கீழ் வீட்டில் யாவரும் உறங்குகிற நேரம் இது. மெதுவாகப் படிகளில் வாளியோடு இறங்கி வரும்போது என்னைப் போலவே கையில் வாளியுடன் மாடி வீட்டில் இருந்த ஒரு கர்ப்பிணிப் பெண் கீழே இறங்கி நீர்த்தொட்டியின் மூடியைச் சத்தமின்றி எடுத்து வைத்துவிட்டு தண்ணீர் அள்ளிக்கொண்டு மாடிக்கு வருவதைக் கண்டேன்.

நான் மாடிப்படியில் நின்றதை அவர் கவனிக்கவில்லை. அருகில் வந்ததும், அவர் என்னைப் பார்த்ததும் திகைத்துப் போனவராகப் பேச்சற்று குனிந்து நின்றார். சில வினாடிகளுக்குப் பிறகு என் கால்களின் அடியில் இருந்த வாளியை பார்த்ததும் லேசாகப் புன்னகைத்தபடி "ரொம்ப வெயிலா இருக்கு!" என்றார். நான் பதில் பேசவே இல்லை. அவரை விலக்கி படிகளில் இறங்க முயன்றேன். அதற்கு உடன்பாடில்லாதவர் போல, "தொட்டியில தண்ணி கொஞ்சமாதான் இருக்கு, கீழே போகாதீங்க!" என்றபடி என் வாளியைப் பிடுங்கி அவரிடமிருந்து கொஞ்சம் தண்ணீர் ஊற்றித் தந்துவிட்டு தன் வீட்டுக்குள் போய்விட்டார்.

நானும் அந்தத் தண்ணீருடன் அறைக்குள் சென்று பாய் முழுவதும் தண்ணீரைக் கொட்டி விட்டு அதிலேயே படுத்துக்கொண்டேன். அன்று மாலை, 'தொட்டியிலிருந்து யாரோ தண்ணீரைத் திருடிவிட்டார்கள்' என்று வீட்டுக்காரப் பெண் பெரிதாகக் கத்திக்கொண்டு இருந்தார். நானும் நண்பர்களும் அதை வேடிக்கை பார்த்தபடி இருந்தோம்.

இது நடந்த இரண்டு நாட்களுக்குப் பிறகு ஒரு நாள் பின்னிரவில் அதே பெண் இது போலவே இரண்டு வாளிகளில் தண்ணீர் எடுத்துக் கொண்டு ரகசியமாக வருவதைப் பார்த்தேன். நான் அதைக் கண்டு கொள்ளவில்லை.

ஆனால், எதிர்பாராமல் மின்சாரம் தடைபட்ட ஒரு இரவில் அந்தப் பெண் நீர்த் தொட்டியிலிருந்து தண்ணீர்

அள்ளும்போது, தடுமாறி மூடியைக் கீழே போட்டு விட்டார். சத்தம் கேட்டதும் கையில் டார்ச் லைட்டுடன் வீட்டுக்காரப் பெண் வெளியே வந்தார். கர்ப்பிணியால் மாடிக்கும் ஏறிப் போக முடியவில்லை. கையில் ஒரு வாளித் தண்ணீரோடு நிற்கும் பெண்ணைக் கண்டதும் வீட்டுக்காரப் பெண்ணுக்கு ஆத்திரம் தாங்க முடியவில்லை.

"ஏண்டி... நீதான் இத்தனை நாளா தண்ணி திருடுறயா... அதான் தினம் ரெண்டு குடம் நாங்களா தர்றோமில்லையா..? உனக்கு எதுக்குடி இந்த நேரத்தில தண்ணீர். இப்படி நடு ராத்திரி பூனை மாதிரி வந்து தண்ணியை எதுக்குடி திருடுறே? சொல்லு.."

அவள் பேசவே இல்லை. இருளுக்குள் நின்று கொண்டே இருந்தாள். வீட்டுக்காரப் பெண் போட்ட கூச்சலில் யாவரும் திரண்டிருந்தார்கள். இதற்குள் மின்சாரமும் வந்துவிட்டது. கர்ப்பிணிப் பெண்ணின் கணவர் கையைக் கட்டிக் கொண்டு தலை கவிழ்ந்து நின்றிருந்தார். வீட்டுக்காரப் பெண் மிக ஆபாசமாகத் திட்டினார். அவரைச் சமாதானப் படுத்தும் விதமாக, கர்ப்பிணிப் பெண்ணின் கணவர் தனது சட்டைப் பையிலிருந்து பத்து ரூபாயை எடுத்து நீட்டினார்.

"ஏதோ தெரியாம செஞ்சுட்டா பிள்ளைத்தாச்சி! உங்க தண்ணிக்கு உரிய காசை கொடுத்திடுறேன்."

"பிள்ளைத்தாச்சினா திருடச் சொல்லுதா? உன் பிச்சைக் காசு யாருக்கு வேணும்? நான் தர்றேன் ஆயிரம் ரூபா! இந்தக் கிணத்துல உன்னால் தண்ணி நிரப்ப முடியுமா?"

இதற்குள் வீட்டுக்காரப் பெண்ணின் மருமகள் மாடியேறி, கர்ப்பிணிப் பெண் வீட்டுக்குள் நுழைந்து ஒரு வாளியைத் தூக்கிக்கொண்டு கீழே வந்தார். "ஏற்கெனவே ஒரு குடம் கொண்டு போயி ஊத்திட்டு வந்திருக்கா... பாருங்க!" என்றார். சிவப்பு வாளி நிறைய சோப்பு நுரை. வீட்டுக்காரப் பெண்மணி ஆத்திரத்தில் தன் காலால் அந்த வாளியை உதைத்தார். அதில் கர்ப்பிணிப் பெண்ணின் உள்ளாடைகள் நனைந்து கிடந்தன. இதைக் கண்டதும் வீட்டுக்காரப் பெண் ஆத்திரம் தாள முடியாமல் கத்தினார்.

"குடிக்கவே தண்ணியில்லாம லோல் படுறோம். இதுல நல்ல தண்ணியில பாவாடை துவைக்கிறியா? திமிர் எவ்வளவு இருக்கு பாரு!"

அந்தப் பெண் உதடுகள் துடிக்க நின்றிருந்தார். என்ன செய்வது என்று தெரியாத அவரது கணவர் அழுத்தமான குரலில் சொன்னார். "ரெண்டு நாள் டயம் குடுங்க, வேற வீடு பார்த்துப் போய்க்கிடுறோம். இவ ஊரு ஸ்ரீவைகுண்டம். வீட்டுக்குப் பக்கத்திலேயே ஆறு ஓடும். அந்தப் பழக்கத்திலே செஞ்சுட்டா... மன்னிச்சிருங்க."

வீட்டுக்காரப் பெண்மணி இன்னொரு வாளியில் இருந்த தண்ணீர் மொத்தத்தையும் திரும்பவும் தூக்கி நீர்த் தொட்டியில் ஊற்றினாள். யாவரும் கலைந்து போனார்கள். சோப்பு நுரைத்த உள்ளாடைகளை அந்தப் பெண் வெறித்துப் பார்த்தார். பிறகு, ஆத்திரத்தோடு அத்தனை துணிகளையும் அள்ளித் தெருவில் எறிந்துவிட்டு, மெதுவாகப் படியேறி தன் வீட்டுக்குப் போய்க் கதவைச் சாத்திக்கொண்டாள்.

எத்தனையோ முறை அந்த வீட்டுக்காரப் பெண்மணியும் மாடி வீட்டுப் பெண்ணும் அந்நியோன்யமாக ஒன்றாக அமர்ந்து உதிரி முல்லைப் பூக்களை வாங்கி பூ கட்டிக்கொண்டு இருப்பதைக் கண்டிருக்கிறேன். கோடை, அவர்களின் இணக்கத்தைத் துண்டித்துவிட்டது. தண்ணீர் - உலகின் கருணையும் தீராப் போராட்டமுமாக இரு தலைகொண்டதாக உருமாறியிருக்கிறது.

மாநகர வாழ்வின் இடர்கள் முற்றிலும் விநோதமானவை. அவற்றை எந்த எழுத்தாளனும் கற்பனை செய்துகூடப் பார்க்க முடியாது. குறிப்பாக மத்திய வர்க்கத்துக் கோடை நாட்கள்... பிணக்குகள் ஊற்றெடுக்கும் சுனை. இதை எழுத்தில் கோபி கிருஷ்ணனும் திலீப்குமாரும் மிக அழகாகப் பிரதிபலித்திருக்கிறார்கள்.

குறிப்பாக திலீப்குமாரின் கதைகள், சாதாரண மனிதர்களின் ஆசைகளும் ஏமாற்றங்களும் சார்ந்தது. இவரது கதைகள் சென்னையில் வாழும் குஜராத்தி குடும்பங்களின் உலகை நுட்பமாகச் சித்திரிக்கின்றன. அதிலும் முதியவர்கள், பெண்களின் வெளிப்படுத்த முடியாத

 இருபது ஆண்டுகளுக்கும் மேலாக சிறுகதைகள் எழுதி வருகிறார் திலீப்குமார். இவர் தொகுத்து, பெங்குவின் பதிப்பகத்தால் ஆங்கிலத்தில் வெளியிடப்பட்டுள்ள 'தற்கால தமிழ்ச் சிறுகதைகள்' என்ற தொகுப்பு தமிழ்க் கதைகளுக்கு இந்திய அளவில் ஒரு விரிந்த தளத்தை உருவாக்கித் தந்தது. இவரது பூர்வீகம் குஜராத். சிறு வயதிலே சென்னைக்கு வந்துவிட்டவர். 'க்ரியா' பதிப்பகத்தில் சில ஆண்டுகள் பணியாற்றியுள்ளார். 'மூங்கில் குருத்து', 'கடவு' என்று இரண்டு சிறுகதைத் தொகுதிகள் எழுதியிருக்கிறார். தமிழிலிருந்து ஆங்கிலத்தில் சிறப்பாக மொழிபெயர்ப்பு செய்யக் கூடியவர். அமெரிக்க பல்கலைக் கழகங்களுக்கும் வெளிநாட்டில் தமிழ் கற்றுக் கொள்பவர்களுக்கும் வழிகாட்டுதல் மற்றும் தமிழ்ப் புத்தக விநியோகம் தொடர்பான பணிகளைப் பல ஆண்டுகளாக மேற்கொண்டு வருகிறார். திலீப்குமாரின் கதைகளை வாசித்து முடிக்கும்போது பூனை தன் குட்டியை வாயில் கவ்விக்கொண்டு போவது போல சூழ்நிலை மனிதர்களை கவ்விக்கொண்டு போகிறது என்ற உண்மை புரிகிறது.

ஆசைகளும் இயலாமையுமே இவர் கதைகளில் அதிகம் வெளிப்படுகின்றன. திலீப்குமாரின் கதைகள் மெல்லிய நகைச்சுவைத் தன்மை வாய்ந்தவை. அவை சம்பவங்களின் அபத்தத்தை வெளிப்படுத்துபவை.

இவரது சிறுகதைகளில் 'தீர்வு' என்ற சிறுகதை மிகச் சிறப்பானது. சென்னையின் மின்ட் பகுதியில் வாழும் குஜராத்திகளின் குடியிருப்பில் ஒரு கிணற்றில் எலி செத்துக் கிடக்கிறது. 'அந்த எலியை எப்படி வெளியே எடுப்பது? யார் அதைச் செய்வது?' என்ற நிகழ்வை விவரிக்கிறது கதை. ஓர் அபத்த நாடகத்தைப் போல் கேலியும் மறைமுகமான வலியும் கொண்ட இந்தக் கதை, இன்னொரு தளத்தில் ஒடுக்கமானதொரு குடியிருப்பில் ஒரே டாய்லெட்டை முப்பது பேர் உபயோகப்படுத்திக் கொண்டு வாழும் எலி வளை போன்ற அவர்களின் வாழ்க்கை நிலையைப் பரிகசிக்கிறது.

கதை சொல்லியின் மாமா முடிவாக, செத்த எலியை வெளியே எடுத்துவிடுகிறார். ஆனால், எலி மிதந்த அந்தக் கிணற்றுத் தண்ணீரை உபயோகப்படுத்துவதா வேண்டாமா என்று இன்னொரு சர்ச்சை எழுகிறது. இதற்குத் தன்னிடம்

ஒரு தீர்வு இருப்பதாகச் சொல்லியபடி, தான் பத்திரப்படுத்தி வைத்திருந்த கங்கா தீர்த்தத்தில் கொஞ்சம் எடுத்துக் கிணற்றில் தெளித்து இப்போது கிணற்றுத் தண்ணீர் சுத்தமாகிவிட்டதாகச் சொல்கிறாள் பாட்டி. யாவரும் ஏற்றுக்கொள்கிறார்கள் என்பதோடு கதை முடிகிறது.

சுத்தமோ, அசுத்தமோ... தண்ணீர் மிக அவசியமாக இருக்கிறது. எளிய சம்பவம் போலத் தோன்றும் இந்தக் கதை ஆழமாக, மாநகரக் குடும்பங்கள் தங்கள் வாழ்க்கைப் போராட்டத்தில் எதையும் ஏற்றுக் கொள்ளத் தயாராகிவிடுவதை வெளிப்படுத்துகிறது. மேலும் மாநிலம் விட்டு மாநிலம் வந்து வாழும் மக்களும் கூட இங்கு நெருக்கடியானதொரு சூழலில்தான் வாழ்கிறார்கள் என்பதையும் வெளிப்படுத்துகிறது. திலீப்குமாரின் கதைகள் வாழ்க்கை நெருக்கடிகள் சார்ந்து புகார் சொல்வதில்லை. மாறாக அது மனிதர்களுக்குள் ஏற்படுத்துகிற உறவுநிலை மாற்றங்களை ஆராய்கிறது.

கோடை ஒரு முற்றுப் பெறாத ஒரு நீள் கதை. 'இரவுக்கு ஆயிரம் கண்கள்!' என்று ஷேக்ஸ்பியர் எழுதியிருக்கிறார்.

கோடைக்கு எவ்வளவு கண்கள் என்று யாரால் சொல்ல முடியும்!

09

புகையும் வயிறு

தென் மாவட்டங்களில் பெரும்பான்மை ஊர்களில் பேருந்து நிலையங்கள் ஊருக்கு வெளியே ஏதோ ஓர் இடத்துக்கு இடம் மாற்றப்பட்டுவிட்டன. நள்ளிரவில் பேருந்தை விட்டு இறக்கிவிடப்படும்போது எங்கே இறங்கியிருக்கிறோம் என்று அடையாளமே தெரிவதில்லை. காலங்காலமாக சுவர்பல்லிகளைப் போல பழைய பேருந்து நிலையத்தோடு ஒட்டிக் கிடந்த பேருந்து நிலையவாசிகள் எங்கே போயிருப்பார்கள்?

எம்.ஜி.ஆர்., சிவாஜி முதல் அத்தனை நடிகர்களுடன் சேர்ந்து எடுத்த புகைப் படங்களுடன், அகலமான நெற்றி நிறைய திருநீறும் கையில் ஒரு பெரிய லென்ஸுமாக உட்கார்ந்திருக்கும் கைரேகை பார்ப்பவரும், ஒரு கை சூம்பிப்போய் பிச்சையெடுக்கும் நடுத்தர வயதுப் பெண்ணும், தனக்குத்தானே பேசியபடி பேருந்து நிலையத்தைச் சுற்றிச்சுற்றி வரும் சித்த சுவாதீனமற்றவனும், வாயில் பிளேடு துண்டை ஒளித்துக்கொண்டு மடித்துவிட்ட சட்டையும் பழுப்பான வேஷ்டியுமாக

நிற்கும் பிக்பாக்கெட்காரனும், மூத்திரச் சந்துக்குள் நின்றபடி கஞ்சா பொட்டலம் விற்பவனும், அசைய முடியாத பருத்த இடுப்புடன் டீக்கடை வாசலில் கால்களை அகட்டி உட்கார்ந்து வெற்றிலை எச்சில் துப்பியபடி கொச்சையாக திட்டிக்கொண்டு இருக்கும் வட்டிக்கு விடும் பெண்ணும், நள்ளிரவில் கூட வெள்ளரிக்காய் விற்கும் அந்த பூப்போட்ட பாவாடை அணிந்த சிறுமியும் எங்கே போயிருப்பார்கள்?

உரித்து எறியப்பட்டுவிட்ட வாழைப்பழத்தின் தோலைப் போல அவர்களும் இனி தேவையற்றவர்களாக வீசி எறியப் பட்டிருப்பார்களா? அவர்களுக்கு வீடு இருக்குமா? எப்போது வீடு திரும்புவார்கள்? குழந்தைகள், குடும்பங்கள் எதுவும் அவர்கள் நினைவிலிருக்காதா? எப்போது முதன் முதலாகப் பேருந்து நிலையத்துக்குள் அவர்கள் வந்து சேர்ந்திருப்பார்கள்?

மதுரையிலிருந்து சென்னைக்கு வருவதற்காக ஆம்னி பஸ்ஸில் ஏறியிருந்தேன். இரவு பத்து மணியாகியும் ஏழு மணிக்குப் புறப்பட வேண்டிய பஸ்ஸை எடுக்கவே இல்லை. டிரைவரும் இரண்டு ஏஜென்ட்களும் சுற்றிச் சுற்றி வந்து ஆள் பிடித்துக்கொண்டு இருந்தார்கள். அப்படியும் பதினைந்து பேருக்கு மேல் ஏறவில்லை. பஸ் புறப்பட்ட நிலையிலே இரண்டு மணி நேரமாக நின்றுகொண்டு இருந்தது.

பேருந்தில் இருந்த ஒருவர், ஆத்திரத்தில் தான் வேறு பஸ்ஸில் போவதாகச் சத்தம் எழுப்பிக்கொண்டு இருந்தார். அவரை ஒரு ஏஜென்ட் சமாதானப்படுத்தி உட்கார வைத்தார். பேருந்து நிலையத்தின் இருள் சந்திலிருந்து பைஜாமா ஜிப்பா அணிந்த பருத்த அறுபது வயதைக் கடந்த ஒருவரும், மெலிந்து வெளிறிய ஊதா நிற சல்வார் கமீஸ் உடையணிந்த பெண்மணியும் ஆளுக்கு இரண்டு பெரிய பைகளைத் தூக்கிக்கொண்டு எங்கே செல்வது என்று தெரியாமல் நடந்து வந்தார்கள்.

வட நாட்டிலிருந்து வந்தவர்கள் என்பது முக ஜாடையிலே தெரிந்தது. ஏஜென்ட்களில் ஒருவன் அவர்களிடம் அரைகுறை இந்தியில் பேசி ஏதோ விசாரித்தான். பிறகு, அவர்களை எங்களது பஸ்ஸில் ஏற்றி ஜன்னலோரமாக உள்ள ஸீட்டில் உட்கார வைத்துவிட்டு, நானூறு ரூபாய் பணம் வாங்கிக்கொண்டு கீழே இறங்கினான்.

பேருந்து கிளம்புவதற்குத் தயாராக இருந்தது. வயதானவர் சற்று சாய்ந்து உட்கார்ந்துகொண்டு, பக்கத்து ஸீட்டில் இருந்தவரைப் பார்த்து லேசாகப் புன்னகை செய்தார். பேருந்து புறப்பட்டு சில அடி தூரம் நகர்ந்து திரும்பவும் நின்றது. வயதானவர் அருகில் இருந்தவரிடம், 'ராமேஸ்வரத்துக்கு அதிகாலை போய்ச் சேர்ந்துவிடுமா?' என்று கேட்டார். 'இது ராமேஸ்வரம் போகாது. சென்னை செல்லும் பேருந்து' என்று சொன்னதும் அவருக்குப் புரியவில்லை. 'ராமேஸ்வரம் என்று சொல்லித்தானே ஏற்றினார்கள்' என்று எழுந்து அவசரமாக டிரைவர் அருகே போய் ஆங்கிலத்தில் ஏதோ கேட்டார் பெரியவர். டிரைவரோ, 'அதை ஏஜெண்ட்டிடம் கேளுங்கள்!' என்றார். இதற்குள் பஸ் பேருந்து நிலையத்திலிருந்து வெளியே வந்துவிட்டிருந்தது..

பெரியவர் அவசர அவசரமாகப் பேருந்திலிருந்து கீழே குதித்து, பஸ்ஸின் முன்னால் சாலையில் உட்கார்ந்து கொண்டு விட்டார். அவரது கண்கள் சிவந்திருந்தன. கோபத்திலும் அவர் ஏதோ புலம்பிக்கொண்டு இருந்தார். பேருந்திலிருந்தவர்கள் டிரைவரைத் திட்ட, 'தனக்கு இதைப் பற்றி எதுவும் தெரியாது. எல்லாம் ஏஜெண்ட்டின் வேலை!' என்று அவர் சாதித்துக்கொண்டு இருந்தார். பெரியவரோ 'ஏஜெண்ட் வராமல் இங்கிருந்து எழுந்து வழிவிட மாட்டேன்!' என்று பிடிவாதமாக உட்கார்ந்திருந்தார். இதற்குள் இன்னொரு நபரை சென்னைக்கு ஏற்றிவிட ஆட்டோவில் அழைத்துக்கொண்டு ஆம்னியைத் தேடி வந்து சேர்ந்தான் அதே ஏஜெண்ட்.

பெரியவர் அவனைக் கண்டதும் ஆக்ரோஷத்துடன் சண்டையிட்டார். அவனும் சளைக்காமல் 'ராமேஸ்வரம் போவதற்கு இந்த நேரம் பஸ் இல்லை பெரியவரே! அதான் திருச்சிக்கு போய் மாறுவதற்காக இதில் அனுப்பி வைத்தேன். பணம் வாபஸ் கிடையாது!' என்று சொன்னான். பயணிகளின் சத்தம் அதிகமாகவே ஏஜெண்ட் பஸ்ஸில் ஏறி வயதான பெண்மணியையும் அவர்களது பொருட்களையும் எடுத்துக்கொண்டு கீழே இறங்கும்படி இழுத்தான். அவள் கம்பியைப் பிடித்துக்கொண்டு வரமறுத்தாள். யாரும் எதிர்பாராதபடி ஏஜெண்ட் அவர்கள் வைத்திருந்த ஒரு பையைப் பிடுங்கி ஜன்னல் வழியாக வெளியே போட்டான்.

கைதவறி விழுந்த குழந்தையைப் பிடிக்க முயற்சிப்பவள் போல வயதானவள் பெருங்குரலெடுத்து அழுதபடி பேருந்திலிருந்து இறங்கி பையை எடுக்க ஓடினாள். இதற்குள் வயதானவரும் கலக்கத்துடன் இருட்டில் விழுந்துகிடந்த பையிலிருந்து சிதறிய பொருட்களைத் தேடிக் கொண்டு இருந்தார். ஒரு சிறிய மண் கலயம் ஒன்று உடைந்து சாலையெங்கும் சிதறிக்கிடந்தது.

வயதானவள் அந்தக் கலயத்தின் துண்டுகளையும், தரையில் கொட்டிக் கிடந்த சாம்பலையும் அள்ளிக்கொண்டு, தலையில் அடித்து அழுதுகொண்டு இருந்தாள். வயதானவரோ கண்ணில் நீர் தளும்ப 'செத்துப்போன என் பையன் அஸ்தி சார். கடல்ல கரைக்கறதுக்காக குவாலியர்ல இருந்து ராமேஸ்வரம் கொண்டுபோயிட்டு இருக்கேன்' என்று தழுதழுத்த குரலில் சொன்னார். பஸ்ஸில் இருந்த யாவரும் செய்வதறியாமல் பார்த்துக்கொண்டு இருந்தோம்.

டிரைவர் தன் ஸீட்டை விட்டு இறங்கி வந்து, இருட்டுக்குள் நின்றிருந்த ஏஜென்ட்டின் முகத்தில் ஓங்கி ஓர் அறை அறைந்தார். பிறகு, அவனைத் தரதரவென செத்த எலியை இழுத்துக்கொண்டு செல்வது போல அந்த அம்மாவின் காலடியில் இழுத்துப்போட்டு, 'மன்னிப்புக் கேளுடா!' என்று இந்தியில் சொன்னார். அவன் தயங்கித் தயங்கி 'வயித்துப்பாட்டுக்காகச் செஞ்சுட்டேன். என்னை மன்னிச்சிருங்க அம்மா!' என்றான்.

அவள் நிமிர்ந்து பார்க்கவேயில்லை. ஏஜென்ட் வந்த ஆட்டோ இருளில் நின்றுகொண்டு இருந்தது. பெரியவர் உடைந்துகிடந்த கலயத்தையும் மண்ணில் விழுந்த சாம்பலையும் அள்ளி ஒரு பிளாஸ்டிக் காகிதத்துக்குள் போட்டுக்கொண்டு இருந்தார். டிரைவர் ஆத்திரத்துடன் ஏஜென்ட்டிடம் 'இவர்கள் இருவரையும் ஒரு டாக்ஸியில் ராமேஸ்வரத்துக்கு அனுப்பி வைக்க வேண்டியது உன் பொறுப்பு!' என்று சொல்லிவிட்டு, தன் பையில் மடித்து வைக்கப்பட்டிருந்த பணத்தை அப்படியே எடுத்து பெரியவரிடம் கொடுத்தார். பிறகு பேருந்து புறப்பட்டது. வயதான பெண்ணும் பெரியவரும் ஏஜென்ட்டுடன் ஆட்டோவில் ஏறிக்கொண்டு இருந்தார்கள்.

டிரைவர் பஸ் கிளம்பும் முன்பாக பயணிகளிடம் மன்னிப்புக் கேட்டபடி, 'என்ன சார் செய்றது? நாய் பிழைப்பாப் போச்சு... எப்படியாவது உங்களை காலையில எட்டு மணிக்குள்ளே மெட்ராஸிலே கொண்டுபோய் சேர்த்துடறேன்!' என்றபடி பேருந்தை இயக்கினார்.

அடித்தட்டு மக்களின் உலகம் விசித்திரமானது. அதன் போராட்டமும் இயல்பும் நாம் தீர்மானிக்க முடியாதது. விளிம்பு நிலை மனிதர்களைப் பற்றி எழுதுவதும் அவர்களின் உலகைப் புரிந்துகொள்வதும் சமகால இலக்கியத்தின் முக்கிய போக்காக உருவாகிக்கொண்டு இருக்கிறது. தமிழில் இது போன்ற எழுத்துக்கு முன்னோடியாக ஜி.நாகராஜனையும் ஜெயகாந்தனையும் குறிப்பிடலாம். இதன் தொடர்ச்சியாக உருவான நவீன சிறுகதை உலகில் முக்கிய எழுத்தாளர் கோபி கிருஷ்ணன்.

பெருநகர வாழ்க்கை எப்படி மனிதர்களைத் தங்களது இயல்பான உணர்ச்சிகளைக்கூட வெளிப்படுத்த முடியாமல் ஒடுக்கிவிடுகிறது என்பதைப் பற்றியே கோபி கிருஷ்ணனின் கதைகள் பேசுகின்றன. வாழ்வின் அபத்த நிலைகளை எதிர்கொள்ளும் நெருக்கடிகளே அவரது கதையுலகம். கோபி கிருஷ்ணனின் மனிதர்கள் ஒண்டிக்குடித்தனங்களில் வாழ்பவர்கள். மிகுந்த சகிப்புத்தன்மை கொண்டவர்கள்... ஆனால், மனதுக் குள்ளாகத் தங்கள் எதிர்ப்புக் குரலை வெளிப்படுத்திக்கொண்டு சமாதானம் அடைகிறவர்கள். இவர்கள் உலகத்தில் ரகசியம் என்று எதுவும் கிடையாது. குளிப்பது முதல் புணர்வது வரை யாவும் யாவரும் அறிந்த நிகழ்ச்சிகளே. எருமைமாட்டிலிருந்து கவர்ச்சி நடிகை வரை எல்லாவற்றைப் பற்றியும் இவரது கதை உலகம் ஆதங்கத்துடன் பேசித் தீர்க்கின்றன.

கோபி கிருஷ்ணனின் புயல் என்ற சிறுகதை, மாநகரில் புயல் மழையன்று ஒரு குடும்பத்தின் காட்சியை விவரிக்கிறது. வேலையிலிருந்து கிழிந்துபோன மழைக்கோட்டுடன் வீடு திரும்பும் பொறுப்பான ஒரு குடும்பத் தலைவன், வழியில் குழந்தையின் நினைவு வரவே அதன் காய்ச்சலுக்கு ஒரு மாத்திரையும் சாக்லெட் ஒன்றும் வாங்கிக்கொண்டு வீடு திரும்புகிறான். வீட்டில் குழந்தை சாக்லெட்டைக் கண்டதும்,

 நவீன தமிழ்ச் சிறுகதையுலகில் தனித்துவமான எழுத்தாளராக மதிக்கப்படும் கோபி கிருஷ்ணன் மதுரையில் பிறந்தவர். உளவியல் - சமூக சேவை இரண்டிலும் முதுகலைப்பட்டம் பெற்றவர். 'ஆத்மன் ஆலோசனை மையம்' என்ற அமைப்பை உருவாக்கி, மனநல ஆலோசகராக சில காலம் பணியாற்றியுள்ளார்.

பல்வேறு தொண்டு நிறுவனங்களிலும் சமூக சேவகராகப் பணியாற்றிய அனுபவமும் அவருக்கு உண்டு. நடுத்தர வர்க்கத்தின் போலியான மதிப்பீடுகளையும் அவலங் களையும் தனது கதைகளில் தொடர்ந்து வெளிப்படுத்திக்கொண்டு வந்தவர். மனநிலை பிறழ்வு மையங்களில் ஆலோசகராக இருந்த நாட்களில் தான் சந்தித்த மனிதர்கள் பற்றி 'உள்ளிருந்து சில குரல்கள்' என்ற நாவலை எழுதியிருக்கிறார். 'ஒவ்வாத உணர்வுகள்', 'தூயோன்', 'மானிட வாழ்வு தரும் ஆனந்தம்', 'டேபிள் டென்னிஸ்' போன்றவை இவரது குறிப்பிடத்தகுந்த புத்தகங்கள். வறுமையான குடும்பச் சூழல் காரணமாகவும், தனது சுய அடையாளத்தை இழந்துவிடக் கூடாது என்ற விடாப்பிடியான முயற்சியாலும் ஆழ்ந்த மனச்சோர்வுக்கு உட்பட்டவராக இருந்தார் கோபி கிருஷ்ணன். இதற்காக உள நல மருந்துகளைத் தொடர்ந்து சாப்பிட்டு வந்ததால் உருவான பலஹீனம் காரணமாக, அதிக நோய்மையுற்று அதிலிருந்து மீள முடியாமலே 2003-ம் ஆண்டு காலமானார்.

'என்னப்பா இன்னிக்கு ஸ்வீட் வாங்கிட்டு வந்திருக்கே. எனக்குப் பிறந்த நாளா?' என்று கேட்கிறது. தனது அக்கறை இன்மையை நினைத்து அவனுக்கு குற்றவுணர்ச்சி ஏற்படுகிறது. புதிதாக வேலைக்குப் போகத் துவங்கி இருந்த மனைவி புலம்புகிறாள். தான் வேலை செய்யும் மருத்துவ மனையில் ஆபாசப்படங்களை வைத்துக் கொண்டு ஓர் ஊழியர் செவிலியரோடு கேலி பேசுவதையும், அங்குள்ள கிழட்டு மருத்துவர் ஒரு செவிலியைச் சேர்த்து வைத்துக்கொண்டு சல்லாபம் செய்வதையும் பற்றிச் சொல்கிறாள். வேலைதான் இப்படியிருக்கிறது என்றால், வேலை விட்டு வரும் வழியில், மழையில் காரை ஓரமாக நிறுத்திவிட்டு ஒருவன் ஆபாசமாக ஜாடை காட்டி அவளை அழைக்கிறான். பயத்துடன் மகளின் பள்ளிக்கு அவசரமாகப் போய் அவளைக் கூட்டிக்கொண்டு வீட்டுக்குத் திரும்புகிறாள்.

வீட்டிலோ சில மாதங்களுக்கு முன்பு அதே வீட்டில் குடியிருந்த ஒருவன் நன்றாகக் குடித்த நிலையில் உள்ளே நுழைந்து, சேரில் கால் மேல் கால் போட்டுக்கொண்டு உட்கார்ந்தபடி 'இளமை சுகம்' படத்துக்கு டிக்கெட் இருக்கிறது போகலாமா என்று கேட்கிறான். அவள் பயத்தில் குழந்தையைத் தூக்கிக்கொண்டு அடுத்த வீட்டுக்குப் போய் ஒளிந்துகொள்கிறாள்.

இப்படி ஒரு நாள் வாழ்க்கையின் கசடுகளைக் கொட்டுகிறாள். பொறுமையாகக் கேட்டுக்கொண்டு இருந்த கணவனுக்கு என்ன சமாதானம் சொல்வது என்று தெரியவில்லை. இதுவரை யாருக்கும் எந்த இடையூறும் செய்திராத தனக்கு ஏன் இப்படி நடக்கிறது என்று தன்னைத்தானே சலித்துக்கொண்டபடி 'சாக்கடையில் உழலும் பன்றிகள்!' என்று அவர்களைத் திட்டுகிறான். இதைத் தவிர வேறு என்ன செய்ய முடியும் அவனால் என்பதோடு கதை முடிகிறது.

நெருக்கடிகளுக்குப் பழகிக்கொள்வதைத் தவிர, அதை எதிர்கொள்வதற்கு வேறு எந்த உபாயமும் இல்லை என்பதை கோபி கிருஷ்ணனின் கதைகள் வெளிப்படுத்துகின்றன. பரிகாசமும் வலியும் கலந்த இந்தக் கதையை வாசித்து முடிக்கும்போது, நூற்றாண்டுகளாக அறிவுறுத்தப்பட்டு வரும் நீதி நூல்களும் தர்ம விசாரங்களும் வாழ்க்கையின் மீது எந்த எதிர்வினையும் ஏற்படுத்தவில்லை என்பதையே உணர முடிகிறது.

உடைந்த கண்ணாடியைப் போல வாழ்வு முகம் காணும் யாவரையும் சிதறடித்துதான் காட்டுகிறது. வாழ்வின் கரங்கள் எப்போது உயர்வைத் தருகிறது, எப்போது கீழ்மையை உருவாக்குகிறது என்பதை எவரும் சொல்ல முடியாது. யாராலும் வெல்ல முடியாத வில்லாளியான அர்ச்சுனனும் கூட சில காலம் அரவாணியாகத்தான் வாழ்ந்திருக்கிறான். இப்படித்தானிருக்கிறது வாழ்வின் ருசி!

10
கண்ணில் விழுந்த மணல்

எங்கள் ஊரைவிட்டு விலகிய பனைமரங்களுக்கு இடையில் இருந்தது அந்த ஒற்றை வீடு. அந்த வீட்டில் குடியிருந்த காவல்காரன் வயோதிகம் முற்றி இறந்துபோன பிறகு, அது யாருமற்று திறந்தே கிடந்தது. ஆடு மேய்க்கும் சிறுவர்கள் சுவரில் கரியால் எழுதிய பெண்களின் பெயர்களையும், பொழுதுபோகாமல் சீட்டு ஆடுவதற்கு வந்து சேரும் சிலர் பிடித்துப்போட்ட பீடிகளையும் தவிர, அங்கே வேறு எதுவுமே இல்லை. வீட்டின் நிலைக்கதவைக்கூட யாரோ பெயர்த்து எடுத்துக்கொண்டு போயிருந்தார்கள். அந்த வீட்டில்தான் பெத்தையா ஒளிந்து கொள்வதற்காக வந்திருந்தார்.

அப்போது மிசா என்றால் என்னவென்று எனக்குத் தெரியாது. ஆனால், எமர்ஜென்சி பிரகடனப்படுத்தப்பட்டதால் எங்கள் வீட்டில் தீவிர அரசியல் ஈடுபாடு கொண்ட சித்தப்பாவை மிசாவில் கைது செய்யப்போகிறார்கள் என்றும், அவர் தலைமறைவாக ஏதோ ஊருக்குப்

போய்விட்டார் என்றும் ரகசியமாகப் பேசிக்கொண்டார்கள். ஆனால், எங்கள் ஊருக்கே மிசாவுக்கு பயந்து ஒருவர் ஒளிந்துகொள்ள வந்திருப்பது சில நாட்களுக்குப் பிறகுதான் தெரிந்தது.

ஒளிந்து கொண்டு இருப்பவர் ஒரு விவசாயக் கட்சியின் முக்கியமான தலைவர். அவர் அரசாங்கத்தின் கொள்கைகளை விமர்சித்து காரசாரமாக பேசக்கூடியவர். போலீஸ் கண்ணில் பட்டால் அவ்வளவுதான், அவரை சக்கையாக்கிவிடுவார்கள் என்று பேச்சு. சிறுவர்களாக இருந்த எங்களுக்கு அது வேடிக்கையாகத் தோன்றியது. அவர் ஒற்றை வீட்டில் தங்கியிருப்பதாகக் கேள்விப்பட்டு அவரைப் பார்ப்பதற்காக வறண்டுகிடந்த பாதையில் நடந்து போனபோது, வெளியேறிய நாயின் வாயிலிருந்து எச்சில் ஒழுகிக்கொண்டே இருப்பது போல உக்கிரமான வானிலிருந்து வெயில் ஊறி வழிந்து கொண்டே இருந்தது. - ஒற்றை வீட்டில் யாருமே இல்லை. நாங்கள் குனிந்து யாராவது பீடி பிடித்துப் போட்டிருக்கிறார்களா என்று முகர்ந்து பார்த்தோம். ஆள் வரவே இல்லை. இங்கேதானே ஒளிந்திருக்கிறார் என்று சொன்னார்களே என வீட்டின் பின்பக்கமும் தேடிப் பார்த்தோம். யாருமே இல்லை. எங்கே போயிருப்பார் என்று தெரியாமல் காட்டுக் கோயிலின் வழியாக நடந்து வந்துகொண்டு இருந்தோம். வழியில் இருந்த கோபால் நாயக்கரின் கிணற்றில் தண்ணீர் இருந்தால் குளிக்கலாம் என்று தோன்றியது. நானும் நண்பனும் கிணற்றில் கமலைக் கல்லில் நின்றபடி உள்ளே குனிந்தபோது 'யேய்!' என்று ஒரு சத்தம் உரத்துக் கேட்டது. பயத்துடன் "யம்மா!" என்று கத்தியபடி விலகி ஓடினோம்.

தொலைவில் போய் நின்றதும், "அது யாரோ ஆள் கத்தும் சத்தம்!" என்றான் நண்பன். கிணற்றின் அருகில் போகப் பயமாக இருந்தது. தயங்கித் தயங்கி கிணற்றின் அருகில் போனோம். இப்போது சிரிக்கும் சத்தம் கேட்டது. லேசாக எட்டிப் பார்த்தோம். தூர்ந்து போயிருந்த கிணற்றின் படிக்கட்டில் உட்கார்ந்து வயதான ஒரு ஆள் புத்தகம் படித்துக்கொண்டு இருந்தார். அவர் சிரிப்பை அடக்க முடியாமல், "என்ன பேயினு பயந்துட்டீங்களா?" என்றபடி கிணற்றினுள் இறங்கி வரும்படி கூப்பிட்டார். தயங்கி

நின்றோம். அதைப் புரிந்துகொண்டது போல மேலேறி வரத் துவங்கினார். நரையேறின தலை. ஊனு கம்பு போல நன்றாக வடிவேறிய கை கால்கள். பெரிய பற்கள். ஒற்றை தட்டுவேஷ்டி. முண்டா பனியன். அவர் சிரித்தபடியே, "நீங்க ரெண்டு பேரும்தானே அந்த ஒத்த வீட்டுக்குள்ள போனது?" என்று கேட்டார். - நண்பன் தலையாட்டினான். "அங்கே யாரு இருக்கா?" என்று கேட்டார். பதில் பேசாமல் நின்றோம். "நீங்கதான் இருக்கீங்க... உங்க பேரு பெத்தையா" என்றான் நண்பன்.

அவர் கைகொட்டியபடி, "பரவாயில்லியே, கண்டு பிடிச்சிட்டீங்களே..." என்றபடி ஒரு சிறுவனைப் போல எங்களின் தோளில் கைபோட்டபடி நடந்து வந்தார். வழியில் மஞ்சணத்திச் செடியிலிருந்த பழங்களைப் பறித்துத் தின்னக் கொடுத்தார். 'இந்த ஆளை எதற்காக போலீஸ் பிடிக்க வேண்டும். இவரைப் பார்த்தால் வேப்பமுத்து வாங்க வரும் வியாபாரி போலத்தானே இருக்கிறார்' என்று ஆச்சரியமாக இருந்தது.

அவர் தன் கையிலிருந்த புத்தகத்தைக் காட்டி, "இதில் என்ன எழுதியிருக்கு? படிங்க..." என்றார். "சாமிநாத சர்மா எழுதிய சீனாவின் வரலாறு" என்று படித்துக் காட்டினோம். "சபாஷ்டா பசங்களா... நல்லா படிக்கிறீங்களே!" என்றபடி நிழலாகப் பார்த்து உட்கார்ந்தார். நான் கூச்சத்துடன் கேட்டேன்... "மிசான்னா என்ன?"

அவர் பலத்த வெடிச்சிரிப்புடன் சத்தமாகச் சொன்னார்... "நல்லா கேட்டான் ஒரு கேள்வி... தம்பி எத்தனாப்பு படிக்கிறே?" "அஞ்சாப்பு!" என்றேன்.

"என்கிட்டே கேட்ட கேள்வியை உங்க வாத்திமார்கிட்டே கேட்டிருந்தேனு வெச்சுக்கோ... உன்னையும் தூக்கி உள்ளே போட்ருவாங்க... அதான் மிசா!" எனக்குப் புரியவே இல்லை. அவர் சிரித்தார்.

"காலையிலேர்ந்து சாப்பிடல. பத்துப் பைசாவுக்கு பொரிகடலையும், பத்துப் பைசாவுக்கு அச்சு வெல்லமும் வாங்கிட்டு வர்றீங்களா?" என்று தனது டவுசர் பையிலிருந்து நாலணாவை எடுத்துக் கொடுத்தார். "மிச்சமிருக்கிற காசுக்கு மிட்டாய் வாங்கி தின்னுக்கோங்க!" என்றார்.

புழுதி பறக்க நாங்கள் ஊரை நோக்கி ஓடி வந்தோம். அன்றிலிருந்து தினம் தினம் பகல் முழுவதும் நாங்கள் அவருடனே இருந்தோம். யாராவது போலீஸ் அவரைத் தேடி வருகிறார்களா என்று பார்ப்பதற்காகப் பனைமரத்தின் மீது ஏறி நின்று தொலைவு வரை பார்ப்போம். பத்து நாட்கள் கடந்த பிறகு ஒரு பகலில், அவர் எங்கள் வீட்டுக்கே வந்தார். பின் மதிய நேரம்... காட்டு இலந்தைப் பழங்கள் பறித்துக்கொண்டு வந்திருந்தார். பேச்சு அவரது வாழ்க்கை பற்றி நீண்டது. தனக்குக் கல்யாணமாகி திருமண வயதில் பெண் பிள்ளைகள் இருப்பதாகவும் தானும் ஒரு கரிசல் காட்டு சம்சாரிதான் என்றவர், ஒரு செம்பு தண்ணீரைக் குடித்து முடித்தார்.

மற்றவர்களைப் போல் அப்பிராணியாக தானும் வாழ்ந்துவந்த போது நடந்த ஒரு சம்பவம்தான் தன்னை இப்படி ஊர் ஊராக அலையவைக்கிறது என்றார். 1970 வருஷம் பருத்திக்கு நல்ல விலை விற்பதாகக் கேள்விப்பட்டு, விளைந்ததை எல்லாம் கமிஷன் கடை ஏஜென்ட்டுக்கு விற்பனைக்கு போட்டுவிட்டு வந்தார் பெத்தையா. இரண்டு நாட்களில் விலை படுத்துவிட்டதாகவும், அசலுக்குக்கூட கட்டுபடியாகாத நிலையில் விற்பதா... வேண்டாமா என்று யோசிப்பதாக கமிஷன் கடை முதலாளி சொன்னார். பெத்தையாவுக்கு ஆத்திரத்தை அடக்க முடியவில்லை. 'ரெண்டு நாள்ல என்னய்யா அப்படி நாட்ல நடந்து போச்சு... எதுக்கு விலை படுத்துருச்சு? எல்லாம் பித்தலாட்டம்!' என்று பெரிய பிரச்னை செய்து அது போலீஸ் ஸ்டேஷன் வரை போய், நூறு ரூபாய் வரை கைநட்டமும் ஆனது. அதன் பிறகு விவசாயிகளுக்கு சங்கம் அமைக்கிறார்கள் என்று கேள்விப்பட்டு சிவப்புத் துண்டுகளின் ஸ்நேகம் ஏற்பட்டது பெத்தையாவுக்கு. அந்த நாள் முதல் விவசாயத்தை விடவும் தன்னைப் போல அப்பாவிகளுக்கு நியாயம் கிடைக்க வேண்டும் என்பதற்காக அலைந்துகொண்டு இருப்பதாகச் சொன்னார். அவர் பேசிய யாவுமே நியாயமானது என்பதை ஊர்க்காரர்கள் உணர்ந்தார்கள். அதன் பிறகு அவர் வீடுகளுக்கே வந்து சாப்பிடுவதும் பகல் முழுவதும் படிப்பதற்காக ஏதாவது கிணற்றைத் தேடிப் போவதுமாக இருந்தார்.

ஒரு பகலில் அவர் சென்னகேசவன் வீட்டில் சாப்பிட்டுக் கொண்டு இருந்தபோது திடுதிப்பென்று ஊரில் போலீஸ் புகுந்து வீட்டை வளைத்தது. யாரோ காட்டிக் கொடுத்து விட்டார்கள். எச்சில் கையுடன் பெத்தையாவை கழுத்தாம் பிடியாகப் பிடித்து இழுத்து வெளியே கொண்டு வந்தார்கள். பெத்தையா அப்போதும் உரத்த குரலில் ஏதோ விவாதம் செய்தபடிதான் வந்தார். போலீஸ்காரர்களில் ஒருவன் ஆத்திரம் தாங்க முடியாமல், பிளந்து போட்டிருந்த மஞ் சணத்தி விறகில் ஒன்றை எடுத்து, அவரை மாறி மாறி அடித்தான். ரத்தம் பொங்கி வழிந்தபோதும் அவர் கத்தவே இல்லை. தெருவில் ஒரு நாயை இழுத்துச் செல்வதைப் போல அவரை இழுத்துப் போய் வேனில் ஏற்றினார்கள். அதன் பிறகு இரண்டு நாட்கள் ஊரே குற்ற உணர்ச்சிக்கு உட்பட்டிருந்தது. ஆளற்ற கிணற்றில் அவர் படித்து விட்டு வைத்திருந்த அண்ணாமலை ரெட்டியாரின் காவடிச்சிந்து புத்தகத்தை பகலிரவாக காற்று புரட்டிக்கொண்டே இருந்தது. பெத்தையாவைப் பிடித்துப் போன இரண்டு நாட்களிலேயே மிசா என்றால் என்ன வென்று யாரும் சொல்லாமலே எனக்குப் புரிந்து போயிருந்தது.

விவசாயியின் வாழ்க்கை காற்றில் அடித்துச் செல்லப்படும் மண்ணைப் போல எந்த பிடிமானமும் அற்றது. எத்தனை பெரிய விவசாயக் குடும்பமும் கூட ஊரில் வேர் விட்டு வாழ முடியவில்லை. ஊர் அப்படியே இருக்கிறது. பனைகளும் உலர்ந்த கிணறுகளும்கூட அப்படியே இருக்கின்றன. விவசாயத்தை ஒரு வணிகமாக மாற்றியவர்கள் தப்பித்துக் கொண்டார்கள். விவசாயத்திலிருந்து வேறு தொழிலுக்கு மாறியவர்கள் நன்றாக வாழத் துவங்கிவிட்டார்கள். மண்ணை மட்டுமே நம்பியவன் வெயிலைப் பார்த்து தலை நீட்டிக்கிடக்கும் ஓணானைப் போல ஊரை வெறித்துப் பார்த்துக் கொண்டு இருக்கிறான்.

கரிசல் விவசாயியின் வாழ்க்கையைச் சாட்சி சொல்வதற்கு பூமணியின் கதைகளில் அடமானம் என்ற ஒரு கதை போதும். அவரது வயிறுகள் என்ற சிறுகதைத் தொகுப்பில் இக்கதை உள்ளது. பூமணியின் கதைகள், கிராமத்து அழகைப் புகழ்ந்து பாடவில்லை. மாறாக, அதன் வெக்கையை, வறுமையை,

சாகித்ய அகடாமி விருது பெற்ற பூமணி கரிசல் வட்டாரத்து வாழ்க்கையின் நுட்பங்களைத் தனது எழுத்தில் வெளிப்படுத்திய சிறந்த எழுத்தாளர். கூட்டுறவுத் துறையின் உயர் அதிகாரியாக பணியாற்றி ஓய்வுபெற்ற பூமணியின் சொந்த ஊர் தூத்துக்குடி மாவட்டத்தில் உள்ள ஆண்டிபட்டி. 1947ல் பிறந்தவர். 'வயிறுகள்', 'ரீதி', 'நொறுங்கல்கள்' முதலியவை இவரது சிறுகதைத் தொகுப்புகள். 'பிறகு', 'வெக்கை', 'நைவேத்தியம்', 'வரப்புகள் வாய்க்கால்' ஆகியவை இவரது நாவல்கள். 'வெக்கை' நாவல் இந்தியில் மொழியாக்கம் செய்யப்பட்டுள்ளது. இலக்கியச் சிந்தனை பரிசு, அக்னி விருது, திருவனந்தபுரம் தமிழ்ச் சங்க விருது உள்ளிட்ட பல முக்கிய விருதுகளைப் பெற்றவர். தேசிய திரைப்பட வளர்ச்சி நிறுவனத்துக்காக இவர் இயக்கிய 'கருவேலம்பூக்கள் திரைப்படம்' பல முக்கிய உலகத் திரைப்பட விழாக்களில் பங்கு பெற்றது.

சாதியக் கொடுமைகளை, ஏமாற்றத்தை, சின்னஞ்சிறு சந்தோஷங்களை வெளிப்படுத்துகின்றன. ஆண், பெண், குழந்தை எனப் பேதமில்லாமல் யாவரும் இந்த வெக்கையின் பிடியில் சிக்கி அதோடு போராடுகிறார்கள். பூமணியின் கதைகள் மக்களின் வாய்மொழியிலே எழுதப்படுபவை. மிகக் குறைவான சொற்களால் காட்சிகளை உருவாக்குபவை. இக்கதை அய்யம்பட்டி சண்முகம் என்பவரின் வாழ்க்கையின் சில பக்கங்களைப் புரட்டிக் காட்டுகிறது. இருபது வயதில் வெள்ளை வேஷ்டி - சட்டை போட்டுக்கொண்டு வாழ வேண்டும் என்று ஆசைப்பட்டு, விவசாயம் செய்யப் பிடிக்காமல் வீடு வீடாகப் போய் முட்டைகளை வாங்கி விற்பனை செய்யத் துவங்கி, மெதுவாக அதிலிருந்து முன்னேறி ஆட்டு வியாபாரியாகி, அங்கிருந்தும் படிப்படியாக முன்னேறி விவசாயப் பொருட்களை வாங்கி விற்கும் கமிஷன் ஏஜெண்ட் ஆகிறார். வியாபாரத்துக்கு முதலீடு மனுஷர்களோடு பழகுவதுதான் என்று தெரிந்துவிடுகிறது. சிரிக்கச் சிரிக்கப் பேசி எந்த வியாபாரத்தையும் முடிக்கும் லாகவம் சண்முகத்துக்கு கை கூடுகிறது. இதனால் கையில் எப்போதும் காசு புரள்கிறது. ஆனாலும் விவசாயம் செய்து பிழைக்கத் தெரியாத சண்முகத்தின் மீது அவனது வயதான அய்யாவுக்கு கோபமாகத்தானிருக்கிறது.

வியாபாரத்தில் அடுத்த கட்டமாக இவனைவிட பெரிய கமிஷன் ஏஜென்ட்டான தோணுகால் சுப்பையாவின் நட்பு உருவாகிறது. இருவரும் சேர்ந்துகொண்டு மிளகாய் வத்தல், சீனிக்கிழங்கு என்று விவசாயிகளிடம் ரொக்கம் கொடுத்து வாங்கி வெளியே விற்கத் துவங்கி பணம் சேர்க்கிறார்கள். சண்முகம் மனைவியின் கழுத்தில் நகை புரள்கிறது. வீட்டில் நெல்லுச் சோறும் முட்டைப் பொரியலுமாக சாப்பாடு மணக்கிறது. ஆனால், அவனது அய்யா அப்போதும் காட்டு வேலைக்குப் போகிறார்... கஞ்சிதான் குடிக்கிறார்.

ஒரு வருஷம் சண்முகம், மிளகாய் வத்தலை மொத்தமாக வாங்கி இருப்பு வைக்கிறார். அதில் பெருத்த நட்டமாகிறது. பார்த்துக்கொண்டு இருந்தபோதே கைப்பணம் கரைந்து கடனாளியாகிறார். கடன் கழுத்தைப் பிடிக்கவே, வேறு வழியில்லாமல் அய்யாவின் பூர்வீக நிலத்தை அடமானம் வைத்து கடன் கட்டுகிறார். அப்படியும் தப்பிக்க முடியவில்லை. யாவும் கைவிட்டுப் போய் செய்வதறியாமல் பழைய பாத்திரங்களுக்குப் பேரிச்சம் பழம் விற்கப் போய்விடுகிறார். மனத் துயரம் தாங்க முடியவில்லை. தீர்க்கப்பட வேண்டிய பிரச்னைகள் தன்னைச் சுற்றி வளர்ந்துவிட்டிருப்பது புரிகிறது. மனைவியும் பிள்ளைகளும் கூலி வேலைக்குப் போகிறார்கள். வேலை முடித்து குழந்தைகளோடு வரும் மனை வி யிடமிருந்து குழந்தையை கை மாற்றி வாங்கிக்கொள்கிறார். ஊர்க்காரர்கள் அவர் தனது நிலத்தை மட்டும்தான் அடமானம் வைத்துவிட்டார் என்று பேசிக்கொண்டு இருக்கிறார்கள் என்பதோடு கதை முடிகிறது. விவசாயக் குடும்பத்தின் சந்தோஷமும், ஏற்றமும், நிலைகொள்ள முடியாத தவிப்பும் நீர்குமிழிகளைப் போல பூமணியின் கதை முழுவதும் ஆங்காங்கே தோன்றி மறைந்தபடி இருக்கின்றன.

விவசாயம் இல்லாத ஊர்களில் கழுத்து எலும்பு தெரிய மெலிந்து போன மாடுகள் மாமிசத்துக்காக அடிமாடுகளாக விற்கப்பட்டு லாரிகளில் எங்கோ ஏற்றிச் செல்லப்படுகின்றன. பொக்குமண் போலாகிவிட்ட வாழ்வை வெறித்துப் பார்த்தபடி இருக்கும் விவசாயிகளை எங்கே அனுப்புவது? அல்லது எப்படி மீட்பது? கண்முன்னே வீழ்ச்சியுறும் வாழ்க்கையைக் கண்டு மனம் எழுப்பும் இது போன்ற

கேள்விகளும் காற்றில் அடித்துச் செல்லப்படும் மணல் போல திசை தெரியாமல் போய்விடும் என்பதைத் தெரிந்துதான் எழுத வேண்டியுள்ளது. இதைத் தவிர வேறு என்ன செய்ய முடியும் எழுத்தாளனால்?

11
நிலா பார்த்தல்

முதன் முறையாக என் பையனை சினிமா பார்ப்பதற்காக தியேட்டருக்கு அழைத்துப்போன நாளில் அவன் படம் துவங்கியதும், 'அப்பா ரிமோட்டைக் குடு... சவுண்டைக் குறைக்கணும்!' என்று கைகளை நீட்டினான். ரிமோட் கிடையாது என்று விளக்கினால் அவனுக்குப் புரியவில்லை. பிடிவாதமாக, 'ரிமோட் வேண்டும்!' என்று கத்தி கூப்பாடு போட்டு, அரங்கத்தை விட்டு வெளியே வரும்படி செய்தான். வீடு வந்த பிறகு ஓடிச் சென்று டி.வி-யின் ரிமோட்டை எடுத்துக்கொண்டு, 'இதை தியேட்டருக்கு எடுத்துப் போயிருந்தால் சத்தத்தைக் குறைத்திருக்கலாமே...' என்று சிரித்தான்.

குழந்தைகள் ரிமோட் கன்ட்ரோல் உலகுக்குப் பழகி விட்டார்கள். ரிமோட்டின் உதவியால் தொலைக்காட்சியின் சேனல்கள் மாறுவது போல, ஏன் தெருவும் வீடும் பொருட்களும் மாறுவதில்லை என்று அவர்களுக்குக் குழப்பமாகத்தான் இருக்கிறது. ஒரே டெலிவிஷனில் வேறு

வேறு காட்சிகள் தோன்றி மறைவது போல, ஒரே புத்தகம் ஏன் வேறு வேறு புத்தகமாக மாறவில்லை என்று ஆத்திரப்படுகிறார்கள். மாபெரும் ரிமோட் ஒன்று இருந்தால்... மொத்த உலகத்தையும் தன் இஷ்டப்படி மாற்றிக்கொள்ளலாம் என்று கனவு காணுகிறார்கள்.

அதை நனவாக்குவது போல விளையாட்டு காரில் துவங்கி வீட்டின் குளிர்சாதனம் வரை யாவும் ரிமோட்டுக்குள் அடங்கிவிட்டது.

திடீரென உலகம் ஒரு நெல்லிக்காயைவிடவும் சிறியதைப் போலச் சுருங்கி விட்டது போன்று தோன்றுகிறது. தொலைவு என்பதைப் பற்றிய பிரக்ஞையே இல்லாமல் போய்விட்டது. காரணம், மின்சாரமும் நவீன விஞ்ஞான சாதனங்களின் வளர்ச்சியும், நம் இருப்பிடத்துக்குள் உலகைச் சுருக்கிட்டு இழுத்து வந்துவிட்டன.

தண்ணீரை விடவும் மின்சாரம் அதிகமாக உபயோகிக்கப் படுகிறது. மின்சாரமில்லாத வாழ்வைப் பற்றி நினைவு கொள்வதுகூட அர்த்தமற்றதாகி விட்டது!

ஆனாலும் மின்சாரம் நுழையாத காலத்தின் இரவுகள் தந்த நெருக்கமும், அரிக்கேன் விளக்கொளியிலிருந்து கசிந்து வரும் மஞ்சள் திரவம் போன்ற வெளிச்சமும் மனதின் மூலையில் அப்படியே படிந்து போயிருக்கின்றன. அந்த நாட்களில் சிறுவர்களுக்கு இருந்த ஒரே விளையாட்டு நிலா பார்த்தல்! இரவானதும் நிலா எங்கேயிருக்கிறது, எந்தப் பக்கம் போகிறது என்று அண்ணாந்து பார்த்தபடி, அதைத் தன் கூடவே கூட்டிக்கொண்டு தெருத்தெருவாக அலைவது ஒரு தீராத விளையாட்டு!

தெருவில் இருந்த அத்தனை பையன்களும் தங்களோடு ஒரு நிலவை தன் வீட்டுக்கு கூடவே கூட்டிப்போவதும் வழியில் அது மேகத்தில் மறைந்தபோது அங்கே நின்று நிலவை வெளியே வரும்படி கூப்பிட்டுக் கத்தியதும் எல்லா இரவுகளிலும் நடந்தேறியது. அந்த நாட்களில் வானில் ஒரேயொரு நிலவுதான் இருந்தது என்று எவராவது சொன்னால், யாரும் ஒப்புக்கொள்ள மாட்டார்கள்.

நான் என் வீட்டுக்கு கூட்டிவந்த நிலவு என் ஜன்னலுக்கு வெளியில்தான் நின்றிருந்தது. அதுபோல இன்னொரு நண்பன் அவனது நிலவை தன் வீட்டுக்குக் கூட்டிப் போயிருப்பான். இப்படி எத்தனை சிறுவர்கள் கிராமத்தில் இருந்தார்களோ, அத்தனை நிலவுகள் இருந்தன.

நிலா வராத நாட்களில் நட்சத்திரங்களை ஆகாசத்திலிருந்து பறிப்பதற்காக கிறுகிறுவென தட்டாமாலை சுற்றுவோம். நிலா முற்றிய நாட்களில் அதன் பால் வெளிச்சம் தெருக்களை, வீடுகளை குளிர்மை செய்யத் துவங்கும். தெருவில் பாயை விரித்து தூங்குபவர்கள் யாரோ தங்களை நெருக்கமாக நின்று பார்த்துக்கொண்டு இருப்பது போல வெட்கமடைவார்கள். அது போன்ற நாட்களில் கல் உரல்களில் தேங்கி நிற்கும் நிலா வெளிச்சத்தை ஆசையோடு நாய்கள் நக்குவதைக் கண்டிருக்கிறேன்.

நிலா பார்த்தல், தாயின் இடுப்பில் அமர்ந்த நாளில் துவங்கி இன்று வரை தொடர்ந்து வந்துகொண்டே இருக்கிறது. பால்யத்தில் என் வீடு வரை கூட்டிவந்த நிலவு இன்றும் எனது பயணத்தில் எப்போதும் கூடவே வந்துகொண்டு இருந்தது. எந்த ஊருக்குப் போகும்போதும் தெரிந்த நபர் கூட இருப்பது போல ஒரு நெருக்கம் கூடிவிடுகிறது.

கையில் காசில்லாமல் சுற்றியலைந்த நாட்களில் கர்நாடக மாநிலத்தின் பட்டக்கல், பதாமி என்ற இடங்களில் உள்ள புராதனக் கோயிலையும் சௌந்தர்யமிக்க சிற்பங்களையும் பார்த்துவிட்டு, பீஜப்பூரை நோக்கி லாரியில் பயணம் செய்ய நேர்ந்தது. டிசம்பர் மாதத்தின் இரவு என்பதால் நட்சத்திரங்கள் சிதறிக் கிடந்தன. மேகம் இருண்டிருந்தது. லாரியில் ஓட்டுநரும் இரண்டு உதவியாளர்களும் முன்னால் இருந்ததால் என்னையும் இன்னொரு வயதான நபரையும் பின்னால் ஏறிக்கொள்ளச் சொன்னார்கள்.

அந்த லாரியில் சிமெண்ட் மூட்டைகள் ஏற்றப்பட்டிருந்தன. லாரியில் ஏறியதும் தூங்கிவிட வேண்டியதுதான் என்று சுருண்டு படுத்தேன். ஆனால், குளிர்காற்றும் திறந்த ஆகாசமும் தூக்கத்தை நெருங்கவிடாமல் செய்தன. குளிர் தாங்கமுடியாமல் உடல் நடுங்கத் துவங்கியது. உட்கார முடியவில்லை. என் மீதே எனக்குக் கோபமாக வந்தது.

எதற்காக இப்படிக் காரணமில்லாமல் அலைந்துகொண்டு இருக்கிறேன்? எனக்கு என்னதான் வேண்டும்? ஏன் இப்படிக் குளிரில் நடுங்கிக்கொண்டு அமர்ந்திருக்கிறேன்? என யோசனை நீண்டு விரிய விரிய... என் மீதான ஆத்திரம் அதிகமாகிக்கொண்டு இருந்தது.

குளிரில் நடுங்கியபடி கைகளை மார்பின் குறுக்காகக் கட்டிக்கொண்டு ஆகாயத்தைப் பார்த்தபடியே வந்தேன். லாரி ஒரு மலைப்பாதையில் செல்லத் துவங்கியபோது, பள்ளத்தாக்கின் மீது ஒரு பருந்து வட்டமிடுவது போல் தனியே மிதந்துகொண்டு இருந்தது நிலா. அது பௌர்ணமியின் மறுநாள் போலும். மரங்களும் பாறைகளும் ஏன் அந்த மொத்த நிலப்பரப்பே வெண்ணிற வெளிச்சத்தின் சல்லாத்துணியை போர்த்திக்கொண்டு இருப்பது போலிருந்தது. இரவு எத்தனை அழகானது என்பதை அந்த இரவில்தான் தெரிந்து கொண்டேன்.

ஏதோ என் வீட்டின் வாசலில் கயிற்றுக்கட்டிலை போட்டுப் படுத்துக் கொண்டு நிலவைக் காண்பது போல அத்தனை நெருக்கம் கூடியது. அதோடு அது வரை அழுத்திக்கொண்டு இருந்த எண்ணங்கள் கரைந்துபோய் இது போல ஒரு காட்சியைக் காண்பதற்குக் கிடைத்த சந்தர்ப்பம் எத்தனை பேருக்கு கிடைக்கப்போகிறது என்று மனது சந்தோஷத்தில் பொங்கியது. குழந்தைகள் நிலவைப் பார்த்துப் பாடுவது போல சத்தமாகப் பாட வேண்டும் போலிருந்தது. தானறியாமல் வாய் ஒரு பாடலை முணு முணுக்கத் துவங்கியது. லாரியில் இருந்தபடி எழுந்து வட்டம் சுற்ற வேண்டும் என்று நினைத்தேன். அருகில் சுருண்டுகிடந்த நபர் வேடிக்கையாக என்னையும் நிலவையும் பார்த்தார்.

இதே நிலவைத்தானே சிறுவயதிலிருந்து துரத்துகிறேன்.

இந்தச் சந்திரன்தானே என் வீட்டுக் கிணற்றில் வீழ்ந்து கிடந்தது. கனவுகள் சூழ நான் உறங்கிக் கிடந்தபோது என்னைப் பார்த்துக்கொண்டு இருந்தது இதே நிலவுதானே! ஏனோ ஆகாசமும், நட்சத்திரமும், நிலவும் திடீரென கை தொடும் நெருக்கத்துக்கு வந்துவிட்டன போலிருந்தது.

லாரியில் நன்றாகப் படுத்துக்கொண்டேன். என் தலைக்கு மேலாகக் கூடவே வந்து கொண்டு இருந்தது நிலா. புகை போல குளிர் நிரம்பிய பாதைகளில் லாரி கடந்து சென்றுகொண்டு இருந்தது. உலகில் ஒரேயொரு மனிதனும் ஒரு நிலவும் மட்டுமே விழித்திருக்கிறோம் என்பது போல நிலாவைக் கூடவே அழைத்துச் சென்றுகொண்டு இருந்தேன்.

விடிகாலையின் மணம் காற்றில் படரத் துவங்கியபோது, திடீரெனத் தோன்றியது... வீட்டிலிருந்து வெளியேறித் துறவியாக அலைந்த நாட்களில் கௌதம புத்தரும் இதே நிலவைத்தானே பார்த்திருப்பார்! அப்படியானால் இந்த நிலவு புத்தரின் தோழன் இல்லையா? சங்க இலக்கியத்தில் வரும் பாணன் தன் காட்டு வழியில் கண்டதும் இதே நிலவுதானே? சிறைச்சாலையின் ஜன்னல் வழியாக பகத்சிங் இதே நிலவைப் பார்த்திருப்பார் அல்லவா? காலத்தின் நிசப்தமான சாட்சியின் பெயர்தான் நிலவா? மனதில் இருந்த கசடுகள், வலிகள் யாவும் கழுவித் துடைக்கப்பட்டுவிட்டன போலானது. பொழுது புலர்ந்து, முதல் வெளிச்சத்தின் கீற்றுகள் வானில் தோன்றத் துவங்கியபோது நிலா மேற்கில் கரை தட்டி நின்ற படகைப் போல அசைவற்று அப்படியே நின்றிருந்தது. ஓரிடத்தில் லாரி நின்றபோது கீழே இறங்கினேன். சூரியன் உதயமாகியிருந்தபோது, மெதுவாக நிலா மறைந்துகொண்டு இருந்தது. என் கூடவே நிலவு துணைக்கு வரும்வரை எந்த ஊருக்கு வேண்டுமானாலும் சென்று வர முடியும் என்று மன தைரியம் உண்டானது. அதன் பிறகு இன்று வரை ரயிலில், பேருந்தில், கார்களில் பயணம் செய்யும்போது, நிசப்தமாக ஒரு மீன் தண்ணீரில் நீந்துவது போல நிலவு தொலைவில் அலைவதைப் பார்த்தபடி நீள்கிறது பயணம்.

தற்செயலாக இரண்டு நாட்களுக்கு முன்னால், ஓர் இரவில் மின்சாரம் துண்டிக்கப்பட்டு யாவரும் மொட்டைமாடியில் உறங்க வேண்டியதாகியது. நகரத்துக்கு வந்த பிறகு குழந்தைகள் முதன்முறையாக நிலா பார்த்தபடி உறங்கும் முதல் நாள் அது. நட்சத்திரங்களையும், நிலவையும், வழி தெரியாமல் அலையும் பறவைகளையும் பார்த்தபடி படுத்துக் கிடந்தோம்.

ஏதாவது கதை சொல்ல வேண்டும் என்று பையன் கேட்டதும் என் நினைவில் வந்த கதை பி.எஸ்.ராமையாவின்

மதுரை மாவட்டம் வத்தலக்குண்டு கிராமத்தில் 1905-ம் ஆண்டு பிறந்தவர் பி.எஸ்.ராமையா. 1933-ல் ஆனந்த விகடன் நடத்திய சிறுகதைப் போட்டியில் பரிசு பெற்றவர். கச்சிதமான வடிவத் துடனும், தேர்ந்த மொழி நடையுடனும் சிறுகதைகள் எழுதியவர். சில காலம் திரைப்படத் துறையிலும் பணியாற்றியிருக்கிறார். இவரது 'தேரோட்டி மகன்' நாடகம் மிகவும் பிரசித்தி பெற்றது. 'மணிக்கொடி' என்ற இலக்கிய இதழை நடத்தி, தமிழ்ச் சிறுகதை உலகுக்கு பதிய பாதையை உருவாக்கியவர். 'புதுமைக் கோவில்', 'பூவும் பொன்னும்' போன்றவை இவரது சிறுகதைத் தொகுப்புகள்.

நட்சத்திரக் குழந்தைகள். இக்கதையை எனது கல்லூரி நாட்களில் வா சித்திருக்கிறேன். ஒரு கூழாங்கல் தண்ணீருக்குள் அமிழ்ந்து கிடப்பது போல இன்று வரை ஈரம் உலராமல் அப்படியே மனதில் இருக்கிறது. பி.எஸ்.ராமையா மணிக்கொடி இதழை நடத்தியவர். சிறந்த சிறுகதையாசிரியர். அவரது இக்கதை சிறந்த தமிழ்ச் சிறுகதைத் தொகுப்புகள் யாவிலும் இடம் பெற்றுள்ளது.

நட்சத்திரக் குழந்தைகள் கதையில் ரோகிணி என்ற ஆறு வயதுச் சிறுமியும் அவளது அப்பாவும் ஒரு நாள் ஆகாசத்தைப் பார்த்துக்கொண்டு இருக்கிறார்கள். நட்சத்திரங்களுக்கு அப்பா இருக்கிறாரா என்று ரோகிணி கேட்கிறாள். சுவாமிதான் நட்சத்திரங்களுக்கு அப்பா என்று பதில் சொல்கிறார். உடனே சிறுமி கேட்கிறாள்... 'சுவாமி உன்னைப் போல அழகாக இருப்பாரா அப்பா?' அவரும், 'சுவாமியைப் போல அழகானவர் உலகத்திலேயே வேறு யாரும் கிடையாது!' என்கிறார்.

ரோகிணி அதை ஆமோதிப்பது போல சொல்கிறாள்... 'அதனால் தான் நட்சத்திரங்கள் இத்தனை அழகாக ஜொலிக்கின்றன!' அப்போது ஒரு நட்சத்திரம் எரிந்து கீழே விழுகிறது. அதைக் கண்ட சிறுமியின் தந்தை, 'யாராவது பொய் சொல்லிவிட்டால் ஒரு நட்சத்திரம் இப்படி உதிர்ந்து விழுந்துவிடும்!?' என்கிறார். ரோகிணியும் அதை ஏற்றுக் கொள்கிறாள். இரண்டு 3 நாட்களுக்குப் பிறகு ஒரு இரவில் வானத்திலிருந்து எரிந்து விழும் நட்சத்திரம் ஒன்றைக்

கண்டு வேதனை தாங்க முடியாமல் ரோகிணி அழுகிறாள். அப்பா சமாதானப்படுத்தும்போது, 'நம் ஊரில் யாரோ பொய் சொல்கிறார்கள் அப்பா. ஒரு நட்சத்திரம் உதிர்ந்து போனால் கடவுள் எவ்வளவு வேதனைப்படுவார். அதை நினைத்துதான் வருத்தப்படுகிறேன்!' என்கிறாள் குழந்தை. குழந்தையின் மனதும், வார்த்தைகளால் வெளிப்படுத்த முடியாத துக்கமும் கொண்ட கதை இது. எப்போதாவது பின்னிரவில் விழித்துக்கொண்டு ஜன்னலைத் திறந்து பார்க்கும்போது சொந்த ஊரை நினைவுபடுத்துகிறது நிலா. குற்றவாளியைப் போல அதை நேர்கொள்ளத் துணிவின்றி கவிழ்ந்து கொள்கிறது தலை!

பொய் சொல்வதால் நட்சத்திரங்கள் உதிர்ந்துவிடும் என்பது உண்மையாக இருந்தால், இன்று வானில் ஒரு நட்சத்திரம்கூட இருக்காது. ஆனாலும், இக்கதையை வாசிக்கும்போது, கடவுளுக்காக வருத்தப்பட குழந்தைகளைத் தவிர வேறு யார் இருக்கிறார்கள் என்றே நினைக்கத் தோன்றுகிறது.

12. உள்ளங்கை எழுத்து

'புல்லைக் காட்டிலும் வேகமாக வளர்வது எது?' என்று கேட்கும் யட்சனுக்கு, 'கவலை!' எனப் பதில் சொல்கிறான் யுதிஷ்டிரன். மகாபாரதத்தில் வரும் இந்த ஒற்றை வரி, இன்றைக்கும் மனதில் ஒரு நாணல் போல அசைந்து கொண்டே இருக்கிறது.

உதிர்ந்து கிடக்கும் மயிலிறகைக் கையில் எடுத்துப் பார்க்கும்போது, மயிலின் கம்பீரம் இறகிலே புலப்படுவது போல மகாபாரதம், ராமாயணம் போன்ற இதிகாசங்களின் எந்த ஒரு பாடலை வாசித்தாலும், அதன் பிரமாண்டமும், அழகும், வாழ்வு குறித்த நுட்பமான பதிவுகளும், சொல்லின் சுவையும் புரிகின்றன.

இதிகாச கதாபாத்திரங்கள் துடுப்பில்லாத படகு ஆற்றில் அலைக்கழிக்கப்படுவது போல், வாழ்க்கை கொண்டுசெல்லும் பக்கமெல்லாம் அலைபடுகிறார்கள். ஆனால், ஒரு நாள் படகு எங்கோ திசை தெரியாத ஒரு கரையில் ஒதுக்கப்படுவது போல, அவர்களின் முடிவும் வெளிப்படுத்த

முடியாத துயரமும் தனிமையுமாக எங்கோ கரைதட்டி நின்று விடுகிறது.

யுகபுருஷர்களாக இருப்பவர்களுக்கும் வயதாகிறது. மூப்பு அவர்களின் காதோரம் நரைக்கத் துவங்கி, பார்த்துக்கொண்டு இருக்கும் போதே உடல் முழுவதும் நிரம்பிவிடுகிறது. ஸ்ரீகிருஷ்ணனும்கூட ஒரு வேடனின் அம்புக்குத்தான் பலியாகிறான். தர்மபுத்திரன் யுதிஷ்டிரன் சொர்க்கலோகம் செல்லும்போது, ஒரு நாயைத் தவிர அவனுடன் வர யாருமில்லை. மாவீரன் அஸ்வத்தாமாவோ நண்பர்களற்றுப் போகும்படியாக சாபம்கொண்டு, சாகவும் முடியாமல் வாழவும் முடியாமல் காற்றில் அலைகிறான்.

தூக்கமற்றுப் போன திருதராஷ்டிரனுக்கு, 'நியாய உணர்வைத் தவிர தூக்கத்தை வரவழைக்க வேறு மருந்து இல்லை!' என்று நீதி சொன்ன விதுரனும், மகாபாரதத்தின் முடிவில் நிர்வாணியாக யாருடனும் ஒரு வார்த்தைகூடப் பேசக் கூடாது என்பதற்காக நாக்கு புரண்டுவிடாமலிருக்க கூழாங்கல்லை நாவினடியில் புதைத்துக்கொண்டு சொல்லற்று அடர்ந்த காட்டினுள் தனியே போய் விடுகிறான். விதுரன் சொல்லை அறிந்தவன். ஒரு முறை திருதராஷ்டிரனிடம் விதுரன் சொல்கிறான்... 'கோடரியால் வெட்டப்பட்ட மரம் கூடத் திரும்பவும் முளைத்து விடக் கூடியது. ஆனால், கடுஞ் சொல்லால் துண்டிக்கப்பட்ட உறவு ஒருபோதும் சேர்வதே இல்லை!'

கங்கையின் கரைகளில் சுற்றி அலைந்த நாட்களில் ஒரு வார்த்தைகூடப் பேசாமல், பாறையின் மீது அமர்ந்தபடி ஆகாசத்தைப் பார்த்தபடியிருக்கும் துறவிகளை நான் கண்டிருக்கிறேன். பறந்து செல்லும் பறவையைப் பார்ப்பது போல் மேகங்கள் கடந்து போவதை அவர்கள் ஆனந்தத்துடன் பார்த்துக்கொண்டு இருப்பார்கள். சில நேரங்களில் தங்களது பாறைகளிலிருந்து எழுந்து நின்று எதையோ கைகொட்டி ரசிப் பார்கள். ஆனால், என்ன காண்கிறார்கள் என்று எவருக்கும் தெரியாது.

இருள் கலையாத விடிகாலையில் கங்கையில் குளிப்பதற்காக, திரி விழுந்த சடாமுடியும் யோகம் பயின்ற உடலுமாகத் துறவிகள் வருவார்கள். சீற்றமான ஆற்றின் ஒரு பாறையில்

அமர்ந்தபடி, அங்கே வரும் போகும் மனிதர்களைப் பார்த்துக்கொண்டு இருப்பேன். எனது நாட்டமெல்லாம் இயற்கையை அறிந்துகொள்வது மட்டும்தான். கங்கை பெருக்கெடுத்து ஓடிக்கொண்டு இருந்த மழைக்காலம் அது. ஆற்றின் விசை கடுமையாக இருந்தது. பல இடங்களில் காட்டு மரங்களை அடித்து இழுத்து வந்துகொண்டு இருந்தது ஆறு.

வீட்டில் ஆறு மணிக்கு எழவே அலுத்துக்கொள்ளும் நான், அங்கே நான்கு மணிக்கு முன்னதாகவே விழித்துவிடுவேன். சாவகாசமாக மரங்களுக்கிடையில் நடந்து, பாறைகளின் மீதேறி கங்கையோட்டத்தின் அருகில் வந்து நிற்கும் போது, நேற்றுப் பார்த்த பாறைகள் இன்று தண்ணீருக்குள் மூழ்கிக்கிடக்கும். மான்கள் நீர் அருந்த வருவது போல அத்தனை அமைதியாகவும் ஆசையோடும் ஆங்காங்கே துறவிகள் நீர்முகத்துக்கு வந்து சேர்வார்கள். எவரும் எவரையும் கண்டு வணங்குவதோ, நின்று பேசுவதோ இல்லை.

கையில் கொண்டு வந்திருக்கும் பூக்களை நீரில் மிதக்க விட்டு, ஏதோ பூஜை செய்வார்கள். பிறகு, தண்ணீரை உள்ளங்கையில் ஏந்திப் பத்து முறை தீர்த்தம் போலக் குடிப்பார்கள். அப்புறம் நீரோட்டத்தின் விசையைப் பற்றிய பயமின்றி தண்ணீருக்குள் மூழ்கி எழுவார்கள். நான் நடுக்கத்துடன் தண்ணீருக்குள் இறங்குவதா, வேண்டாமா என்ற தயக்கமும் பயமுமாக இருப்பேன். ஈரம் சொட்டும் உடலுடன் பாறைகளில் ஏறித் துறவிகள் நடந்து செல்லும்போது, நீர்க்கோடுகள் பாறைகளில் வழிந்தோடும்.

எனது அன்றாட பழக்கம் சூரியன் உதயமாவது வரை ஒரே இடத்தில் நின்று ஆற்றைப் பார்த்துக்கொண்டு இருப்பது மட்டுமே! காரணம், சூரிய வெளிச்சம் எந்தப் பாறை வரை படுகிறது... காலையின் முதல் வெளிச்சத்தில் உலகம் எப்படியிருக்கிறது என்று காண்பதில் ஓர் ஆனந்தம். இதற்காகக் குளித்துவிட்டு பாறையில் நின்று கொள்வேன். ஒரு ஆமை தண்ணீருக்குள்ளிருந்து மேலே வருவது போல, சர்வ நிதானமாக காலைச் சூரியன் வெளிப்படும். ஆனால், பார்த்துக் கொண்டு இருக்கும் நேரத்தில் அதுவே ஒரு ஓநாயைப் போல வேகம் கொண்டுவிடும். சூரியனின் முதல்

சாகித்ய அகாடமி விருது பெற்ற எஸ்.கல்யாணசுந்தரம் என்ற வண்ணதாசன் நவீன தமிழ்ச் சிறுகதை உலகில் மிகுந்த கவனம் பெற்ற எழுத்தாளர், 'தீபம்' இதழில் எழுதத் துவங்கியவர். திருநெல்வேலிக்காரர். 1962-ல் இருந்து இன்று வரை தொடர்ந்து சிறுகதைகள் எழுதி வருகிறார். இவரது கதையுலகம் பிரியமும் கருணையும் நிரம்பியது. சகமனிதர்களின் மீதான அன்பும், அன்றாட வாழ்வு தரும் நெருக்கடியை மீறி மனிதன் நெகிழ்வுறும் அபூர்வ கணங்களைப் பதிவு செய்வதும் இவரது எழுத்தின் வலிமையாகச் சொல்லலாம். கலைக்க முடியாத ஒப்பனைகள், தோட்டத்துக்கு வெளியிலும் சில பூக்கள், சமவெளி, பெயர் தெரியாமல் ஒரு பறவை, மனுஷா மனுஷா, கனிவு, நடுகை, உயரப் பறத்தல், கிருஷ்ணன் வைத்த வீடு ஆகியவை இவரது சிறுகதைத் தொகுப்புகள். கல்யாண்ஜி என்ற புனை பெயரில் கவிதைகள் எழுதி வருகிறார். இவரது சிறுகதைகள் பல்கலைக்கழகங்களில் பாடமாக வைக்கப்பட்டிருக்கின்றன. இலக்கிய சிந்தனை விருது உள்ளிட்ட பல முக்கிய விருதுகளைப் பெற்றிருக்கிறார் வண்ணதாசன்.

கிரணங்கள் பாறையின் மீது ஒவ்வொரு நாளும் ஓரிடத்தில் விழுகின்றன. ஒருபோதும் ஒரே இடத்தில் வெளிச்சம் படுவதில்லை என்று கண்டறிந்தேன். அத்துடன் ஒவ்வொரு நாளின் காலையும் தனக்கென தனியான அடர்த்தியும் நறுமணமும் கொண்டதாக இருப்பதும் புரிந்தது.

வெளிச்சத்தில் ஆறு புலப்படும்போது அங்கே யாரும் இருக்க மாட்டார்கள். ஆறு மட்டும் இருளில் கண்டதை விடவும் பிரமாண்டமானதாக, பொங்கிச் சீறி ஓடிக்கொண்டு இருக்கும். பாம்பின் நாக்கு சீறுவது போல மெதுவாக வெயில் எட்டிப் பார்ப்பதும் அடங்குவதுமாக இருக்கும். குளித்து எழுந்து தங்கியிருந்த இடத்துக்குத் திரும்பி வரும்போது, மலையின் வேறு வேறு முகடுகளில் துறவிகள் அமர்ந்திருப்பதைக் காண முடியும். அவர்கள் முகத்தில் களங்கமின்மையும் எதையோ அறிந்துகொண்ட ரகசியமும் பளிச்சிடும்.

நான் இயற்கையிடமிருந்து கற்றுக் கொண்டதெல்லாம் அதன் பிரமாண்டமும் மௌனமும் மட்டுமே! பேச்சு பழகுவது எளிது. பேச்சை விட்டு விலகுவது எளிதானதில்லை.

பிரமாண்டமான மலை எப்போதும் மௌனமாகவே இருக்கிறது. உலகுக்கு ஒளியை வாரியிறைக்கிற சூரியன் சத்தமிடுவதில்லை. தொடர் ஓட்டப் பந்தயக்காரர்கள் ஒருவர் கையிலிருந்து மற்றவர் கைக்குப் பொருளை மாற்றி வாங்கிக்கொண்டு ஓடுவது போல், அத்தனை துல்லியமாக உலகில் தொடர்ந்து ஓடிக்கொண்டு இருக்கின்றன இரவும் பகலும்!

ஒரு முறை, பசி தாகத்தை விலக்கியபடி காட்டுக்குள் திரியும் விதுரனைக் காண்பதற்காகச் செல்கிறான் யுதிஷ்டிரன். உடல் மெலிந்து ஆளே உருமாறிப் போயிருந்த விதுரன், நீண்ட நாட்களுக்குப் பிறகு யுதிஷ்டிரனைக் கண்டதும், அவரறி யாமல் கண்களில் பரிவும் அன்பும் வெளிப்படுகிறது. பாஷை நாவில் இருந்து கண்களுக்கு இடம் மாறிவிட்டது போல அவர்கள் இருவரும் பேசிக் கொள்ளாமலே ஒருவர் மனதை மற்றவர் புரிந்துகொள்கிறார்கள். விதுரன் தன் பார்வையின் வழியாகவே தனது சக்தியைத் தந்துவிட்டு, விலகிப் போய் விடுகிறார். பாஷை தேவையற்ற இடங்கள் வாழ்வில் அரிதாகவே ஏற்படுகின்றன. மருத்துவமனை படுக்கையில் நோயுற்றவன் தன் வயதைப் பற்றிய பிரக்ஞையின்றி தானாக கண்ணீர் விடுகிறான். ஆறுதலாக அவனது தலையைக் கோதிவிடும்போது ஏற்படும் சாந்தியை, பாஷையால் உருவாக்க முடியாது என்றே தோன்றுகிறது.

வண்ணதாசன் என் விருப்பத்துக்குரிய எழுத்தாளர். நெருக்கத்தில் அவரை 'கல்யாணி அண்ணன்' என்று அழைப்பதுதான் பிடித்திருக்கிறது. அவரது கதைகள் நெருக்கடியும் பிரச்னைகளும் நிறைந்த வாழ்வின் இடையில் அன்பின் இருப்பையும், அன்பு வெளிப்படும் அரிய தருணங்களையும் வெளிப்படுத்துபவை. தமிழ்ச் சிறுகதை உலகுக்கு இவரது பங்களிப்பு தனித்துவமானது. அது கவித்து மானதொரு உரைநடையை சிறுகதை எழுத்துக்கு உருவாக்கியது. இம்பிரஷனிச ஓவியங்கள் போன்ற துல்லியமும் வண்ணங்களும் கொண்ட உருச்சித்திரங்கள் இவரது கதைகளில் சித்திரிக்கப்படுகின்றன.

ஏதேதோ ஊர்சுற்றி நான் அறிந்து கொண்ட நிசப்தத்தை வண்ணதாசன் தன் இருப்பிடத்தில் இருந்து கொண் டே

அறிந்திருக்கிறார் என்பதற்குச் சாட்சியாக உள்ளது அவரது 'கூறல்' என்ற கதை. 'ஒரு துண்டு தோசை வாயில் இருக்கிற நிலையிலே தாத்தா அழுவதைப் பார்த்துச் சகித்துக்கொள்ள முடியவில்லை' என்று துவங்கும் இக்கதை, காது கேளாத ஒரு தாத்தாவைப் பற்றியது. வீட்டுக்கு வருபவர்களின் உதட்டசைவை வைத்துக் கொண்டு அவர்கள் பேசுவதைப் புரிந்து கொள்ளும் திறன் பெற்றவராக இருந்தார் தாத்தா. மூப்பு அவரது பார்வையை மங்கச்செய்தபோது சத்தம் நழுவி, உதட்டசைவும் நழுவி யார் வந்திருக்கிறார்கள் என்பதை உள்ளங்கையில் விரலால் எழுதிக் காட்டச் சொல்லிப் புரிந்துகொள்ளும் நிலை உருவாகிறது.

ஒரு நாள், ஊருக்குப் போயிருந்த அவரது மகனும் மருமகளும் வர, ஏன் தாமதமாகிறது என்ற காரணத்தை ஒருவரும் சொல்ல மறுக்கிறார்கள் என்ற கோபத்தில், 'ஒண்ணையும் என்கிட்டே சொல்ல மாட்டேங்குறீங்க...' என்று சொல்லியபடி எச்சில் வடிய அழுகையை அடக்க முடியாமல் சாப்பாட்டை பாதியில் வைத்துவிட்டு எழுந்துவிடுகிறார். இதைக் கண்ட பேத்திக்கு அழுகை முட்டுகிறது. இன்று வரை தாத்தா, பாஷை தன் பிடியைவிட்டு நழுவிச் செல்லும் போதெல்லாம் ஏதோ ஒரு வகையில் அதை இழுத்துக் கட்டிப்போட்டு வைத்திருந்தார். ஆனால், பேச்சை அறிந்துகொள்ள முடியாமல் போவது தன் இருப்பை அர்த்தமற்று போகச் செய்கிறது என்ற உண்மையை அவரால் ஏற்றுக்கொள்ள முடியவில்லை.

எப்போதும் போல அவருக்குச் சவரம் செய்வதற்காக வரும் கிருஷ்ணன், பெரிய வரை தான் சமாதானம் செய்து கூட்டிவருவதாகச் சென்று அவரது அவிழ்ந்து கிடந்த வேஷ்டியைக் கட்டிச் சாந்தப்படுத்தி சவரம் செய்யக் கூட்டி வந்து நாற்காலியில் உட்கார வைக்கிறான். அவரும் இரண்டு கைகளாலும் நாற்காலியைப் பற்றிக்கொண்டு அமர்கிறார். கால் பாதம் ஆடிக் கொண்டு இருக்கிறது. வெயில் கிருஷ்ணனின் கால்களில் படர்ந்து கொண்டு இருந்தது. தாத்தா சோப்பு நுரை அப்பிய முகத்துடன் அவனிடம் சகஜமாகப் பேச ஆரம்பித்திருந்தார் என்று கதை முடிகிறது. சொல் நழுவி, தொடுதல் மட்டுமே சாத்தியமான மூப்பின் அரிய காட்சி அது. கதை சொல்பவர், வெளிச்சம் பாறைகளில் நழுவிச்

செல்வது போல கதையை அதன் போக்கில் செல்லவிட்டுப் பார்த்துக்கொண்டு இருக்கிறார். ஆதரவான ஒரு மனிதன் தோளைப் பிடித்துக் கூட்டி வந்தபோது தாத்தா மன ஆறுதலைப் பெற்றுவிடுகிறார். எல்லா நாட்களும் நடப்பது போலத்தான் அன்றைக்கும் சவரம் நடக்கிறது. ஆனால், அது ஒரு அபூர்வமான காட்சியைப் போல மாறிவிடுகிறது. காற்றில் பறக்கும் சோப்பு நுரை போல நிமிட நேரத்தில் கடந்து போய்விடும் வாழ்வின் அரிய காட்சி அது. அதை அப்படியே பதிவு செய்திருக்கிறார் வண்ணதாசன்.

'ப்யூஜி மலையின் மீது ஒரு எறும்பு ஊர்கிறது' என்று ஒரு ஜென் கவிதை இருக்கிறது. கவிதையாக இந்த ஒரு வரிக்கு என்ன அர்த்தமிருக்கிறது என்று யோசிக்கக்கூடும். இந்த வரிக்குப் பின்னால் ஒரு அனுபவம் உள்ளது. ஜென் குரு ஒருவர் ப்யூஜி எரிமலையின் மீது பல நாட்கள் கஷ்டப்பட்டு ஏறி, அதன் உச்சிக்குச் செல்கிறார். அங்கே நின்று பெருமிதம் கொள்ளும்போது, அவரது காலடியில் ஒரு எறும்பு ஊர்ந்து செல்கிறது. அதைக் கண்ட மறுநிமிடம் அவர் பரவச நிலையை அடைந்து விடுகிறார். இக்கவிதை, கொந்தளிக்கும் எரிமலையின் மீது ஒரு எறும்பு நிதானமாக செல்வதைக் காட்டுவதாக அர்த்தப்படுத்திக் கொள்ளலாம். அல்லது, இன்னொரு தளத்தில் எரிமலையின் மீது ஏறிவிட்டதாக மனிதர்கள் பெருமிதம் கொள்வதை ஒரு எறும்புகூடச் செய்கிறது என்றோ, ஒரு சிறிய எறும்பு ஊர்வதன் வழியாகத்தான் ப்யூஜி எரிமலையின் பிரமாண்டம் புலப்படுகிறது என்றோ, பல நிலைகளில் அர்த்தம் கொள்ளலாம். இப்படி அந்த ஒரு வரி எல்லையற்ற அர்த்தங்களை நோக்கி விரிந்து கொண்டே போகிறது.

பிரமாண்டம் என்பது, யாரும் ஏற முடியாத மாபெரும் மலை மட்டுமல்ல. பனித்துளியில் சூரியன் தெரிவதும்கூட என்பதை இது போன்ற கதைகள்தான் மெய்ப்படுத்துகின்றன!

13. அடுத்த வீடு

சில வருடங்களுக்கு முன்பு, ஒரு காலனி வீட்டில் குடியிருந்தேன். காலனியின் முதல் வீட்டில் இருந்த ஆறு வயதுப் பெண் குழந்தையொன்று, "என்ன அங்கிள், எப்போ பார்த்தாலும் நீங்க உங்க பையனுக்கே பூந்தி, மிக்ஸர் வாங்கிட்டு வர்றீங்க.. எனக்கு ஏன் எதையும் வாங்கிட்டு வரமாட்டேங்குறீங்க?" என்று கேட்டது. ஒரு நிமிஷம் சுள்ளென சாட்டையால் அடித்த மாதிரி இருந்தது. நிஜம்தானே..? நம் குழந்தைகள் மட்டும்தான் நம் கவனத்தில் இருக்கிறார்கள். நமது அண்டை வீட்டிலும் குழந்தைகள் இருக்கிறார்கள் என்பது நம் நினைவில் இருப்பதில்லையே!

பையனுக்கு வாங்கி வந்த ஸ்வீட்டை எவ்வளவோ முறை பங்கு போட்டு அந்தக் குழந்தைகளுக்கும் கொடுத்திருக்கிறோம். ஆனாலும், அந்தக் குழந்தையின் ஆசை இயல்பானதுதான் இல்லையா? அடுத்த வீட்டு மாமா தனக்கென ஏதாவது வாங்கி வர வேண்டும் என்று அந்தக் குழந்தை ஆசைப்படுவதில் என்ன தவறு இருக்கிறது?

நம் வீட்டில் இருக்கும் அதே இட்லி-சட்னிதான் அடுத்த வீட்டிலும் கிடைக்கிறது என்றாலும், அந்த இட்லிக்கும் சட்னிக்கும் எப்படியோ தனி ருசி வந்துவிடுகிறது.

சிறு வயதில் யார் வீட்டில் சாப்பிடச் சொன்னாலும் நான் சாப்பிட்டுவிடுவேன். 'அடுத்த வீட்டில் சாப்பிடாதே!' என்று அம்மா திட்டுவார்கள். அடுத்த வீட்டுக்கும் நமக்குமான உறவு வெறும் பேச்சு மட்டும்தானா? என் வகுப்புத் தோழர்களின் வீடுகளில் துவங்கி, யார் என்றே தெரியாத நபர்களின் வீடுகள் வரை நான் சாப்பிட்டிருக்கிறேன். அவர்களும் தயக்கமில்லாமல் சாப்பாடு போடுவார்கள். அல்லது தின்பண்டங்கள் தருவார்கள். நாம் சாப்பிடும் அழகை வேறு ரசிப்பார்கள். இந்தச் சுதந்திரம் சில நேரங்களில் எல்லை மீறி, நானே அந்த வீடுகளின் சமையல் அறைக்குப் போய், 'அத்தை, முறுக்கு கொடு' என்று உரிமையோடு கேட்டுச் சாப்பிடும் நிலைமைக்கு வளர்ந்திருக்கிறது.

அடுத்த வீட்டில் சாப்பிட்டேனா, இல்லையா என்பதைக் கண்டுபிடிப்பதற்காக வீட்டில் கையை நீட்டச் சொல்லி முகர்ந்து பார்ப்பார்கள். அப்படிக் கையில் வாசனையைக் கண்டுபிடித்து விடுகிறார்கள் என்பதற்காகவே, வரும் வழியில் மணலில் கைகளை நன்றாகத் தேய்த்து புழுதியாக்கிவிடும் தந்திரம் கற்றிருந்தேன். ஆச்சரியமான உண்மை என்னவென்றால், நான் அடுத்த வீட்டில் சாப்பிட்டு வருவதைப் போலவே எங்கள் வீட்டிலும் எப்போதும் ஒன்றிரண்டு சிறுவர் சிறுமிகள் வந்து சாப்பிட்டுப் போவார்கள்.

சிறு வயதில் எங்களது தெருவில் குடியிருந்தவர்களில் எனக்கு ரொம்பவும் விருப்பமானவராக சர்வேயர் அக்கா இருந்தாள். அவர்கள் வீட்டில் சிறு குழந்தைகள் இல்லை. கல்யாண வயதில் இரண்டு பெண்கள் இருந்தார்கள். அந்த மாமா ஒரு சர்வேயர் என்பதால், அக்காவும் சர்வேயர் அக்கா. அவளுக்கு வேலையே இருக்காது என்பது போல எப்போதும் வீட்டில் தாயம் ஆடிக் கொண்டும், சிறுவர்களை அழைத்து வைத்து பேசிக்கொண்டும் இருப்பாள்.

அக்காவின் ஊர் பந்தல்குடி. வாரம் ஒரு முறை தன் அம்மாவின் வீட்டுக்குப் போய்விடுவாள். ஊரிலிருந்து திரும்பி வரும்போது கருப்பட்டி மிட்டாய், பொரி உருண்டை,

பால்கோவா என்று ஏதாவது கொண்டு வந்து கூப்பிட்டுக் கொடுப்பாள்.

சர்வேயர் அக்காவுக்குப் பையன் இல்லை என்பதால் சிறுவர்கள் மீது மிக வாஞ்சையாக இருப்பாள். நான் சாப்பிடும்போது தலையைத் தடவியபடி, 'மெதுவா சாப்பிடுடா' என்று சொல்வாள். சாப்பிட்டு முடித்து நாக்கில் சுவையடங்காது இன்னொரு பண்டத்துக்காக அவள் முகத்தைப் பார்க்கும்போது கேலியாக, 'போதும்டா... தீர்ந்து போச்சு!' என்று சொல்வாள். ஆனால், அவள் மடியில் இன்னொரு பொரி உருண்டை இருக்கும் என்பது எனக்கு நிச்சயம் தெரியும்.

ஒரேயொரு முறை அக்கா ஊருக்குப் புறப்படும் நாளில், அவளோடு நானும் ஊருக்கு வருவேன் என்று முரண்டு பிடித்து தெருவில் விழுந்து அழுதேன். என்னைச் சமாதானம் செய்யமுடியாமல் அக்கா என்னை கூட்டிக் கொண்டு போவதற்குச் சம்மதித்தாள். இருவருமாக பஸ் ஏறி அவளது ஊரான பந்தல்குடிக்குப் போய்ச் சேர்ந்தபோது இரவாகியிருந்தது. அவர்கள் வீட்டில் யாவரும் உறங்கியிருந்தார்கள்.

எனக்கு வழியில் வயிறு பசிக்கத் துவங்கி இருந்தது. வீட்டில் போய்ச் சாப்பிடலாம் என்று அக்கா சொன்னதால், வழியில் கிடைத்த அதிரசத்தைச் சாப்பிட்டுவிட்டு, அவள் ஊரைப் பார்க்கும் ஆவலில் இருந்தேன். எங்கள் ஊரைப் போலவே அதுவும் சிறிய ஊர்தான். ஊர் இருட்டியிருந்தது. தெருவில் கட்டப்பட்டிருந்த ஆட்டுக்குட்டிகள்கூட துவண்டு படுத்திருந்தன. தெரு விளக்கில்லாத கிராமம் என்பதால், சாக்கடைகளைத் தாண்டித் தாண்டி அவள் வீட்டுக்குச் சென்றோம். நான் நினைத்ததற்கு மாறாக, அந்த வீடு மிகச் சிறியதாக இருந்தது.

வீட்டில் வயதான நபர் ஒருவர் கயிற்றுக் கட்டிலில் சுருண்டு படுத்திருந்தார். சர்வேயர் அக்கா வந்த சத்தத்தைக் கேட்டு, பாட்டி ஒருத்தி சிம்னி விளக்கைத் தூண்டிவிட்டாள். என்னை அவர்கள் யார் என்று கூடக் கேட்கவில்லை. ரகசியமான குரலில் சர்வேயர் அக்கா, 'சாப்பிடுவதற்கு என்ன இருக்கிறது?' என்று கேட்டாள். 'கொஞ்சம் புளிச்ச

கஞ்சி கிடந்தது. அதையும் கோழிக்கு ஊற்றி விட்டேன்' என்றாள் பாட்டி.

சமையல் செய்து தருவதற்கு நேரமில்லை என்பதால் அக்கா எங்கிருந்தோ ஒரு கொய்யாப் பழத்தைத் தேடி எடுத்து வந்து, "இதைச் சாப்பிட்டுப் படுத்துக்கொள். காலையில் உனக்கு பருப்புக் குழம்பு வைத்துத் தருகிறேன்" என்று சமாதானம் செய்து தின்னக் கொடுத்தாள். வீட்டின் வாசலில் பாயை விரித்தாள். அக்கா எதையும் சாப்பிடவில்லை. அவள் மௌனமாக வானத்தைப் பார்த்தபடியே படுத்துக் கிடந்தாள்.

கொய்யாப்பழம் வயிற்றில் பசியை அதிகப்படுத்திவிட்டது போலும். தூக்கம் வராமல் புரண்டுகொண்டு கிடந்தேன். அக்கா உறங்கியிருந்தாள். நான் படுத்திருந்த இடத்துக்கு எதிரே தெருவில் ஒரு கழுதை கால்கள் கட்டப்பட்ட நிலையில் நின்றிருந்தது. அது நெடுநேரமாக இருளில் ஒரு சிலை போல நின்றிருந்தது.

நான் பசியில் இரவெல்லாம் புரண்டு கொண்டே இருந்தேன். காலையில் எழுந்தபோது அக்காவைக் காணவில்லை. அவள் காட்டு வேலைக்குப் போய்விட்டாள் என்று அங்கிருந்த பாட்டி சொன்னாள். நான் உதட்டைக் கடித்தபடி வாசலில் கிடந்த உரலில் உட்கார்ந்து கொண்டேன். சாப்பிடுவதற்கு சோளக்கஞ்சி கொண்டு வந்து தந்தாள் பாட்டி. அது எனக்குப் பிடிக்கவே இல்லை. 'எனக்கு இட்லி வேண்டும்' என்று சொல்லி அழுதேன்.

'இட்லிக்கு எங்க போறது?' என்று சொல்லி, பாட்டி என் முன்னே கஞ்சியை வைத்துவிட்டுப் போய்விட்டாள். எனக்கு ஆத்திரமாக வந்தது. நேரமாக ஆக, பசியில் குடல் கவ்வத் துவங்கியது. வழியில்லாமல் கஞ்சியைக் குடித்தேன். பாட்டி வீட்டுக்கு வந்த ஒரு சிறுவன் என்னை விநோதமாகப் பார்த்தபடி நின்றான். கட்டிலில் படுத்துக் கிடந்தவர் இருமிக்கொண்டே இருந்தார். பகல் நீண்டு விரிந்திருந்தது.

மதியத்தின்போது அக்கா வீட்டுக்கு வந்து சமையலை ஆரம்பித்தாள். பாவற்காயும் வத்தல்களும் கொண்ட சாப்பாடு. எனக்கு வாய் குமட்டியது. அக்கா ஒரு மண்டை வெல்லத்தைத் தொட்டுக்கொள்ளத் தந்தாள். இரண்டு

நாட்களில் நான் அக்காவுடன் பத்து வார்த்தை பேச நேரமில்லாமல் போனது. அவளுக்கு உரல் இடிப்பது, முள் வெட்டுவது, தண்ணீர் தூக்குவது, திரிப்பது என ஓயாமல் வேலை இருந்துகொண்டே இருந்தது. எப்போது வீட்டுக்குப் போவோம் என்று எனக்குத் தோன்ற ஆரம்பித்தது.

ஊருக்குப் புறப்படும்போது, அக்கா ஊர் வந்த இரவில் தான் கழற்றி வைத்த சேலையைத் திரும்ப கட்டிக்கொண்டாள். பஸ்ஸில் வரும்போது என் கையைப் பிடித்துக்கொண்டு, நடந்த எதையும் என் வீட்டில் சொல்லக்கூடாது என்றாள். நானும் தலையாட்டினேன். வழியில் அவள் வாங்கிக் கொடுத்த வெள்ளரிக்காயைக்கூடத் தின்னாமல் பையில் வைத்துவிட்டேன்.

ஊர் வந்து சேர்ந்து தெருவில் வரும்போதே அவளை விட்டுவிட்டு ஓட்டமாக என் வீட்டுக்கு ஓடினேன். எதற்கு என்று காரணமில்லாமல் அழத் துவங்கினேன். அம்மா என்ன நடந்தது என்று கேட்டாள். நான் எதையும் சொல்லவில்லை. ஆனால், அழுகையைக் கட்டுப்படுத்த முடியவில்லை. அம்மா, அக்கா வீட்டுக்குப் போய், 'என்ன நடந்தது?' என்று கேட்டு வந்தாள். 'ரெண்டு நாளாகவே வீட்டு ஞாபகம் வந்து அழுதுகொண்டே இருந்தான்' என்று அக்கா பொய் சொல்லி அனுப்பியிருந்தாள். அதன் பிறகு ஏனோ சர்வேயர் அக்கா வீட்டின் பக்கம் போனாலே, நிற்காமல் ஓடிவிடுவேன். அவள் தன் வீட்டுப் படியில் உட்கார்ந்தபடி என் பெயரைச் சொல்லிக் கூப்பிடுவாள். நான் திரும்பிக்கூடப் பார்ப்பதில்லை. ஒரு நாள் அவர்கள் வீட்டைக் காலி செய்து போகும்போதுகூட அக்காவைப் பார்க்கப் போகவே இல்லை. பல வருடங்களுக்குப் பிறகு ஒரு நாள் தற்செயலாக ராமேஸ்வரத்தில் ஒரு சத்திரத்தில் அவளைப் பார்த்தேன். எனக்குப் வயது பதினாறு கடந்திருந்தது. மீசை அரும்ப வளர்ந்திருந்தேன். அவள் என் கைகளைப் பிடித்தபடி வாஞ்சையாக, "அக்கா மேல கோபமாடா... ஏன் பேசவே மாட்டேங்குறே?" என்று கேட்டாள். அவள் கையைப் பிடித்திருப்பது கொஞ்சம் கூச்சமாக இருந்தது. கையை உதற முயன்றேன். "பெரிய மனுசன் ஆகிட்டே இல்ல?" என்றபடி அவள் கண்கள் தானே கசிந்தன. ஆனால், அதை மற்றவர்கள் பார்த்துவிடக் கூடாது என்பது போல சிரித்தபடியே சொன்னாள்.

 சாகித்ய அகாடமி விருது பெற்ற சிறந்த கதா சிரியரான எம்.வி. வெங்கட்ராம், 1920-ம் ஆண்டு கும்பகோணத்தில் சௌராஷ்டிரக் குடும்பத்தில் பிறந்தவர். பி.ஏ., பொருளாதாரம் படித்தவர். பட்டு ஜரிகை தொழில் செய்து வந்தவர். 16 வயதில் 'மணிக்கொடி' இதழில் கதைகள் எழுதத் துவங்கி, இலக்கியத்தின் மீது தீவிர ஈடுபாடு கொண்டு இருந்தார். இருநூறுக்கும் மேற்பட்ட புத்தகங்களை எழுதியிருக்கிறார். இவரது நாவல்களில் 'வேள்வித் தீ', 'நித்ய கன்னி' இரண்டும் மிக முக்கியமானவை. 'நாட்டுக்கு உழைத்த நல்லவர்கள்' என்ற தலைப்பில் முப்பது புத்தகங்கள் எழுதியிருக்கிறார். இவரது 'காதுகள்' தமிழ் நாவல் வரிசையில் தனித்துவமானது. சிறந்த மொழி பெயர்ப்பாளருமான வெங்கட்ராம், ஆங்கிலத்தில் இருந்து நிறைய மொழி பெயர்த்திருக்கிறார். 'தேனீ' என்ற இலக்கிய இதழைச் சில காலம் நடத்தினார். அவரது வீடு இலக்கியவாதிகளின் சந்திப்பு வெளியாக எப்போதும் இருந்து வந்தது. தி.ஜானகிராமன், கரிச்சான் குஞ்சு, திருலோக சீதாராம், தேனுகா, பொதிகைவெற்பன் என்று இவரது இலக்கிய நண்பர்களின் பட்டியல் மிக நீண்டது. இவரது சிறுகதைகள் முழுத்தொகுப்பாக எம்.வி.வெங்கட்ராம் கதைகள் என்ற பெயரில் வெளியாகியிருக்கின்றன.

"என் பொண்ணுகள்ல ஒருத்தியைக் கட்டிக்கோ! உன்னை வீட்டோட மாப்பிள்ளையா வெச்சு விதவிதமா சாப்பாடு போடுறேன்டா!" என்றாள். அவள் கைப்பிடியில் இருந்து தப்பி பல வருடங்களாகியும், அந்த பந்தல்குடி எளிய வீட்டின் காட்சிகள் ஒரு தைல வண்ண ஓவியம் போல், அப்படியே மனதில் தன் நிறம் மங்காமல் ஒளிர்ந்துகொண்டு இருக்கிறது. நகரில் இப்போதும் பகலிரவாக மூடிக்கிடக்கும் அண்டை வீடுகளைக் காணும்போது என்னை அறியாமல் அக்காவின் நினைவு வந்துவிடுகிறது.

பிரியமானவர்களை எதிர்பாராத இடத்தில் சந்திக்கும் தருணம் மிக அபூர்வமானது. அது பேச்சற்று மௌனத்தில் கரைந்துவிடக் கூடியது. கேட்பதற்கும் சொல்வதற்கும் எவ்வளவோ இருந்தபோதும், காலம் அந்தச் சந்தர்ப்பத்தைத் தராமல் நிசப்தமாக்கிவிடுகிறது. அக்காவிடம் பேசுவதற்கு எவ்வளவோ இருக்கிறது. ஆனால், பேச்சு மனதிலிருந்து கிளைவிடவே இல்லை.

அபூர்வமான தருணங்களில் ஒன்றாக இருந்த எதிர்பாராமையை எப்போதும் நினைவு படுத்திக் கொண்டே இருக்கிறது எம்.வி. வெங்கட்ராமின் 'ஏழை' என்ற கதை.

எம்.வி. வெங்கட்ராம் மிகச் சிறந்த சிறுகதையாசிரியர். அவரது கதையுலகம் நம்மைச் சுற்றிய மனிதர்களால் நிரம்பியது. சௌராஷ்டிர மக்களின் வாழ்க்கைப்பாடுகளை முக்கியக் களமாகக் கொண்டது. வாழ்வின் போராட்டங்களும், துளி சந்தோஷமும் கலந்தது. இக்கதை கூட! ஒரு மழை நாளில், பத்து வருடங்களுக்குப் பிறகு ராஜூ என்ற மனிதனைத் தேடி, அவனது காதலி கல்யாணி தனது மகன் கண்ணன் என்ற சிறுவனைக் கூட்டிக்கொண்டு வருகிறாள். வந்தவள், மழையில் நனைந்து போனதால் மாற்று உடை கேட்கிறாள். பிறகு சிறுவன் சாப்பிடுவதற்கு ஏதாவது வேண்டும் என்கிறாள். வீட்டில் நீராகாரம் மட்டுமே இருக்கிறது. அதைச் சிறுவன் சாப்பிடுகிறான். அவள் இரண்டு நாட்களாகப் பட்டினி என்றும், தானே சமைத்துச் சாப்பிடாமல் வேறு எங்கும் சாப்பிடுவதில்லை என்றும் சொல்கிறாள்.

அவளைப் பல வருடங்களுக்கு முன்பு ராஜு காதலித்தான். அவளும் விரும்பினாள். திருமணம் கூட ஏற்பாடாகியிருந்தது. ஆனால், திருமணத்தன்று கல்யாணி எங்கே என்று சொல்லிக் கொள்ளாமல் காணாமல் போய்விடுகிறாள். இத்தனை வருடமாக எங்கே போயிருந்தாள் என்று தெரிந்துகொள்ள ஆசைப்படுகிறான் ராஜு. அவளோ மழை இரவில் அகல் விளக்கின் முன், பத்மாசனமிட்டு தியானம் செய்கிறாள். பிறகு, தன் குழந்தையைத் தூக்கிக்கொண்டு அவனிடம் பயணத்துக்குக் காசு வாங்கிக்கொண்டு வீட்டை விட்டுப் போய்விடுகிறாள். வாழ்வின் எதிர்பாராத தருணம் கூடிவந்து நிசப்தமாகக் கலைந்து போய்விடுகிறது. ஒரு மின்னல் வெட்டைப் போல இந்தச் சம்பவம் நடந்தேறி விடுகிறது.

எதற்காக வந்தாள்? ஏன் இப்படிச் சாமியார் போல் இருக்கிறாள்? ஏன் இன்னும் இத்தனை பிடிவாதம்? எங்கே போகிறாள்? இப்படிக் கேள்விகள் மழையைப் போல முடிவற்றுப் பெய்து கொண்டே இருக்கின்றன. வாழ்க்கையில் நிறையக் கேள்விகள் பதிலற்று இருப்பதுதான் அதன் சுவாரஸ்யம் போலும்!

வெங்கட்ராமின் கதை ஓர் அபூர்வமான கணத்தை அப்படியே பதிவு செய்துள்ளது. பேசிக் கொள்ள முடியாத துக்கத்தைப் போல் வலி தரும் விஷயம் உலகில் வேறில்லை என்பதைத் துல்லியமாக வெளிப்படுத்துகிறது.

எப்போது பெய்யும், எப்போது நிற்கும் என்பது மழைக்கு மட்டும் இல்லை. வாழ்வின் அரிய கணங்களுக்கும் பொருந்துகிறது. ஒருவேளை எதிர்பாராமையின் பெயர்தான் மழையோ என்றும் தோன்றுகிறது!

14 அலையும் நுரையும்

இது ஏழு ஆண்டுகளுக்கு முன்பு நடந்தது. வாழ்க்கையில் முதல் முறையாக ஒரு நகையை அடமானம் வைப்பதற்காக வங்கிக்குச் சென்றிருந்தேன். மனைவியின் கழுத்தில் போட்டுப் பார்த்திருந்த நகையை, ஒரு காகிதத்தில் சுருட்டி சட்டைப் பையில் வைத்தபடி வங்கியின் முன்னால் காத்திருந்தபோது, அது வரை நகைக்கு இருந்த வசீகரமும் அழகும் காணாமல்போய் அது வெறும் ஜடப் பொருளாக இருந்தது.

நகையை வாங்கும்போது மிக அழகான வெல்வெட் பெட்டியில் வைத்துத் தந்தது நினைவில் இருக்கிறது. அது ஒரு ஊதா நிற வெல்வெட். தங்கச் சங்கிலி அதில் ஒய்யாரமாகப் படுத்திருந்தது. அடமானம் வைக்கப் போகும்போது எதற்காக இத்தனை ஒப்பனை என்று நினைத்தோ என்னவோ, அதை ஒரு செய்தித்தாளின் கிழிந்த காகிதத்தில் சுருட்டி மடித்துக் கையில் தந்திருந்தாள். விருப்பமான பெண்ணுக்கு நகையை வாங்கித் தருவது வாழ்வின்

சந்தோஷமான ஒரு தருணம் என்றால், அதை கழற்றி வாங்குவது வெகு வேதனையான தருணம்!

வேம்பு பூத்திருந்த காலமது. கூட்டுறவு வங்கியின் படிகள் முழுவதும் வேப்பம்பூக்கள் சொரிந்து கிடந்தன. நான் காலடியில் கிடக்கும் பூவை கையில் எடுத்துப் பார்க்கக்கூட முடியாத கூச்சத்துடன் காத்திருந்தேன். பையில் நகையுடன் காத்துக்கிடப்பது ஏனோ கோவலனை நினைவுபடுத்தியது.

கண்ணகியிடமிருந்து சிலம்பு வேண்டும் என்று கேட்பதற்கு முன்னால், மதுரை நகரின் வெளியில் உள்ள ஆய்ச்சியர் குடியிருப்பில், நீண்ட நாட்களுக்குப் பிறகு கண்ணகி சமைத்த உணவை ருசித்துச் சாப்பிடுகிறான். மனைவியின் அருமை அப்போதுதான் புரிகிறது. கடந்த காலத்தில் கோவலன் தவறு செய்துவிட்டதாக கண்ணகி நினைவு கூர்கிறாள். கோவலனும் நெகிழ்ச்சியுடன் ஒப்புக் கொள்கிறான். பிறகு, தயக்கத்துடன் தாழ்ந்த குரலில் அவளது காற்சிலம்பை கழற்றி வாங்கிக் கொண்டு செல்கிறான். காப்பியக் கதாநாயகர்களே எச்சில் விழுங்க முடியாத துக்கத்துடன் மனைவியிடம் இருந்து நகையைக் கழற்றி வாங்கும் நிலையில் இருக்கும்போது, சாதாரண மனிதர்கள் எம்மாத்திரம்?

வங்கியில் நகையை அடமானம் வைப்பதற்கு நிறைய விதிமுறைகள் இருந்தன. 'நகையைப் பரிசோதனை செய்துபார்க்கும் பத்தர் வரும் வரை காத்துக் கொண்டு இருங்கள்' என்று சொன்னார்கள். என்னைப் போலவே அறுபது வயதான நபர் ஒருவர், பச்சை சேலை கட்டிய எண்ணெய்ப் பசையில்லாத தலைகொண்ட நாற்பது வயது கிராமத்துப் பெண்மணி ஒருவர், பனியன் தெரிய சட்டை போட்டிருந்த வியாபாரி ஒருவர் என யாவரும் ஒரே பெஞ்சில் உட்கார்ந்திருந்தோம்.

எதிரில் இருந்த போர்டில் நகையை மீட்க முடியாமல் போய், ஏலத்துக்கு விடப்போகும் நபர்களின் பட்டியலும் முகவரியும், கட்ட வேண்டிய தொகையும் இருந்தன. நான் அந்தப் பெயர்களை ஒவ்வொன்றாகப் படித்துக்கொண்டு வந்தேன். சொற்பத் தொகை முந்நூறு ரூபாய்க்குகூட அடமானம் வைக்கப்பட்டு இருக்கிறது. அதுகூட மீட்க முடியாமல் ஏலத்துக்கு போகப் போகிறது. நகையை வைத்த நபரின் பெயர் சந்தானலட்சுமி என்றிருந்தது. முகம் காணாத

சந்தானலட்சுமியைப் பற்றியும், அவளது வாழ்க்கையில் என்ன நடந்திருக்கும் என்பது பற்றியும் மனம் தானாக கற்பனையைக் கிளைவிடத் துவங்கியிருந்தது.

பத்தர் ஒரு பைக்கில் வந்து இறங்கினார். பாரியான உடம்பு. நெற்றியில் பெரிதாக குங்குமம் வைத்திருந்தார். இவரை நகைக்கடை பஜாரில் பார்த்திருக்கிறேன். அங்கிருந்த யாவரையும் பார்த்து ஒரு புன்னகை சிந்தியபடி உள்ளே நுழைந்தார். என் முன்னே நின்றிருந்த வயதானவர், தனது கையில் வைத்திருந்த மஞ்சள் பையிலிருந்து சிறியதும் பெரியதுமான நகைகளை அங்கிருந்த மேஜையில் கொட்டினார். நாலைந்து மோதிரங்கள், இரண்டு ஜோடி கம்மல்கள், மூன்று வளையல்கள், ஒரு கம்பி செயின், ஒரு ரெட்டை வடம் செயின்... பத்தர் ஒவ்வொரு நகையாக எடுத்துப் பார்த்து உரசிக்கொண்டு இருந்தார்.

தனது மகனுக்கு மலேஷியாவில் வேலை கிடைத்துள்ளதாகவும், அங்கே போவதற்குப் பணம் புரட்ட வேண்டும் என்று வீட்டில் தனது மனைவி, மருமகள் இருவரது நகைகளையும் அடமானத்துக்குக் கொண்டு வந்திருப்பதாகவும் வயதானவர் சொன்னார். அதில் சில நகைகளை அடமானம் வைக்க முடியாது என்று விலக்கிவைத்த பத்தர், மற்றவற்றை எடை போட்டுக்கொண்டு இருந்தபோது தராசுக்கு இரண்டு தட்டுகள் மட்டுமில்லாமல் மூன்றாவது தட்டாக எதிரே இருப்பவரின் மனதும் ஆடிக்கொண்டு இருப்பது தெரிந்தது.

நகையை அடமானம் வைப்பது என்ற பேச்சு இவர்கள் வீட்டில் எப்போது துவங்கியிருக்கும்..? ஒரு முணு முணுப்புகூட இல்லாமல் இந்த நகைகளை கழற்றிக் கொடுத்திருப்பார்களா? ஏன்... மூன்று வளையல்கள் இருக்கின்றன. மருமகள் ஒரு வளையலாவது இருக்கட்டும் என்று கழற்றித் தர மறுத்துவிட்டாளா? மலேஷியா போகிறவன் தனது வேலைக்குப் பின்னால் இத்தனை பேரின் இழப்புகள் இருப்பதை உணர்ந்திருப்பானா? இந்த நகைகள் மீட்கப்பட்டுவிடுமா? எனக்குத் தொடர்பில்லாத, ஆனால், என்னால் தவிர்க்க இயலாதபடி மனம் கேள்விகளைப் பின்னிக்கொண்டே இருந்தது.

பத்தர் எல்லாவற்றையும் எடை போட்டு சீட்டைக் கொடுத்தபோது, அது ஐம்பதாயிரத்துக்கும் குறைவாகவே

வந்தது. வயதானவர் தயங்கித் தயங்கி தனது சட்டைப் பையிலிருந்து குழந்தைகள் கழுத்தில் போடும் ஒரு முருகன் டாலரை எடுத்து நீட்டி, அது தனது நாலு வயதுப் பேத்தி லாவண்யாவின் கழுத்தில் கிடந்தது என்றும், அவள் தூங்கிக்கொண்டு இருந்தபோது இரவிலே கழற்றி எடுத்துவிட்டதாகவும், அதை அடமானம் வைக்காமலே சமாளித்துவிடலாம் என்று நினைத்ததாகவும் சொன்னார்.

பத்தர் அந்த நகையையும் எடை போட்டுப் பார்த்தபடி சரியாக ஐம்பதாயிரம் ரூபாய் கணக்கு வருகிறது என்றார். வயதானவர் மௌனமாக எடைத் தட்டைப் பார்த்தார். அது காலியாக ஆடிக்கொண்டே இருந்தது. சீட்டை வாங்கிக்கொண்டு உள்ளேயிருந்த மற்றொரு வங்கி ஊழியரின் கையெழுத்தைப் பெறுவதற்கு நடந்து போனார். அடுத்து நின்றிருந்த நான் கூச்சத்துடன் எனது சட்டைப் பையிலிருந்த நகையை வெளியே எடுத்து அவரிடம் நீட்டினேன். என்னைக் கவனிக்காமல் பத்தர் சிறிய சுருக்குப் பை ஒன்றில் வெற்றிலைகளைத் திணிப்பது போல் அடமானத்துக்குப் பெற்றிருந்த நகைகளைத் திணித்தார்.

எனக்குப் பின்னால் நின்றிருந்த கிராமத்துப் பெண்மணி, நான் அடமானம் வைக்கும் நகையின் மாடலை ஆசையோடு பார்த்தாள். பத்தர் தந்த சீட்டை எடுத்துக்கொண்டு நான் உள்ளே நுழைந்தபோது, அந்த வயதான நபர் அதே மஞ் சள் பையில் பத்து ரூபாய், இருபது ரூபாய் கட்டுகளை வாங்கிக்கொண்டு வெளியே வந்தார்.

வாசலில் ஒரு பைக்கில் அவரது பையனும், பேத்தியும் காத்திருந்தார்கள். பையன் எதையும் கேட்டுக்கொள்ளவில்லை. சிறுமி மட்டும் அந்தப் பெரியவரைப் பார்த்ததும் முகத்தைச் சுளித்தபடி 'போ... தாத்தா! நான் யார் கூடயும் பேச மாட்டேன். அம்மா, என் டாலர் செயினை கழட்டி வெச்சிட்டுத் தர மாட்டேங்குறா... கேட்டா திட்டுறா' என்று மழலைக் குரலில் சொன்னாள். தாத்தா அவளைத் தூக்கிக்கொண்டு, 'உனக்கு நான் ஜிலேபி வாங்கித் தர்றேண்டா கண்ணு!' என்றார்.

அந்தச் சிறுமி உதிர்ந்து கிடந்த வேப்பம் பூக்களை ஆசை ஆசையாகக் கை நிறைய அள்ளினாள். பார்த்துக்கொண்டு இருந்தபோதே ஒரு வேப்பம் பூவை காதில் வைத்து, 'கம்மல்

எப்படியிருக்கு தாத்தா?" என்று கேட்டாள். தாத்தாவோ, அவளது அப்பாவோ பதில் சொல்லவில்லை. என்னை நிமிர்ந்து பார்த்துவிடுவாளோ என்று தயக்கத்துடன் நானும் தலை குனிந்து கொண்டேன். அந்தச் சிறுமி தானாகவே, 'நல்லாயிருக்கு!" என்று சொல்லியபடி பைக்கில் ஏறிக்கொண்டாள். அவர்கள் புறப்பட்டுப் போய்விட்டார்கள்.

வீடு திரும்பிய என்னைப் பார்த்து, 'பத்து நிமிஷத்து வேலை. இதுக்குப் போய் எதுக்கு இத்தனை பதற்றம்?' என்று கேலி செய்தாள் மனைவி. அந்தக் கோடை முழுவதும் வேப்பம் பூக்களைப் பார்ப்பது என் குற்ற உணர்ச்சியை அதிகப்படுத்துவதாக இருந்தது.

ராட்சச ராட்டினத்தில் பெட்டிகள் சரேலென்று கீழே இறங்கும்போது அடிவயிற்றில் ஏற்படும் பதைப்பு போல, வாழ்க்கையின் சுழற்சி நம்மை நிலைகுலைக்கின்றது. ஆனாலும், மேலே போவதும் கீழே இறங்குவதும்தானே ராட்டினம்! நாள்பட யாவும் பழகிப்போய் விடுகின்றன. நகரத்துக்கு வந்த பிறகு நண்பர்கள் சர்வசாதாரணமாக கையில் உள்ள மோதிரத்தை அடமானம் வைப்பதையும், பைக்கை அடமானம் வைத்துப் பணம் புரட்டுவதையும், நாலைந்து கிரெடிட் கார்டுகளும் கண்ட பிறகு, சாலையோரத்தில் தன் உடம்பில் தானே சவுக்கால் அடித்துக் கொள்ளும் நபரைப் போலத்தான் வாழ்வு நம் யாவரையும் வைத்திருப்பது புரிந்தது.

இந்த நிகழ்வுக்குப் பிறகிலிருந்து, தினசரி பேப்பர்களில் வரும் ஏல விளம்பரங்களைக் காணும்போதெல்லாம் அந்த நபர்கள் அனைவரும் எனக்கு மிக நெருக்கமானவர்கள் போல் உணர்வேன். நீங்களும், நானும், முகம் தெரியாத யாவரும் அடமானம் வைக்கும் தராசுத் தட்டின் முள்ளை வெறித்துப் பார்த்தபடி அமர்ந்திருந்தவர்கள்தானே என்று பெயரில்லாத பந்தம் ஒன்று உருவாகிவிடுகிறது.

'கதவு' என்று ஒரு கதை. ஒரு குடும்பத்தில் ஏற்படும் சரிவைச் சொல்லும் அற்புதமான கதை. எழுதியவர் கி.ராஜநாராயணன். கரிசல் இலக்கியத்தின் முன்னோடி. மண்ணின் வாசனையும் ருசியும் கொண்ட எழுத்து இவருடையது. நவீன தமிழ் இலக்கியத்துக்கு கரிசல் பூமியை அறிமுகப்படுத்திய பெருமை இவரையே சாரும். இவரது கதையுலகம் அதுவரை தமிழ் இலக்கியத்தில் இடம் பெற்றிராத

சாகித்ய அகாடமி விருது பெற்ற கி.ராஜநாராயணன், கரிசல் இலக்கியத்தின் பிதாமகர். கோவில்பட்டியின் அருகில் உள்ள இடைசெவல் கிராமத்தைச் சேர்ந்தவர். சுனை நீரைப்போல சுத்தமானதும் ருசிமிக்கதும் இவரது எழுத்து. 1958-ல் 'சரஸ்வதி' இதழில் இவரது முதல் கதை வெளியானது. இவரின் கதையுலகம் கரிசல் வட்டாரத்து மக்களின் நம்பிக்கைகளையும், ஏமாற்றங்களையும், வாழ்க்கைப்பாடுகளையும் விவரிப்பவை.

கி.ரா. என்று நண்பர்களால் அழைக்கப்படும் கி.ராஜநாராயணன் இயல்பில் ஒரு விவசாயி. ஒரு தேர்ந்த கதைசொல்லி. 'நான் மழைக்குத் தான் பள்ளிக்கூடம் ஒதுங்கியவன். பள்ளிக்கூடத்தைப் பார்க்காமல் மழையைப் பார்த்துக்கொண்டு இருந்துவிட்டேன்' என்று தன்னைப் பற்றிக் கூறிக்கொள்ளும் கி.ரா., பாண்டிச்சேரி பல்கலைக்கழகத்தின் சிறப்பு பேராசிரியராக வேலை செய்த பெருமைக்குரியவர். நல்ல இசை ஞானம் கொண்டவர்.

'கோபல்லகிராமம்', 'கிடை', 'வேஷ்டி', 'கதவு', 'கோபல்லபுரத்து மக்கள்', 'கரிசல் காட்டுக் கடுதாசி', 'பிஞ்சுகள்', 'அந்தமான் நாயக்கர்' போன்றவை இவரது முக்கிய படைப்புகள். கரிசல் வட்டார அகராதி என்று மக்கள் தமிழுக்கு அகராதி உருவாக்கிய முன்னோடி இவரே. இலக்கிய சிந்தனை விருது, தமிழக அரசின் விருது உள்ளிட்ட தமிழின் முக்கிய இலக்கிய விருதுகள் பெற்ற கி.ரா. தற்போது பாண்டிச்சேரியில் வாழ்ந்து வருகிறார்.

அசல் கிராமத்து முகங்களைப் பதிவு செய்தது. நம் காலத்தின் மூத்த கதை சொல்லியான கி.ராஜநாராயணன் மக்கள் மொழியிலே இலக்கியம் படைப்பவர்.

'கதவு' கதை வெளியாகி நாற்பது வருடங்களுக்கும் மேலாக கடந்துவிட்டது. ஆனாலும், இன்று வாசிக்கும்போதும் அதன் ஈரம் அப்படியே இருக்கிறது. அக்கதை எட்டு வயது லட்சுமியும் அவளது தம்பி சீனிவாசன் என்ற சிறுவனும் வாசற்கதவில் ஏறிக்கொண்டு கதவாட்டம் ஆடுவதில் துவங்குகிறது.

பகல் நேரங்களில் அம்மா கைக் குழந்தையைப் பார்த்துக் கொள்ளச் சொல்லி வீட்டில் விட்டுவிட்டுப் போன பிறகு, அவர்கள் கதவில் ஏறிக் கொண்டு, அதை ஒரு பஸ் போலக் கற்பனை செய்து கொண்டு முன்னும் பின்னுமாக ஆடி விளை யாடுவது ஒரு வாடிக்கை. ஒரு நாள் லட்சுமி எங்கிருந்தோ

கொண்டுவந்து ஒரு தீப்பெட்டிப் படம் ஒன்றை கதவில் ஒட்டி அழகு பார்க்கிறாள்.

ஒரு நாள் தீர்வை கட்டத் தவறியதால் கிராமத்து தலையாரி நாலு ஆட்களோடு வந்து, வீட்டு கதவைப் பிடுங்கி எடுத்துக்கொண்டு போய் விடுகிறான். அதை லட்சுமியால் தாங்க முடியவில்லை. அவள் கரைந்துகொண்டு இருக்கிறாள். கதவில்லாத வீட்டைக் கண்டதும் லட்சுமியின் அம்மாவுக்கு அடிவயிற்றில் இருந்து வேதனை எழும்புகிறது. அவள் குழந்தைகள் பார்ப்பதைக்கூடப் பொருட்படுத்தாமல் அலறி அழுகிறாள்.

கூலி வேலைக்காக மணிமுத்தாறு போயிருந்த லட்சுமியின் அப்பா, பல நாட்களாக வீடு திரும்பவேயில்லை. கார்த்திகை மாசத்துக் குளிரில் கதவில்லாத வீட்டில் வாடைக்காற்று ஊசி குத்துவது போல் அவர்கள் உடம்பைத் துளைக்கிறது. குளிர் தாங்க முடியாமல் கைக்குழந்தை இறந்துபோகிறது.

ஒரு நாள் சீனிவாசன் தங்கள் வீட்டுக் கதவு, சாவடியின் பக்கத்தில் நிராதரவாகக் கிடப்பதைக்கண்டு அக்காவிடம் ஓடி வந்து சொல்கிறான். அவர்கள் ஓடி அதை ஆசையோடு தொட்டுத் தடவுகிறார்கள். அதில் பற்றியிருந்த கரையானை லட்சுமி தனது பாவாடையால் துடைக்கிறாள். இந்தச் சந்தோஷத்தில் சீனிவாசனைக் கட்டிக்கொண்டு முத்தமிடுகிறாள். இருவரின் கைகளும் பலமாகக் கதவைப் பிடித்துக்கொண்டு இருந்தன என்பதோடு கதை முடிகிறது.

திருவிளையாடல் புராணத்தில், பிட்டுக்கு மண் சுமந்தபோது, சிவன் வேலை செய்யவில்லை என்று அவரது முதுகில் அடி கொடுக்கிறார்கள். அந்த அடி ஊரில் இருந்த யாவரின் முதுகிலும் விழுந்தது என்று வருகிறது.

புராணம் சொல்வது நிஜமோ, பொய்யோ தெரியாது. ஆனால், வாழ்வில் நமது அவமானமும் வேதனைகளும் நம் குழந்தைகளின் முதுகிலும் அடியாக விழுகின்றன என்பது மறுக்க முடியாத உண்மை. சிவனும் முதுகில் அடிபட்டவர் என்பதால்தானோ என்னவோ, அவர் மீதும் நெருக்கமான அன்பு வருகிறது. என்ன செய்வது... மண்புழுவுக்கு இரண்டு தலைகள் இருந்தும் அது மண்ணில்தான் ஊர்ந்துகொண்டு இருக்கிறது. வாழ்வின் இயல்பே இதுதான் போலும்!

15
கானல்வரி

ஏப்ரல் மாதத்தின் ஒரு நாள் காலை... நாங்கள் இருக்கன்குடி மாரியம்மன் கோயிலுக்கு வந்து இறங்கியபோது, வெயில் முற்றியிருந்தது.

ஆற்று மணலில் இறங்கி நடந்தபோது, எங்களைத் தவிர வேறு ஆள் நடமாட்டமே தெரியவில்லை. தொலைவில் பனங்காடைகள் கத்திக்கொண்டு இருந்தன. ஆறு வறண்டு மணலேறிக் கிடந்தது. நானும் என் நண்பர்களும் காதல் திருமணம் ஒன்றை நடத்தி வைப்பதற்காக வந்திருந்தோம்.

திருமணம் செய்துகொள்ளப் போகிறவன் என் கல்லூரி நண்பன். அவனோடு படித்துக்கொண்டு இருந்த ஒரு பெண்ணுடன் இரண்டு வருடங்களாகக் காதல். பெண் வீட்டில் திருமணத்துக்குச் சம்மதிக்க மாட்டார்கள் என்ற நிலையில், எங்காவது கோயிலில் திருமணம் செய்துகொள்வது என்று ஏற்பாடு.

பெண்ணின் வீடு மதுரை என்பதால், அருகில் உள்ள எந்தக் கோயிலாக

இருந்தாலும் தேவையற்ற பிரச்னை உருவாகிவிடும் என்று இருக்கன்குடியில் திருமணம் செய்வதாகத் திட்டம்.

இதற்காக ஒரு டாக்ஸியில் நாங்கள் ஏழு பேர் வந்திருந்தோம். அந்த பெண்ணுக்கு அவளின் தோழி ஒருத்தி மட்டுமே உடன் வந்திருந்தாள். ஒரு திருமணத்தை எப்படி நடத்துவது, என்ன செய்வது என்று எங்கள் யாருக்குமே தெரியாது. சினிமாவில் காதலர்கள் ஓடிப் போய்த் திருமணம் செய்து கொள்வது மட்டும்தான் எங்களுக்குப் பரிச்சயமாக இருந்தது. ஆகவே, நண்பனுக்குத் திருமணம் செய்து வைக்க வேண்டும் என்ற உத்வேகம் இருந்ததேயன்றி, நடைமுறை எதுவும் எங்களுக்குத் தெரியவில்லை.

கோயிலில் ஒரு சிறுமியை அம்மனை நோக்கிப் படுக்க வைத்து, அவளது நெற்றியில் அரிசி மாவில் அகல் செய்து எண்ணெய் விட்டு விளக்கேற்றி, பக்தி பூர்வமாக நின்றிருந்தது ஒரு குடும்பம். சூழலின் கதியைப் புரிந்து கொள்ளாதவர்களைப் போல நாங்கள் திருமணம் செய்து கொள்வதற்கு யாரைக் கேட்பது என்று புரியாமல், கோயிலுக்குள்ளாகவே அலைந்தோம்.

எதிரே இருந்த அலுவலகத்தில் பதிவு செய்து ரசீது வாங்கி வர வேண்டும் என்று சொல்லிப் பூட்டியிருந்த ஒரு கதவைக் காட்டினார் பூசாரி. 'கதவு பூட்டியிருக்கிறதே?' என்றதும், 'பன்னிரண்டு மணிக்கு கிளார்க் வருவார். அதுவரை வெளியே காத்திருங்கள்' என்று சொன்னார். நாங்கள் டாக்ஸியிலேயே மணமக்களை உடைகளை மாற்றிக் கொள்ளச் செய்துவிட்டுக் கீழே இறங்கி நின்றோம். பதநீர் விற்கும் ஒரு பெண் எங்களையே பார்த்துக் கொண்டு இருந்தாள்.

புதுப்பெண்ணும் மாப்பிள்ளையுமாக அவர்கள் வெயிலில் நின்றிருந்தார்கள். அந்தப் பெண் மிகவும் பயந்து போயிருந்தாள் என்பது அவளது முகம் வெளிறியிருப்பதில் தெரிந்தது. உதட்டைக் கடித்தபடி என் நண்பனின் கையை இறுக்கமாகப் பிடித்திருந்தாள். பூசாரி எங்களைக் கூப்பிட்டு, எந்த ஊர் என்று விசாரித்தார். நாங்கள் ஊர் பெயர், ஆள் பெயர் எல்லாவற்றையும் மாற்றிச் சொன்னோம்.

கிளார்க் வந்தாலும் கோயிலில் வைத்துத் திருமணம் செய்ய முடியாது... அதற்குக் கிராம முன்சீப்பிடமிருந்து ஒரு

அத்தாட்சி வாங்கி வர வேண்டும்... ரேஷன் கார்டு வேண்டும் என்று ஏதோ காரணம் சொன்னார் பூசாரி. எங்களுக்கு என்ன செய்வது என்று தெரியவில்லை. பின் அவராகவே, "நெடுஞ்சாலையில் ஒரு பிள்ளையார் கோயில் உள்ளது. அங்கே போய் தாலி கட்டிக் கொண்டு வந்துவிடுங்கள். பிறகு, இங்கே ஒரு பூஜை வைத்துவிடலாம்" என்றார்.

நாங்கள் வேறு வழியில்லாமல் ஆற்று மணலில் நடந்து நெடுஞ் சாலைக்கு வந்தபோது, அங்கே ஒரு சிறிய பிள்ளையார் கோயில் இருந்தது. அதன் வாசலில் நாலைந்து பேர் உட்கார்ந்திருந்தார்கள். புது மணமக்களைக் கண்டதும், திருமணம் செய்து கொண்டு சிதறு தேங்காய் போடுவதற்காக வந்திருக்கிறார்கள் என்று நினைத்தோ என்னவோ, பூசாரி வரவேற்று, கோயிலில் உட்கார்ந்திருந்தவர்களை எழுந்து போகச் சொன்னார்.

நாங்கள் தயங்கித் தயங்கி திருமணம் செய்துகொள்ளப் போகும் விஷயத்தைச் சொன்னதும், அவர் சற்றே யோசித்தபடி தனக்கு தனியாக இருநூறு ரூபாய் தந்துவிட வேண்டும் என்று சொல்லி, மாலை, தாலி எல்லாம் இருக்கிறதா என்று கேட்டார். நாங்கள் காரில் இருக்கிறது என்று சொன்னோம். அவர், "ஊருக்குள் ஒரு நாகஸ்வரம் வாசிப்பவர் இருக்கிறார். அவரை அழைத்து வந்துவிடலாம்" என்று சொல்லி காரை வரச் சொன்னார். ஒரு நண்பனும் பூசாரியும் காரில் ஊருக்குள் சென்றார்கள்.

திரும்பி வந்தபோது நாகஸ்வரம் வாசிக்கும் வயதான பெரியவர் ஒருவரும், அவரோடு தவில் வாசிக்கும் ஒரு சிறுவனும் வந்திருந்தார்கள். அவர்கள் எங்களைப் பார்த்து நமஸ்காரம் செய்துவிட்டு, கோயிலின் முன்னால் உட்கார்ந்து வாசிக்கத் தொடங்கினார்கள். மேளச் சத்தமும் நாகஸ் வர மும் திருமணத்துக்கான துவக்கமாக இருந்தது. பூசாரி இதற்குள் ஒரு தாம்பாளத்தில் மாலைகளையும் தாலியையும் வாங்கி பூஜை வைக்க ஆரம்பித்திருந்தார். நடுக்கமும் பயமுமாக மணமக்கள் இருவரும் சாலையில் நின்றிருந்தார்கள்.

பூசாரி தனது துண்டை விரித்து, அந்தப் பெண்ணை அதில் உட்காரச் சொன்னார். அவள் கிழக்குப் பார்த்து அமர்ந்தாள். நண்பனையும் உட்கார வைத்தார். திருப்பூட்டும்போது

குலவை போடுவதற்காக பெண்கள் இல்லையே என்று வெள்ளரிக்காய் விற்கும் கிழவிகள் நாலைந்து பேரை அழைத்து வந்திருந்தார்கள். மேளம் முழங்கியது. கிராமப் பெண்கள் குலவையிட்டார்கள். நண்பன் பதற்றம் நிறைந்த மனதோடு தாலி கட்டினான். மாலைகளை மாற்றிக்கொண்டார்கள். நாங்கள் ஒவ்வொருவராக அவர்களுடன் கை குலுக்கினோம். அவனது கை வியர்த்து வழிந்திருந்தது.

வெள்ளரிக்காய் விற்கும் கிழவி ஒருத்தி ஒரு துண்டு மல்லிகைப் பூவை எங்கிருந்தோ வாங்கிவந்து புதுப்பெண்ணின் தாலியில் சுற்றிவிட்டு, கை நிறைய திருநீறு அள்ளி அவளது நெற்றியில் பூசியவளாக, தனது சேலையில் முடிந்து வைத்திருந்த இரண்டு ரூபாய் காசை அவள் கையில் கொடுத்த போது தான் புதுப்பெண் முதன்முறையாகக் கதறி அழத் துவங்கினாள். யாராலும் சமாதானம் செய்ய முடியாதபடி அவள் 'அம்மா, அம்மா...' என்று சிறுமியைப் போல சத்தமிட்டபடி விசும்பி அழுதாள்.

நண்பன் செய்வதறியாமல் அவள் தோளைப் பிடித்து, 'அழாதே!' என்று சொல்லிக்கொண்டே இருந்தான். பூசாரி, 'ஒரு சர்பத் வாங்கிக் கொடுங்கள்' என்று சொன்னார். நண்பன் தன் புது மனைவியை அழைத்துக்கொண்டு போய் ஒரு மரத்தடி நிழலில் உட்கார வைத்து சமாதானப்படுத்தினான். அவள் எல்லா சமாதானங்களையும் தாண்டி,"எங்கம்மா என் கல்யாணத்துக்காக, பத்து வயசிலிருந்து ஆசை ஆசையா எல்லாம் வாங்கி வெச்சிருக்காங்க. எங்க வீட்லயே நான்தான் மூத்த பொண்ணு. இப்படி எங்கம்மாகூடப் பார்க்க முடியாம கல்யாணம் பண்ணிக்கிட்டமே" என்று கதறி அழுதாள். அவளது குரலின் துக்கம் எங்கள் யாவரையும் பேச்சற்று நிற்க வைத்தது. பெரும் குற்றம் ஒன்றுக்கு உடன்பட்டவர்கள் போல நாங்கள் வெயிலில் நின்றுகொண்டு இருந்தோம். நண்பன் என்ன சொல்லித் தேற்றுவது என்று தெரியாமல் அவள் கைகளை இறுக்கமாகப் பிடித்தபடி நின்றிருந்தான்.

காதலின் சுவை திரிந்து கசப்பாகப் பீறிடுவது போன்ற நிலை உருவாகி இருந்தது. யாவரும் மாரியம்மன் கோயிலுக்குத் திரும்பிப் போனபோது, அழுது வீங்கிய கண்களுடன் மணப்பெண் கையெடுத்து சாமி கும்பிட்டுக்கொண்டு

இருந்தாள். பதநீர் விற்பவள் அந்த புதுமணப்பெண்ணை மட்டும் தன் அருகில் அழைத்து, எல்லாமும் அவளுக்குத் தெரியும் என்பதுபோல் சமாதானம் சொன்னாள்.

"அழாத தாயி! உனக்குக் குடுத்து வெச்சது இவ்வளவுதான்! எல்லாம் இருக்கன்குடி ஆத்தா துணையிருப்பா. கல்யாண நாளும் அதுவுமா அழுதா, மாப்பிள்ளை முகமே சுண்டிப் போயிருச்சு பாரு. நீதானே அவங்களைத் தேத்தி, நல்லபடியா வெச்சிக்கிடணும்! நாம் பொம்பளை அழுதுடுறோம். பாரு, மாப்பிள்ளையை! அவுக வாய் விட்டு அழ முடியுமா? ஆனா, அவங்களும் மனசுக்குள்ளே பெத்த தாய்-தகப்பனை நினைச்சு அழுதுகிட்டுத்தான் இருப்பாங்க. தைரியமா இருங்க... எல்லாம் சந்தோசமா நடக்கும்" என்று ஆறுதல் சொன்னவளாக, ஒரு பட்டையில் பதநீர் விட்டு யாவருக்கும் குடிக்கத் தந்தாள். பதநீருக்குக் காசு வாங்க மறுத்தபடி, "பிள்ளை பிறந்தா இங்கே வந்து மொட்டை போடுங்க. இப்ப இந்த அக்காவுக்கு ஒரு ரூபாய்க்கு வெத்தல பாக்கு வாங்கிக் குடுத்துட்டு போங்க. அது போதும்!" என்றாள்.

நாங்கள் திருமணம் முடிந்து காரில் ஏறியபோது புதுப்பெண்ணின் சுபாவம் மாறியிருந்தது. அவள் முகத்தில் புதுப்பெண்ணுக்கு உரிய வெட்கமும் சிரிப்பும் கூடு கட்டத் துவங்கியது. டிரைவர், காரில் பழைய பாடல்களை பாடவிட்டிருந்தார்.

அவள் வெட்கம் கலந்த குரலில், 'காதல் சிறகை காற்றினில் விரித்து வான வீதியில் பறக்கவா' என்ற பாடலை பி.சுசீலா போலவே முணுமுணுத்தாள். காற்றில் அவள் தலைமுடி பறக்கும்போது அதைச் சரிசெய்வதுபோல் தனது புதுப்புருஷனை உரசிக்கொண்டு வந்தாள். இந்த நாடகத்தைக் கண்டு நாங்கள் ஒருவரையொருவர் பார்த்துச் சிரித்துக்கொண்டோம். ஒரு இறகு காற்றில் பறப்பது போல திசை தெரியாமல் ஒரு வாழ்க்கைப் பயணம் துவங்கியிருந்தது!

சேர்ந்து படிப்பது, சேர்ந்து சாப்பிடுவது என்று நண்பர்களாகத் துவங்கிய வாழ்வு... சேர்ந்து உறங்குவது, சேர்ந்து வாழ்வது என்று வாழ்வின் அத்தியாயமாகி விட்டது. இரண்டு வருடங்களில் அவர்களின் பெற்றோர் சமரசமாகி விட்டார்கள்.

கரிசல் கதைகளின் உலகில் தனித்துவம் பெற்றவர் பா.செயப்பிரகாசம். இதுவரை கதை உலகின் காலடி படாத கிராமத்தின் ஒடுக்கப்பட்ட மக்களையும் அவர்களின் வாழ்க்கைப் பாடுகளையும் விவரிக்கக்கூடியது இவரது எழுத்து. முப்பத்தைந்து வருடங்களுக்கும் மேலாக சிறுகதைகள், கட்டுரைகள் எழுதிவரும் தீவிர இலக்கியவாதியான செயப்பிரகாசம் 'விழிகள்', 'சதங்கை', 'மனவோசை' போன்ற இதழ்களில் தொடர்ந்து எழுதி வந்தவர். சமூக விடுதலையை நோக்கியதாக எழுத்து அமைய வேண்டும் என்ற உரத்த சிந்தனை கொண்ட பா.செயப்பிரகாசத்தின் மொத்தச் சிறுகதைகள் 'பா.செயப்பிரகாசம் கதைகள்' என்ற தலைப்பில் வெளியாகி உள்ளன. இவரது 'ஒரு கிராமத்து ராத்திரிகள்' என்ற தொகுப்பு, தமிழ்ச் சிறுகதையுலகில் குறிப்பிடத்தக்க ஒன்று.

நண்பனுக்கு இப்போது பள்ளியில் படிக்கும் மகள் இருக்கிறாள். எப்போதாவது நண்பனின் மகள், "அப்பா உன் கல்யாண போட்டோ எங்கே?" என்று கேட்கும்போதெல்லாம் அவர்கள் இருவரும் ஒரு நிமிஷம் தலை கவிழ்ந்து கொள்கிறார்கள். அன்றிரவு, அவன் எங்களை நினைத்துக் கொண்டவனாக போன் செய்து, திருமணநாளைப் பற்றி பேசுவான். அவனது குரலில் தேற்ற முடியாத துக்கத்தின் வலி இன்னமும் தீராமல்தான் இருக்கிறது.

ஆணும் பெண்ணும் சேர்ந்து வாழ்வது, குகை நாட்களில் துவங்கி இன்று வரை எத்தனையோ ஆயிரம் வருடங்களைக் கடந்துவிட்டபோதிலும் இன்றும் திருமணம் ஒரு பிரச்னை தான்!

காதல் திருமண விஷயத்தில், படித்தவர்கள்கூட குகை மனிதனின் மன நிலையில்தான் இருக்கிறார்கள். எல்லாத் திருமணக் கொண்டாட்டங்களுக்குப் பின்னும் வெளிப்படுத்த முடியாத, கண்ணுக்குத் தெரியாத ரணங்களும் வலிகளும்தான் இருக்கின்றன போலும்!

'கரிசலின் இருள்கள்' என்கிற பா.செயப்பிரகாசம் கதையும் திருமணத்தின் வலியைப் பற்றியதுதான். ஆனால், இங்கு திருமணத்தால் பிரச்னை ஏற்படுவதில்லை. மாறாக, கிராமத்தில் உள்ள ஒடுக்கப்பட்ட மனிதன் ஒருவன் தனது

திருமண நாளில்கூட சந்தோஷமாக இருப்பதற்கு உயர்ந்த சாதி மனிதர்களால் அனுமதிக்கப்படுவது இல்லை என்கிற உண்மையைச் சொல்கிறது இக்கதை.

பா. செயப்பிரகாசம் தமிழின் முக்கிய எழுத்தாளர். சமூக அவலங்களுக்கு எதிராக கூர்மையான பார்வைகளை முன் வைப்பவை இவரது கதைகள். கரிசல்காட்டு எழுத்தாளர்களில் ஒருவராக இருந்தபோதும், இவர் கதைகளின் உலகம் அடித்தட்டு மக்களைச் சார்ந்தது. குறிப்பாக சாதியத்தின் கொடுமையால் புறக்கணிக்கப்பட்ட, ஒடுக்கப்பட்ட மக்களின் வாழ்வை முன்வைக்கிறது.

'கரிசலின் இருள்கள்' கதை... ஒரு கிராமத்துக்குத் திருமணமாகி புதுப்பெண்ணும் மாப்பிள்ளையும் வருவதில் துவங்குகிறது. கரிசல்காட்டில் அலை அலையாய் வீசும் வேனலில் அவர்கள் நடந்து வருகிறார்கள். மணமக்களுக்குத் துணைக்கு வருவதற்குக் கூட ஆள் இல்லை. அதே ஊரில் இன்னொரு பக்கம் பெரிய வீடு எனப்படும் உயர்ந்த சாதி வீட்டுத் திருமணம் ஒன்றும் நடந்து, அந்த மணமக்களுக்கு ஊரே திரண்டு வரவேற்பு கொடுத்துக் கொண்டாடிக் கொண்டு இருக்கிறது.

குங்குமம் கரைந்தோடும் நெற்றியும், எண்ணெய்ப் பசையற்ற தலையுமாக வேர்வை வழிய வரும் மணமக்களை ஊர்க்காரர்கள் மடக்கி, இளவட்ட வெத்திலை வேண்டும் என்று கேட்கிறார்கள். புதிதாகத் திருமணமாகி வருகிறவர்கள் செய்யும் மரியாதை அது. குப்பை வண்டி அடிக்கும் மார்த்தாண்டம் என்ற அந்த புதுமாப்பிள்ளை தன்னிடம் பணமில்லை என்பதால் மறுக்கிறான். அதை நம்ப முடியாமல் மற்றவர்கள் கேலி செய்யவே, வேறு வழியில்லாமல் தன் கையில் இருந்த காசைத் தந்துவிடுகிறான்.

திருமணமாகி வந்த இரவில் ஊர் முதலாளி வீட்டில் நடந்த திருமணத்துக்கு ஒயிலாட்டம் ஆடுவதற்காக அவன் அழைக்கப் படுகிறான். புது மனைவி பேச்சி போகக்கூடாது என்று தடுக்கிறாள். ஆனால், ஊர்க் கட்டுப்பாட்டுக்குப் பயந்து அவன் போய்விடுகிறான். தங்களுக்கும் அன்றுதான் திருமணமாகி முதல் இரவு என்பதை பேச்சி நினைத்துக் கொண்டு, இருளில் வேதனையோடு உட்கார்ந்தபடி

இருக்கிறாள்... தொலைவில் ஒயிலாட்டம் நடந்து கொண்டு இருக்கிறது என்பதோடு முடிகிறது கதை.

ஒரு பட்டம் எந்தத் திசையில் திரும்பப் போகிறது, எவ்வளவு உயரம் பறக்கப் போகிறது, எப்போது அறுபடப் போகிறது என்று யாருக்குமே தெரியாது. ஆனாலும், பட்டத்தின் கயிறு நம்மிடம்தான் இருக்கிறது. அதை நாம்தான் இயக்குகிறோம்.

ஒரே ஆகாயத்தில்தான் எல்லா பட்டங்களும் பறக்கின்றன. ஆனால், ஒவ்வொரு பட்டமும் ஒரு உயரமும், ஒரு பறத்தலும் கொண்டு இருக்கிறது. இப்படித்தான் இருக்கிறது நம் திருமணக் கனவுகளும்!

16
ஒரு பிடி சோறு

எனது நண்பனும், ஆங்கிலத்தில் எழுதும் கவிஞனுமான ரஞ்சன் மகோபாத்ரா வந்திருந்தான். அவன் அமெரிக்காவில் ஆங்கில இலக்கியத்தில் ஆய்வு செய்பவன். பல வருடங்களுக்குப் பிறகு சென்னைக்கு வருகிறான். மாநகர வாழ்வும், கடற்கரையும், சாப்பாடும் அவனுக்குத் தன் சொந்த ஊரில் இருப்பது போலவே தோன்றுவதாகச் சொன்னான். நூலகம், சினிமா என இரு வார காலம் கடந்து போன பிறகு, 'தமிழ்நாட்டில் கட்டாயம் பார்க்க வேண்டிய இடம் என்று ஏதாவது இருந்தால் சொல்லு, போகலாம்!' என்றான். உடனே மனதில் ஒரு இடம் தோன்றியது!

மறுநாளின் அதிகாலையில், நானும் அவனும் காரில் பயணம் செய்யத் துவங்கினோம். எங்கே செல்கிறோம் என அவன் கேட்கவே இல்லை. நாங்கள் அந்த ஊருக்குள் போய்ச் சேர்ந்தபோது காலை பத்து மணி. சிறிய கிராமம் போன்ற இடத்துக்கு வந்திருக்கிறோமே என்ற

தயக்கத்துடன், 'இங்கே ஏதாவது சோழர்களின் கற்கோவில் இருக்கிறதா?' என்று கேட்டான். 'நான் பார்த்து இன்று வரை வியந்தும் பெருமைப்பட்டும் வரும் ஒரு ஊர் இது. நீயே வந்து பார்!' என்று அழைத்தேன். அது ராமலிங்க வள்ளலார் வாழ்ந்த வடலூர்!

அறுங்கோண வடிவத்துடன் உள்ள அந்த மண்டபம் சுற்றிலும் கம்பி பாய்ச்சப்பட்டிருந்தது. சத்ய ஞான சபை எனப்படும் அந்த மண்டபம் 'அன்பே கடவுள்!' என்ற உயர்ந்த கோட்பாட்டைப் பிரதிபலிப்பது! 1871-ல் வள்ளலாரால் துவங்கப்பட்ட அந்த சபையில் உள்ளே நானும் அவனும் நடந்து சென்றோம். புறாக்களின் விம்மும் குரல் எங்கிருந்தோ கேட்டுக்கொண்டே இருந்தது. மிக வயதான ஒருவர் எங்களைப் பார்த்து, 'அருட்பெருஞ் சோதி தனிப்பெரும் கருணை' என்று கூறியபடி கையெடுத்து வணங்கினார். மண்டபத்தின் உள்ளே அணையாத தீபம் ஒன்று எரிந்துகொண்டு இருந்தது. விளக்கின் முன்னால் ஏழு நிறத்திரைகள் இருந்தன. ஒவ்வொரு திரையும் மனிதனின் அஞ்ஞானத்தை குறிப்பதாக, வயதானவர் விளக்கம் சொன்னார்.

சபையின் உள்ளே சிலர் தியானத்தில் லயித்திருந்தனர். பார்வையற்ற ஒரு பெண் சப்பணமிட்டு அமர்ந்தபடி திரு அருட் பாவை முணுமுணுக்கும் குரலில் பாடிக்கொண்டு இருந்தார். இருவரும் வெளியே வந்தபோது ரஞ்சன், இது போன்ற தியான மண்டபங்களை கொல்கத்தாவில் பார்த்து இருப்பதாகச் சொன்னான். 'நீ இன்னும் முழுமையாகப் பார்க்கவில்லை. அமைதியாக என்னுடன் வா' என்று வெளியே அழைத்து வந்தேன். வெளியே வெயில் உச்சிக்கு வந்திருந்தது. 'நூற்றாண்டு காலமாக பசித்தவர்களுக்கு உணவு அளிக்கும் அறச் சாலையை பார்' என்று நான் காட்டிய கட்டிடம் ஒரு கோவிலைப் போல மௌனமாக இருந்தது. உள்ளே, மதிய உணவு தயாராகிக்கொண்டு இருந்தது. இந்த அறச்சாலையில் தினமும் ஆயிரம் பேருக்கு மேல் உணவு அருந்துகிறார்கள். 'நூறு வருடங்கள் கடந்தும் இன்னும் அணையாமல் எரிந்துகொண்டே இருக்கும் அடுப்பு இது!' என்று காட்டினேன். நீளமான அடுப்பு அது. அதில் கொழுந்துவிட்டு எரியும் நெருப்பின் சப்தம், 'உலகில் உள்ள

மனிதர்களின் பசியைப் போக்குவது மட்டுமே தனது பெரும்பணி!' என்று உரத்து சொல்லிக் கொண்டு இருப்பது போலிருந்தது.

ரஞ்சன் அந்த நெருப்பை வியப்போடு பார்த்தான். 'இரவில்கூட இதை அணைக்க மாட்டார்களா?' என்று கேட்டான். 'ஆம், இது எப்போதும் எரிந்துகொண்டேதான் இருக்கும்... பக்கத்தில் வந்து பாருங்கள்' என்று சொன்னார் சமையல் செய்பவர். ஏதோ ரகசியம் பேசுவது போல நெருப்பின் குரல் கேட்டது. 'சாதிசமய பேதமின்றி, யாவரும் சமம் என்ற உயர்ந்த எண்ணத்தில் உணவு அளிக்கிறோம். இருந்து நீங்களும் சாப்பிட்டுவிட்டுச் செல்லுங்கள்!' என்றார் சமையல் செய்பவர்.

வாழை இலை போட்டு வடை பாயசத்துடன் அறுசுவை உணவு படைத்தார்கள். எங்களோடு பந்தியில் அமர்ந்து சாப்பிட்ட வர்களில் பாதிப்பேர் வயதானவர்கள். ஏதேதோ ஊர்களில் இருந்து வந்து தங்கிவிட்டவர்கள். ஒன்றிரண்டு பண்டாரங்கள், நோயாளிகள், கிராமத்து விவசாயிகள், குழந்தைகள் எனப் பந்தியில் இருநூறு பேருக்கு மேலிருக்கும். அத்தனை சுவையான உணவை வேறு எங்கும் நான் சாப்பிட்டது இல்லை.

தைப்பூசம் அன்று அங்கே ஒரு லட்சம் பேருக்கும் மேல் உணவு அளிக்கப்படுமாம். எங்கள் எதிரில் அமர்ந்திருந்த பார்வையற்ற பெண் கைகளைக் குவித்து முதலில் உணவை வணங்கினாள். பிறகு கொஞ்சம் கொஞ்சமாக எடுத்து சுவைத்துச் சாப்பிட்டாள். அவள் முகத்தில் சாந்தியும் அமைதியும் படிந்திருந்தது. சாப்பிட்டு முடித்ததும் சமையல் செய்தவர்களுக்கும், பரிமாறியவர்களுக்கும் கைகூப்பி நன்றி சொல்லியபடி வெளியே வந்து மர நிழலில் உட்கார்ந்தாள். அவளது வாயிலிருந்து அருட்பா திரும்பவும் கசிந்து வரத் துவங்கியது. ரஞ்சனால் இந்த காட்சியை நம்ப முடியவில்லை. அவளிடம் சென்று, 'வள்ளலாரின் கவிதைகளுக்கு உங்களுக்கு அர்த்தம் புரிகிறதா?' என்று கேட்டான். அவள் சிரித்த படியே, 'அன்புதானே பாடலுக்கு ருசியைத் தருகிறது. சொற்கள் நாக்கில் இருந்து பிறப்பதில்லை. இதயத்திலிருந்து வருகிறது!' என்று கையை மார்புக்கு நேராகக் காட்டினாள். ரஞ்சன் தலையாட்டியபடி நின்றான்.

'உலகம் முழுவதும் வன்முறையும் அழிவும் பெருகிவரும் வேளையில் மௌனமாக ஒரு கிராமம் எப்படி அன்பைச் செயல்படுத்திக் காட்டிக் கொண்டே இருக்கிறது! நூற்றாண்டுகளாக தொடர்ந்து வரும் இந்த அறம், தமிழ் மக்களை எவ்வளவு மாற்றியுள்ளது?' என்று ரஞ்சன் கேட்டான். நான் அமைதியாக, 'இங்கு அளிக்கப்படும் உணவு முழுவதும் வள்ளலாரின் அறக்கோட்பாடுகளின் மீது விசுவாசம் கொண்டவர்கள் அளிக்கும் நிதியிலிருந்துதான் சாத்தியமாகிறது. இங்கு சமைப்பவர்கள்கூட ஒரு சேவையாகத் தான் இதைச் செய்கிறார்கள். உண்மையில் இவர்கள் யாவர் மனதிலும் அன்பும் கருணையுமே நிரம்பியிருக்கிறது!' என்றேன்.

ரஞ்சன் என் கைகளைப் பிடித்தபடி, 'சரியான இடத்துக்கு தான் என்னை அழைத்து வந்திருக்கிறாய்' என்றான் உணர்ச்சிப்பெருக்குடன்.

'உன்னை மகாபலிபுரத்துக்கோ, தஞ்சை பெரிய கோயிலைப் பார்ப்பதற்கோ அழைத்துப் போவதைவிடவும் இங்கே அழைத்து வர விரும்பியதற்குக் காரணம் புரிந்ததா?' என்றேன். புன்னகைத்தான் ரஞ்சன்.

'பசியை வெல்வதுதான் மனிதனின் நெடுநாளைய போராட்டம். அதைத்தானே இலக்கியங்கள் பிரதிபலிக்கின்றன. நமது குழந்தைகளை தீம் பார்க்குகளுக்கும், நவநவீன ஷாப்பிங் சென்டர்களுக்கும், ஏரியில் படகு விடுவதற்கும் அழைத்துப் போவதைவிடவும், அவர்கள் பார்க்க வேண்டிய முக்கிய இடம் வடலூர்தான். பள்ளிக்கூடம், கல்வியைக் கற்றுத் தருவதைப் போல, அன்னசாலை அன்பையும் கருணை யையும் கற்றுத் தருகிறதில்லையா. அதை நேரில் கண்டால் அவர்களே புரிந்துகொள்வார்கள்!' என்றேன்.

வீடு திரும்பிய இரவில், ரஞ்சன் என்னிடம் கேட்டான்... 'தவறாக எடுத்துக்கொள்ளாதே. இப்படி உணவு அளிப்பதன் வழியே இங்கே மதமாற்றம் ஏதாவது செய்ய முயற்சிக்கிறார்களா?'. நான் சிரித்தபடியே சொன்னேன்... 'இல்லை அவர்கள் மனதை மாற்றுவதற்குத்தான் முயற்சிக் கிறார்கள்!'

ரஞ்சன் அதை ஏற்றுக் கொண்டபடி, 'கவிஞர்கள் கனவு காணுவார்கள் என்று கேள்விப்பட்டிருக்கிறேன். ஒரு கவிஞனின் கனவு இங்கே நிஜமாகியிருக்கிறது. வள்ளலார் ஒரு யூனிவர்சல் பொயட். கிரேட் ஹியூமன்!' என்றபடி, தனக்கும் ஏதாவது உதவி செய்ய ஆசை இருக்கிறது என்றான்.

பசியை எதிர்கொள்வது மனிதனின் மகத்தான சவால்! பசியின் முன்பு மனிதன் மிருகம் என்ற பேதமில்லை. பசி மட்டுமே மனிதனைத் தொடர்ந்து இயங்க வைத்துக்கொண்டு இருக்கிறது. பசி அவமானத்தைப் பற்றி கவலைப்படாது. எதை நாம் தேவையற்றது என்று தூக்கியெறிகிறோமோ, அதை உணவாக எடுத்து உண்கிறான் மற்றவன். பசித்த மனிதனுக்கு உணவைத் தவிர, வேறு கடவுள் கிடையாது!

கு. அழகிரிசாமி, தமிழ்ச் சிறுகதைக்கு புதுப்பொலிவு தந்த எழுத்தாளர். இசையும் இலக்கியமும் கற்றுத் தேர்ந்தவர் மனித உணர்ச்சிகளின் அடியாழங்களைத் தனது எழுத்தில் பதிவு செய்தவர் பாவைகளைப் போல் மனிதர்களை உணர்ச்சி தன் விரல் சொடுக்கும் பக்கமெல்லாம் ஆட்டிவைப்பதை இவரது கதைகள் வெளிப்படுத்துகின்றன. பசியைப் பற்றிய இவரது 'சுயரூபம்' என்ற கதை தமிழ் இலக்கியத்தில் எப்போதும் பிரகாசிக்கும் அரிய கதைகளில் ஒன்று. சிறந்த இலக்கியங்கள் யாவும் மனித வீழ்ச்சியைத்தான் கருப்பொருளாகக் கொண்டு இருக்கின்றன. இக்கதையும் வீழ்ச்சி அடைந்த ஒரு மனிதனின் வாழ்க்கைப் பாட்டினைப் பற்றியதுதான்.

கதை வேப்பங்குளம் என்ற கிராமத்தில் நடக்கிறது. மாடசாமித்தேவர் பழம்பெருமைமிக்க குடும்பத்தைச் சேர்ந்தவர். அவரது தாத்தா வீர சாகசங்கள் செய்து காட்டியவர். வைராக்கியத் துக்குப் பெயர்போனவர். அப்பேர்ப்பட்ட மனிதரின் பேரனான மாடசாமித்தேவரை இப்போது வறுமை பீடித்துக்கொண்டுவிட்டது. வாங்கிய கடனை அடைக்க முடியவில்லை. கடன் கொடுத்தவனுக்குப் பயந்து தலைமறைவாக அலைய வேண்டியுள்ளது. ஒரு நாள் பசியோடு ஊரைவிட்டு விலகிய பாதையில் நடந்து, பேருந்து நிறுத்தத்தின் முன் உள்ள முருகேசம்பிள்ளையின் பலகாரக் கடையின் முன் வந்து நிற்கிறார். முருகேசம் பிள்ளை, அவர் வந்ததைக் கவனித்ததாகக் காட்டிக்கொள்ளவே இல்லை. மாடசாமித்தேவர் இரண்டு நாளாகப் பட்டினி.

 சாகித்ய அகாடமி விருது பெற்ற கு.அழகிரிசாமி 1932ல் கோவில்பட்டிக்கு அருகில் உள்ள இடைச்செவல் கிராமத்தில் பிறந்தவர். இந்தக் குக்கிராமம் இரண்டு சாகித்ய அகாடமி எழுத்தாளர்களை உருவாக்கிய பெருமை கொண்டது. கி.ராஜநாராயணன், கு.அழகிரிசாமி என்னும் இக்கிராமத்தின் இரண்டு நண்பர்களும் சாகித்ய அகாடமி விருது பெற்றது பெருமைக்குரியது. பத்திரிகைகளில் பணியாற்றிய கு.அழகிரிசாமி நல்ல மொழிபெயர்ப்பாளரும் கூட. இசையில் மிகுந்த ஈடுபாடு கொண்ட இவர் முறையாக இசை கற்றுக் கொண்டவர். ஒன்பது சிறுகதைத் தொகுதிகளும், இலக்கியக் கட்டுரைகள் மூன்றும் வெளியாகியுள்ளன. 'ராஜா வந்திருக்கிறார்', 'அன்பளிப்பு' போன்ற இவரது சிறுகதைத் தொகுதிகள் மிக முக்கியமானவை. மலேஷியாவில் சில காலம் பணியாற்றி உள்ளார் கு.அழகிரிசாமி. இவரது கதைகள் மக்களின் பேச்சு மொழியில் சரளமாகவும் உணர்ச்சிப் பெருக்கோடும் கூடியவை என்பதே அவற்றின் சிறப்பம்சம். எதிர்பாராத நோய்மையின் காரணமாக இளவயதிலேயே மரணமடைந்தபோதும் இன்றும் தமிழ் சிறுகதையுலகுக்கு வழிகாட்டியாகப் பேசப்படும் ஓர் அபூர்வ கலைஞர் கு.அழகிரிசாமி.

முருகேசம்பிள்ளையின் தயவு இருந்தால் சாப்பாடு கிடைக்கும் என்பது போல் அவரை நலம் விசாரிக்கிறார். முருகேசம்பிள்ளைக்கு மாடசாமித்தேவருடன் பேசவே பிடிக்கவில்லை. பிடிகொடுக்காமல் பேசுகிறார். காலையிலிருந்து மாலை வரை தேவரும் முருகேசம்பிள்ளை என்ன சொன்னாலும் அதற்கு ஆமாம் போடுவதும், மனதுக்குள்ளாக 'இந்த நாய்க்கெல்லாம் நாம் 'ஆமா' போட்டு வாழ வேண்டியதாகி விட்டதே' என்று கோபம் கொள்வதுமாகக் காத்துக்கிடக்கிறார்.

இரவு கடையை அடைத்து வைத்தபோது கொஞ்சம் வடையும் இட்லியும் மீதமாகிக் கிடப்பதைக் கவனிக்கிறார். அதைக் கேட்கலாமா வேண்டாமா என்று பசியோடு பார்க்கையில் முருகேசம் பிள்ளை இட்லியை ஒரு கூடைக்குள் போட்டு எடுத்துக் கொண்டு வீட்டுக்கு புறப்படத் தயாராகிறார். இதற்கு மேலும் கேட்காமல் இருந்தால் சரியில்லை என்பது போல், தயக்கத்துடன்

மீதமான இட்லியை தனக்குக் கடனாகத் தரும்படி கேட்கிறார் மாடசாமித்தேவர். முருகேசம் பிள்ளை ஆத்திரத்துடன், 'இதற்குத்தான் காலையிலிருந்து கடையைச் சுற்றி வந்தீரா... உமக்கெல்லாம் கடன் கிடையாது!' என்றபடி நடக்கிறார். மாடசாமித்தேவரோ, 'மீதமான இட்லிதானே, தந்தால் என்ன?' என்று சமாதானம் பேசுகிறார்.

முருகேசம்பிள்ளைக்குக் கோபம் வந்துவிடுகிறது. 'ஏன்... வீட்டுக்குப் போய் சுடச்சுட தோசை சுட்டுச் சாப்பிடும். உன்னை யாரு வேண்டாம்னு சொன்னது?' என்று சொல்ல வே, மாடசாமித்தேவர் காயமடைகிறார். பேச்சு நீண்டு ஒரு இடத்தில் மாடசாமித்தேவரின் தாத்தாவை முருகேசம்பிள்ளை கேலி செய்ய, அந்த இடத்திலே அவர் மீது பாய்ந்து சண்டை போடுகிறார். இருவரும் கட்டி உருள்கிறார்கள். முருகேசம்பிள்ளை, மாடசாமியை அடித்துப்போட்டு விடுகிறார். பசியால் வலுவிழந்து மாடசாமித் தேவர், 'இப்படி சண்டைபோட்டுவிட்டோமே, இனி இட்லி கிடைக்காதே' என்று நினைத்து, 'ஏதோ பசியில் தெரியாம சண்டை போட்டுட்டேன். மிஞ்சின இட்லியை தந்திருங்க' என்று கெஞ்சுகிறார். 'அப்படி உசிரை வளக்கணுமாக்கும். தின்னு தொலை' என முருகேசம்பிள்ளை கூடையிலிருந்து இட்லியை எடுத்து வீசுகிறார். மாடசாமித்தேவருக்கு திரும்பவும் கோபம் அதிகமாகி, அவர் மீது பாய்ந்து கட்டி உருள்கிறார். இப்போதும் முருகேசம்பிள்ளைக்குத்தான் வெற்றி. அடிபட்டு கீழே விழுந்து கிடந்த மாடசாமித்தேவர் எழுந்துகொள்ளவில்லை. ஆனால், 'அடிபட்டாலும் பரவாயில்லை. நாய் எச்சில் பண்டங்களைத் தின்பது போல, அவர் போட்ட மிச்சத்தைத் தின்னாமல் கௌரவமாகத்தானே இருக்கிறோம்' என்று தனக்குத்தானே சமாதானம் செய்துகொள்கிறார் என்பதில் முடிகிறது கதை.

பிச்சைக்காரர்களே, 'இன்று அம்மா பசிக்கிறது' என்று குரல் தராமல் மௌனமாக கைகளை நீட்டி யாசகம் கேட்பதற்குப் பழகிவிட்ட சூழலில், பசியை அடக்கிக்கொள்வதும், மறைத்து வாழ்வதும்தான் நாகரிகம் என்று கருதப்படுகிறது.

உங்கள் பேருந்தில், மின்சார ரயிலில், அலுவலகங்களில், தெருவில் பசியை அடக்கிக்கொண்ட சிலர் எப்போதுமே கூட வருகிறார்கள். அவர்கள் பசி தங்களது சுயமரியாதையைத்

தின்று விடக்கூடாது என்று வைராக்கியமுடன் இருக்கிறார்கள். ஆனாலும் பசி, தன் நூறு கைகளால் அவர்கள் உடலைப் பிசைந்துகொண்டே இருக்கிறது. வெகு அரிதாகவே மனிதன் பசியை வெல்கிறான். பெரும்பாலும் பசிதான் மனிதனை வென்றுவிடுகிறது!

17 நடுநிசி

இன்றைக்கும் இரவு மணி பன்னிரண்டு அடிக்கும்போது, விளக்கிச் சொல்ல முடியாத ஒரு பயம் ஏற்படுகிறது. கடிகார ஓசையைக் கேட்ட மறுநிமிடமே, பூரான் நெளிவது மாதிரி சத்தமில்லாமல் பயம் மனதில் நெளியத் துவங்கிவிடுகிறது. காரணம், இரவு பன்னிரண்டு மணி நம்முடைய நேரமல்ல! அது பேய்கள் நடமாடும் நேரம் என்று நாலைந்து வயது முதல் நம்பி வந்த பயம். (எதற்காகப் பேய்கள் எப்போதும் நடுநிசி பன்னிரண்டு மணிக்கு நடக்கத் துவங்குகின்றன என்று இன்று வரை எனக்குப் புரியவேயில்லை).

பேய்கள் நம் பால்ய காலத்தின் பிரிக்க முடியாத தோழர்கள். எந்த இடத்தில் பேய் இருக்கிறது, எந்த இடத்தில் இல்லை என்று வேறுபடுத்தித் தெரிந்துகொள்ள முடியாத வயது அது. அதை உறுதி செய்வது போலவே ஊரெங்கும் பேய்க் கதைகள் நிரம்பியிருந்தன. (கதைகள் இல்லாத பேய்கள் இருக்க முடியுமா என்ன?) பேய்களைப் பார்த்தவர்களும், அதோடு

பேசிப் பழகியவர்களும் அக்கம்பக்கத்து வீடுகளில் இருந்த காலம் அது!

பேய் பிடித்து விரட்டுவது அன்றாடக் காட்சியாக இருந்தது. (ஆண்களுக்குப் பேய் பிடித்து நான் பார்த்ததே இல்லை. பாட்டியிடம் கேட்டபோது, ஆண்கள் ஏற்கெனவே பிசாசுகள்தான். பேய் வேறு பிடிக்கணுமாக்கும் என்பாள்.) பேய்கள் யாருமற்ற வீடுகளில்தான் குடியிருக்கின்றன. யாருமற்ற பாதைகளில்தான் நடமாடித் திரிகின்றன. யாருமற்ற கிணற்றிலே குளிக்கின்றன. என்றால், தனிமையின் பெயர்தான் பேயா? பேய்கள் சிறுவயதில் என்னைக் கடுமையாக அலைக்கழித்தன. குறிப்பாக, கிணற்றில் தனியாகக் குளிக்கப் போகும்போது, கனகவல்லி காலைப் பிடித்துக் கொள்வாள் என்ற பயம் வீட்டில் இருந்து கிளம்பும்போதே துவங்கிவிடும். இதற்காக சிலரைத் துணைக்கு அழைத்துப் போக வேண்டும்.

ஒவ்வொரு பேய்க்கும் ஒரு இடமிருந்தது. கனகவல்லிக்கு ஒற்றைப் பனையடி கிணறு. ஜோதிக்கு கண்மாய்க் கரை பாதை. சண்முகத் தாய்க்கு காரை வீடு. இப்படி ஒருவருக்கொருவர் சண்டை சச்சரவின்றி அவரவர் பகுதியில் அவரவர் நிம்மதியாகத்தான் இருந்தார்கள். நாம் எப்போதாவது அவர்கள் பகுதியைக் கடந்து போனால், அது அத்துமீறல்! ஆகவே, அவர்கள் நம்மைப் பிடித்து வைத்துக்கொள்வார்கள். சிறுவர்களை பேய்கள் பிடித்து வைத்துக்கொள்வது இல்லை. மாறாக, பயமுறுத்தித் துரத்திவிடும்.

பேய்கள் விநோதமானவையே! அவை சிறுவர்களைக் கொஞ்சு வதில்தான் அதிக அக்கறை எடுத்துக்கொள்கின்றன. என்னோடு படித்த பாண்டியராஜனை ஒரு பேய் தாடையைப் பிடித்து மாறி மாறிக் கொஞ்சியதாகவும், அதன் விரல்கள் ஐஸ்கட்டி உருகியது போலிருந்ததாகவும் சொன்னான் அவன்.

(பெற்றவர்கள் குழந்தைகளைக் கொஞ்சுவதில்லை என்ற ஆதங்கத்தைப் பேய்கள் தீர்த்து வைக்கின்றன போலும்.)

பேயாக அலையும் ஆண்கள் அதிகத் தொல்லை தருவது இல்லை. மாறாக, யாராவது கறிச் சோறு கொண்டுபோனால் மட்டும், அந்த ஆளை அடித்துப் போட்டுவிட்டுக் கறிச் சோற்றைச் சாப்பிட்டுவிடும் (செத்தும் சாப்பாட்டு ஆசை

போகாது போல). கிட்ணதேவர் செத்துப் பல வருடமாகியும், தனியாகச் சைக்கிளில் போகிறவர்களின் பின்னால் டபுள்ஸ் ஏறிக்கொண்டு பீடிக்கு நெருப்பு கேட்பாராம். அவரைத் திரும்பிப் பார்த்தாலோ, பேச்சுக் கொடுத்தாலோ மாட்டிக்கொள்வார்கள். (அவர் வாழ்ந்த நாட்களிலும் இதுதானே நடந்தது!)

என் பயம் கனகவல்லி பற்றி மட்டுமே! கணவனுடன் சண்டையிட்டுக்கொண்டு கிராமத்தில் இருந்த கிணற்றில் குதித்துச் செத்துப் போனவள் கனகவல்லி. அவள் மிக அழகாய் இருப்பாள் என்றார்கள். குழந்தையில்லாத அவள் மீது தினமும் புருஷன் ஏச்சும் பேச்சுமாக இருக்கவே, மனத் துயரம் தாங்க முடியாமல் அவள் கிணற்றில் விழுந்து செத்துப் போனாள். அன்றிலிருந்து அவள், கிணற்றில் தனியே யாராவது குதித்துக் குளித்தால் அவர்களின் கால்களைப் பிடித்து உள்ளே இழுத்துக்கொண்டு போய்க் கொஞ்சுவாள். கட்டிக்கொண்டு, வெளியே போகவிடாமல் பிடித்து வைத்துக்கொள்வாள். அது நிஜம் என்பது போல, கிணற்றில் குதித்தவுடன் காலைப் பற்றிக்கொண்டு யாரோ இழுப்பதுபோல் தண்ணீரின் விசை கடுமையாகிவிடும். எப்படி எழும்பினாலும் மேலே போக முடியாது. மேலும், தண்ணீருக்குள் பார்வை துல்லியமாக இருக்காது என்பதால், யாரோ இருப்பது போல ஒரு மங்கலான தோற்றம் இருக்கும். கிணற்றில் தண்ணீர் வற்றிப்போன காலங்களில் கனகவல்லி அழுதுகொண்டு இருக்கும் சத்தம் கேட்கும் என்பார்கள். எப்படியோ, ஒவ்வொரு நாளும் அவளுக்குப் பயந்துதான் குளிக்கவேண்டியிருந்தது.

கிராமத்து இரவுகள் ஆற்றுப் படுகை போல பயத்தின் படுகையாக இருந்தன. எங்கே தோண்டினாலும் பயம் ஊற்றெடுக்கத் துவங்கிவிடும். அதன் காரணமாக, தாகமெடுத்தால்கூட எழுந்து சமையலறைக்குப் போய் தண்ணீர் குடிக்கப் பயமாக இருக்கும். எப்போதாவது வயல் வரப்பில் தனியே நடந்து வரும்போது வாய்க்கு வந்த பாடல்களைச் சத்தமாகப் பாடியபடி வர வேண்டியதிருக்கும். அப்படியும், பயம் அடங்காது போனால், கண்களை மூடிக் கொண்டு ஓடி வர வேண்டிய நிலையும் உண்டாகும்.

ஊரில் வாழ்பவர்களை விடவும், செத்துப் போனவர்களே ஊர் மீது அதிகப் பற்று கொண்டு இருந்தார்கள். அவர்கள் எங்கள் ஊரை விட்டு வேறு ஊர்களுக்கு போவதே இல்லை. பேய்கள் காற்றில் அலைந்து திரியக்கூடியவை என்றபோதும், ஊர் விட்டு ஊர் போவதே இல்லை. அவற்றுக்கு எல்லைக் கோடுகள் இருக்கின்றன.

பெண் பேய்கள் எப்போதுமே வெள்ளை உடையைத்தான் அணிகின்றன. (உலகமெங்கும் பேய்கள் ஒரே நிறத்தில்தான் உடை அணிகின்றன.) தலையை விரித்துப் போட்டுக்கொண்டு இருக்கின்றன. (இப்போதாவது நிம்மதியாக தன் விருப்பம்போல இருக்கட்டுமே!) ஆண் பேய்கள் இது போல வெள்ளைச் சட்டை, வேட்டி அணிவது கிடையாது. மாறாக, கறுப்பு உடை அணிந்திருக்கும் என்பார்கள்.

எங்களோடு எட்டாம் வகுப்பில் படித்துப் பெயிலாகி, அந்த வருத்தம் தாள முடியாமல் தங்கம் என்ற மாணவி பூச்சிமருந்தைக் குடித்துவிட்டாள். உடனே, ஊர்க் களத்தில் இருந்த ஒரு மாட்டுவண்டியைக் கவிழ்த்துப் போட்டு, அவளை சக்கரத்தின் மீது வைத்துக் கட்டி, கிறுகிறுவெனச் சுற்றினார்கள். அவள் மஞ்சளும் கோழையுமாக வாந்தியெடுத்தாள். கசக்கியெறிந்த காகிதம்போல அவள் உடல் சுருண்டு கிடந்தது. கண்கள் கிறங்கிப் போயிருந்தன. அவளைக் கண்டு ஊர் ஜனங்கள் வேதனை தாங்க முடியாமல் அழுது கூப்பாடு போட்டார்கள். அவள் உதடுகள் நடுங்கிக்கொண்டு இருந்தன.

தங்கம் தேய்ந்து போன குரலில், 'குடிக்கத் தண்ணி வேணும்' என்று கேட்டாள். 'தண்ணீர் கொடுக்க வேண்டாம். குரல் சுருங்கிவிடும்' என்று ஊர்ப் பெரியவர்கள் தடுத்து விட்டார்கள். யாவரும் பார்த்துக்கொண்டு இருந்தபோதே, தங்கம் இறந்து போனாள்.

ஆனால், அதன் பிறகு... எங்கள் வகுப்பில் மாணவர்கள் குடிப்பதற்கு வைத்திருக்கும் மண்பானையில் இருந்து அவள் டம்ளர் டம்ளராக தண்ணீர் மோந்து மோந்து குடிப்பதாகவும், பள்ளிக்கூடத்தையே சுற்றிக்கொண்டு இருப்பதாகவும் சொல்லத் துவங்கினார்கள். இதை மெய்ப்பிப்பது போல சில நாட்கள் இரவு நேரம் டியூஷன் படிக்கும்போது யாவரும் பாடத்தைச் சத்தமாக வாசித்துக்கொண்டு இருப்போம்.

உலகின் சிறந்த சிறுகதை ஆசிரியர்கள் எவரோடும் சமமாக வைத்துப் பேசப்படக்கூடிய எழுத்து புதுமைப்பித்தனுடையது. திருநெல்வேலியில் 1906ல் பிறந்த இவரது பெயர் விருத்தாசலம். முதல் கதை, மணிக்கொடி இதழில் 1934ம் ஆண்டு வெளியானது. அதன் பிறகு தொடர்ந்து பதினாலு ஆண்டுகள் சிறுகதை, கவிதை, நாடகம், சினிமா, அரசியல் கட்டுரைகள், மொழி பெயர்ப்புக் கதைகள் என பன்முகத் தன்மை கொண்ட கலைஞனாக விளங்கினார். இவரது கதைகளை தமிழ்வாழ்வின் நாடித் துடிப்புகள் எனலாம். கடவுளைக்கூட காபி கிளப்புக்கு அழைத்துச் செல்லும் அபூர்வமான பகடி கொண்ட எழுத்து புதுமைப்பித்தனுடையது. காசநோய் தாக்கி 42 வயதில் மரணமடைந்த இந்த அபூர்வ கலைஞன், புதிய தமிழ்ச் சிறுகதைகளுக்கு மூலவித்தாக தனது படைப்புகளை விட்டுச் சென்றிருக்கிறார்.

எங்கள் யாவரின் சத்தமும் ஓய்ந்துபோன ஒரு நிமிடத்தில், யாரோ முணு முணுக்கும் சத்தம் கேட்கும். அது தங்கம்தான் என்றும், அவளும் எங்களோடு படித்துக் கொண்டு இருக்கிறாள் என்றும் நம்பினோம். அவளை நினைக்கும்போது மட்டுமே இன்றும் என் தொண்டையில் நெறி கட்டியது போல வலி உண்டாகிறது.

கிராமத்துக்குள் பேருந்து வந்து போகத் துவங்கிய நாளில் பேய்களின் பயம் கரைந்து போகத் துவங்கியது. ஊருக்குள் வேற்று மனிதர்கள் வரத் துவங்கினார்கள். மின்சாரம் அறிமுகமானது. குளியல் அறைகள் அறிமுகமாகின. டெலிபோனும் தொலைக்காட்சியும் சாத்தியமாயின. பேய்கள் இந்த மாற்றத்தினால் கோபம் கொண்டு யாரையும் பிடிக்கவே இல்லை. அவை பிடிவாதமான கிராமத்து விவசாயியைப் போல் யாரோடும் பேசக் கூடப் பிடிக்காமல் வம்படியாக தனியே ஒதுங்கிக் கொண்டு விட்டன.

கடவுளைக் கவனிக்கவே நேரமில்லாத மனிதர்களுக்குப் பேய்கள் எம்மாத்திரம்? அவற்றை மறந்தே விட்டார்கள். கனகவல்லி இருந்த கிணற்றில் குளிப்பதற்கு யாரும் வராமல் போய் பத்து வருடத்துக்கு மேல் ஆகிவிட்டது. தண்ணீர் இல்லாமல் வறண்டு போய் கிடக்கும் கண்மாயில் வேலி மரங்களைத் தவிர, ஜோதிக்கு வேறு துணையில்லை.

இன்றுள்ள மெட்ரிக் பள்ளியில், பேய்களாக இருந்தாலும் தமிழில் பேசமுடியாது என்பதால் பயந்து எந்தப் பேயும் பள்ளியின் பக்கமே போகவில்லை. உண்மையிலே இடிந்த வீடுகளையும் யாருமற்ற பாதைகளையும் தவிர பேய்கள் வேறு போக்கிடமற்றுப் போய்விட்டன. அங்கும் அவற்றைச் சீந்துவார் இல்லை. அதனால் தானோ என்னவோ, எனக்குப் பேய்களைப் பிடிக்கத் துவங்கி இருக்கிறது.

பேயை நம்புகிறீர்களா, இல்லையா என்று என்னை எவராவது கேட்டால், 'நம்ப மாட்டேன். ஆனால் பயமாகத் தான் இருக்கிறது' என்று புதுமைப்பித்தன் சொன்ன பதிலைத்தான் சொல்வேன்.

புதுமைப்பித்தன் தமிழ்ச் சிறுகதையுலகின் உன்னதக் கலைஞன். பாரதியைப் போல அசலானதொரு தமிழ்க் கலைஞன். அவரது கற்பனையும் மொழியும், தமிழ் சிறுகதை உலகுக்கு ஒரு புது பாய்ச்சலை உருவாக்கியது.

இவரது 'காஞ்சனை' என்ற கதை பேயைப் பற்றியது. அல்லது, பேய் பற்றிய பயத்தைப் பற்றியது. (பயமும் பேயும் வேறு வேறா என்ன?) ஒரு எழுத்தாளரின் வீட்டில் இக்கதை நடக்கிறது. அவருக்கு ஒரு நள்ளிரவில் தூக்கம் பிடிக்காமல் விழிப்பு வந்து விடுகிறது. எங்கிருந்தோ பிணம் எரிப்பது போல நாற்றம் வருவதை நுகர முடிகிறது. வீட்டில் எப்படி இந்த நாற்றம் வருகிறது என்று சுற்றிலும் தேடிப் பார்க்கிறார். கண்டுபிடிக்க முடியவில்லை. சில நிமிஷங்களில் அந்த நாற்றம் கமகமவென நறுமணமாகிறது. அதுவும் எங்கிருந்து வருகிறது என்று தேடிக் கண்டுபிடிக்க முடிய வில்லை. மனைவியை எழுப்பிக் கேட்கிறார். அவள் உறக்கம் கலையாமல் 'பக்கத்தில் யார் வீட்டிலாவது ஊதுபத்தி ஏற்றி வைத்திருப்பார்கள், பேசாமல் படுத்துத் தூங்குங்கள்' என்கிறாள்.

மறுநாள், அவர்கள் வீட்டுக்கு ஒரு பிச்சைக்காரி வருகிறாள். அவளை எழுத்தாளரின் மனைவி, உழைத்துப் பிழைக்கக் கூடாதா என்று கேட்கவே, எந்த வேலை கொடுத்தாலும் செய்வதாகச் சொல்கிறாள் பிச்சைக்காரி. எழுத்தாளரின் மனைவியும், மூன்று மாத கர்ப்பிணியாக இருக்கும் தனக்கு உதவியாக இருக்கட்டுமே என்று அவளை வேலைக்குச் சேர்த்துக் கொள்கிறாள். அவருக்கு இது பிடிக்கவில்லை. பிச்சைக்காரியை உற்றுப் பார்க்கும்போது, அவள் கால்கள்

தரையில் இல்லாமல் அந்தரத்தில் மிதப்பது போலவே இருக்கின்றன. மனப்பிரமையா இல்லை நிஜமா என்று தெரியாமல் விழிக்கிறார்.

சில நாட்களில், பின்னிரவில் வேலைக்காரி காஞ்சனை உறங்குகிறாளா இல்லையா என்று பார்க்கப் போகிறார். அவள் படுக்கை காலியாகக் கிடக்கிறது. எங்கே போயிருப்பாள் என்று அவர் வெளியே தேடிப் பார்க்கும் நிமிஷத்தில் அவள் திரும்பவும் படுக்கையில் இருக்கிறாள். எப்படி என்று புரியவேயில்லை. இது போலவே மறுநாள் இரவு ஆழ்ந்த தூக்கத்தில் தன் குரல்வளையை யாரோ அழுத்திக் கடிப்பது போல் அவருக்குத் தோன்றுகிறது. திடுக்கிட்டு எழுந்து பார்க்கிறார். தொண்டையில் லேசான ரத்தத் துளி இருக்கிறது. காஞ்சனையைப் படுக்கையில் காணவில்லை.

பயத்துடன் ஜன்னலைத் திறந்து வேடிக்கை பார்க்கும் அவரை யாரோ ஒருவன் அழைத்து சுடலைச் சாம்பல் தந்து, அவரது மனைவி நெற்றில் பூசினால் யாவும் சரியாகிவிடும் என்கிறான். அதன் பிறகு காஞ்சனை அவர்கள் வீட்டுக்கு வரவே இல்லை. எங்கே போனாள் என்றும் தெரியவில்லை என்பதோடு கதை முடிகிறது.

பேய்கள் நிஜமா, பொய்யா எனத் தெரியவில்லை. ஆனால், அது ஒரு மன விசித்திரம். மனம் கொள்ளும் தடுமாற்றத்தின் பெயர்தான் பேய் போலும்! சமீபத்தில் இந்தியில் வெளியான பேய்ப் படம் ஒன்று பார்த்தேன். அதில், காட்டுக்குள் புகைமூட்டத்தோடு அலையும் பெண் பேய், ஹைஹீல்ஸ் செருப்பு அணிந்திருந்தது. நல்ல வேளை, காலத்தில் பேய்கள் பின்தங்கிவிடவில்லை என்று மனதில் சந்தோஷம் பொங்கியது. இன்று பேய்கள் இடத்தை வேறு ஏதோ பயம் நிரப்பிக் கொண்டுவிட்டது. எனது இப்போதைய பயம் பேய்கள் அல்ல... டெலிவிஷன் மெகா சீரியல்கள் மட்டுமே!

18
தொட்டில் வாசனை

ஊரிலிருந்து சென்னைக்கு கைக்குழந்தையோடு இடம் மாறி வந்த நாளில், என் மனைவி சிறிய பொட்டலம் ஒன்றை முடிந்து கையோடு எடுத்து வந்திருந்தாள். அந்தப் பொட்டலம் நீண்ட நாட்களாக குழந்தையின் தொட்டில் கம்பில் கட்டித்

ஒவ்வொரு முறை அதைக் காணும்போதும், என்ன இருக்கிறது அதில் என்று கேட்க வேண்டும் என்று தோன்றும். குழந்தையின் கண் திருஷ்டிக்காக எதையாவது கட்டி வைத்திருப்பார்கள் என்று கேட்காமலே விட்டுவிடுவேன். பையன் தொட்டிலில் உறங்கும் வயதைக் கடந்து வந்துவிட்ட பிறகு, இனி தொட்டிலின் தேவை முடிந்துவிட்டது என்பதுபோல அவிழ்த்துக்கொண்டு இருந்தார்கள். தொங்கவிடப்பட்டு இருந்தது. அந்தப் பொட்டலம் சுருங்கிச் சின்னதாகிக் கீழே விழுந்தது.

என்னதான் இருக்கிறது அந்தப் பொட்டலத்தில் என்று எடுத்துப் பிரித்துப்

பார்த்தேன். உள்ளே பிடி மண் இருந்தது. என் முகத்தைப் பார்த்தபடியே மனைவி சொன்னாள்...

"பிறந்த இடத்தின் மண் இல்லாவிட்டால் குழந்தை நிம்மதியாகத் தூங்காது. அதற்காக ஊரிலிருந்து வரும்போது ஒரு பிடி மண்ணைக் கொண்டுவந்து கட்டினேன்!"

வியப்பாக இருந்தது. பிறந்த மண்ணின் வாசனையும் நெருக்கமும் இல்லாவிட்டால் குழந்தைகளுக்கு நல்ல தூக்கம் வராது என்பது எத்தனை ஆழ்ந்த நம்பிக்கை! அப்படியென்றால், பையன் தன் உறக்கத்திலும் கனவிலும் என் ஊரைத்தான் நுகர்ந்து கொண்டு இருந்திருக்கிறானா? ஊரின் வாசம்தான் உறக்கத்தை வரவழைக்கக் கூடியதா? இப்படிப் பிறந்ததிலிருந்து மண் வாசனையை நுகர்ந்துகொண்டு இருந்த நாம், வளர்ந்த பிறகு அதை எப்படி மறந்துவிடுகிறோம்? மண்ணோடு மனிதனுக்கு உள்ள உறவு விசித்திரமானதுதான், இல்லையா?

ஊரைப் பிரிந்து வருவது எளிதானதில்லை. புகழ்பெற்ற ருஷ்ய எழுத்தாளரான டால்ஸ்டாய், தனது கிராமத்திலிருந்து நகரத்துக்கு இடம் பெயர்ந்தது பற்றி அவரது வாழ்க்கை வரலாற்று ஆசிரியர் குறிப்பிடும்போது, 'ஒரு நூறு வருடப் பழைமையான ஓக் மரம் தன் வேரைத் துண்டித்துக்கொண்டு ஓரிடத்திலிருந்து மற்றொரு இடத்துக்கு நகர்ந்து சென்றது போலிருந்தது அந்த நிகழ்ச்சி' என்று எழுதுகிறார். ஊரின் அழகு அதன் விஸ்தாரணத்திலோ, வளத்திலோ இல்லை. மாறாக, அதோடு நாம் கொள்ளும் உறவில்தான் இருக்கிறது.

ஒவ்வொரு ஊரும் ஒரு கண்ணுக்குத் தெரியாத பதிவேட்டைக் கொண்டு இருக்கிறது. அதில் எண்ணிக்கையற்ற நிகழ்ச்சிகள் பதிவாகின்றன. பிறந்தவர் எத்தனை, செத்தவர் எத்தனை, வாழ்ந்து உயர்ந்தவர் யார், வாழ்ந்து கெட்டவர் யார்... இப்படி எத்தனை ஆயிரம் கணக்குகள்! ஊரின் விசித்திரம் அதன் வெளிப்படுத்தப்பட முடியாத மௌனம்தான். கரும்புகை சுழல்வது போல நிசப்தம் ஒவ்வொரு ஊரையும் சுற்றிப் படர்ந்திருக்கிறது.

மண் திமிறுகிறது என்று விவசாயிகள் பேசுவதைக் கேட்டிருக்கிறேன். உண்மைதான். நிலம் சதா புரண்டு

கொண்டேதான் இருக்கிறது. மண் நம் காலடியில் கிடக்கிறது என்பதற்காக, அற்பமானது என்பதுபோலப் புரிந்துகொண்டு இருக்கிறோம். உண்மையில் மண் ஒரு விசை. மண் ஒரு உயிர்ப் போராட்டம். மண்ணின் குணம் மிக விநோதமானது!

ஒரு கொய்யாப்பழத்தைத் தின்னும்போது, அதன் ருசியாக இருப்பது அந்த மண்வாகுதான். கிராமத்துப் பெண்கள் கத்திரிக் காயை எந்த ஊர்க் காய் என்று கேட்டுதான் வாங்குவார்கள். மண்வாகு காய்கறிகளுக்கு காரலையோ, கசப்பையோ கொண்டு வருகின்றன. இளநீரின் ருசி அது விளையும் மண்ணைத்தான் சார்ந்திருக்கிறது! கொய்யாப்பழமாக, இளநீராக, அரிசியாக, கீரைகளாக மண் தன் ருசியை வெளிப்படுத்திக்கொண்டே இருக்கிறது. இன்றுவரை மண்ணை நாம் புரிந்துகொள்ளவே இல்லை.

மண்ணின் கருணை தான் மனிதர்களை வாழ வைக்கிறது. காய்கறிகளுக்கே இப்படி ருசியும், சத்தும் மண் தருகிறதென்றால், இந்தக் காய்கறிகளையும், கீரைகளையும், பழங்களையும் உண்டு வாழ்ந்து அந்த மண்ணில் புரண்டு திரியும் மனிதனை எத்தனை உரமேற்றியிருக்கும்!

ஊர் ஒவ்வொருவர் உடல் மீதும் கண்ணுக்குத் தெரியாத சில முத்திரைகளைக் குத்தி அனுப்பிவிடுகிறது. அந்த மண் கவிச்சிதான் நம் பேச்சில், சாப்பாட்டில், பழக்கவழக்கத்தில், உடைகளில், உறவில் வெளிப்படுகிறது.

பழைய டெல்லியில் சுற்றித் திரிந்துகொண்டு இருந்தபோது, ஓட்டல் நடத்தும் ஒரு தமிழ்க் குடும்பம் பரிச்சயமானது. அவர்களிடம் பேச்சுவாக்கில் டெல்லி பிடித்திருக்கிறதா என்று கேட்டேன். அவர்கள் பிழைப்பதற்கு மிக உதவியாக இருக்கிறது என்றார்கள். ஊருக்கு வரும் யோசனை இருக்கிறதா என்று கேட்டதும் ஓட்டல் நடத்தும் நபரின் மனைவி, 'அங்கே என்ன இருக்கு, வருவதற்கு? எங்களுக்கு எல்லாமே இனி இந்த ஊர்தான்' என்றாள். நான் வேண்டுமென்றே 'இந்த ஊரில் உங்களை வெளியாள் என்றுதானே சொல்கிறார்கள்?' என்று கேட்டேன். அந்தப் பெண், குரல் உடைந்து போனவளாக, 'எங்களோட ஒரு வயசுக் குழந்தை குளிர்காய்ச்சல் வந்து செத்துப் போய் இந்த ஊர்லதான் புதைச்சிருக்கோம். டெல்லி மண்ணுல என் பிள்ளையோட எலும்பும் கலந்திருக்கு.

எங்களை வெளியாள்னு சொல்றதுக்கு யாருக்கும் எந்த உரிமையும் கிடையாது சார்! நாங்க இந்த ஊர்தான்!' என்றாள்.

அதிர்ச்சியாகவும் வேதனையாகவும் இருந்தது. பிறப்பு மட்டுமல்ல, சாவும்தானே ஊரோடு உள்ள பந்தம்!

ஊரைப் பிரிந்து செல்வதைப் பற்றிய கதைகளில் மிக அபூர்வமானதும் உயர்வானதும் வண்ணநிலவன் எழுதிய 'எஸ்தர்' சிறுகதை. வண்ணநிலவனின் நுட்பமான விவரிப்பும் மொழியும், துக்கத்தை வெளிப்படுத்தும் பாங்கும் இக்கதையை என்றும் உயிர் வாழும் சாஸ்வதமான கதையாக மாற்றியிருக்கின்றன.

எஸ்தரை எத்தனை முறை வாசித்திருப்பேன் என்று கணக்கிட்டுச் சொல்லவே முடியாது. வண்ணநிலவன் கதைகள் தமிழ்ச் சிறுகதைகளை இன்னொரு பரிமாணத்துக்கு உயர்த்தியவை. அவர் எதையும் உரத்துச் சொல்பவரில்லை. ஆனால், அவரது கதைகள் ஏற்படுத்தும் வலியும் துக்கமும் ஒரு வடுவைப் போல நீண்ட நாட்கள் நம்மோடு கூடவே இருக்கக் கூடியவை.

வண்ணநிலவனின் கதாபாத்திரங்கள் பெரும்பாலும் பெண்கள். அவர்கள் சூழலால் அலைக்கழிக்கப்படுபவர்கள். ஆனாலும், தங்களின் தைரியத்தாலும், எளிய அன்பினாலும் தான் உலகம் இயங்குகிறது என்னும் உண்மையை வெளிப்படுத்துபவர்கள்.

'எஸ்தர்', மழையற்றுப் போய் பஞ்சம் பிடித்த ஒரு ஊரின் கதையைச் சொல்கிறது. 'முடிவாக பாட்டியையும் ஈசாக்கையும் விட்டுச் செல்வதென்று ஏற்பாடாகியது' என்று தொடங்கும் இக்கதை... ஒரு கிறிஸ்துவ குடும்பத்தின் வாழ்க்கைப் பாடுகளை விவரிக்கிறது.

மரியதாஸ் என்பவரின் பிள்ளைகள் அகஸ்டினும் டேவிட்டும். இருவரது மனைவியர் பெயரும் அமலம். ஆகவே, ஒருத்தியைப் பெரிய அமலம் என்றும், மற்றவளை சின்ன அமலம் என்றும் அழைக்கிறார்கள். அவர்களுடன், வயதான பாட்டி ஒருத்தி கூரையைப் பார்த்தபடி தனது அந்திம நாட்களை எண்ணிக்கொண்டு இருக்கிறாள்.

வண்ணநிலவன் என்று அழைக்கப்படும் உ.நா.ராமச்சந்திரன் தமிழ் இலக்கியத்தின் அரிய சாதனையாளர்களில் ஒருவர். திருநெல்வேலியைச் சேர்ந்தவர். 1948ல் பிறந்த வண்ணநிலவன், துக்ளக் பத்திரிகையில் சில காலம் பணியாற்றி உள்ளார். இவரது 'கடல்புரத்தில்' நாவல் இலக்கிய சிந்தனை பரிசு பெற்றுள்ளது. எஸ்தர், பாம்பும் பிடாரனும், தேடித் தேடி, வண்ணநிலவன் உள்ளும் புறமும், தாமிரபரணிக் கதைகள் போன்றவை இவரது முக்கிய சிறுகதைத் தொகுதிகள். சிறந்த நாவலுக்காக தமிழக அரசின் பரிசை வென்றது இவரது 'கம்பா நதி' நாவல். இவரது 'ரெயினீஸ் ஐயர் தெரு' தமிழ் நாவல்களில் மிகவும் தனித்துவமானது. திரைப்படத் துறையில் கொண்ட ஈடுபாடு காரணமாக, 'அவள் அப்படித்தான்' படத்தின் வசனகர்த்தாவாகவும் பணியாற்றியுள்ளார் வண்ணநிலவன்.

இந்த வீட்டை நிர்வகிப்பது எஸ்தர் சித்தி. புருஷனோடு வாழப் பிடிக்காமல் பல வருட காலத்துக்கு முன்பு, அந்த வீட்டுக்கு வந்து தங்கிவிட்டவள். வீட்டின் சகலபாடுகளையும் கவனித்துக் கொண்டு, வீட்டை தன் கைக்கூட்டுக்குள் பொத்தி காப்பாற்றி வருகிறாள். வீடே சித்திக்காக இயங்கியது. வேலைக்காரர்கள்கூட சித்திக்காகத்தான் வேலை செய்தார்கள். எஸ்தர் சித்தி மிக அன்பானவள். யாரையும் ஒரு சொல் திட்டாதவள். வீட்டு வேலைகளை அவளைப்போல் அக்கறையாக யாரும் செய்ய முடியாது.

பஞ்சகாலத்தில், வீட்டில் உணவு தட்டுப்பாடாகியது. மனிதர்களை விடவும், ஆடு மாடுகளின் தீவனத்துக்காக அதிகம் அலைந்து திரிய வேண்டி இருந்தது. வீட்டில் ஒரேயொரு தீப்பெட்டிதான் இருந்தது. ஆகையால் தீக்குச்சிகளைக்கூட எஸ்தர் சித்தி பாதுகாத்து வைத்திருக்கிறாள். பீடி புகைக்கும் டேவிட், ஒரு தீக்குச்சியை ரகசியமாக எடுத்து உரசும்போது, அதன் சத்தம் கேட்டு வந்து பார்க்கும் சித்தியின் கண்களில் படிந்துள்ள வேதனை, டேவிட்டை மிகவும் துக்கப்படுத்துகிறது. பஞ்சம், வீட்டு மனிதர்களின் சுபாவத்தை முற்றிலும் ஒடுக்கிவிடுகிறது. யாவரும் மனக்கலக்கம் கொண்டவர்களாக நடந்துகொள்கிறார்கள்.

பஞ்சம் பீடித்த ஊரில் ஆட்கள் காலி செய்து போய்விடவே, தெருவில் ஆள் நடமாட்டம் குறைந்து போய், ஊரெங்கும் அழிவற்ற இருட்டு பெருகியது. பேச்சரவம் ஓய்ந்து போய், ஊறிய இருட்டு ஊரெங்கும் பயத்தைப் பெருக்கியது. அதோடு இருட்டு சதா எதையோ முணுமுணுத்துக்கொண்டு இருப்பது போலிருந்தது.

எஸ்தர் சித்தி இருட்டின் குரலைக் கேட்டுக் கொண்டு இருந்தாள். 'நீயும் உனக்குப் பிரியமானவர்களும் இங்கிருந்து போவதைத் தவிர, வேறு வழி என்ன? மழை பெய்வதற்காகக் காத்திருந்து மடிவீர்களா?' என்று இருட்டு, எஸ்தர் சித்தியிடம் கேட்டது. வீட்டில் நிலைகுத்திப்போன கண்களுடன் பாட்டி கூரையைப் பார்த்தபடி இருந்தாள். அப்படி என்னதான் பார்க்கிறாள் என்று எஸ்தருக்குப் புரியவே இல்லை. ஊரைவிட்டுச் செல்லும்போது பாட்டியை என்ன செய்வது என்று அவளுக்கு யோசனையாகவே இருந்தது.

மதுரைக்குச் சென்று கொத்து வேலை செய்தாவது பிழைத்துக்கொள்ளலாம் என்று அந்தக் குடும்பம் முடிவு செய்கிறது. அன்றிரவு சித்தி எழுந்து பாட்டியின் அருகில் போய்ப் படுத்துக்கொள்கிறாள். மறுநாள் காலை பாட்டி இறந்துபோயிருப்பது தெரியவருகிறது. மலிவு விலையில் வாங்கிய ஒரு சவப்பெட்டியில் வைத்து பாட்டியைக் கல்லறைத் தோட்டத்தில் புதைத்துவிட்டு, ஊரைவிட்டு விலகிப் போகிறார்கள். அதன்பிறகு, நெடு நாட்களுக்கு எஸ்தர் சித்திக்கு மட்டும் கூரை பார்த்தபடியிருந்த பாட்டியின் ஈரமான கண்கள் நினைவுக்கு வந்தபடி இருந்தன என்பதோடு கதை முடிகிறது.

எஸ்தர் சித்தி பாட்டியைக் கருணைக் கொலை செய்து விட்டாளா... இல்லையா என்று தெரியாதபடி கதை ஓர் இடைவெளியை விட்டுச் செல்கிறது. ஊரின் மீதுள்ள வேர் பிடிப்பும், மழையற்றுப் போன பஞ்ச காலமும் மனிதர்களை வாட்டி எடுக்கும் சோகமும் கதையெங்கும் நீக்கமற நிரம்பி இருக்கிறது. வண்ணநிலவன் அடங்கிய குரலில், கவித்துவமும் நுட்பமான சித்திரிப்போடும் இக்கதையை எழுதியிருக்கிறார்.

தினமும் ஆயிரம் பறவைகள் பறந்தபோதும், வானில் எந்தப் பறவையின் சுவடும் இருப்பதே இல்லை. மண் அப்படி

இல்லை. அதில், நம் வாழ்வின் சுவடுகள் பதிந்து கிடக்கின்றன. மண்ணின் பாடல் முடிவற்ற ஒரு சங்கீதமாக எப்போதும் கேட்டுக் கொண்டே இருக்கிறது. அதை நின்று கேட்டுப் போவதற்கோ, புரிந்து கொள்வதற்கோ நாம் தயாராகவும் இல்லை... விரும்பவும் இல்லை!

19 நினைவுப் பாதை

ஒவ்வொரு முக்கிய எழுத்தாளரையும் தேடிச் சென்று பார்ப்பது என்று எனது இருபது வயதில் புறப்பட்டபோது, அது ஒரு சாகசப் பயணம் போல அமையக்கூடும் என்றே நினைத்தேன்.

பத்து ஆண்டுகளுக்கும் மேலாக, தமிழிலும் மற்ற இந்திய மொழிகளிலும் எழுதிக்கொண்டு இருக்கும் எத்தனையோ எழுத்தாளர்களைச் சந்தித்திருக்கிறேன். இந்தச் சந்திப்பில் ஒன்றிரண்டைத் தவிர, பெரும்பாலானவை கசப்பான அனுபவங்களே!

எழுத்தாளன் ஒரு விசித்திரப் பிறவி என்பதில் நம்பிக்கையற்றவன் நான். எழுதுவது என்பது ஒரு வேலையல்ல, பொறுப்பு உணர்ச்சி என்று நம்புகிறவன்.

தாலூகா அலுவலகம் ஒன்றில், ரேஷன் கார்டு கேட்டு விண்ணப்பம் செய்வதற்காகச் சென்றிருந்தேன். அங்கே உள்ள அதிகாரி, 'என்ன வேலை செய்கிறீர்கள்?' என்று கேட்டதும், 'ரைட்டர்' என்றேன்.

அந்த அதிகாரி பென்சிலை உருட்டிக் கொண்டே, 'எந்த ஸ்டேஷன்ல?' என்று கேட்டார். எனக்கு என்ன பதில் சொல்வதென்றே தெரியவில்லை. கேள்வியும் புரியவில்லை. அவராகவே 'போலீஸ் ரைட்டர்தானே?' என்ற பிறகுதான் கேள்வியின் பின்புலம் எனக்குப் புரிந்தது.

எழுத்தாளர்களைத் தேடிக் காண்பது என்ற எனது ஊர்ச் சுற்றலில்தான் நகுலனை முதன்முதலாகச் சந்தித்தேன். நகுலன் ஒரு நல்ல கவிஞர், நாவலாசிரியர்.

திருவனந்தபுரத்தில் அவரது வீடு, கௌடியார் என்ற பகுதியில் இருக்கிறது. நான் பார்க்கச் சென்ற நாட்களில், அவரது 'நாய்கள்' என்ற நாவல் வெளியாகியிருந்தது. 'நாய்களைப் பற்றி ஒருவர் நாவல் எழுதியிருக்கிறாரே!' என்று ஆச்சரியத்துடன் அதை வாசிக்கத் துவங்கினேன். நாவலில் ஓர் உருவகமாக, நாய் என்ற படிமத்தைப் பயன்படுத்தி இருந்தார்.

நாவல் முழுவதும் மெல்லிய கேலியும் கவித்துவமும் தத்துவத் தெறிப்புகளும் நிறைந்திருந்தன. முன்னதாக நகுலன் கவிதைகள் மீது கொண்ட ஈடுபாடு, இந்த வாசிப்பினை அதிகப்படுத்தவே, அவரைக் காண்பதற்காகச் சென்றிருந்தேன்.

நகுலன் திருமணம் செய்து கொள்ளாதவர். ஆங்கிலப் பேராசிரியராகப் பணியாற்றி, ஓய்வுபெற்று தனிமையில் வாழ்பவர். அவருக்குள்ள ஒரே துணை - ஒரு பூனை மட்டும்தான்!

ஒரேயொரு வேலைக்காரப் பெண் உண்டு. அவர், பல வருடங்களாக அந்த வீட்டில் வேலை செய்து, நகுலனின் சகோதரி போல், அவர் மீது அதிக அக்கறை கொண்டவராக இருந்தார்.

தமிழ், ஆங்கிலம் இரண்டிலும் முதுகலைப் பட்டம் பெற்றவர் நகுலன். அவரது வீடெங்கும் புத்தகங்களே நிரம்பி இருந்தன. பசுமையான மரங்களடர்ந்த ஒரு சரிவில் உள்ளது அவரது வீடு.

நகுலன் தன்னைத் தேடி வருபவர்களோடு கொள்ளும் உறவு விசித்திரமானது. சந்தித்த மறு நிமிடமே, ஒரு

குழந்தையைப் போல ஏதேதோ கேட்கத் துவங்கிவிடுவார். அது ஒருவிதமான நட்பாக வளர்ந்து செல்லும்.

"நீங்கதான் ராமகிருஷ்ணனா?"

"ஆமாம்!" என்று தலையாட்டினேன்.

அவர் சிரித்துக்கொண்டே, "நீங்கதான் ராமகிருஷ்ணன்னு உங்களுக்கு எப்படித் தெரியும்?" என்று கேட்டார். இந்தக் கேள்விக்கு எப்படிப் பதில் சொல்வது என்று தெரியாமல், நானும் சிரித்தேன்.

நகுலன் தனது புன்னகை படரும் முகத்தோடு, "எவ்வளவு வருஷமா ராமகிருஷ்ணனா இருக்கீங்க?" என்று கேட்டார். கேலியாக இருந்தாலும், இந்தக் கேள்வி எனக்கு ரொம்பவும் பிடித்திருந்தது.

"பிறந்ததிலிருந்து ராமகிருஷ்ணனாகவே இருக்கிறேன்" என்றேன். அவர் அதை ரசித்தவர் போல, "பிறந்ததில் இருந்தா?" என்று சத்தமாகச் சிரித்தார். 'அந்தச் சிரிப்பின் ஆழம் எத்தகையது?' என்று வியப்போடு பார்த்தேன்.

அவர் கட்டிலின் அருகில் வந்து, பூனை சுருண்டு படுத்துக் கொண்டது. அவர் பூனையைப் பார்த்தபடியே, "நான் என் பூனைக்குப் பெயரே வைக்கவில்லை. அது ஏதாவது பீல் பண்ணுமா?" என்று கேட்டார்.

எனக்கு எப்படிப் பதில் சொல்வது என்றே புரியவில்லை. நான் அமைதியாக, "பூனையை எப்படிக் கூப்பிடுவீர்கள்?" என்று கேட்டேன். "பூனையைப் பூனை என்றுதான் கூப்பிடுவேன். அதுதானே சரியான முறை?" என்றார்.

இந்த உரையாடலை வேற்று மனிதன் யாராவது கேட்டால், 'என்ன இது பிதற்றல்?' என நினைப்பான். ஆனால், அதுதான் நகுலன்!

அவரது பரிகாசமும் ஒவ்வொன்றின் மீது அவர் எழுப்பும் கேள்விகளும் குழந்தைகளைப் போலவே விசித்திரமானதும் ஆழமானதும் ஆகும். உலகின் மீதான அவரது வியப்பும் ஈடுபாடும் தர்க்கங்களை மீறியது.

திருவனந்தபுரத்தில் வாழ்ந்து வாந்த நகுலன் தமிழ்ச் சிறுகதைகளில் பல புதிய பரிசோதனைகள் செய்தவர்.

பழந்தமிழ் இலக்கியத்திலும் நவீன ஆங்கில இலக்கியத்திலும் மிகுந்த ஈடுபாடு கொண்டவர். 'எழுத்து' இதழில் எழுதத் துவங்கியவர். 'நகுலன் கவிதைகள்', 'நாய்கள்', 'ரோகிகள்', 'வாக்குமூலம்', 'மஞ்சள் நிறப் பூனை' போன்றவை இவரது குறிப்பிடத்தக்க படைப்புகள். இவர் தொகுத்த 'குருக்ஷேத்திரம்' இலக்கியத் தொகுப்பு, தமிழில் மிக முக்கியமானதாகும். விளக்கு விருது, ஆசான் விருது உள்ளிட்ட பல விருதுகளைப் பெற்றவர் நகுலன்.

பேச்சு எங்கெங்கோ சுற்றி, எழுத்தாளர்களைப் பற்றியதாகத் திரும்பியது. நகுலன், தான் ஒரு எழுத்தாளரைப் பார்க்கப் போனதைப் பற்றி நினைவுகூர்ந்தார்.

1980-களில் பிரபலமாக இருந்த ஒரு நாவலாசிரியரைப் பார்க்க நகுலன் சென்று இருந்தார். எழுத்தாளர் ஒரு வியாபாரியாகவும் இருந்தார். நகுலன் பார்க்கச் சென்றபோது, அவர் தனது கடையில் இருந்துகொண்டே, 'ஆள் ஊரில் இல்லை' என்று எதனாலோ சொல்லி அனுப்பிவிட்டார். நகுலனுக்கு 'அவர் உள்ளேதான் இருக்கிறார்' என்று உறுதியாகத் தெரிந்தது. ஆகவே, மாலை வரை அங்கேயே காத்திருந்து, எழுத்தாளர் வெளியே வந்ததும், பின்னாடியே சென்று முதுகில் ஒரு தட்டுத் தட்டி, 'சார்... நானும் ஊரில் இல்லை' என்று சொல்லிவிட்டு, மறு நிமிடமே புறப்பட்டு திருவனந்தபுரம் வந்துவிட்டாராம். இதைச் சொல்லி முடித்த நிமிடத்தில் நகுலன் கண்களில் இருந்த கேலி, சிறுவர்களுக்கு மட்டுமே உரியது.

நான் பேசிக்கொண்டு இருந்த காலையில் மருத்துவச் சோதனை ஒன்றுக்காக அவர் வெளியே செல்ல வேண்டிய அவசியம் இருந்தது. மதியம் சந்திப்பதாகச் சொல்லிவிட்டு, வெளியே வந்துவிட்டேன். திரும்பவும் மாலையில் நான் சென்றபோது, காலையில் கேட்ட கேள்விகளையே மறுபடி கேட்டார்.

"நீங்கதானே ராமகிருஷ்ணன்?"

"ஆமாம்!"

"அப்போ, காலையில் 'ராமகிருஷ்ணன்'னு ஒருத்தர் வந்திருந்தாரே, அவர் உங்களுக்குத் தெரிந்தவரா?"

"ஓரளவுக்குத் தெரியும்" என்றேன். நகுலனின் சிரிப்பு பீறிட்டது. "அப்போது அவரிடம் பேசிக்கொண்டு இருந்ததை உங்களிடமும் பேசலாம், இல்லையா?" என்று கேட்டார். உரையாடலைத் தத்துவத்தின் உயர்ந்தநிலைகளை நோக்கி நகர்த்திப் போகும் கலை அவருக்கே உரியது.

ஒரு நாள் முழுவதும் நகுலனோடு இருந்தேன். மாலை, நானும் அவரும் திருவனந்தபுரம் சாலையில் நடந்து சென்றோம். அவர் அழகான இளம் பெண் ஒருத்தியைக் காட்டி, 'இவள் அழகாக இருக்கிறாளா?' என்று கேட்டார். மிக அழகாக இருப்பதாகச் சொன்னேன். அவர், 'கண்ணில் பார்த்தாலே அழகு தெரிந்துவிடுகிறது, இல்லையா? அது எப்படி சார்?' என்று கேட்டார். என்ன சொல்வதென்றே தெரியவில்லை.

நகுலன் சாலையில் செல்லும் சைக்கிள்காரனைப் பற்றி, தெருநாயைப் பற்றி, கோடையில் பெய்த மழையைப் பற்றி, இறந்து போன அம்மாவைப் பற்றி எனப் பேச்சின் சுழல்வட்டத்துக்குள் நீண்டுகொண்டு இருந்தார்.

அவரைச் சந்தித்து வந்த நீண்ட காலத்துக்கு, அந்தக் கேள்வி என் மனதில் நீந்திக்கொண்டே இருந்தது. நான் ராமகிருஷ்ணன் என்று எனக்கு எப்படித் தெரியும்?

சிறுவர்களின் தீரா விளையாட்டைப் போல, உலகை ரசிக்கும் பக்குவமும் மனதும் அவரிடம் இருந்ததை அறியத் துவங்கினேன். அதன் பிறகு பலமுறை நகுலனைச் சந்தித்திருக்கிறேன். ஒவ்வொரு சந்திப்பும் ஒரு தனித்த அனுபவம்!

ஒரு முறை நகுலன் தன் வீட்டின் வாசலில் உட்கார்ந்தபடி, சாலையில் போகிறவர்களுக்குக் கையசைத்துக்கொண்டு இருந்தார். பள்ளிச் சிறுவர்கள் சிலர் கையசைத்துப் போனார்கள். அவர் கையசைத்தபடியே என்னிடம் கேட்டார்...

"நான் இறந்துபோன பிறகு, 'இந்த வீட்டில் கை காட்டும் கிழவன் ஒருவன் இருந்தான்' என்று குழந்தைகள் நினைப்பார்கள், இல்லையா? அதற்குத்தான் கையசைக்கிறேன்" என்றார். இந்த ஆதங்கத்தின் கீழ் இருந்த துக்கம், ஒரு தேளின் விஷக்கடுப்பைப் போல என் உடலெங்கும் தாக்கியது.

நகுலனை 'எழுத்தாளர்களின் எழுத்தாளர்' என்பார்கள். அவருக்கு வயது முற்றி, எண்பத்து இரண்டைத் தாண்டி நீள்கிறது. ஆனாலும், அவர் மனதில் இலவம் பஞ்சு காற்றில் பறப்பது போல வார்த்தைகள் பறந்து கொண்டே இருக்கின்றன.

நகுலனின் கதைகளில் பிடித்தமானது, 'எட்டு வயதுப் பெண் குழந்தையும், நவீன மலையாளக் கவிதையும்' என்ற கதை. இதைக் கதை என்று சொல்ல முடியாது. ஒரு நிகழ்வு!

அதுவும், ஒரு சிறுமி நகுலனின் வீட்டுக்கு வந்து, அவரோடு பழகிய தைப்பற்றிய ஒரு நினைவுக் குறிப்பு என்றுகூடச் சொல்லலாம். இக்கதை கவிதையின் சூட்சுமம் பற்றியது.

சிமி என்ற எட்டு வயதுச் சிறுமி, அவரது பக்கத்து வீட்டில் வசிக்கிறாள். அவள் ஒரு நாள் 'படிப்பதற்காக ஏதாவது புத்தகம் வேண்டும்' என்று நகுலனின் வீட்டுக்கு வருகிறாள்.

நகுலன், அவள் படிப்பதற்காக குஞ்சுண்ணி என்ற மலையாளக் கவிஞரின் புத்தகத்தைத் தருகிறார். அந்தக் கவிதைத் தொகுதியை வாசித்து விட்டு, குழந்தை மறுநாள் 'சிமி குமி உமிக்கரி' என்று ஒரு கவிதையை எழுதி வந்து காட்டுகிறது.

அக்கவிதைகூட குஞ்சுண்ணி கவிதை போலவே சந்தமும் சொற்சிக்கனமும் கொண்டு இருக்கிறது. நகுலன் அந்தச் சிறுமியின் கவிதையை ரசித்தபடி, 'நல்ல கவிதை, வாசிப்பவரை உடனே அதைப் போல ஒன்றை உருவாக்கச் செய்வதுதான்' என்று பாராட்டுகிறார்.

அதோடு, 'கவிதை என்பது சப்த ஒழுங்கால் உருவாவது என்று சிறுமிக்குப் புரிந்திருக்கிறது' என்று பாராட்டுகிறார்.

இக்கதை வழக்கமான கதைகளைப் போலப் பெரிய சம்பவம் எதையும் சொல்ல வில்லை. மாறாக, குழந்தைகளின்

விளையாட்டைப் போலத்தான், கவிதையும் ஒரு எதிர்பாராமையும் அழகும் கொண்டு இருக்கிறது என்ற நிதர்சனமான உண்மையை வெளிப்படுத்துகிறது.

எழுத்தின் ரகசியங்களைக் கற்றுக்கொள்வதற்கு நாம் எழுத்தாளனை அணுகினால், அது நிச்சயம் ஏமாற்றமாகவே முடியும்.

'பெரிய கத்தியைத் தேர்ந்தெடுக்கிறாயா, இல்லை, சிறிய கத்தியைத் தேர்ந்தெடுக்கிறாயா என்பது முக்கியம் இல்லை. எதிரியின் இதயத்துக்கும் உன் கத்தி முனைக்கும் உள்ள இடைவெளி எவ்வளவு இருக்கிறது என்பதுதான் முக்கியம்' என்று யுத்த சாஸ்திரம் கூறுகிறது.

அந்த நூலை எழுதியவன் ஒரு பௌத்த பிக்கு. ஒருவகையில் இதுதான் எழுத்தின் ரகசியம். இதைக் கற்றுத் தருபவன், கதையை எழுதியவன் இல்லை. மாறாக, ஒரு நாடோடி.

கற்றுக் கொள்வதற்கு ஆசானை விடவும் மனம்தான் முக்கியமாகத் தேவைப்படுகிறது. மனதைக் குழந்தையைப் போல வைத்துக்கொள்வது எளிதானதா என்ன?

20
பொய்சிரிப்பு

நேற்று பிற்பகலில் ஓர் இளம்பெண் என் வீட்டு அழைப்பு மணியை அழுத்தினாள். கதவைத் திறந்து பார்த்தபோது, அவளுக்கு இருபது வயது இருக்கும். புதிதாக அறிமுகமாகி இருக்கும் ஒரு ஐஸ்கிரீமை விற்பதற்காக கூல்பாக்ஸ் நிறைய கொண்டு வந்திருந்தாள். வெயிலில் வெகுதூரம் அலைந்து வந்திருக்கக்கூடும். அவளால் கோவையாகப் பேசக்கூட முடிய வில்லை. நா வறட்சியுடன், கலைந்த தனது தலையைச் சரிசெய்தபடி, பழக்கப்படுத்தப்பட்ட கிளி பேசுவதுபோல விவரங்களை கடகடவென ஒப்பித்தாள். நான் சிரித்துக்கொண்டே, 'தண்ணீர் குடிக்கிறீர்களா?' என்று கேட்டேன். அவள் தலையசைத்தாள்.

ஜில்லென்று குளிர்ந்த தண்ணீர் பாட்டிலை வாயில் கவிழ்த்துக் கடகட வெனக் குடித்தாள். தண்ணீர் அவளது கழுத்திலிருந்து வழிந்தோடியது. இப்போது முகத்தில் சிரிப்பு துளிர்க்கத் துவங்கியது. விற்பனைப் பெண்களுக்கு என்றே ஒரு சிரிப்பு இருக்கிறது. அல்லது, அவர்கள்

அப்படி சிரிக்கப் பழக்கப் படுத்தப்படுகிறார்கள். அந்தச் சிரிப்பு ஒரு காகிதத்தில் வரையப்பட்ட சித்திரம் போல அளவாகவும், சரியாகத் தோன்றி சரியாக நிறுத்தப்படுவதாகவும் இருக்கும். அதைப் பார்க்கும்போது, எவ்வளவு மில்லி மீட்டர் வாயைத் திறந்து எப்படிச் சிரிக்க வேண்டும் என்றுகூட பழக்கிவிடுகிறார்களோ என்று சற்று ஆத்திரமாகவும் இருக்கும்.

ஆனால், என் முன் நிற்பவள் முகத்தில் சிரிப்பு, பாலில் ஆடை மிதந்துகொண்டு இருப்பது போல் உதட்டோடு ஒட்டி இருந்தது. வீட்டில் யாருமில்லையோ என்பதைக் கண்டுகொண்டவள் போல, 'ஊருக்குப் போயிருக்காங்கள? சார்?' என்று கேட்டாள். தலையாட்டினேன். அவள் பார்வையில் நாற்காலியில் கிடந்த புத்தகம் கண்ணில் பட்டிருக்க வேண்டும். தலையைக் கோதியபடியே, 'அந்த புக்கை பார்க்கலாமா?' என்று கேட்டாள்.

நான் அந்தப் புத்தகத்தை எடுத்து அவளிடம் கொடுத்தேன். அது ஆதவனின் 'காகித மலர்கள்'. அவள் மிக ஆசையுடன் அதைப் புரட்டிப் பார்த்தபடி, 'எனக்கு தி.ஜானகிராமன் எழுத்து ரொம்பப் பிடிக்கும் சார். படிச்சிருக்கேன்'' என்றபடி, அடுத்து எங்கே போவது என்று யோசித்தாள். ஆச்சர்யமாக இருந்தது. தி.ஜானகிராமன் படித்த விற்பனைப் பிரதிநிதி ஒருத்தியை முதல்முறையாகச் சந்திக்கிறேன். அவளிடம் ஏனோ பேச வேண்டும் போல இருந்தது. 'உனக்கு ஐஸ்கிரீம் சாப்பிடப் பிடிக்குமா?' என்று கேட்டேன்.

இதை எதிர்பாராத அவள், குடத்து தண்ணீர் விளிம்புக்கு உள்ளாகவே ததும்பிக் கொள்வது போன்று உதட்டுக்குள்ளாகவே ஒரு சிரிப்பு சிரித்தபடியே, 'இது தொழில் சார்! எனக்கு டீ குடிக்கத்தான் பிடிக்கும்' என்றாள். 'ஆமாம், இந்த வெயிலில் டீ குடிப்பது இதமாகத்தான் இருக்கும்' என்று நான் சொன்னதும், உதட்டில் கரை தட்டி நின்ற சிரிப்பு வெளிப்பட்டு விட்டது. 'இப்போ இல்லை சார்! சாயங்காலம் குடிப்பேன். ஆனா, வழியில் எங்காவது டீக்கடையில நின்னு டீ குடிக்கலாம்னா ஒரே தொல்லையா இருக்கு. பொம்பளை ரோட்ல நின்னு டீ குடிக்கக் கூடாதாம். ஓட்டல்ல போயி காபி சாப்பிடச் சொல்றாங்க. இவங்க அசிங்கமா ரோட்ல

நின்னு ஒண்ணுக்குப் போறது தப்பில்லையாம். நாங்க டீ குடிச்சா தப்பாம்!' என்றாள்.

அந்தக் கோபம் உண்மையாக இருந்தது. உண்மைதானே! கண்ணுக்குத் தெரியாத ஒரு மின்சார வேலி பெண்களை நுழையவிடாமல் எத்தனையோ இடங்களில் தடுத்துக்கொண்டு தானே இருக்கிறது! விற்பனைப் பெண் தயங்கித் தயங்கிக் கேட்டாள்... 'உங்க டாய்லெட்டை நான் கொஞ்சம் யூஸ் பண்ணிக்கலாமா?

'தாராளமாக!' என்றேன்.

ஐஸ்கிரீம் பேக்கை ஓரமாக வைத்துவிட்டு, உள்ளே சென்றாள். விளக்கிச் சொல்ல முடியாத ஆயிரம் பிரச்னைகளை சுமந்து கொண்டுதான் விற்பனைப் பிரதிநிதிகள் தெருக்களில் அலைகிறார்கள். நினைக்கையில் மாநகர் மீது ஆத்திரமாக வந்தது. சுகாதாரமான கழிப்பறைகளைக்கூட உருவாக்கித் தர முடியாத இந்த நகருக்கு எதற்காக இத்தனை பேர் தினமும் வந்து குவிகிறார்கள்?

விற்பனை பிரதிநிதியின் முகத்தில் ஈரம் வழிந்தது. 'ரொம்ப தேங்க்ஸ் சார்!' என்றவள், 'ரெண்டு வருஷமா இந்த வேலை பாக்குறேன். வீடு வீடா நடந்து கால் தேய்ஞ்சு போச்சு சார்! அது கூடப் பரவாயில்லை. தனியா வர்ற பொண்ணுதானேனு பல்லை இளிக்கிறாங்க பாருங்க, அதைத்தான் சகிக்க முடியலை. அப்படியே பல்லைத் தட்டி உடைக்கலாமானு வருது. ஒரு நாள் வேலை செஞ்சா ஐம்பது ரூபா கிடைக்கும். அதுக்குத் தெரு நாய் போல் அலையுறோம். இருபது வயசு ஆனாலும் சரி, அறுபது வயசு ஆனாலும் சரி... ஆம்பிளைப் புத்தி ஒண்ணுதான் சார். பொம்பளைன்னா வாயிலே தானா எச்சில் ஒழுகுது பாருங்க. சகிக்க முடியலை' என்றபடி தனது சுமைகளைத் தூக்கிக் கொண்டாள். ஏதோ நினைத்துக் கொண்டவள் போல, 'தப்பா ஏதாவது பேசியிருந்தா மன்னிச்சிருங்க. மனசிலே தோணுச்சு... பேசிட்டேன்!' என்று சொல்லிவிட்டு விடுவிடுவென வெயிலில் இறங்கிப் போய்விட்டாள்.

அவள் போன நெடுநேரத்துக்கு அந்த உக்கிரம் அறையில் வழிந்தோடிக் கொண்டு இருந்தது. காமம்தான் இப்படி

அலைக்கழிக்கிறதா... இல்லை, காம உணர்ச்சிகளின் போர்வையில் நமது மன வக்கிரங்கள் வெளிப்படுகின்றனவா?

மேற்கு மலைத் தொடரில் உள்ள ஆதிவாசிகளைப் பார்த்திருக்கிறேன். அங்கு ஆண்களும் பெண்களும் சமமாகவே நடத்தப்படுகிறார்கள். பெண்களைக் கேலி செய்வதோ, அசிங்கமாக நடந்துகொள்வதோ கிடையாது. ஆண்களைவிடவும் பெண்கள் கடுமையான உடல் உழைப்பாளிகள். கர்ப்பிணிப் பெண் தலையில் ஒரு சுமையும், இடுப்பில் ஒரு சுமையுமாக சர்வ சாதாரணமாகப் பாறையில் ஏறி, நடந்து வந்துகொண்டு இருப்பாள். உண்மையில் காலத்தில் பின்தங்கிப் போனது நாமா, அவர்களா?

சரித்திரம் முழுவதும் பெண்களின் உடல்மீது படிந்த ரத்தக் கறையைத்தான் காண முடிகிறது. இந்தியப் பிரிவினையின்போது கொல்லப்பட்டவர்களை விடவும் பாலியல் பலாத்காரம் செய்யப்பட்ட பெண்கள்தான் அதிகம். இதைவிடவும் மிகக் கொடுமையானது, அப்படி வன்கொடுமையால் பாலியல் உறவு கொள்ளப்பட்ட பெண்கள் கர்ப்பமாகி, அந்தக் கர்ப்பத்தைக் கலைப்பதற்காக பாதிக்கப்பட்ட பகுதிகளில் அரசே முகாம்களை நடத்தியது. ஒரே நாளில் இருபதாயிரம் பெண்கள் கர்ப்பத்தைக் கலைத்துக்கொண்டார்கள். சூறையாடப்பட்ட நகரங்களைவிட சிதைக்கப்பட்ட பெண் உடல்கள் அதிகம். வன்முறையின் இலக்கு எப்போதுமே பெண் உடல்தான்!

எத்தனையோ இரவுகளில் காரில் பயணம் செய்யும்போது நெடுஞ்சாலைகளின் ஓரங்களில் புளிய மரங்களின் அடியில் நின்றபடி லாரிகளின் முகப்பு வெளிச்சத்துக்கு கண் கூசி நிற்கும் பெண்களைக் கண்டிருக்கிறேன். வாழ்வின் எந்த நெருக்கடியிலும் இந்த அளவு தன்னை விற்று வாழும் நிலையை ஆண் அடைந்ததே இல்லை. அவனுக்குப் பெண்ணின் துயரம் புரியவே புரியாது.

தான் வாழ வேண்டும் என்பதற்காக எவரையும் ஏமாற்றி, திருடி வாழத் தயங்காதவன் ஆண். தன் உடலில் ஒரு சிறிய வேனல் கொப்பளம் வந்தால்கூடக் கூச்சல் போடுகின்றவன். உடல் அவனுக்கு கேளிக்கையின் சாதனம். புல்தரையைக்

 ஜி.நாகராஜன் மதுரையைச் சேர்ந்தவர். தமிழ்ச் சிறுகதையுலகில் இவருக்கென்று தனியான இடம் உண்டு. பாலியல் ஒடுக்குமுறை குறித்து தீவிர விவாதங்களை உருவாக்கும் எழுத்து நாகராஜனுடையது.

கல்லூரிப் பேராசிரியராக வாழ்வைத் துவக்கிய நாகராஜன், போதையின் பிடியில் சிக்குண்டு நாற்பது வயதுக்குள்ளாகவே சுய அழிவைத் தேர்வு செய்துகொண்டவரானார்.

இவரது கதைகள் வாழ்வின் போலித்தனத்தை, இழிவை விமர்சனம் செய்கின்றன. நிழல் உலகமாக இருந்து வரும் பாலியல் தொழிலாளர்களின் வாழ்வு இவரது படைப்புகள் எங்கும் உக்கிரமாக வெளிப்படுகின்றன. 'குறத்தி முடுக்கு', 'நாளை மற்றும் ஒரு நாளே' போன்றவை இவரது முக்கிய படைப்புகள்!

கண்ட பசு மேய்வது போல, அவனுக்குப் பெண்கள் வெறும் இச்சையை தீர்க்கும் பொருள் மட்டும்தான்!

வளர்ந்த சமூகமாக இருந்தாலும் சரி, பின்தங்கிய சமூகமாக இருந்தாலும் சரி, பெண்களை நடத்தும் விதத்தில் பெரிய மாற்றங்கள் ஏற்படவே இல்லை. பெண்கள் மீதான ஒடுக்குமுறையும் வன்முறையும் இல்லாத சமூகம் இருக்கிறதா என்ன? குறிப்பாக, குடும்பம் என்ற அமைப்பு பெண்கள் மீது செலுத்தி வரும் வன்முறை குறித்து இன்று இலக்கியத்தில் தீவிர கேள்விகள் எழுப்பப்பட்டு வருகின்றன.

இந்தக் கேள்விகளை பல ஆண்டுகளுக்கு முன்பாகவே எழுப்பியவர் ஜி.நாகராஜன். இவர் தமிழின் விதிவிலக்கான எழுத்தாளர். மரபான கதை உலகை விட்டு விலகிய கலகக்குரல் இவருடையது. இவரது கதையுலகம் முழுவதும் பெண்களால் நிரம்பியது. இந்தப் பெண்களில் பெரும்பான்மையோர் பாலியல் தொழிலாளர்கள். ஒடுக்கப்பட்ட இந்தப் பெண்களின் வாழ்வை, அக நெருக்கடிகளை, மூச்சுத் திணறலை தனது எழுத்தில் நுட்பமாகப் பதிவு செய்தவர் ஜி.நாகராஜன். இவரது 'ஆண்மை' என்ற கதை மிகச் சிறப்பானது.

பாலியல் தொழில் புரியும் ஒரு பெண்ணைப் பற்றியது இக்கதை. அவள் தன் அப்பா மற்றும் தம்பியோடு பேருந்து நிலையத்தில் வந்து நின்றுகொண்டு ஆள் பிடிக்கிறாள்.

அவளிடம் காசு கொடுத்து இன்பம் பெறுவதற்காக வந்து சேர்கிறான் ஓர் இளைஞன். படுக்கை அறையில் அந்தப் பெண்ணிடம், எதற்காக அவள் அப்பாவும் தம்பியும் இது போன்ற வேலைக்கு துணை செய்வதற்கு நிற்கிறார்கள் என்று மனச் சங்கடத்துடன் கேட்கிறான்.

தன் அப்பா பிசினஸ் செய்து அதில் தோற்றுப் போய்விட்டதாகவும். அப்பாவின் நிலையை நினைத்து நினைத்து அம்மாவுக்குப் புத்தி பேதலித்துப் போனதாகவும், அன்றிலிருந்து அம்மாவைக் குணப்படுத்துவதற்காக அவர் எதையும் செய்யத் துணிந்துவிட்டார் என்றும், 'வீட்டை மாமாதான் பராமரிக்கிறார். அவருக்கு நான் இப்படியொரு தொழில் செய்வது தெரிந்தால் விஷம் கொடுத்துக் கொன்றுவிடுவார்' என்றும் சொல்கிறாள்.

குடும்பச் சுமையின் காரணமாக பெத்த பெண்ணைத் தகப்பனே கூட்டிக்கொடுப்பதை இளைஞனால் சகித்துக் கொள்ள முடிய வில்லை. அவளுக்குப் பணம் கொடுத்து விட்டு வெளியேறுகிறான். ஏன் அவளோடு உறவுகொள்ளவில்லை என்று அவள் கேட்டதற்கு, தான் ஒரு பேடி, ஆண்மையற்றவன் என்று சொல்லிவிட்டு அவசரமாக வெளியேறி விடுகிறான் என்பதோடு கதை முடிகிறது.

கதையை வாசித்து முடிக்கும்போது ஒரு கத்தி ஆழமாக உடலில் இறங்குவது போல் வலியும் துக்கமும் ஏற்படுகின்றன. அதிநவீன கணிப்பொறியும், அணு ஆயுதங்களுமாக உலகம் தனது வெற்றியின் களிப்பை ஒருபக்கம் கூச்சலிட்டுக்கொண்டு இருக்கும்போது, இன்னொரு பக்கம் துடைத்துப் போட்ட காகிதங்களைப் போல பெண்களைச் சர்வ அலட்சியமாக நடத்தும் சூழலும் இருந்து வருகிறது.

இந்தியாவில் உள்ள ஆறுகளுக்கெல்லாம் பெண் பெயரிட்டது ஆற்றைப் போலவே பெண்களும் எவரும் கவனிக்கப்படாமலும், ஆக்ரமிப்புக்கும் அத்துமீறலுக்கும் உள்ளதாவதால்தானோ என்று சில சமயம் எனக்குத் தோன்றுகிறது. என்ன செய்வது..! நாடே கொண்டாடும் சத்தியவான் அரிச்சந்திரன்கூட தன் மனைவியை ஏலம் போட்டு விற்றவன்தானே?

21
பரிகாரம்

யானைகளைப் பார்ப்பதற்காகவே சிறு வயதில் நான் கோயிலுக்குப் போவேன். அப்போது யானைகள் வீதி வீதியாக வரும். முகப்படாம் பூட்டிய யானையின் அருகில் நடக்கும்போது, அதைத் தொட்டுப் பார்க்க வேண்டும் போலிருக்கும்.

ஒரு முறை, பாரதியாரை நேரில் பார்த்துப் பழகிய கல்யாணசுந்தரம் என்பவரைக் காண்பதற்காக கடையத்துக்குச் சென்றிருந்தேன். அவர் சிறுவனாக இருந்தபோது, பாரதியார் பழக்கம். பாரதியார் அந்த நாட்களில் சாதி விலக்கம் செய்யப்பட்டு, ஊருக்கு வெளியே வாழ்ந்துகொண்டு இருந்தார். அதனால் சாப்பாடு கொண்டு போய்க் கொடுப்பது, மற்றும் தபால் அலுவலகத்தில் போய்க் கடிதங்களைப் போடுவது போன்ற சிறிய வேலைகளுக்கு கல்யாணசுந்தரம் பயன்பட்டிருக்கிறார்.

அவர் தமது நினைவுகளைப் பகிர்ந்து கொண்டு இருந்தபோது, 'பாரதியாருக்கு யானைகள் என்றால் ரொம்பவும்

பிடிக்கும். ஆசையோடு யானையின் தும்பிக்கையைத் தடவிக் கொடுத்தபடி இருப்பார். சில வேளைகளில் யானையின் தும்பிக்கையைப் பிடித்து, தனது பற்களால் மெதுவாகக் கடித்து விளையாடுவார்' என்று தான் கேள்விப் பட்டிருப்பதாகச் சொன்னார். நிஜமா, வெறும் கற்பனையா எனத் தெரியவில்லை!

ஆனால், அதைக் கேட்டதும் பாரதியின் மீது இனம்புரியாத நெருக்கம் உருவானது. குழந்தைகள்தான் தன் கையில் பிடித்த எதையும் கடித்துப் பார்க்கும் சுபாவம் கொண்டவர்கள். பாரதியாருக்குள்ளும் அதுபோன்றதொரு குழந்தைமை மேலோங்கி இருந்திருக்கிறது.

யானையிடம் எனக்கு ரொம்பவும் பிடித்தது, அதன் காதுகள்! ஒரு தாமரை இலை அசைவது போல, அது தன் காதை ஆட்டிக்கொண்டே இருக்கிறது. உலகின் மொத்த ஓசையையும் அது தனக்குள்ளாக வாங்கிக்கொள்ள ஆசைப்படுகிறதோ என்று தோன்றும்.

யானையைப் பார்க்கச் சென்று, யானைப் பாகனையும் யானையை நேசிக்கும் மனிதர்களையும் காணத் துவங்கினேன். குறிப்பாக, ஒரு பெண்மணி எல்லா நாளும் மாலை ஆறு மணிக்குக் கோயிலுக்கு வந்து நிற்பார். யானையின் அருகே வந்து நின்றபடி, அதை வியப்போடு பார்த்துக்கொண்டே இருப்பார். அவருக்கு யானைகளைச் சங்கிலியிட்டுக் கட்டுவது பிடிக்காது. ஒவ்வொரு நாளும் அந்தக் கனத்த சங்கிலியைத் தன் கைகளால் தூக்கிப் பார்த்துவிட்டு, 'இதையா கட்டுகிறார்கள்?' என்பது போல முகம் சுளிப்பார்.

பிறகு, ஒரு தூணில் சாய்ந்து உட்கார்ந்து கொண்டு, இரவு எட்டு மணி வரை யானையை அணு அணுவாக ரசித்துக் கொண்டு இருப்பார்.

அவர் ஒரு கல்லூரியில் கணிதப் பேராசிரியையாக வேலை செய்கிறார் என்றும், திருமணமாகி சில மாதங்களிலேயே பிறந்த வீட்டுக்குத் திரும்பி வந்துவிட்டதாகவும், அதன்பிறகு வேலைக்குச் செல்லத் துவங்கி, அன்றிலிருந்து தனது சம்பளத்தில் முக்கால்வாசியை கோயில் யானைக்குக் கொடுத்து விடுவதாகவும் கேள்விப்பட்டபோது ஆச்சர்யமாக இருந்தது.

ஏதற்காக அவர் யானையை நேசிக்கிறார்? யானையைப் பார்த்துக் கொண்டு இருப்பதே தன் வாழ்வின் உயர்ந்த நிமிடங்கள் என்று எண்ணுகிறாரா?

கோயில் யானையை அழைத்துக் கொண்டு போய் யாசகம் கேட்பதைக் கண்டால், அவர் கடுமையாகக் கோபப்படுவார். மற்றபடி, அவர் கோயிலுக்குச் சென்று சாமி கும்பிடுவதோ, நெற்றியில் திருநீறு அணிவதோகூடக் கிடையாது. பாகன்கள் அவரை 'யானைக்காரம்மா' என்றே அழைப்பார்கள்.

யானைகளுக்கும் பாகன்களுக்கும் உள்ள உறவு வித்தியாச மானது. அவன் தனது தூக்கத்திலும் யானையைப் பற்றியேதான் நினைத்துக்கொண்டு இருப்பான். யானையும் அவனது சிறு கண்ணசைவுகளைக்கூட கவனித்து நடந்துகொள்ளக்கூடியது.

யானைக்கு மதம் பிடித்த நாட்களில், அது முதலில் பாகனைத்தான் தேடும் என்பார்கள். பழிவாங்குவதற்காக அல்ல, தனது சுகமோ, துக்கமோ... அது பகிர்ந்துகொள்வதற்கு இருக்கும் ஒரே நபர் பாகன்தானே!

யானைப் பாகன்கள் யானையை அடிப்பதைக்கூட எளிதாகச் செய்து விடுவார்கள். ஆனால், யானையைப் பற்றி திட்டுவதை மிகக் கவனமாகத்தான் செய்வார்கள். பெரும்பாலும் தவிர்த்து விடுவார்கள்.

பெண்கள் எவரும் யானைப் பாகனாக இருந்தோ, யானைகளின் மீதேறிச் சென்றோ நான் பார்த்தது இல்லை. சிறுகுழந்தைகளில்கூட பெண் பிள்ளைகள் ஏறும்போது, 'பொம்பளை பிள்ளைக்கு என்னடி யானை சவாரி?' என்று திட்டுவார்கள்.

ஒரு நாள் யானைக்காரம்மாவிடமே இதைக் கேட்டுவிடுவது என்று அருகில் சென்று கேட்டேன். 'நீங்கள் யானை மேலே சவாரி போயிருக்கீங்களா?'

அவர் அந்தக் கேள்வியை எதிர்பார்த்திருக்கவில்லை. சத்தமாகச் சிரித்தபடி, யானைப் பாகனைப் பார்த்து, 'இந்தப் பையன் என்ன கேட்கிறான், பார்த்தியா?'' என்று என் கையைப் பிடித்துக்கொண்டார். அவர் கை மிகக் குளிர்ச்சியாக இருந்தது.

அவர் தன் கண்ணாடியைச் சரிசெய்தபடியே, 'எனக்கும் சின்ன வயசிலே இருந்து ஆசைதான். ஆனா, நான் ஆசைப்பட்ட எதுவுமே நடக்கலையே! இது மட்டுமா சரியா வந்துடப் போகுது?' என்றபடி, 'உனக்கு யானையை ரொம்பப் பிடிக்குமா?' என்று கேட்டார். அவர் சொன்ன பதிலைவிடவும் அவளது குரலில் ஒளிந்திருந்த துக்கம்தான் என்னை அவரோடு அதிகம் நெருக்கமாக்கியது.

அதன்பிறகு 'யானைக்காரம்மாவின் விருப்பத்துக்குரிய சிறுவன்' என்ற விசேஷ அந்தஸ்தால், நான் பல நேரம் யானையின் அருகில் பாகனைப் போல் நிற்பதற்கும், யானையின் துதிக்கையில் இருந்து காசை வாங்குவதற்கும் அனுமதிக்கப்பட்டு இருந்தேன். (யானையின் துதிக்கை வழியாக வரும் காற்று, உள்ளங்கையில் படும் அனுபவம் இன்றுவரை சிலிர்ப்பு ஊட்டக்கூடியது!).

ஒரு நாள் யானையின் அருகில் நின்றபடி நானும் யானைக்காரம்மாவும் பேசிக்கொண்டு இருந்தபோது, ஒரு குடும்பம் கைக்குழந்தையோடு கோயிலுக்கு வந்தது. அந்தக் குழந்தையை யானையிடம் ஆசி வாங்க வைப்பதற்காக, பாகனிடம் கொடுத்தார்கள். ஆனால், யானை ஏனோ ஆசி தர மறுத்தது. பாகனுக்கு 'அது ஏன் இப்படி நடந்து கொள்கிறது?' என்று புரியவில்லை. அதைக் கவனித்தது போல், யானைக்காரம்மா தயக்கத்துடன் அந்தக் குழந்தையைத் தன்னிடம் தருமாறு பெண்ணிடம் கேட்டார். அவள் தன் கணவனைப் பார்க்க, அவர் முகத்தில் சலனமே இல்லை. குழந்தையை யானைக்காரம்மா கையில் கொடுத்தாள். யானைக்காரம்மா கையில் குழந்தையோடு யானையிடம் நீட்டியதும், யானை ஆசி தந்தது. அந்தப் பெண் வியப்போடு குழந்தையைத் திரும்ப வாங்கிக்கொண்டு வெளியேறிப் போனாள்.

பின்பு யானைக்காரம்மா சொன்னார், 'அவர்கள் என் கணவரும், அவரது இரண்டாவது மனைவியும்' என்று. பாகன் துக்கத்தால் தலை கவிழ்ந்தார்.

பெண்கள் வாழ்நாள் முழுவதும் படகின் இரண்டு துடுப்பைப் போல பிறந்த வீடு, புகுந்த வீடு என்ற இரண்டு வீடுகளுக்குள் ஊசலாடுகிறார்கள். அதிலும், பெண்ணின்

பாவண்ணன், தமிழ்ச் சிறுகதைகளில் தனித்துவமான கதை சொல்லும் முறை கொண்டவர். பாண்டிச்சேரியில் பிறந்த இவர், தற்போது பெங்களூரில் வசிக்கிறார். கன்னட இலக்கியங்களைத் தமிழுக்கு மொழியாக்கம் செய்து, அதற்காக மொழி பெயர்ப்புக்கான 'சாகித்ய அகாடமி' விருது பெற்றவர் என்பது குறிப்பிடத்தக்கது.

சிறுகதைகள், நாவல்கள், கட்டுரைகள் என்று நீண்ட எழுத்து இயக்கம் கொண்டவர். இவரது 'பாய்மரக் கப்பல்' நாவல் குறிப்பிடத்தக்கதாகும். இணையத்திலும் சிறு பத்திரிகைகளிலும் தொடர்ந்து எழுதி வரும் பாவண்ணன், தொலைதொடர்புத் துறையில் வேலை செய்கிறார்.

வாழ்வும் தாழ்வும் அவள் திருமணத்தைச் சுற்றித்தான் பின்னப்பட்டிருக்கிறது.

வீட்டு நாய்கள்கூட பழகிய மனிதர்களை, இடங்களைவிட்டுப் பிரிந்து போக இயலாமல் தத்தளிக்கும்போது, பெண் மட்டும் கண்ணை மூடிக்கொண்டு, யாவையும் மறந்து, இன்னொரு இடத்தில் வாழ வேண்டிய கட்டாயம் உருவாக்கப்பட்டு இருக்கிறது.

படித்த கல்வி, தனித்திறன், விளையாட்டு யாவும் ஒடுக்கப்பட்டு, எத்தனையோ ஆயிரம் பெண்கள் வீட்டின் சுவர்களுக்குள் அடங்கி வாழ்கிறார்கள். வாழ்தலின் சுவை, அவர்களுக்குப் பழக்கப்படுத்தப்படவே இல்லை. அவர்கள் வாழ்வின் நறுமணத்தை ஆழமாக முகரவே இல்லை. அதற்குள் வயதேறி, நரையும் நோயும் பற்றிக்கொண்டுவிடுகிறது.

புறக்கணிப்பு என்ற அகன்ற கைகளின் உக்கிரத்துக்குப் பயந்துதான் பெரும்பான்மையான பெண்கள் வாழ்கிறார்கள். புறக்கணிக்கப்பட்ட பெண்ணின் வாழ்வு, முணுமுணுப்புகள் நிரம்பியது.

பாவண்ணன், பெண்களின் அகவுலகச் சிக்கல்கள் குறித்துக் கூர்ந்த அக்கறை கொண்டவர். சிறந்த தமிழ்ச் சிறுகதை ஆசிரியர்களில் ஒருவர்.

அவரது 'அடி' என்ற கதை, புறக்கணிக்கப்பட்ட பெண்ணின் துயரக் குரலை வெளிப்படுத்துகிறது. பச்சை

மரங்களில் விழுந்த வெட்டுபோல, இக்கதை வாசகனின் மனதில் ஆழமான வடுவை உருவாக்கிவிடக் கூடியது.

கதை, விலக்கி வைக்கப்பட்ட ஒரு பெண்ணைப் பற்றியது. திருமணமாகிச் சேர்ந்து வாழ்வதற்கு இஷ்டமில்லாமல் விலக்கி வைக்கப்பட்ட பெண் ஒருத்தி, தன் கணவனைத் திரும்பத் தேடி வருவதில் கதை துவங்குகிறது.

திருமணமாகிச் சேர்ந்து வாழப் பிடிக்காமல், பெண்ணால் விலக்கி வைக்கப்பட்டவன் என்று ஏதாவது ஒரு ஆண் இருக்கிறானா என்று எனக்குத் தெரியவில்லை!

தங்கசாமி, ராதா இருவரும் சில ஆண்டுகள் சந்தோஷமாக வாழ்ந்து, அவர்களுக்கு ஒரு குழந்தையும் பிறக்கிறது. ஒரு நாள் ராதா, ஏதோ வீட்டு வேலையில் இருந்தபோது, குழந்தை தவழ்ந்து போய், புழக்கடை கிணற்றில் விழுந்து இறந்துவிடுகிறது. அந்தச் சம்பவம் ராதாவைச் சித்தம் கலங்கச் செய்துவிடுகிறது.

ஆனால், தங்கசாமி சில மாதங்களில் யாவையும் மறந்து, குடும்பம் நடத்த முயல்கிறான். ராதாவால் அந்த நினைவிலிருந்து மீள முடியவில்லை. மேலும், குழந்தைச் சாவை தங்கசாமி மறந்துபோனதைத் தாங்கமுடியாமல் வெறி கொண்டவளாகிறாள்.

சொந்தக்காரர்கள் ஏற்பாட்டின் பேரில், தங்கசாமி இரண்டாம் திருமணம் செய்துகொண்டுவிடுகிறான். அவளுக்குக் குழந்தைகள் பிறக்கின்றன. ராதாவைத் தள்ளி வைத்துவிட்டு, அவளுக்கு அவ்வப்போது ஏதாவது உதவிகள் செய்கிறான்.

ராதா எப்போதாவது தங்கசாமி வீட்டின் முன்பு வந்து, மிகக் கொச்சையான வசைகளைத் திட்டி, அவனோடு சண்டையிடுவாள். பிறகு துரத்திவிடுவார்கள்.

கதை துவங்கும்போதும் அப்படி ராதா வந்து தெருவில் நின்றுகொண்டு கத்துகிறாள். அதைச் சகிக்க முடியாமல் தங்கசாமி அவளை அடிஅடியென அடித்துவிடுகிறான். அடிபட்ட வலியுடன் தெருவில் புரண்டபடி அவனைப் பார்க்க வேண்டும் போல மனதில் இருந்ததாகவும், அதனால்

சும்மா பார்த்துப் போகத்தான் வந்ததாகவும் சொல்கிறாள். அது பைத்தியத்தின் குரலாகத் தெரியவில்லை.

கூட்டம் கூடிவிடுகிறது. அவிழ்ந்து கிடந்த தனது உடைகளைச் சரிசெய்தபடி, ராதா திரும்பவும் கல்லை எடுத்து தங்கசாமி மீது வீசியபடி கத்திக்கொண்டு தெருவில் நடந்து போகிறாள். யார் பைத்தியமாக நடந்துகொண்டது என்ற புதிர் கதையைச் சுற்றிலும் படர்ந்து விடுகிறது.

'உறவிலே வேகிறதைவிட, ஒரு கட்டு விறகிலே வேகலாம்!' என்று ஒரு சொலவடை இருக்கிறது. வாழ்வுக்கு வலு சேர்ப்பதற்காக உருவாக்கப்பட்டதுதான் எல்லா உறவுகளும்! அது கலையாவதோ, சுயநலமாவதோ எப்போதும் சரியானதல்ல.

உறவு இரண்டு வகைப்பட்டது. ஒன்று - பாலில் ஒரு சொட்டுத் தயிரை விட்டதும் மொத்தப் பாலும் தயிராவது போல, ஒரு உறவின் வழியாக எல்லா உறவுகளும் ஒன்றுக்குள் ஒன்று ஐக்கியமாகிவிடுவது. மற்றது - பாலில் ஒரு சொட்டு உப்பு கலந்து விடுவது போல. அது, மொத்தப் பாலையும் திரியச் செய்துவிடும்.

மிருகங்களைப் பழக்கி, நம் இஷ்டப்படி வேலை செய்யச் செய்வது எளிதானது. ஆனால், மனிதர்களைப் பழக்கி நெறிப்படுத்துவது எளிதானதல்ல. காரணம், மிருகங்கள் தங்களைப் பற்றி ஒருபோதும் பெருமை பேசிக் கொள்வதோ, அதீத சுய கற்பனை கொள்வதோ இல்லை!

22
முதல் அடி

தற்செயலாக பழைய சாமான்கள் விற்கும் கடையின் வாசலில் பார்த்தேன் மணியடிப்பதற்காக பள்ளிகளில் தொங்க விடப்பட்டு இருக்கும் இரும்புத் தண்டவாளத்தை!

எங்கள் பள்ளியில்கூட மணியடிக்க அது போன்றதொரு இரும்புத் தண்டவாளம் வராந்தாவில் தொங்கும். மணியடிப்பதற்கென வயதான வாட்ச்மேன் இருந்தார். அவர் வராத நாட்களில், மாணவர்கள் அந்த மணியை அடிப்பதற்கு அனுமதிக்கப் படுவார்கள்.

ஒரு சிற்பத்தைப் பார்ப்பது போல வியப்புடன் ஆழ்ந்து அந்தத் தண்ட வாளத்தைக் கவனித்துக்கொண்டு இருந்தேன். எத்தனை முறை அதன் சத்தம் தொலைவில் கேட்டதும் 'பள்ளிக்கு நேரமாகிவிட்டதே' என்று ஓடி வந்திருப்பேன். எத்தனை நாட்கள் இந்த மணியடித்து 'பள்ளி விடுமுறை விட்டுவிடாதா?' என்று ஏங்கியிருப்பேன். இந்த மணியோசைக்குப்

பின்னால் பால்யத்தின் வெளிப்படுத்தப்படாத நிசப்தம் புதைந்திருக்கிறது.

கடைக்காரன் என்னைக் கவனித்திருக்கக்கூடும். 'பள்ளிக்கூட பெல்லு சார். வேணுமா?' என்றான். வாங்கிக்கொண்டு போய் என்ன செய்வது... எங்கே மாட்டிவைப்பது? மணியை வாங்குவதைவிடவும் அதை அடித்துப் பார்க்க வேண்டும் என்றுதான் மனது அதிக ஆசை கொண்டு இருந்தது. மிக உரிமையுடன் மணியை அடிப்பதற்காக வைத்திருந்த இரும்புக் கோலை எடுத்து மணியை அடித்தேன்.

கடைக்காரன் சிரிப்போடு பார்த்தான். எங்கோ காஞ்சிபுரம் அருகில் உள்ள கிராமத்துப் பள்ளிக்கூடத்திலிருந்து கொண்டு வந்து தந்ததாகச் சொல்லி, இருநூறு ரூபாய் தந்துவிட்டு எடுத்துப் போகும்படியாகச் சொன்னான். வாங்குவதற்குப் பயமாக இருப்பதாகச் சொன்னேன். அதன் விலையைப் பற்றி சொல்வதாக நினைத்துக்கொண்டு, ஐம்பது ரூபாய் குறைத்துக்கொள்ளச் சொன்னான். பயம் விலை மீதல்ல. அந்த மணியோசை என்றோ ஏற்படுத்திய வலியிலிருந்து பயம் பிறப்பதை எப்படிப் புரியவைப்பது?

இன்றும் மனதில் காலை வெயில் போல் துல்லியமாகவும் வசீகரமாகவும் பள்ளியில் சேர்க்கப்பட்ட முதல் நாள் மினுமினுத்துக் கொண்டு இருக்கிறது. அப்போது பள்ளியில் சேர்வதற்கு இருந்த ஒரே சோதனை... வலது கையால் தலையைச் சுற்றி இடது காதை தொட்டுக் காட்ட வேண்டும். அது இருந்தால் போதும், முதல் வகுப்பில் சேர்த்துக் கொள்வார்கள்.

படிய வாரிய தலையும், திருநீறு பூசிய நெற்றியும், ஒரேயொரு உடைந்த குச்சி, சிலேட்டுமாக பள்ளியில் சேர நின்றுகொண்டு இருந்தபோது ஒரு பக்கம் பயமும் இன்னொரு பக்கம் அழுகையும் சேர்ந்து தொண்டையை இறுக்கியது.

தலைமை ஆசிரியரின் அறைக்குள் நுழைந்தபோது அவரது மேஜையில் இருந்த பிரம்பும் சாக்பீஸ் டப்பாவும் அழுகையை அதிகப்படுத்தப் போதுமானதாக இருந்தது. டவுசர் பையில் வைத்திருந்த ஆரஞ்சு மிட்டாய் பாக்கெட்டை எடுத்து தலைமை ஆசிரியரிடம் நீட்டுவதற்குள், மருத்துவ மனைக்குள்

போனதும் ஏற்படும் நடுக்கம் அன்று பள்ளியைப் பார்த்ததும் தானாக ஏற்பட்டது.

வகுப்பில் உட்காரவைத்து விட்டு, அப்பா பள்ளியை விட்டு வெளியேறிப் போகத் துவங்கும் வரை அடக்கிக்கொண்டு இருந்த துக்கம், அவர் தலை மறைந்ததும் பீறிடத் துவங்கியது. வகுப்பில் உள்ள மாணவர்களுக்குக் கொடுப்பதற்காக கொண்டு வந்திருந்த ஆரஞ்சு மிட்டாய்களை எவருக்கும் கொடுக்க வேண்டும் என்றுகூட நினைப்பே இல்லை.

டீச்சர், என் விசும்பல் சத்தம் கேட்டு என்ன என்று அருகில் வந்தாள். 'காய்ச்சல் அடிக்குது' என்று கலங்கிய குரலில் சொன்னதும் கழுத்தின் அடியில் கை வைத்துப் பார்த்தாள். குளிர்ச்சியாகத்தான் இருந்தது. அவள் தலையைக் கோதிவிட்டபடி, 'சரியாப் போயிரும்... தண்ணி குடிச்சிக்கோ!' என்றாள். இத்தனை நடந்தும் ஏன் காய்ச்சல் வரமாட்டேன் என்கிறது என்று என்மீதே ஆத்திரமாக வந்தது.

திடீரென பிளாக்போர்டு மிக உயரத்திலிருப்பது போலத் தெரிந்தது. எங்கோ மலையடிவாரத்தில் இருந்து டீச்சர் பேசுவது போலக் கேட்டது. மனம் நிலைகொள்ளாமல் தத்தளித்தது. வராந்தாவில் தொங்கும் அந்தத் தண்டவாளத்தைப் பார்த்துக்கொண்டே இருந்தேன்.

பன்னிரண்டரைக்குப் பெல் அடித்தபோது கண்களை மூடிக்கொண்டு வீட்டுக்கு ஓடினேன். வீட்டுக்குப் போனதும் பையைத் தூர எறிந்துவிட்டு, என் மீது ஏன் இப்படி இரக்கமின்றி யாவரும் நடந்துகொள்கிறார்கள் என்று கோபமாக வந்தது. சாப்பிடக்கூட மனதின்றி 'மதியம் பள்ளிக்கூடம் லீவு' என்று பொய் சொல்லியபடி படுக்கையில் சுருண்டு படுத்துக்கொண்டேன்.

ஆனால், மறுநாள் பள்ளிக்குச் செல்ல வேண்டியிருந்தது. எத்தனை மெதுவாக நடந்து போக முடியுமோ அத்தனை மெதுவாகப் போவேன். வகுப்பைக் கவனிக்காமல் படியில் ஏறியிறங்கி விளையாடும் வெயிலைக் கவனித்துக்கொண்டு இருப்பேன்.

பள்ளி நாட்கள் ஒரு விநோத மிருகத்தின் கால்களில் சிக்கிக்கொண்டது போல பயமாக மாறியிருந்தன. ஒவ்வொரு

முறை பள்ளியின் பாதி மூடியிருந்த இரும்புக் கதவைத் தள்ளிக்கொண்டு உள்ளே போவது சிங்கத்தின் வாய்க்குள் தலையைக் கொடுத்து வெளியே எடுக்கும் சர்க்கஸ்காரனின் செயலைப் போலத்தான் இருந்தது.

அப்போது, பள்ளி மிகப் பெரியதாகவும் வகுப்பறைகள் நீண்டதாகவும் டீச்சர் மிக உயரமானவள் போலவும் தோற்றம் தந்துகொண்டு இருந்தது. ஆனால், அந்தப் பள்ளியை விட்டு நீங்கி வேறு வேறு பள்ளிகளில் படித்து முடித்து, ஊரை விட்டு வெளியேறிய பல வருடங்களுக்குப் பிறகு, ஒரு முறை அந்தப் பள்ளியைப் பார்த்தபோது அது நான் முதல் நாள் சேர்ந்தபோது பார்த்த நிறம்கூட மாறாதது போல அப்படியே இருந்தது. ஆனால், ஒரேயொரு வேறுபாடு, அப்போது பெரிய கோட்டை போலத் தெரிந்த பள்ளிக்கூடம், இப்போது சிறிய தீப்பெட்டி மாதிரி தெரிந்தது.

அது ஓடு வேய்ந்த ஒரு கட்டடம் என்று இன்று திரும்பப் பார்க்கும்போதுதான் அதன் சிவப்பு ஓடுகள் தெரிந்தன. படிக்கட்டுகள், வகுப்பறைகள் யாவுமே உலர்ந்த திராட்சை போல சாறு வற்றிப் போய் சுருங்கி விட்டது போலத் தென்பட்டது.

எனக்கு நடந்த சம்பவத்தைப் போலவேதான் என் பையனை எல்.கே.ஜி-யில் சேர்த்த நாளும் நடந்தேறியது. அவனைப் பள்ளியில் சேர்த்துவிட்டு, முதல் நாள் என்பதால் கேட்டை தாண்டிச் சென்று வகுப்பறையைக் காட்டிவிட்டு வெளியே வரும்போது, அவன் திரும்பித் திரும்பி பார்த்துக்கொண்டே நடந்து போனான். வகுப்பறையின் அருகே போயும் உள்ளே போகாமல் தொலைவை வெறித்துப் பார்த்துக்கொண்டு இருப்பது தெரிந்தது. குழந்தையை முதன் முதலாகப் பள்ளியில் விட்டு வரும் அந்த நிமிடம் மிகவும் அபூர்வமானது. அதே நேரம் துக்ககரமானது. அது சொல்லி புரியவைக்க முடியாதது.

பள்ளியில் மின்சார மணி அடித்தும் நான் வாசலின் வெளியே நின்றுகொண்டே இருந்தேன். அவன் வகுப்புக்குப் போய் விட்டான். ஆனால், நான் என்றோ காலத்தின் பின்னால் தூக்கி வீசப்பட்டது போல் எனது முதல் வகுப்பின் நினைவுகளில் வீழ்ந்துகிடந்தேன். நான் நினைத்தது போலவே

மாலை வீடு வந்த பையன் யாரோடும் பேசவே இல்லை. சாப்பிடுவதற்குக்கூட மனதின்றி படுக்கையிலே கிடந்தான். ஆனால், என்னைப் போலின்றி சில வாரங்களிலே அவன் பள்ளிக்குப் பழகத் துவங்கியிருந்தான். பிறகு, பள்ளிக்கூடம் பற்றித்தான் எப்போதுமே பேச்சு. காலம் எவ்வளவு மாறியிருக்கிறது என்று அந்த நிமிடம் என்னால் உணர முடிந்தது.

பிறந்த நாள், திருமண நாள் போல ஏன் பள்ளியில் சேர்ந்த முதல் நாளை நாம் கொண்டாடக்கூடாது என்று சில சமயங்களில் தோன்றும். வகுப்பறைக்குள் ஒவ்வொரு மாணவனும் எடுத்துவைக்கும் முதலடி, நிலவில் இறங்கிய விண்வெளி வீரனின் காலடியைவிடவும் அதிமுக்கியமானதில்லையா! பள்ளியின் முதலடியிலிருந்து தானே அவனது அறிவும் திறனும் வளர்த்தெடுக்கப்படுகிறது.

அந்தக் காலங்களில் கிராமங்களில் ஐந்து வயதில் 'ஏடு தொடங்குதல்' என்று ஒரு சடங்கு செய்வார்கள். குழந்தையை உட்காரவைத்து தாம்பாளத்தில் அரிசியைப் பரப்பி குழந்தையின் விரலைப் பிடித்து 'அ னா ஆ வன்னா' எழுத வைப்பார்கள். அந்தச் சடங்கு கோயிலில் நடக்கும். பிறகு, அங்கிருந்து வீட்டுக்கு வந்ததும் பனையோலைகளில் உயிரெழுத்து மட்டும் எழுதிக் கொடுத்து, படிக்கச் சொல்லித் தருவார்கள்.

அப்படி ஏடு துவங்கும் சடங்கைச் செய்து வைப்பதற்கென ஒரு அண்ணாவியும் இருப்பார். அவர் தேவாரம், திருவாசகம் பாடவும், விளக்கி பொருள் சொல்லவும் தெரிந்தவராக இருப்பார். பள்ளிக்கூடம் வந்த பிறகு ஏடு தொடங்குதல் மறைந்து போகத் துவங்கியது. ஆனாலும் பள்ளியில் பிள்ளைகளுக்கு டீச்சர் கையைப் பிடித்து அ னா ஆ வன்னா எழுதித் தரும் பழக்கம் இருந்தது. பின்னாளில் அதுவும் மறைந்து, இன்று பள்ளிப் படிப்பு முடியும் வரை அ னா ஆ வன்னா என்றால் என்னவென்றே தெரியாத ஆங்கிலக் கல்விமுறை அறிமுகப்படுத்தப்பட்டுவிட்டது.

உலகில் வேறு எந்தத் தேசமும் தனது தாய் மொழியின் அட்சரங்களைக்கூட கற்றுக்கொள்ளாமல் குழந்தை வேறு மொழியைக் கற்பதற்கு அனுமதிப்பதில்லை. நாம் எல்லாவற்றிலும் விதிவிலக்குதானோ?

 தமிழில் ஆழ்ந்த புலமையும் தீவிர தேடுதலும் கொண்ட மா.அரங்கநாதன், 1950களில் சிறுகதைகள் எழுதத் துவங்கியவர். இவரது 'பொருளின் பொருள் கவிதை' என்ற கட்டுரை நூல் 1983ல் வெளியாகி, தமிழ் இலக்கியப் பரப்பில் சலனத்தை உருவாக்கியது. நாஞ்சில் நாட்டில் பிறந்த இவர், சென்னை மாநகராட்சியில் பணியாற்றி ஓய்வு பெற்றவர். 'முன்றில்' என்ற இலக்கிய இதழின் ஆசிரியர். இவரது 'வீடுபேறு' சிறுகதைத் தொகுப்பும் 'பறளியாற்று மாந்தர்' நாவலும் குறிப்பிடத்தக்க படைப்புகள். சிவனொளிபாதம் என்ற புனைபெயரிலும் கட்டுரைகள் எழுதியுள்ள இவர், சாகித்ய அகாடமிக்காக சில சிறுகதைகளை மொழியாக்கம் செய்திருக்கிறார். இவரது கதைகள் ஆங்கிலத்திலும் இந்தியிலும் வெளியாகியுள்ளன. தமிழ் வாழ்வின் நுட்பங்களைப் பேசும் தனித்துவமான எழுத்து இவருடையது.

தமிழ் கற்றுக்கொள்வதற்காக இருந்த தமிழ்ப் பள்ளிகளும் தேவார - திருவாசகப் பாடசாலைகளும், இன்று அடையாள மற்றுப் போய்விட்டன. தமிழ் நமது பேச்சிலிருந்து மட்டுமல்ல, நம் சிந்தனை, செயல் யாவிலிருந்தும் விலக்கப்பட்டு வருவதும் அப்படி விலக்கப்படுவது மேலான செயல் என்று பெருமை கொள்வதுமே நடந்து வருகிறது.

தமிழ் வாழ்வைத் தனது படைப்புகளில் பதிவு செய்ததில் மிக முக்கியமான எழுத்தாளர் மா.அரங்கநாதன். இவரது கதைகள் ஆழ்ந்த தத்துவத் தளம் கொண்டவை. அவரது எழுத்தில் தமிழ் வாழ்வின் நுட்பங்களும் அறமும் மெய்தேடலும் நுண்மையாகப் பதிவு செய்யப்பட்டுள்ளன.

குறிப்பாக, இவரது 'ஞானக்கூத்து' என்ற சிறுகதைத் தொகுப்பில் உள்ள 'ஏடு தொடங்கல்' என்ற கதை. அன்றைய நாஞ்சில் வட்டார வாழ்வைச் சொல்வதோடு, ஏடு தொடங்குதலைப் பற்றிய நுட்பங்களையும் பதிவு செய்துள்ளது. அக்கதை மின்னல் வெட்டைப்போல நிமிட நேரமே கடந்து போகும் ஓர் அனுபவத்தைப் பதிவு செய்கிறது.

ஊரில் ஒரு குழந்தைக்கு ஏடு தொடங்குவதற்காக அண்ணாவியை அழைக்கிறார்கள். அவர் வர இயலாமல் அவரது பையன் சுப்பையா வருகிறான். அவனுக்குப்

பன்னிரண்டு உயிரெழுத்தும் தெரியும் என்றாலும் மணலில் எழுதும்போது கை நடுங்கும். சென்ற வருடம் ஏடு தொடங்கும் போது ஒரு குழந்தை மணலை வாரி அவன் கண்ணில் இறைத்ததால் அவன் ஏடு தொடங்கும் காரியத்துக்கு வருவதே இல்லை.

இன்று வேறு வழியில்லாமல் வந்து சேர்கிறான். அந்த ஆட்டத்தில் ஒரு பதிகம் பாடச் சொல்கிறார்கள். அவனுக்கு என்ன செய்வது என்று தெரியவில்லை.

வேறு வழியில்லாமல் திருவாசகத்தை வாங்கிப் படிக்கத் துவங்குகிறான். சீர் பிரிக்காத பதிப்பு என்பதால் அவனால் படிக்க முடியவில்லை. அப்போது கறுப்புக் கண்ணாடி அணிந்தபடி எதையும் சட்டை செய்யாது ஊரில் சுற்றிக்கொண்டு வரும் முத்துக்கருப்பன், அங்கே வந்து சேர்கிறான். அவனை திருவாசகம் படிக்கச் சொல்கிறார்கள்.

அவன் புத்தகத்தைப் பார்க்காமலே ஒவ்வொரு சொல்லாகச் சொல்லி குழந்தையை திரும்பச் சொல்லச் செய்து, பதிகம் படிக்கவைக்கிறான். அந்தச் சம்பவம் முத்துக் கருப்பன் மீது அந்த வீட்டில் நல்ல மதிப்பை உருவாக்கி விடுகிறது. அவனுக்கு அந்த வீட்டில் உள்ள பெண்ணைக் கொடுத்து மாப்பிள்ளையாக்கிக் கொள்கிறார்கள். அவன் அணிந்திருந்த கறுப்புக் கண்ணாடி பிடித்துப் போய், அந்த வீட்டுப்பெண் அவன் மீது ஆசைப்பட்டுவிட்ட தாகச் சொன்னார்கள். ஆனால், எது நடக்க வேண்டுமோ, அது ஏதாவது ஒரு வழியாக நடந்துவிடுகிறது என்று சித்தாந்தம் பேசிக்கொண்டு இருந்தார் பெண் வீட்டில் ஒருவர். இரண்டுமே முத்துக்கருப்பனைப் பொறுத்தவரை நிஜம்தான். இன்னொரு பக்கம் நிஜமில்லைதான்.

மா.அரங்கநாதனின் இக்கதை விவரிக்கும் அந்த ஏடு துவங்கும் காட்சி, புகை மறைவது போல நாம் பார்த்துக்கொண்டு இருந்தபோதே வாழ்விலிருந்து மறைந்து போய்விட்டிருக்கிறது. பால்யம் சோப்பு நுரைகளைப் போல நூற்றுக்கணக்கான கனவுக் குமிழ்கள் மிதந்து செல்லும் வெளி போலும். கரும்பலகையின் கீழ் உதிர்ந்து கிடந்த சாக்பீஸ் தூசியைவிடவும் வகுப்பறையில் மாணவர்கள் தங்களுக்குள் பேசித் தீர்த்த சொற்கள் ஏராளமானவை.

நட்சத்திரங்களைவிடவும் பள்ளியில் கண்ட கனவுகள் அதிகம். விரலில் பட்ட மைக்கறை அழிந்து போய் பல வருடமாகி இருக்கலாம். ஆனால், மனதில் படிந்த பள்ளியின் நினைவுகள் என்றும் அழியா சுவடுகளாகவே இருக்கின்றன!

23
சரித்திரத்தின் சாலை

ஸ்ரீரங்கப்பட்டினத்தில் திப்பு சுல்தானின் மாளிகையின் முன்பாக நின்றிருந்தேன். காவிரியாற்றின் கரையிலிருக்கிறது அந்த அரண்மனை. பசுமையான புல்வெளிகள், காலத்தின் பழமையேறிய கட்டடங்கள்... கர்நாடகாவில் மைசூருக்குப் போகும் வழியில் உள்ளது இந்தச் சிறிய நகரம். பழுப்பேறிய கட்டடங்களைக் கண்டவுடனே மனம் காலத்தின் பின் சரிந்துவிடுகிறது.

உண்மையில் சரித்திரம் என்பதுதான் என்ன? மன்னர்களும் யுத்த களங்களும் இடிந்துபோன கோட்டை கொத்தளங்களும் மட்டும்தானா? இல்லையென்றே தோன்றுகிறது. கல்லில் அல்ல, ஒவ்வொரு மனிதனின் மனதில்தான் சரித்திரம் எழுதப்படுகிறது. உலகில் எத்தனை கோடி மனிதர்கள் இருக்கிறார்களோ, அத்தனை கோடி சரித்திர உண்மைகள் இருக்கின்றன. ஒவ்வொரு மனிதனும் ஒரு சரித்திர சாட்சிதான்!

திப்புவின் அரண்மனையில் அவரது காலத்தைய நாணயங்கள், உடைவாள்கள் மற்றும் அரியணைகள் அப்படியே பராமரிக்கப்பட்டு வருகின்றன. அந்த உடைவாள் களையும் கவசங்களையும் பார்க்கும்போது, அடிமனதில் குதிரைகளின் குளம்பொலி தானாகவே கேட்கத் துவங்கிவிடுகிறது. குதிரைகள் இல்லாமல் சரித்திரத்தைப் பற்றிக் கனவு காண முடியுமா என்ன?

வரலாறு என்பது அரசர்களுக்கு மட்டுமேயானதில்லை. அது ஒரு கால சாட்சி. ஒரு நூற்றாண்டு முடிந்து இன்னொரு நூற்றாண்டு பிறக்கும்போது முந்தைய நூற்றாண்டு முடிந்து விடுவதாக ஒரு தோற்றம் உருவாகிறது. அது நிஜமில்லை என்றே எனக்குத் தோன்றுகிறது. உண்மையில் இப்போதும் குகையில் மனிதர்கள் வாழ்ந்து கொண்டுதானே இருக்கிறார்கள். அப்படியானால் கற்காலம் இன்னமும் தொடர்கிறதா?

இன்றும் உலகின் ஏதோ ஒரு மூலையில் மன்னராட்சி நடந்துகொண்டுதான் இருக்கிறது. ராஜ விசுவாசம் மட்டுமே வாழ்வியல் முறையாக உள்ளது. அப்படியானால் மன்னராட்சி காலம் முடியவில்லையா? வன்முறையும் பிரிவினையும் யுத்தமும் சேர்ந்து இன்றைய மனிதன் எந்த நூற்றாண்டைச் சேர்ந்தவன் என்று பாகுபடுத்த முடியாத நிலையில் வைத்திருக்கிறது.

எனக்கு திப்பு சுல்தானை ரொம்பவும் பிடிக்கும். அவன் ஒரு சாகசக்காரன்.

திப்பு, ஸ்ரீரங்கப்பட்டினத்தின் பெருமாளுக்கும் ஏராளமாகத் திருப்பணிகள் செய்தவன். விதவிதமான புலிகளை வளர்ப்பதில் நாட்டம் கொண்டவன். வங்காளப் புலியொன்றை அடைவதற்காக வங்காளத்து அரசகுமாரியை மணந்துகொண்டவன். அவனிடம் புலிப்படை இருந்தது. அவன் இயந்திரப் புலி ஒன்றை உருவாக்கி வைத்திருந்தான். அதன் கண்கள் வைரத்தால் ஆனவை. அந்தப் புலி நிஜமாகவே உறுமவும் எதிரியின் மீது பாயவும் கூடியது போல அமைக்கப்பட்டிருந்தது.

வெள்ளைக்காரத் துரைகள் விருந்துக்கு வரும்போது அவர்களை அந்த அறைக்குள் அழைத்துச் செல்வான் திப்பு.

எதிர்பாராத ஒரு இடத்தில் இருந்து அந்த இயந்திரப் புலி உறுமியபடி பாய்ந்து வரும். அச்சத்தில் வெள்ளைக்காரத் துரைகளுக்குக் கைகால் நடுக்கம் வந்துவிடும். திப்பு அதைக் கண்டு வாய்விட்டுச் சிரிப்பான். திப்புவைப் பிடிப்பதற்கு நடந்த யுத்தத்தின் போதுதான் வெள்ளைக்காரர்கள் மக்கள் எழுச்சியை நேரடியாகக் கண்டார்கள். திப்பு மக்களின் நாயகனாக விளங்கியவன்!

திப்புவின் அரண்மனையில் வாழ்ந்து அவனது தினசரி நடவடிக்கைகளை ஓவியமாக்கிய இரண்டு பிரெஞ்ச் ஓவியர்களின் தைல வண்ண ஓவியங்களை ஒரு முறை டெல்லியில் கண்டிருக்கிறேன். திப்புவின் கம்பீரம் அவனது உடைகளில், அறைகளில் ஏன் காலணிகளில் கூடப் படிந்திருக்கிறது.

திப்பு பிடிபட்ட பிறகு வெள்ளைக்காரர்கள் செய்த முதல் வேலை இந்தியா முழுவதும் நில அளவை எடுக்க வேண்டும். ஒவ்வொரு பகுதிக்கும் துல்லியமான ஒரு வரைபடம் உருவாக்க வேண்டும் என்ற சர்வே பணியைத் துவக்கியது தான். இந்தப் பணி சென்னையில் உள்ள தாமஸ் மவுண்ட்டில் தான் துவங்கியது. லாம்டன் சர்வே என்று அழைக்கப்படும் அதன் நினைவாக இப்போதும் மவுண்ட்டில் ஒரு நினைவுக் கல் இருக்கிறது. இந்த சர்வேயின் முடிவில்தான் எவரெஸ்ட் சிகரம் கண்டுபிடிக்கப்பட்டது.

இப்படித்தான் காலம் ராவணனின் கோட்டையைப் போல ஒன்றுக்குள் ஒன்று சுற்றிச்சுற்றி வந்துகொண்டே இருக்கக் கூடியது. இந்தச் சுழல் பாதைக்குள் சுற்றி வரத் துவங்கினால் அதற்கு முடிவே இராது.

காலத்தை ஒரு நீருற்றைப் போலத்தான் நான் கற்பனை செய்து கொள்கிறேன். காலம் சதா எல்லா திசைகளிலும் பொங்கி வழிந்துகொண்டு இருக்கிறது. நீருற்றின் வேகமும் விசையும் முன் அறிய முடியாதது.

சரித்திரச் சின்னங்களை நோக்கிச் செல்லும்போதெல்லாம் என் மனதில் உருவாவது இத்தனை பெரிய கோயில்களை, அரண்மனைகளைக் கட்டுவதற்கு எத்தனை வருடங்கள் ஆகியிருக்கும்? எங்கே தங்கியிருப்பார்கள் அந்தக் கூலிகள்?

வீட்டைப் பிரிந்து வந்து வருடக்கணக்கில் தங்கிவிட்ட சிற்பிகளுக்குத் தங்கள் குழந்தைகளின் முகமாவது நினைவில் இருக்குமா?

உலகப் புகழ் பெற்ற தாஜ்மகால் உள்ள இடத்தில் என்றோ ஒருவன் ஆடு மேய்த்திருப்பான் இல்லையா? அப்போது அந்த இடத்தில் தாஜ்மகால் உருவாகவிருக்கும் சுவடு தெரிந்திருக்குமா அல்லது இன்றைய தாஜ்மகாலில் அந்த ஆட்டுக்குட்டிகளின் மூச்சொலியைத்தான் கேட்க முடியுமா?

காலம் உடைவாட்களில் மட்டும் உறைந்திருப்பதில்லை. என் வீட்டு ஆட்டு உரல் நூறு வருடம் கடந்து விட்டிருக்கிறது. அருவாள்மணை ஐந்து தலைமுறை கடந்து வந்திருக்கிறது. வாசலடியில் நிற்கும் வேம்பு வெள்ளைக்காரர்களைக் கண்டிருக்கிறது. படுக்கையறையின் மரக்கட்டில் ஆயிரமாயிரம் முத்தங்களை அறிந்திருக்கிறது. சிலந்தி வலை போல காலம் யாவர் வீட்டிலும் கண்ணுக்குத் தெரிந்தும் தெரியாமலும் படிந்து கொண்டுதான் வருகிறது என்றால், உலகத்துக்கு மிகவும் வயதாகிவிட்டதா என்றும் நினைக்கத் தோன்றுகிறது. நிஜம்தானே. நாம் பார்க்கும் சூரியன் எத்தனை ஆயிர வருடப் பழமையானது? இந்த நிலவு எத்தனை கோடிக் கண்கள் பார்த்துப் பழகியது? இந்த பூமிக்குள் எத்தனை லட்சம் எலும்புகள் புதையுண்டுகிடக்கின்றன? களிம்பேறிய பித்தளைப் பாத்திரம் போலப் பழமையானதுதானா உலகம்?

இது உண்மை என்று ஏற்றுக் கொள்ளும்போது மனது புரண்டு கொண்டுவிடுகிறது. நேற்று பார்த்த வெயில் வேறு, இன்று பார்க்கும் வெயில் வேறு... நேற்றைய நிலவை மறைத்த மேகம் இன்றில்லை என்றால், ஒவ்வொரு நாளும் புதிதானது தானே? ஒரே நேரத்தில் பழமை யாகவும் மிகப் புதுமையாகவும் இருக்கிறது உலகம்!

காலம் நூறு நாக்குகள் கொண்டது. அது எதையும் தனக்குள் சுருட்டி விழுங்கிக்கொள்ளத் தயங்குவதே இல்லை. உலகத்தையே வெற்றி கொள்ளப் புறப்பட்ட நெப்போலியனும், ஊரைவிட்டு வெளியே போய் அறியாத விவசாயியும் அதற்கு ஒன்றுதான். இருவரும் ஒரே மண்ணுக்குள்தான் அடங்கியிருக்கிறார்கள்.

காலத்தில் மீதமிருப்பது எஞ்சிய பொருட்களும் சில சாட்சிகளும் மட்டும்தான். சாமுண்டீஸ்வரி மலையின் மீது நடந்து திரிந்தபோது அப்படித்தான் ஒரு குதிரையின் கால் எலும்பைக் கண்டெடுத்தேன். அந்த எலும்பைக் கையில் வைத்துப் பார்த்தபோதுதான் குதிரையின் பலம் எத்தகையது என உணர முடிந்தது. சரித்திரத்தின் நாயகனைப் போல கம்பீரமாக இருந்த குதிரைகள் இன்று கடற்கரை மணலில் சீந்த எவருமற்று ஒடுங்கி நிற்கின்றன. காலம் அதன் வாலில் சுழன்று ஆடிக்கொண்டே இருக்கிறது.

சரித்திரத்தின் நினைவுகள் பீடிக்காத மனிதர்களே இல்லை. நம் ஜாடையில், நடையில், சுபாவத்தில் மூதாதையர்களின் சாயல் இருப்பது சரித்திரம்தானே. ஏராளமான வீரர்கள் இரவு பகலாகக் காவல் காத்த கொத்தள் பீரங்கி இன்று காக்கை எச்சம் படிந்து கேட்பாரற்றுக் கிடக்கிறது. அதுதான் இன்றைய நிஜம்!

ச.தமிழ்செல்வனின் கதையொன்று காலத்தின் மீதான நமது விருப்பத்தையும் அது கலைந்து போகும் அவலத்தையும் துல்லியமாகச் சித்திரித்துக் காட்டுகிறது. 'வாளின் தனிமை' என்ற அந்தக் கதை ஒரு வீரவாளைப் பற்றியது. ஒரு மத்திய தர வர்க்கத்து மனிதனின் வாழ்வுக்குள் அந்த வாள் எப்படி அடங்க மறுக்கிறது என்பதைப் பற்றியது.

இந்தக் கதையில் தலைமுறை தலைமுறையாகச் சாகசம் செய்து வந்த வீரவாள் ஒன்றைத் தனது பைக்குள் வைத்துக்கொண்டு சுப்பையா என்ற குமாஸ்தா பயணம் செய்கிறான். பயணத்தின்போது அந்த வாள் அவனோடு பேசத் துவங்கிவிடுகிறது. சாகசம் செய்வதே வாழ்க்கை என்றிருந்த தன்னை இன்று சந்தனம், குங்குமம் இட்டு பூஜையில் வைத்துவிட்டார்களே என்று அந்த வாள் ஆதங்கப்படுகிறது.

தன் முன்னோர்களின் வாளுக்கு இந்தக் கதியா என்று மனம் புழுங்குகிறான் சுப்பையா. அதன் பழைய பெருமையை மீட்டு எடுப்பது தன்னுடைய கடமை என்று கருதி ஒரு சாமுராயைப் போல தன்னோடு உடைவாளை எங்கே போனாலும் கூடவே கொண்டுபோகிறான்.

ச.தமிழ்செல்வன் கரிசல் வெக்கையைத் தனது எழுத்தில் பதிவு செய்த தனித்துவமான எழுத்தாளர். மிகக் குறைவான சிறுகதைகள் மட்டுமே எழுதியுள்ள இவர் மக்கள் இயக்கங்களில் நேரடிப் பங்கு கொண்டு வருபவர். அறிவொளி இயக்கம், அறிவியல் இயக்கங்களின் வழியாக மக்களை விழிப்படையச் செய்யும் தொடர்பணியை மேற்கொண்டு வருகிறார். இவரது 'வெயிலோடு போய்...' என்ற சிறுகதைத் தொகுப்பு மிக முக்கியமானது. 'வாளின் தனிமை', 'அரசியல் எனக்குப் பிடிக்கும்' போன்றவை இவரது முக்கியப் படைப்புகள். அறுபது வயதாகும் இவர், மதுரகவி பாஸ்கரதாஸின் பேரன். தபால் துறையில் பணியாற்றி விருப்ப ஓய்வு பெற்ற தமிழ்செல்வன் சிவகாசியில் வசித்து வருகிறார்.

இப்படிக் கொண்டுபோகும் சமயத்தில் போலீஸ் அவனை மடக்கிப் பிடித்து, பொது இடத்தில் ஆயுதம் கொண்டுபோகக் கூடாது என்று விசாரணை செய்கிறார்கள். அவனோ இது வீட்டு வாள்தானே என்று சமாதானம் செய்து தப்புகிறான். வாளுக்குத் தன்னை அவன் வீட்டு வாள் என்று சொன்னது, அசிங்கப் படுத்தியது போலிருக்கிறது.

நாளுக்கு நாள் சுப்பையாவுக்கு வாளின் மீது பிடிப்பு அதிகமாகி வர வர, அவனது குடும்பம் மற்றும் உடன் வேலை பார்ப்பவர்கள் சுப்பையாவுக்கு லேசாகச் சித்தம் கலங்கிவிட்டதோ என்று சந்தேகப்படுகிறார்கள். சுப்பையா வாளிடமிருந்து அதன் கடந்த காலக் கதையைக் கேட்டு அறிந்துகொள்கிறான். அதன் வீரத்துக்கு எந்தப் பங்கமும் வந்துவிடாமல் அதைப் பாதுகாப்பது என்று முடிவு செய்து தன் தோளிலே தொங்கவிட்டுக்கொண்டு அலைகிறான்.

அவனது செயல், வாளைப் போலவே அவனையும் புறக்கணிக்கும்படியான நிலையை உருவாக்குகிறது. முடிவில் குழந்தைகள் மட்டுமே சாகசங்களின் மீது விருப்பம் கொண்டு இருக்கிறார்கள் என்று உணர்ந்தவனைப் போல சிறுவர்கள் புடை சூழ, தனது வாளைச் சுழற்றிக்கொண்டு அலைகிறான். வாள் காற்றின் அடுக்குகளில் பாய்ந்து சிதறுகிறது.

இக்கதை குடும்ப வரலாற்றின் மீதான மீள் பார்வையை முன்வைப்பதோடு, இன்றைய மனிதனின் பலவீனத்தையும்

வெளிப்படுத்துகிறது. அதே நேரம் வீரமும் சாகசமுமே வாழ்க்கை என்றிருந்த அந்தப் பசுமையான காலம் எத்தனை நகைப்புக்குரியதாகி விட்டது என்ற ஆதங்கத்தையும் இக்கதையில் காண முடிகிறது.

ஒரு கோப்பை தேநீரில் ஒரு மடக்கு குடித்து முடித்துவிட்டு, அடுத்த மடக்கு குடிப்பதற்கு கோப்பையை உயர்த்துவது கூட முக்கியமான சரித்திர நிகழ்வுதான். ஆனால், அந்த இரண்டு மடக்குகளுக்கு இடையில் என்ன நடக்கிறது என்பது ஒவ்வொரு தடவையும் மாறிக்கொண்டே இருக்கிறது. அதன் பெயர்தான் சரித்திரம் என்று ஜென் பௌத்தம் சொல்கிறது.

சரித்திரம் திறந்தே கிடக்கும் ஒரு முடிவடையாத புத்தகம். நாம் அதை அறிந்து கொள்வதற்கும் வாசிப்பதற்கும் பழகவில்லை. சில வேளைகளில் பயந்து விலகியும் விடுகிறோம். காலம் ராவணனின் பத்து தலையைப் போல ஒரே உடலும் வெவ்வேறு முகமும் கொண்டு இருக்கிறது. அது சரி, பத்து தலையுள்ள ராவணன் பத்து கனவுகள் காண்பானா இல்லை, ஒரேயொரு கனவு மட்டும் காண்பானா?

24. எலும்பில்லாத நாக்கு

மதுரை பல்கலைக் கழகத்தில் படித்துக்கொண்டு இருந்த நாட்களில், ரயில்வே நிலையத்தின் வெளியே உள்ள பிளாட்பாரத்தில் உள்ள இட்லிக் கடைகள்தான் எங்களது பசியாற்றுமிடங்கள். நான்கு நட்சத்திர ஓட்டல், ஐந்து நட்சத்திர ஓட்டல் என்பதெல்லாம் இவற்றின் முன் தூசி. (அங்கே இரவில் மர பெஞ்சில் உட்கார்ந்தபடி, கையில் இட்லித் தட்டை வாங்கிக்கொண்டு அண்ணாந்து பார்த்தால், வானில் நூறு நட்சத்திரங்கள் தெரியும்.)

மதுரை, ருசி மிக்க உணவுக்குப் பெயர் பெற்ற ஊர். இரவில் இரண்டு மணிக்குக்கூட ஆவி பறக்கும் இட்லியும் கெட்டி சட்னியும் பொடியுமாக உணவு பரிமளித்துக்கொண்டு இருக்கும். சாப்பிட்டது போதும் என எழும்போது கூட, 'என்னப்பூ சாப்பிடுறீக... நல்லாச் சாப்பிடுங்க' என்று மனதாரக் கேட்டுப் பரிமாறும் அக்காக் கடைகள் தெருவுக்கு இரண்டிருக்கின்றன.

ஓர் இரவு, ரயில் நிலையத்தின் முன்பாக ஏதாவொரு அரசியல் கூட்டம் நடக்க

இருக்கிறதென்று, அங்கிருந்த கடைகளை அப்புறப்படுத்தச் சொல்லிக்கொண்டு இருந்தார்கள். அக்காக் கடைகளில் ஒன்றில் சாப்பிடுவதற்காக உட்கார்ந்திருந்த நான், என்ன நடக்கப் போகிறது என்று பார்த்துக்கொண்டே இருந்தேன். இட்லிக்கார அக்கா அதெல்லாம் காலி செய்ய முடியாது என்று மறுத்து விவாதம் செய்துகொண்டு இருந்தாள். உள்ளூர் அரசியல் தலைவர்களில் ஒருவர், 'எதுக்குடா பேசிக்கிட்டு இருக்கிறே! இட்லி, தோசைக்கு என்ன உண்டோ, அதைக் கொடுத்துட்டு இடத்தைக் காலி பண்ணச் சொல்லுவியா?' என்று திட்டினார். உடனே கரை வேட்டி ஒருவர், ஐந்து நூறு ரூபாய்த் தாள்களை அவளிடம் நீட்டியபடி, 'கடையை எடுத்துக் கட்டுக்கா!' என்றார்.

அவளுக்கு வந்த ரௌத்திரத்தில் கத்தினாள்.

'பன்னிரண்டு மணி வரைக்கும் அக்கா கடை இருக்கும்னு நினைச்சு சாப்பிட வர்றாங்க பாரு... அவிங்களுக்குதான் இங்ஙன கடை போட்டிருக்கேன். உன்னை மாதிரி மொள்ளமாறி பயக பேச்சைக் கேட்டுக் கடையை மூடுனா, பசியோட வந்த பிள்ளைக திரும்பிப் போற பாவமில்லே வந்து சேந்துரும். நமக்கு வேண்டாம்டா அந்தப் பணம். கிடைக்கிறது எட்டணா காசா இருந்தாலும், பத்து பேரு பசியாத்தின திருப்தியிருக்கு பாரு, அதுக்குதான் யாவாரம் பண்றேன். உன் காசைப் பொறுக்கி எடுத்துட்டு போய்ச் சேரு. இல்லே... இட்லி அடுப்பிலே வெச்சு உன்னையும் வேக வெச்சிருவேன், பாத்துக்க..!'

எத்தனை சத்தியமான வார்த்தைகள். இட்லி விற்று வாழ்கிறோம் என்பதை விடவும், பத்து பேரின் பசியாற்ற முடிகிறதே என்ற அவளது சந்தோஷம்தான் அவளது உணவுக்கு ருசியைத் தருகிறது என்று அப்போதுதான் புரிந்தது.

உணவுக்கு ருசி சேர்ப்பது உப்பிலோ புளியிலோ இல்லை. சமைப்பவரின் மனதில்தான் இருக்கிறது. சந்தோஷமோ, கவலையோ எதுவாக இருந்தாலும் அது சமையலில் தெரிந்து விடுகிறது. சாப்பாட்டில் உப்பு குறைந்தால் பிரச்னை சாப்பாட்டில் இல்லை. சமையல் செய்யும் மனைவியை, தாயை சரியாகக் கவனிக்கவில்லை என்பதுதான் அப்படி வெளிப்படுகிறது.

பேச்சலர் சமையல்களுக்கென்று ஒரு தனி ருசி இருக்கிறது. அது ஒரு முழுமையடையாத உணவு. குழம்பு சிறப்பாக வந்திருந்தால் சாதம் குழைந்திருக்கும். இரண்டும் சரியாக வந்திருந்தால் போதுமான அளவு இல்லாமல் போயிருக்கும். பசியைக் கடந்து செல்வதுதான் அதன் முக்கிய நோக்கம்.

எப்போதாவது அபூர்வமான ஞாயிற்றுக்கிழமைகளில், நண்பர்கள் பலரும் ஒன்று கூடி வெங்காயம் நறுக்கியபடியோ, வெள்ளை பூண்டு உரித்தபடியோ இலக்கியம், சினிமா, உலக விவகாரம் பேசிக்கொண்டு சமைக்கத் துவங்கி, வியர்த்து வழிய, சூடு பறக்க, தினசரி பேப்பர்களைத் தரையில் விரித்து, சமைத்த உணவை நடுவில் வைக்கும்போது வீடெங்கும் பரவும் மணம் இருக்கிறதே, அது பிரம்மசாரிகளின் அறைகளுக்கு மட்டுமே உரித்தான நறுமணம்.

எத்தனையோ முறை எவரெவர் வீடுகளிலோ திடீர் விருந்தாளியாகச் சென்ற இரவுகளில், உடனடி உப்புமாவைச் சாப்பிட்டிருக்கிறேன். சிலரது வீட்டில் தட்டில் உப்புமா பரிமாறப்பட்ட மறு நிமிடமே, அது எத்தனை தூரம் அவர்களின் தூக்கத்தைக் கெடுத்திருக்கிறது என்று அதன் ருசியிலேயே தெரிந்து விடும். சிலரது வீடுகளில், இப்படி உப்புமா சாப்பிடுவதற்காகவே நள்ளிரவில் வந்து நிற்கக் கூடாதா என்று தோன்ற வைக்கும். இரண்டுக்கும் காரணம் உணவில்லை. செய்பவரின் மனதும் விருப்பமும்தான்.

குற்றால சீசன் நாளில், ஒரு முறை தென்காசியில் உள்ள சிறிய ஓட்டல் ஒன்றில் சாப்பிடப் போயிருந்தபோது, அந்த ஓட்டலின் உரிமையாளர் குழந்தைகள் சாப்பிடுவதற்கு காசு வாங்க மறுப்பதைக் கண்டேன். 'சின்ன பிள்ளை என்ன சாப்பிட்டுறப் போகுது. அரை தோசை சாப்பிடுமா... நல்லா சாப்பிடட்டும்! அதுக்குப் போயி பில் போடுறதுக்கு மனசில்லை' என அதற்கு அவர் சொன்ன காரணம்தான், அந்தக் கடையைத் தேடி யாவரும் போவதற்கான காரணமாக இருந்தது.

பசியை நேர்கொண்டு பழகுவதும், அதன் முணுமுணுப்பை சட்டை செய்யாமல் புகையும் வயிற்றோடு விட்டத்தைப் பார்த்தபடி படுத்திருப்பதும் இருபது வயதில் மட்டுமே சாத்தியமானது போலும்! அவமானங்களும் வடுக்களும் அறிமுகமாகத் துவங்கும் வயது அது.

கல்லூரி நாட்களில் எனக்குத் தெரிந்த நண்பன் ஒருவன், தன் அத்தையின் வீட்டில் தங்கிப் படித்துக் கொண்டு இருந்தான். அவர்கள் வீட்டில்தான் சாப்பாடு. அந்த வீட்டில் சாப்பிடுவதற்கே கூச்சமாகத்தான் இருக்கிறது என்பான். காரணம் கேட்டால், 'பாதிச் சாப்பாட்டில் மறுசோறு வேண்டும் என்று கேட்டால், காது கேட்காதது போலவே நின்று கொண்டு இருப்பார்கள். ஒவ்வொன்றையும் நாலைந்து முறை கேட்க வேண்டும். நாக்கை வெட்டி எறிந்து விடலாமா என்று அவமானமாக இருக்கும்.

அதை விடவும் கொடுமை, பசித்த நேரங்களில் நாமாகத் தட்டில் எடுத்துப் போட்டுச் சாப்பிட முடியாது. அவர்களாகச் சாப்பிடச் சொல்லும் வரை காத்துக்கொண்டே இருக்க வேண்டும். பல நாட்கள் இரவு நேரங்களில் தட்டில் சோற்றைப் போட்டு ஓரமாக வைத்துவிட்டு உறங்கிவிடுவார்கள். தனியே அந்தச் சோற்றைச் சாப்பிடும்போது இழவு வீட்டில் சாப்பிடுவது போல இருக்கும். இதற்காகவே நான் பல நாட்கள் பட்டினி கிடந்திருக்கிறேன்' என்பான்.

எல்லோரது உடலிலும் பசியில் பட்ட அவமானங்கள் ஆறாத வடுக்களாக கண்ணுக்குத் தெரியாமல் மறைந்திருக்கின்றன போலும்! யாரோ சப்பிப் போட்ட மாங்கொட்டையை மண்ணிலிருந்து ஆசையாக எடுத்து மண்ணை ஊதிவிட்டு சுவைக்கும் குழந்தையின் கண்களில் ஒளிந்திருப்பது பசியைத் தவிர, வேறென்ன?

பசியின் கால்தடம் பதியாத இடமே உலகில் இல்லை. பசியின் முன்பாக தலைகுனியாத மனிதனும் எவனும் இல்லை. இதை நினைவுபடுத்திக்கொண்டே இருக்கிறது 'நாஞ்சில் நாடனின் ஒரு கதை.

நாஞ்சில் நாடன் தமிழ்ச் சிறுகதையுலகில் மிகச் சிறப்பான எழுத்தாளர். இவரது எழுத்துலகம் குமரி மாவட்டத்து நாஞ்சில் பிரதேச மக்களும், அதன் மண்ணும் கலந்து உருவானது. தமிழ் எழுத்தாளர்களிடம் அபூர்வமாகவே காணப்படும் நகைச்சுவையும், பகடியும் இவருக்குச் சரளமாகக் கை வரக்கூடியது.

திருவிழா நாள் ஒன்றில் கச்சேரி கேட்பதற்காக மாணிக்கம் என்ற சிறுவனின் அப்பா புறப்படுகிறார். மாணிக்கம்

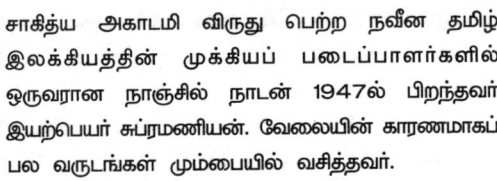

சாகித்ய அகாடமி விருது பெற்ற நவீன தமிழ் இலக்கியத்தின் முக்கியப் படைப்பாளர்களில் ஒருவரான நாஞ்சில் நாடன் 1947ல் பிறந்தவர். இயற்பெயர் சுப்ரமணியன். வேலையின் காரணமாகப் பல வருடங்கள் மும்பையில் வசித்தவர்.

இவரது 'தலைகீழ் விகிதங்கள்' நாவல் தமிழ் நாவல்களில் குறிப்பிடத்தக்கது. இதை இயக்குநர் தங்கர்பச்சான் 'சொல்ல மறந்த கதை' என்ற பெயரில் படமாக்கியுள்ளார்.

நாஞ்சில் நாடன் 'மிதவை', 'தெய்வங்கள் ஆடுகள் ஓநாய்கள்', 'பேய்க் கொட்டு', 'சதுரங்கக் குதிரைகள்' போன்றவை இவரது முக்கியப் படைப்புகள். நாஞ்சில் நாடன், தற்போது கோயம்புத்தூரில் வசித்து வருகிறார்.

தானும் வருவதாக அவரோடு சேர்ந்துகொள்கிறான். சுசீந்திரம் கோயில் பிரசித்தி பெற்றது என்பதால் அங்கே கே.பி.சுந்தராம்பாள், பாலமுரளி கிருஷ்ணா, ராஜரத்தினம் பிள்ளை எனப் பலரும் வந்து கச்சேரி செய்திருக்கிறார்கள். இதனால் அருகாமை கிராமத்து மக்களுக்கு கொஞ்சம் சங்கீத ரசனை உருவாகியிருந்தது.

மாணிக்கத்தின் அப்பா ஒன்றும் பெரிய இசை ரசிகர் இல்லை. ஆனாலும், கச்சேரி கேட்பதற்காக திருவிழாவுக்குக் கிளம்பி வந்திருந்தார். கச்சேரி கேட்க, ஊரிலிருந்து நடந்தே வந்திருந்தார்கள். கச்சேரி முடிய நள்ளிரவாகிவிட்டது.

அப்பாவும் பிள்ளையும் எதையாவது சாப்பிடுவதற்காக, ஒரு காபிக் கடைக்குள் நுழைந்து ஆளுக்கு நாலு தோசை, ரசவடை, டீ எனச் சாப்பிட்டுவிட்டு வெளியே வருகிறார்கள். அன்று கடையில் நல்ல கூட்டம். யாருக்கு எவ்வளவு பில் என்று கடைப் பையன் கத்திச் சொல்லிக் கொண்டு இருக்கிறான். முதலாளி பில்லை வாங்கிப் போட முடியாதபடி கூட்டம் நெருக்கித் தள்ளுகிறது.

மாணிக்கத்தின் அப்பா கல்லாவை நெருங்கி வந்து இரண்டு டீ மட்டும் குடித்ததாக காசை எண்ணி வைத்துவிட்டு, எதுவும் நடக்காதது போலப் பையனை கூட்டிக்கொண்டு வெளியே வந்துவிடுகிறார். 'அப்பா ஏன் இப்படி ஏமாற்றினார்' என்று மாணிக்கத்துக்குப் புரியவேயில்லை.

ஒருவேளை, அப்பா இதற்காகத்தான் வருடம் தோறும் திருவிழாவுக்குத் தவறாமல் வந்துவிடுகிறாரோ என்றுகூடத் தோன்றியது. ஆனால், இனி இவரோடு திருவிழாவுக்கு வரக்கூடாது என்று மாணிக்கம் முடிவு செய்வதோடு கதை முடிகிறது.

பசியின் பெரும் போராட்டம்தான் வாழ்வை ஏதேதோ திசைகளில் கொண்டு செலுத்திக்கொண்டு இருக்கிறது. நாவின் சுவை வேண்டுமானால் ஆறாக இருக்கலாம். ஆனால், வாழ்வின் சுவை எத்தனை விதமானது என்று அறுதியிட்டுக் கூற முடியுமா என்ன?

25
நெடுவழிப் பயணம்

ஊர்சுற்றிகளின் மீது எனக்கு எப்போதுமே தனி ப்ரியம் உண்டு. அதிலும், நெடுஞ்சாலை திறந்து கிடக்கிறது என்பதால், நோக்கமற்று எங்கு வேண்டுமானாலும் சுற்றித் திரியும் மனிதர்கள் வரம் பெற்றவர்கள்!

ருஷ்யாவின் புகழ்பெற்ற தத்துவ ஞானியான குர்ஜீப், ஒரு ஊர்சுற்றி! அவரும் அவரது நண்பர்களும் மனம் போன போக்கில் சுற்றி அலைவார்கள். போகுமிடங்களில் என்ன கிடைக்கிறதோ, அவற்றை வாங்கி பிளாட்பாரத்தில் கடை போட்டு விற்று, அதில் கிடைக்கும் சொற்ப வருமானத்தை ஈட்டிக்கொண்டு, அடுத்த ஊருக்குப் புறப்பட்டுச் செல்வார்கள்.

ஒரு முறை பாலைவனத்தைக் கடந்து போகும் நிலை உருவாகிறது. அவர்கள் ஒரு கிராமத்தில் தங்கி, அடுத்து எப்படிப் பயணம் மேற்கொள்வது என்று யோசனை செய்கிறார்கள். 'பாலைப் புயல் வருவதற்குள் கடந்து போகாவிட்டால், புயல் உங்களை அடித்துக்கொண்டு போய்விடும்' என்கிறார்

அங்கே இருக்கிற கிராமவாசி. 'பாலைப் புயலில் என்ன நடக்கும்?' என்று ஆர்வமாகக் கேட்கிறார் குர்ஜீப்.

'பாலைவனத்தில் புயல் அடிக்கத் துவங்கினால், இருபது அடி உயரம் வரை மணல் மேலே சுற்றிக்கொண்டு வரும். அதனால், நடந்து செல்பவர்களை மணல் மூடிவிடும்' என்கிறார் கிராமவாசி. குர்ஜீப் உற்சாகமாகி, 'அப்படியானால் நாம் பாலைவனப் புயல் துவங்கியதும், நம் பயணத்தைத் துவக்கலாம்' என்று சொல்லிவிட்டு, அங்கேயே தங்கி, இருபது அடி உயரத்துக்கு ஏணி போல ஒன்றைச் செய்து, அதன் மீது ஏறி நின்றபடி பாலைவனத்தில் நடப்பதற்குத் தினமும் பழகுகிறார்கள்.

முடிவில், பாலைப் புயல் உருவாகிறது. அவர்கள் தங்கள் கால்களில் மர ஏணிகளைக் கட்டிக்கொண்டு பாலைவனத்தில் நடந்து போகிறார்கள். தங்கள் காலடியில் புயல் கடந்து போவதைக் கண்டதாகவும், புயல் நாம் நினைப்பது போல அச்சம் தரக்கூடியது அல்ல, அது ஒரு மூர்க்கமான அழகுடையது என்று குறிப்பிடும் குர்ஜீப், 'சாகசம்தான் பயணத்தின் உண்மையான சுவை!' என்கிறார்.

பத்து வருடங்களுக்கு முன்பு, ஒரு முறை சென்னையில் இருந்து மதுரைக்குப் போவதற்காக, இது போன்றதொரு சாகசப் பயணத்தை மேற்கொள்ளத் தீர்மானித்தேன். அதைச் சாகசம் என்று நானாகச் சொல்லிக்கொள்வதற்குக் காரணம், டவுன் பஸ் டவுன் பஸ்ஸாக மாறி சென்னையில் இருந்து மதுரைக்குச் செல்வது என நான் முடிவெடுத்ததுதான்.

பொதுவாக, டவுன் பஸ்ஸில் ஒரு மணி நேரம் செல்வதற்குள், அது இருபது இடங்களில் நிற்கும். மூச்சு திணறக் கூட்டம் தொற்றிக் கொண்டுவிடும். அப்படியான பஸ்ஸில் மதுரை வரை போவதென்றால், அந்த அனுபவம் எப்படி இருக்கும் என்று அனுபவித்துப் பார்க்கத் தோன்றியது. மறுநாளே அதைச் செயல்படுத்த முடிவு செய்தேன்.

பயணம் கிளம்பும் முன் நானே சில கட்டுப்பாடுகளை உருவாக்கிக் கொண்டேன். டவுன் பஸ்ஸில் மட்டும்தான் போக வேண்டும். இரவில் டவுன் பஸ் ஓடவில்லை என்றால், எங்கே கடைசியாகச் செல்கிறோமோ, அந்த பஸ் ஸ்டாண்டில்

இரவைக் கழிக்க வேண்டும். மறுநாள் காலை, முதல் டவுன் பஸ்ஸைப் பிடித்துப் பயணத்தை மேற்கொள்ள வேண்டும் என்று தீர்மானித்துக்கொண்டேன்.

பயணம் சைதாப்பேட்டையில் துவங்கியது. ஒரு டவுன் பஸ்ஸில் மாலை ஏழு மணிக்குப் புறப்பட்டேன். ஒரு மணி நேரத்தில் தாம்பரம் வந்து சேர்ந்தேன். அங்கிருந்து வண்டலூர் வரை ஒரு பஸ், அங்கிருந்து செங்கல்பட்டு வரை ஒரு பஸ் என செங்கல்பட்டு போய்ச் சேர்வதற்குள் இரவாகி விட்டிருந்தது.

அங்கேயே பஸ் ஸ்டாண்டில் தங்கிவிடுவது என்று முடிவு செய்தேன். இரண்டாவது காட்சி சினிமாவுக்குப் போய்விட்டு வந்து பஸ் ஸ்டாண்டில் பாதி இருண்டுகிடந்த கொடிக்கம்பத்தின் முன் வந்து சாய்ந்து உட்கார்ந்தேன்.

வானில் அன்று எக்கச்சக்க நட்சத்திரங்கள். இரவுப் பேருந்துகள் கடந்து சென்றுகொண்டே இருந்தன. பக்கத்துக் கிராமங்களுக்குச் செல்லும் மனிதர்கள் ஒன்றிரண்டு பேர் துண்டை விரித்து ஓரமாக படுத்து உறங்கினார்கள். ஒரு பிச்சைக்காரன் எதிரேயிருந்த அடி பைப் ஒன்றில் தண்ணீர் அடித்து குளித்துக்கொண்டு இருந்தான். காற்று ஏகாந்தமாக இருந்தது. எப்போது உறங்கினேன் என்று தெரியாது.

விடிகாலையின் குளிர் உடலை நடுக்கிய போது, பொழுது விடிந்து, பேருந்து நிலையத்தில் முதல் பஸ்ஸின் வெளிச்சம் தெரிந்தது. பாதித் தூக்கத்தில் ஏறி உட்கார்ந்துகொண்டேன். தூங்கிக்கொண்டே பஸ்ஸில் போய் இறங்கி, அங்கே அடுத்த பஸ்ஸைப் பிடித்து இன்னொரு ஊர் என கசகசப்பும் அசதியுமாக பயணம் நீண்டது. முதல்நாள் மாலை புறப்பட்ட ஏழு மணியையும் கடந்துவிட்டது. அப்போதும் நான் மதுரையை நெருங்கவில்லை. ஒன்பதரை மணிக்கு மேலூரைக் கடந்து, தொலைவில் மதுரையின் மெல்லிய வெளிச்சம் தெரியத் துவங்கியது.

மதுரைக்கு வந்து இறங்கியபோது மணி பத்தைக் கடந்து விட்டிருந்தது. டவுன் பஸ் டிக்கெட்டுகள் யாவும் என் பையில் நிரம்பியிருந்தன. அப்படியே நண்பனின் அறைக்குச் சென்று கதவைத் தட்டியபோது, அவன் என்னை விநோதமாகப் பார்த்தபடி, 'எங்கேயிருந்து வருகிறாய்?' என்று கேட்டான்.

'சென்னையிலிருந்து' என்று சொன்னதும் சிரிப்போடு, 'எப்படி நடந்தே வந்தியா?' என்று கேட்டான்.

இதுவும் நல்ல யோசனையாக இருக்கிறதே என்று தோன்றியது. நான் சிரித்துக்கொண்டே பையில் இருந்த டவுன் பஸ் டிக்கெட்டுகளை எடுத்துக் காட்டினேன். அவனால் நம்ப முடியவில்லை. எதற்காக இந்த முட்டாள்தனம் என்பதுபோல் என்னைப் பார்த்துத் திகைத்துப் போயிருந்தான். குளித்துவிட்டு மொட்டை மாடியில் படுத்துக்கொண்டபடி ஏகாந்தமான காற்றை அனுபவித்தபோது, பயணத்தின் உண்மையான ருசி புலப்பட்டது.

எத்தனை விதமான மனிதர்கள், எவ்வளவு பேருந்து நிறுத்தங்கள், எத்தனை கிராமங்களின் பெயர்கள்... உண்மையில் அதிவேகமாகக் கடந்துவிடும் பயணம் என்பது இத்தனையும் இழந்துவிடுவது என்பது அப்போதுதான் புரிந்தது. கூட இருந்த என் நண்பன் சொன்னான்... 'இப்படித்தானே நமது முன்னோர்கள் ஒரு ஊரைவிட்டு மற்றொரு ஊர் போயிருப்பார்கள்! நீ இந்தக் காலத்து ஆள் இல்லைடா... பழைய ஆசாமி!' இருவரும் சிரித்துக்கொண்டோம்.

காலம் எவ்வளவோ மாற்றங்களைக் கொண்டுவந்தபடி உள்ளது. அதில் மிக முக்கியமானது வாகனங்கள். சாலை வசதி! இந்தியா முழுவதும் சுற்றி அலைந்தபோதும் தமிழகத்தில் உள்ளது போல இத்தனை அழகான பஸ்களையோ, முறையான சாலைகளையோ வேறு எங்கும் கண்டதில்லை.

அதிலும் இங்குள்ள சொகுசுப் பேருந்துகளைக் காணும் போது அதன் மதிப்பு நமக்குத் தெரிவது இல்லை. மற்ற மாநிலங்களில் பயணம் செய்யும்போதுதான், நாம் எவ்வளவு பாக்கியசாலிகள் என்பது புரியும்.

வட மாநிலங்களில் உள்ள பேருந்துகளும், பேருந்து நிலையங்களும் நாம் கற்பனை செய்துகூடப் பார்க்க முடியாதபடி இருக்கும். டெல்லியின் புகழ்பெற்ற பேருந்து நிலையம் செங்கல்பட்டு பேருந்து நிலையத்தின் அளவில்தான் இருக்கிறது. அதுவும் அங்கிருந்து கிளம்பும் நூற்றுக்கணக்கான அதிவேகப் புறநகர்ப் பேருந்துகளும் நமது லோக்கல் டவுன் பஸ்ஸைப் போன்றவை. அதன் சிவப்பு நிறமும், ஒருபோதும்

கும்பகோணத்தில் 1930ல் பிறந்த இந்திரா பார்த்தசாரதி தமிழின் தனிச்சிறப்பு மிக்க எழுத்தாளர். இவர் வைஷ்ண சித்தாந்தம் குறித்து ஆய்வு மேற்கொண்டு டாக்டர் பட்டம் பெற்றவர். இவரது 'குருதிப்புனல்' நாவலுக்காக 1978ம் ஆண்டு சாகித்ய அகாடமி விருது பெற்றவர். சிறந்த நாடகாசிரியர். நாடக உலகுக்கு இவர் ஆற்றிய சேவைக்காக சங்கீத நாடக அகாடமி விருது பெற்றவர். இப்படி இரண்டு முக்கிய தேசிய விருதுகள் பெற்ற ஒரே எழுத்தாளர் இவர் மட்டுமே! 'மழை', 'போர்வை போர்த்திய உடல்கள்', 'நந்தன் கதை' போன்றவை இவரது முக்கிய நாடகங்கள். பாண்டிச்சேரிப் பல்கலைக் கழகத்தின் நாடகத்துறை இயக்குநராக சில காலம் பணியாற்றியுள்ள இந்திரா பார்த்தசாரதி, தற்போது அமெரிக்காவாசி.

மூட முடியாத கண்ணாடி ஜன்னல்களும் என்றும் மாறவே மாறாதவை.

மாநகர வாழ்க்கையில் ஒவ்வொருவரும் சராசரியாக தினம் இரண்டு மணி நேரமாவது பயணம் செய்கிறார்கள். அதிலும் ரயிலும், பேருந்தும், ஆட்டோக்களும், கார்களும் பகலிரவு பேதமில்லாமல் சாலையைக் கடந்து கொண்டேதான் இருக்கின்றன.

சென்னையில் எவ்வளவு ஆயிரம் ஆட்டோக்கள் ஓடுகின்றன என்று கற்பனை செய்து பார்க்கவே முடியவில்லை. ஆனாலும், சென்னை ஆட்டோ டிரைவர்களிடம் பேரம் பேசி முடிப்பது பெரிய கலை. அதில் விற்பன்னர் ஆவது எவருக்கும் சாத்தியமானதும் இல்லை.

'ஹெராக்களிட்ஸ்'ஸின் புகழ்பெற்ற வாசகமான 'ஓடும் ஆற்றில் இரண்டு முறை ஒரே இடத்தில் இறங்க முடியாது!' என்பது போல, சென்னையில் ஒரே இடத்துக்கு, ஒரே வாடகை கொடுத்து இரண்டு முறை பயணம் செய்த சந்தர்ப்பம் இதுவரை வாய்க்கவே இல்லை.

மாநகர வாழ்வில் ஆட்டோக்களைப் பிடிக்கும் சாகசம் ஏற்படும் ஒவ்வொரு முறையும் மனதில் நினைவோடுவது இந்திரா பார்த்தசாரதியின் 'தொலைவு' என்ற கதை. இந்திரா பார்த்தசாரதி பல வருடங்கள் டெல்லியில் வாழ்ந்தவர்.

அவரது இக்கதை, டெல்லியில் ஒரு அப்பாவும் பெண்ணும், ஒரு ஆட்டோ பிடிப்பதற்காக எப்படி அலைகிறார்கள் என்பதைப் பற்றியதே!

ஜன்பத் - டெல்லியின் போக்குவரத்து மிகுந்த இடம். அங்கே வாசுவும் அவரது ஏழு வயது மகள் கமலியும் தங்கள் வீட்டுக்குச் செல்ல ஒரு ஆட்டோ பிடிப்பதற்காகக் காத்திருக்கிறார்கள். டவுன் பஸ் ஏறிப் போக முடியாது. அவ்வளவு கூட்டம். காலியாக ஏதாவது ஒரு ஆட்டோ வந்தால் அதில் ஏறிக்கொண்டுவிடலாம் என்று காத்திருக்கிறார்கள். ஆனால், அவர்களின் நேரம் ஆட்டோ கிடைக்கவே இல்லை.

மெதுவாக சாலையில் நடந்தபடியே ஏதாவது ஆட்டோ வருகிறதா என்று பார்த்துக்கொண்டே போகிறார்கள். டாக்ஸியில் போகலாம். ஆனால், அதற்கு மாத வருமானம் இடம் தரவில்லை. தனது குடும்பச் சுமையை நினைத்தபடியே வாசு மெதுவாக நடக்கும்போது, அவன் நண்பன் மூர்த்தி காரில் வருகிறான். அவன், தான் லோதி காலனி வழியாகப் போவதாகச் சொல்லி ஏறிக்கொள்ளச் சொல்கிறான்.

வாசுவுக்கு அது பிடிக்கவில்லை. காரணம், பால்ய வயதில் உதவாக்கரையாக இருந்த அவன் டெல்லிக்கு வந்து பெரிய ஆளாக மாறியிருப்பது வாசுவுக்குச் சற்றே பொறாமையை உருவாக்குகிறது. அதோடு, முன்பு சில முறை அவன் தன்னைப் பயன்படுத்தி தன் காரியங்களைச் சாதித்துக்கொள்ள முயன்றது நினைவுக்கு வரவே, அவனோடு செல்ல மறுக்கிறான்.

கமலிக்கு இது ஆத்திரமாக இருக்கிறது. அவள் நடந்தே போய்விடலாம் என்று ஆவேசம் கொண்டவள்போல வீம்பாக நடக்கிறாள். முடிவாக, ஒரு ஆட்டோ நிற்பதைக் கண்டு அவர்கள் காத்திருக்கும்போது, வேறு ஒரு பெண் வந்து அதில் ஏறிக்கொண்டு போய் விடுகிறாள். 'நம் ஊரில் இப்படி ஆட்டோவுக்குக் காத்துக் கிடக்கவா செய்தோம்! பேசாமல் நடந்தே போய்விடலாம்' என்று முடிவு செய்தபடி, அவனும் கமலியைக் கூட்டிக்கொண்டு வீறாப்பாக நடக்கத் துவங்குகிறான் என்பதோடு கதை முடிகிறது.

மாநகரின் என்றும் மாறாத காட்சிகளில் ஒன்று இக்கதையில் துல்லியமாகப் பதிவு செய்யப்பட்டுள்ளது.

போதி மரத்தில் ஞானம் பெற்ற புத்தனேகூட எண்பது வயது வரை நடந்து சுற்றி இருக்கிறான். கிறிஸ்துவும்கூட தேசம் விட்டு தேசம் அலைந்து திரிந்திருக்கிறார். உலகுக்கு வழிகாட்ட வந்தவர்கள் ஓரிடத்தில் தங்கியிருப்பதில்லை. அல்லது, பயணம்தான் அவர்களை உலகுக்கு வெளிப்படுத்துகிறது.

சாலை நம் வாசலில் துவங்கி, முடிவற்று உலகமெங்கும் விரிந்தோடிக்கொண்டு இருக்கிறது. நமக்குத் தேவையானது எல்லாம் பயணம் போவதற்கான விருப்பமும் மனதும் மட்டும்தான்!

26
கல் தடம்

கோயில், வழிபாட்டுக்கு உரிய இடம் மட்டுமல்ல அதன் ஊடாக இசையும் கலையும் சிறுவணிகமும், மருத்துவமும் ஒன்றோடு ஒன்றாகக் கலந்திருக்கின்றன. கோயில் ஒரு கூட்டு வெளி. அது யாருமற்றவர்களுக்கான போக்கிடமாகவும், காலத்தின் மாபெரும் சாட்சியாகவும், கோடிக்கோடி மனிதர்களின் ஆசைகளும் கனவுகளும் சமர்ப்பிக்கப்படும் இடமாகவும் இருக்கிறது.

ஆனால், பிரார்த்தனை என்பது வெறும் சடங்காகிவிட்ட சூழலில், தெய்வத்தைத் தவிர மற்ற யாவும் கவனிப்பாரற்றுப் போகத் துவங்கி விட்டிருக்கின்றன. ஓதுவார்களின் தேவாரப் பாடலும், நாகஸ்வர இசையும், படபடக்கும் புறாக் கூட்டமும், தண்ணீர் நிரம்பிய தெப்பத்தின் மீது கோபுர நிழல் ஊர்ந்துகொண்டு இருப்பதும், பண்டாரங்களின் ஞானப் பாடலும், எண்ணெய் விளக்கின் மஞ்சள் வெளிச்சத்தில் தெரியும் மயக்கமான தோற்றங்களும், பிராகாரத்தை நிறைக்கும்

மணியோசையும், சந்தன மணமும், கால் தூக்கி நிற்கும் யாளிகளும், உற்சவமும், உலாவும், தேரும், திருவிழாவும் கோயிலின் புராதன நினைவுகள் போலவே புதையுண்டு கிடக்கின்றன.

இன்று கோயில் ஒரு வணிக நிறுவனம். வாசலில் செருப்பை அவிழ்த்துப் போடுவதில் துவங்கி, ஒவ்வொரு பத்தடிக்கும் ஏதோ காரணம் சொல்லிப் பணம் கறக்கும் வித்தைக் கூடம். அதே கற்தூண்களும், சிற்பங்களும் இருக்கின்றன. ஆனால், அதன் மீது எரியும் டியூப் லைட்டிலிருந்து மின்சார மணி வரை உபயதாரர்களின் பெயர்கள், அவர்களின் முழு முகவரியோடு செல்போன் நம்பர் வரை பொறிக்கப்பட்டு மின்னுகின்றன. (நூற்றாண்டைக் கடந்தும் அழகு குறையாத யாளியைச் செய்த சிற்பியின் பெயரோ இன்று வரை யாருக்குமே தெரியாது!).

தரிசனத்துக்கும் முதல், இரண்டாம் வகுப்புக் கட்டணங்கள் சிபாரிசுக் கடிதங்கள், கையூட்டு, பல் இளிப்பு என நடைமுறைத் தந்திரங்களின் கூடாரமாகிவிட்டது கோயில். அமைதியையும் சாந்தத்தையும் இன்று கோயிலில் காண்பது அபூர்வமாகி விட்டது.

கோயிலுக்குச் செல்பவர்களில் ஒரு சதவீதம் பேர்கூட அங்குள்ள சிற்பங்களையோ, ஓவியங்களையோ, பிராகாரச் சுவர் முழுவதும் கல் வரிகளாக நீளும் கல்வெட்டுகளையோ நின்று பார்ப்பதை நான் கண்டதே இல்லை. பொதுச் சுவர்களில் சிவப்பு நிறங்களில் ஒட்டப்படும் விரை வீக்க விளம்பரங்களைக்கூட நின்று படிப்பதற்கு ஆள் இருக்கிறார்கள். ஆனால், மாறாத அழகும் புன்னகையும் கொண்ட சிற்பங்களை நேர்கொள்வதற்கு எவருமே இல்லை.

பல கோயில்களில், அங்கு பணிபுரிபவர்களுக்கே எது என்ன சிற்பம் என்று பெயர்கூடத் தெரிவதில்லை. நான் கோயிலுக்குச் செல்ல நேர்ந்த சமயங்களில், வெகு அரிதாகவே சந்நிதிக்குச் செல்வேன். மற்றபடி, எனக்குக் கோயில் ஒரு சிற்பக் கூடம். காலத்தின் கருவறை. வழிபாடுள்ள கோயில்களிலாவது யாராவது ஆட்கள் தென்படுகிறார்கள். கைவிடப்பட்டு தூர்ந்த நிலையில் உள்ள ஆயிரக்கணக்கான கோயில்களில் சிற்பங்கள் மூளியாக்கப்பட்டு, கை கால் இழந்த நிலையில்

சிதறிக் கிடக்கின்றன. புளிய மரத்தடியில் தேவகணங்களும், துவாரபாலகர்களும் உருச்சிதைந்து போய், கேட்பாரற்றுக் கிடக்கிறார்கள்.

சமீபத்தில், திருவிடைமருதூரில் உள்ள பாவை விளக்கைக் காண்பதற்காகச் சென்றிருந்தேன். சன்னதிக்கு அருகில் உள்ள மண்டபத்தில் நின்றிருக்கிறது அந்த விளக்கு. ஐந்தரை அடி உயர வெண்கல விளக்கு. தொலைவிலிருந்து பார்க்கும்போது யாரோ ஒரு பெண், நூற்றாண்டுகளாக கையில் விளக்குடன் நின்றுகொண்டு இருப்பது போல இருக்கிறது. அவளின் முக வசீகரமும், நகக்கண்கள் கூட துல்லியமாக வார்க்கப்பட்டிருந்த அழகுமாக, பார்த்துக்கொண்டே இருக்கவேண்டும் போன்ற ஈர்ப்பைத் தருகிற விளக்கு.

சரபோஜி மன்னர்களின் காலத்தில் வாழ்ந்த பெண் அவள். தனக்கு விருப்பமான கணவன் வேண்டும் என்பதற்காக வேண்டுதல் செய்து அதை நிறைவேற்றும்படியாக தன்னைப் போலவே வெண்கலத்தில் விளக்கு செய்து வைத்திருக்கிறாள். அந்த பெண்ணின் கண்கள் காதல் ஏறி கவிழ்ந்திருக்கின்றன. உதட்டில் சந்தோஷம் கரை தட்டி நிற்கிறது. அவள் காலடியில் உள்ள கல்வெட்டில் அவளது பிரார்த்தனையின் நோக்கம் பதிவு செய்யப்பட்டிருக்கிறது.

இதை வார்த்து எடுத்தவன் எத்தனை பெரிய கலைஞனாக இருந்திருப்பான்! எப்படி அவளது ஆடை மடிப்புகளைக்கூட இத்தனை சுத்தமாகச் செய்ய முடிந்திருக்கிறது அவனால்! அதுவும், அவளது கையில் உள்ள விளக்கு எரியும்போது முகத்தில் ஒளிர்ந்து படரும் சுடரொளியில் முகம் வெட்கத்தில் சுருங்கி விரிவது போலவே இருக்கிறது. இத்தனை வசீகரமும் கவனிக்கப்படாமல் ஒதுங்கியே இருக்கிறது. அவசரமும் பரபரப்பும் மிக்கவர்களாக கையில் காசை இறுக்கிப் பிடித்தபடியே சன்னதியை நோக்கி ஓடும் மனிதர்களின் கண்களில் அந்தப் பாவை விளக்கு படுவதே இல்லை. ரயில் நிலையங்களிலும் ரேஷன் கடைகளிலும் காண முடிந்த பரபரப்பு கோயிலுக்குள்ளும் தொற்றிக்கொண்டு விட்டது.

இதன் இன்னொருபுறம், கிராமப்புற கோயில்களில் பெரும்பான்மை, சாதியைக் கட்டிக் காக்கும் காப்பரண்களாக ஆகி இருக்கின்றன. கிராமக் கோயில் எதிலும், எவரும்

விருப்பம்போல் நுழைந்துவிட முடியாது. ஒவ்வொரு தெய்வமும் ஒரு சாதிக்கு மட்டுமே உரியது! மற்ற எந்த சாதிக்காரனும் அந்தக் கோயிலின் வாசற்படியைக்கூட மிதித்துவிட முடியாது. ஆலயப் பிரவேசம் நடந்து ஐம்பது ஆண்டுகள் கடந்துவிட்ட போதும், இன்னமும் தாழ்த்தப்பட்ட மக்கள் நுழைய முடியாத கோயில்கள் பல ஊர்களிலும் இருக்கத்தான் செய்கின்றன.

ஆறு வருடங்களுக்கு முன், நானே ஒரு சம்பவத்தை நேரில் கண்டிருக்கிறேன். சிவகாசி அருகில் உள்ள சிற்றூர் ஒன்றில் உள்ள காளியம்மன் கோயிலில் தாழ்த்தப்பட்ட மக்களை அனுமதிக்க மறுக்கிறார்கள் என்பது தெரிந்து, அரசு அவர்கள் ஆலயப் பிரவேசம் செய்ய ஏற்பாடு செய்திருந்தது.

குறிப்பிட்ட நாளில், தாசில்தாரில் துவங்கி அத்தனை அரசு அதிகாரிகளும் அந்தக் கிராமத்தில் குவிந்தார்கள். ஆனால், எந்த மக்கள் ஆலயத்துக்குள் பிரவேசிக்க வேண்டுமோ, அவர்களில் ஒருவர்கூடத் தன் வீட்டை விட்டு வெளியே வரவில்லை. அரசு அதிகாரியே ஒரு தட்டில் பழம், தேங்காய் வாங்கி எடுத்துக்கொண்டு, அவர்களில் சிலருக்குத் தைரியம் சொல்லி அழைத்து வந்திருந்தார். ஆண்களும் பெண்களுமாக நாற்பது பேர் வந்தனர். கோயிலுக்குள் நுழைவதற்காக அவர்கள் வந்து நின்றபோது, அந்த முகங்களில் பயமும் நடுக்கமும் ஒளிந்திருப்பதைக் காண முடிந்தது. வயதான பெண் ஒருத்தியின் கைகள் நடுங்கின. கோயிலுக்குள் அவர்களை அனுமதித்தது தங்களுக்கு உடன்பாடில்லை என்பதுபோல, மற்றொரு மேல்சாதியினர் கோயிலை விட்டு விலகியே நின்றிருந்தார்கள். அதுவரை இருந்த பூசாரி, அன்று தான் பூஜை வைக்க முடியாது என்று விலகிக்கொண்டார். தாசில்தாரே துண்டை இடுப்பில் கட்டிக்கொண்டு பூஜை வைத்தார்.

பூஜை முடிந்தது. பத்திரிகைகளில் செய்திகள் வெளியாகின. ஆனால், இந்த நாடகம் முழுவதும் ஒரு நாள்தான்! மீண்டும், அந்தக் கோயில் எந்தச் சாதிக்குச் சொந்தமாக இருந்ததோ, அவர்கள் வசமே திரும்பிப் போய்விட்டது. அன்று கோயிலில் சாமி கும்பிட வந்தவர்கள், அதன் பிந்திய நாட்களில், வேறு வேறு காரணங்களுக்காக உதைபட்டார்கள்.

வழிபாட்டை விடவும் முக்கியமானது சக மனிதனை மதிப்பதும், அவனைப் புரிந்துகொள்வதுமே ஆகும். நம்மைச் சுற்றிய மனிதர்களின் மீது தீராத துவேஷமும், பகையும், பொறாமையுமாக வாழ்கிற நாம், கோயிலில் மட்டும் எப்படிப் பரிசுத்தவாதிகளாக நடந்துகொள்ள முடியும்?

மனம் காழ்ப்பு உணர்ச்சியின் ஊற்றாக மாறிக்கொண்டு இருக்கும்போது, கருணையையும், அன்பையும் எப்படிக் கோயிலில் காண முடியும்? எளிய மனிதர்களின் விட்டுக் கொடுத்தல் எத்தகையது என்பதை நாம் உணரவே இல்லை. அடுத்தவனின் உரிமையை அபகரித்துக் கொள்வதற்குத்தான் நமது அறிவும் பலமும் அதிகம் பயன்பட்டிருக்கிறது.

கந்தர்வனின், 'சாசனம்' என்ற கதை எளிய மனிதர்களின் விட்டுக் கொடுத்தலையும் ஆவேசத்தையும் நுட்பமாகப் பதிவு செய்துள்ளது. கந்தர்வன் ஒரு கவிஞர். முற்போக்குச் சிந்தனையாளர். 'விதவிதமாக மீசை வைத்தோம்... ஆனால், வீரத்தை எங்கோ தொலைத்துவிட்டோம்' என்று பாடும் கவியுள்ளம் கொண்டவர். சிறந்த சிறுகதைப் படைப்பாளி.

'சாசனம்' கதை, ஒரு புளிய மரத்தைப் பற்றியது. அந்த மரம் குறவர்கள் குடிசைகளுக்கு மத்தியில் உள்ளது. பிரமாண்டமான அந்த மரத்தடியில் பன்றிகள் அடைந்து கிடக்கின்றன. கதைசொல்லி அதைத் தனது அப்பாவின் புளியமரம் என்று அறிமுகப்படுத்துகிறார்.

அருகில் உள்ள ஊர்களில் அப்பாவுக்கு நிறைய நிலங்கள் உண்டு. யாவையும் குத்தகைக்காரர்கள் பார்த்துக் கொள்கிறார்கள். வீட்டுத் திண்ணையில் இருந்தபடியே அப்பா அவர்களுக்கு உத்தரவு கொடுத்துக் கொண்டு இருப்பார். அந்த நிலம் யாவும் தாத்தாவுக்கு, மகாராஜா தானமாகத் தந்தவை. அதற்கு சாசனமும் இருக்கின்றன.

அப்பாவுக்கு ரொம்பவும் பிடித்தமானது அந்த கொறட்டுப் புளிதான் (குற வீட்டுப் புளி என்பதைச் சொல்லக் கூச்சப்பட்டு, கொறட்டு புளியாக்கி இருந்தார் அப்பா). ஒவ்வொரு முறை புளியம்பழங்களை உலுக்கும்போதும், அந்தப் பகுதியில் உள்ள கிழவி ஒருத்தியும் அவளது மகளும் மரத்தடியில் வந்து நிற்பார்கள். அந்த கிழவியின் மகள் தாத்தாவின் சாடையிலே

தொழிற்சங்கவாதியாகவும் முற்போக்கு எழுத்தாளர் சங்கத்தின் மாநிலப் பொறுப்பை வகித்த கலைஞராகவும் தீவிர பங்களிப்பு செய்த கந்தர்வன், வாழ்வின் அரிய தருணங்களைக் கதைகளாக்கியவர். புதுக்கோட்டையைச் சேர்ந்த கந்தர்வனின் இயற்பெயர் நாகலிங்கம். 'கண்ணதாசன்' இதழில் எழுதத் துவங்கிய இவர் 'செம்மலர்', 'சுபமங்களா', 'தாமரை' போன்ற இதழ்களில் தொடர்ந்து எழுதி வந்தார். கவியரங்க மேடைகளில் இவர் வாசித்த கவிதைகள் இன்றும் திரும்பத் திரும்ப பாடப்பட்டு வருகின்றன. 'மீசைகள்' என்ற இவரது கவிதைத் தொகுப்பும் 'பூவுக்கு கீழே', 'சாசனம்' போன்ற சிறுகதைத் தொகுப்புகளும் மிக முக்கியமானவை. அரசு பணியிலிருந்து ஓய்வு பெற்று சென்னையில் உள்ள அவரது மகளின் வீட்டில் வசித்தபடி இலக்கியப் பணியை மேற்கொண்டிருந்த கந்தர்வன் உடல்நலக் குறைவின் காரணமாக கடந்த 2004ஆம் ஆண்டு மரணமடைந்தார்.

இருப்பாள். அப்பா பேசும்போது அவர்கள் வாஞ்சையாகக் கேட்பார்கள். பழம் உலுக்கி முடிந்ததும் அப்பா தன் காலால் கொஞ்சம் பழங்களை ஒதுக்கி, அந்தக் கிழவியை எடுத்துக்கொள்ளச் சொல்வார். அவள் மறுப்பேதும் இன்றி அள்ளிக்கொள்வாள்.

உண்மையில், அந்தப் புளியமரம் தனக்குச் சொந்தமானது தானா என்று அப்பாவுக்கே சந்தேகமாகத்தான் இருந்தது. அதைச் சொந்தம் கொண்டாட அவரிடம் எந்தச் சாசனமும் இல்லை. ஆனாலும், அதை அனுபவித்துக் கொண்டுதான் இருந்தார். ஆனால், அடுத்த வருஷம் அவர் புளியம்பழம் உலுக்க ஆளைக் கூட்டிக்கொண்டு போனபோது, அந்தக் கிழவி மரம் தனக்குத்தான் சொந்தம் என்றும், அதை உலுக்கும் உரிமை தனக்கு மட்டுமே உண்டு என்றும் அறிவிக்கிறாள்.

அப்பா கால மாற்றத்தை உணர்ந்து கொண்டு அதிர்ச்சி யடைந்தவராக, வெளியேறி வீடு திரும்பி வருகிறார். ஆனால், அந்த மரம் தன்னுடையதுதானா என்று பரிசோதிக்க, அவர் சாசனம் எதையும் எடுத்துப் பார்க்கவில்லை என்பதோடு கதை முடிகிறது.

மறைமுகமாக இக்கதை விளக்குவதெல்லாம், அந்தக் கிழவி அவரது தாத்தாவின் மனைவிகளில் ஒருத்தி. அவளுக்கு

உரிமையான மரத்தை இத்தனை வருடமாக அவள் அனுமதியோடு அப்பா அனுபவித்துக் கொண்டு இருந்தார். ஆனால், அதற்கான நன்றியோ, கருணையோ அவரிடம் இல்லை. முடிவாக, புளியமரத்துக்கு உரிமையானவள் குரல் தரும்போது, வழியின்றி வெறும் ஆளாகத் திரும்பிவிடுவதன் மூலம் அவர் உண்மையை ஒப்புக் கொள்வதை அறிய முடிகிறது.

பிறப்பில் உருவான பேதங்களைக் களைவதற்காகத்தான் கோயில்களும், பள்ளிக்கூடமும், அற நிலையங்களும் உருவாக்கப்பட்டன. இன்று அவையே சாதியையும், துவேஷத்தையும், வன்முறையும் வளர்ப்பவை ஆகிவிட்டன.

சாலையோரத்தில் உள்ள நடுகல்லை ஒரு பௌத்தத் துறவி வணங்கிக்கொண்டு இருக்கிறார். அதைக் கண்ட மற்றொரு துறவி, 'இதென்ன முட்டாள்தனம்?' எனக் கேட்க, 'கோயிலின் உள்ளே நீ வணங்கும் புத்தனும்கூட இதைப் போன்றதொரு கல்தானே?' என்று சிரிக்கிறார் என்கிறது ஜென் கதை.

நிஜம்தானே! நாம் கடைப்பிடிக்க வேண்டிய சுய ஒழுக்கத்தையும், அன்பையும் தூர விலக்கிவிட்டு, அபிஷேகமும், ஆராதனைகளும் செய்வதால் மட்டும் மனம் மலர்ச்சியுற்றுவிடும் என்று நம்பினால், அதன் பெயர் முட்டாள்தனம்தான் இல்லையா?

27
தனிமையின் நிறம்

குற்றாலத்தின் தேனருவிக்குப் போகின்ற வழியில் உள்ள ஒரு பாறை இடுக்கில் படுத்துக்கிடந்த வயதானவர் ஒருவரைக் கண்டேன். அழுக்கேறிய உடையும், பிசுக்குப் பிடித்த தலையும், பிரகாசிக்கும் கண்களும் கொண்டவராக இருந்தார். யாருமற்ற மலையின் மீது அவர் எப்படி வாழ்கிறார் என்று ஆச்சர்யமாக இருந்தது. அவர் அருகில் உட்கார்ந்து கொண்டு, "எப்படித் தனியாக வாழ்கிறீர்கள்? நீங்கள் சாமியாரா?" என்று கேட்டேன்.

அவர் சிரித்தபடி, "நான் சாமி இல்லை. சாதாரண ஆசாமி. இங்கே இருப்பது பிடித்திருக்கிறது. தங்கிவிட்டேன். நான் தனியாக வாழவில்லை. இத்தனை மரங்கள், பறவைகள், அணில்கள், எறும்புகள் என ஒரு பெரிய உலகமே என்னைச் சுற்றி இருக்கிறதே!" என்றார். தவறு என்னுடையது என்பது போலத் தலைகுனிந்தேன். அவர் சிரித்தபடியே தொடர்ந்து சொன்னார்...

"சூரியனையும் சந்திரனையும் போல் தனிமையானவர்கள் உலகில் வேறு

யாருமே கிடையாது. மனிதனுடைய பெரிய பிரச்னை அடுத்த மனிதன்தான். கூடவே இருந்தாலும் பிடிக்காது. இல்லாவிட்டாலும் பயம்!"

அருவியை விடவும், என்னைச் சுத்தமாக்கின இந்தச் சொற்கள் வாழ்வின் நுட்பங்களை ஞான உபதேசங்களாக வாசிப்பதைவிடவும் வாழ்ந்து கண்டவனின் நாக்கிலிருந்து கிடைக்கும் போதுதான் நெருக்கமாக இருக்கிறது.

தனியாக இருப்பது பயமானது என்ற எண்ணம் குழந்தையிலிருந்தே நம்முள் ஊறத் துவங்கிவிடுகிறது. உண்மையில் தனிமை பயமானதா? நிச்சயமாக இல்லை. தனிமை ஒரு சுகந்தம். அதை நுகர்வதற்குத் தேவை மனது மட்டுமே!

சில நாட்களுக்கு முன், கடற்கரையில் இரவில் அமர்ந் திருந்தேன். குழந்தை விளையாடிப் போட்ட பலூன் ஒன்றை கடல் அலை இழுத்துக்கொண்டு இருந்தது. பலூன் உள்ளே போவதும் கரையேறுவது மாக ஒரு நாடகம் நடந்துகொண்டே இருந்தது. ஆச்சர்யமாக இருந்தது. இவ்வளவு பெரிய கடலால் இந்தச் சிறிய பலூனை ஒன்றுமே செய்ய முடிவில்லை. எவ்வளவு பெரிய அலைகளின் கைகளால் நீட்டிப் பிடித்தாலும், பலூன் தண்ணீரில் மிதந்துகொண்டுதான் இருக்கிறது. ஆனால், அலைகள் சலிப்புற்று நிறுத்துவதேயில்லை.

நம் தனிமையும் இந்த பலூன் போல அலைக்கழிக்கப் பட்டுக்கொண்டே இருந்தாலும், தன்னியல்பு மாறாமல் இருந்துகொண்டே இருக்கிறது. வீட்டில் யாருமற்றுப் போன நேரங்களில்தான் நாம் தனிமையாக இருப்பதாக உணர்கிறோம். அது நிஜமானது இல்லை. ஒவ்வொரு நிமிஷமுமே நாம் தனிமையானவர்கள்தான்!

நாம் பார்க்கும் காட்சியை, நாம் பார்த்த விதத்தில் இன்னொருவர் பார்ப்பதில்லையே! சாப்பிடும்போது, தண்ணீர் குடிக்கும்போது, படிக்கும்போது, உறங்கும்போது என எப்போதுமே தனிமை யாகத்தான் இருக்கிறோம். ஆனால், அதை அறிந்துகொள்வதில்லை இயற்கையின் முன் மட்டும்தான் தனிமையின் வாசனையை நம்மால் நுகர முடிகிறது.

பிரமாண்டமான மலையின் உச்சியில் நின்றபடி சூரிய அஸ்தமன காட்சியை ஒருமுறை கண்டேன். பறவை சிறகடித்துக் கொண்டு இருப்பது போல, மேற்கு வானில் சூரியன் அசைந்து அசைந்து உள்ளே ஒடுங்குவதைக் கண்டேன். பார்த்துக்கொண்டு இருந்தபோதே, வெளிச்சம் மறைந்து இருட்டு கசிந்து வரத் துவங்கி, கண்முன் இருந்த பள்ளத்தாக்கும், மரங்களும் காணாமல் போகத் துவங்கின. அதுவரை இல்லாமல், இருட்டின் நெருக்கத்தில்தான் நான் தனியாக இருக்கிறேன் என்ற பயம் எழும்பத் தொடங்கியது. ஆச்சர்யமாக இருந்தது. நம் தனிமையை மறைக்கும் கைகள் சூரியனுடையவைதானா?

தனிமையாக இருப்பது என்றவுடனே மற்றவர்களை விட்டு விலகிப் போய்விடுவது என்று நம் மனதில் தோன்றுகிறது. இரண்டும் ஒன்றல்ல. தனியாக இருப்பது என்பது மாறாத ஒரு நிலை. எத்தனை ஆயிரம் நிறைந்த கூட்டத்திலும்கூட நாம் தனியாள்தானே! கடலில் நீந்துகிறோம் என்றால், கடல் முழுவதுமா நீந்துகிறோம்? ஆறடிக்குள்தானே? அப்படி, வாழ்விலும் பகுதி அனுபவத்தை முழு அனுபவமாக மாற்றிக் கொண்டு விடுகிறோம்.

பௌத்த ஸ்தலமான சாஞ்சியில் ஒரு பிக்குவைச் சந்தித்தேன். அவர் நேபாளத்திலிருந்து நடந்தே வந்திருக்கிறார். அவரது பையில் பௌத்த சாரங்கள் அடங்கிய புத்தகம் இருந்தது. அந்தப் புத்தகத்தில் உலர்ந்து போன அரசமர இலை ஒன்றை வைத்திருந்தார். 'எதற்காக அந்த இலை?' என்று கேட்டேன்.

அவர் அமைதியான குரலில், 'ஒரே மரத்தில் ஆயிரக்கணக்கான இலைகள் இருக்கின்றன. ஒவ்வொரு இலையும் ஒரு வடிவத்தில் இருக்கிறது. ஒரு நேரம் அசைகிறது... ஒரு நேரம் அசைய மறுக்கிறது. ஒரு இலை காற்றில் எந்தப் பக்கம் அசையும் என்று யாருக்காவது தெரியுமா? அல்லது, எப்போது உதிரும் என்றாவது தெரியுமா? இலை மரத்திலிருந்தபோதும் அது தனியானதுதான். மரத்திலிருந்து உதிர்ந்த பிறகும் அது தனியானதுதான். உலகில் நாமும் அப்படித்தானே வாழ்கிறோம்! அதை நினைவுபடுத்திக்கொள்ளத்தான் இந்த இலை' என்றார். மரத்தடியிலிருந்து பிறக்கும் ஞானம் என்பது இதுதானோ என்று தோன்றியது.

சாகித்ய அகாடமி பரிசு பெற்ற லா.ச.ராமாமிருதம் தனித்துவமான கதை சொல்லும் முறையும், கவித்துவமான நடையும் கொண்ட அரிய எழுத்தாளர். அவரது கதைகள் இயல்பான அன்றாட வாழ்வின் சித்திரங்களாகும். ஆனால், அதன் அடிநாதமாக மெய்தேடல் ஒன்று இடை விடாமல் ஒலித்துக்கொண்டே இருக்கிறது. ஒரு சிற்பியைப் போல சொற்களைச் செதுக்கி உருவாக்கும் கவித்துவ சிற்பங்கள் என இவர் கதைகளைச் சொல்லலாம். ‘அபிதா’, ‘பச்சைக்கனவு’, ‘பாற்கடல்’, ‘சிந்தா நதி’, ‘த்வனி’, ‘புத்ரா’ போன்றவை இவரது முக்கிய நூல்கள். இவரது கதைகள் ஆங்கிலம், பிரெஞ்சு, ஜெர்மனி உள்ளிட்ட பல முக்கிய மொழிகளில் மொழியாக்கம் செய்யப்பட்டுள்ளன. தமிழ் உரைநடையில் லா.ச.ரா. நடை என தனித்துவமானதொரு எழுத்து முறையை உருவாக்கிய பெருமை இவருக்குண்டு.

ஒரு வெளிநாட்டுக்காரன் புகைப்படம் எடுத்துக் கொள்வதற்காக அந்த பிக்குவை அருகில் அழைத்தான். அவர் எழுந்து ஒரு எட்டு நடந்துவிட்டு, மண்டியிட்டு தலையால் பூமியை வணங்கினார். திரும்பவும் மறு எட்டு வைத்துவிட்டு, அதே போல் தலையால் பூமியை வணங்கினார். எதற்காக அப்படி நடந்துகொள்கிறார் என்று எவருக்கும் புரியவேயில்லை.

அவர் சிரித்தபடியே, 'பூமி எத்தனை பெரிதானது! மனித கால்களால் அதை முழுவதும் சுற்றி நடந்து, கடந்து விட முடியுமா? என்ன? அதை விடவும் பேருண்மை என்ன இருக்கிறது? அதை புரிந்துகொண்டதால்தான் இப்படிச் செய்கிறேன்' என்றார்.

'இப்படி நடந்தேதான் நேபாளத்திலிருந்து வந்தீர்களா?' என்று வெள்ளைக்காரன் கேட்க, 'இதில் ஆச்சர்யப்படுவதற்கு என்ன இருக்கிறது? பத்து வயதிலிருந்து நான் இப்படித்தான் எங்கு போனாலும் நடந்தே போகிறேன். தற்போது எனக்கு வயது எழுபதாகிறது' என்றார் பிக்கு.

பிக்கு என்னைக் கடந்து போய்விட்ட பிறகும், அவரது புத்தகத்தில் மறைந்திருந்த இலை மனதில் படபடத்துக்கொண்டே இருந்தது. ஒரு இலை காற்றில் எந்த

பக்கம் அசையும், எப்போதும் உதிரும் என்பது ஏன் இன்று வரை ஆச்சர்யமாக இல்லை? தனிமையை இதைவிடவும் எளிமையாக விளக்க முடியுமா, என்ன?

புறநானூற்றுப் பாடல் ஒன்றில் இறந்துபோன தன் தலைவனைப் பிரிந்த துக்கத்தில் தலைவி, 'தேர்ச் சக்கரத்தில் ஒட்டிய பல்லியைப் போல அவரோடு வாழ்ந்து வந்தேன்' என்கிறாள். எத்தனை நிஜமான வார்த்தை! தேர்ச் சக்கரத்தில் ஒட்டிக் கொண்ட பல்லி, தன் இருப்பிடத்தை விட்டு நகர்வதே இல்லை. ஆனாலும், தேரோடு எத்தனையோ தூரம் பயணம் செய்திருக்கிறது. எத்தனையோ மேடு பள்ளங்களைக் கடந்து போயிருக்கிறது. பெண்ணின் தீராத் தனிமையை விளக்கும் கவித்துவ வரிகள் இவை.

தனிமை உக்கிரம் கொள்ளும்போது அதை நாம் எதிர்கொள்ள முடியாமல் எதற்குள்ளாவது மூழ்கிக்கொண்டு விடுகிறோம். பெரும்பான்மை குடும்பங்களில் பெண்கள் இருப்பு இப்படித்தான் இருக்கிறது. அவர்கள் தங்களுக்குத் துணை வேண்டும் என்பதற்காகத் திருமணம் செய்துகொண்டு ஒருவரோடு வாழத் துவங்கி, அந்தத் துணை ஏற்படுத்தும் வலியையும் நெருக்கடியையும் தாங்கிக் கொள்ள முடியாமலும், அதை விட்டு விலகி தனது வாழ்வை எதிர்கொள்ள முடியாமலும் அல்லாடுகிறார்கள்.

ஏதோ சில அரிய நிமிஷங்கள்தான் அவர்களை, தான் யாருடைய மனைவியோ, சகோதரியோ, தாயோ இல்லை தான் ஒரு தனியாள் என்று உணர்த்துகின்றன. அந்த நிமிஷம் கூடப் பார்த்துக் கொண்டிருக்கும்போதே புகையென மறைந்து விடுகிறது.

வாழ்வு அனுபவங்களை உன்னத தரிசனங்கள் போல, கவிதையின் மொழியில் கதைகள் ஆக்கியவர் லா.ச.ராமாமிருதம். அவரது கதைகள் இசையைப் போல நிசப்தமும், தேர்ந்த சொற்களின் லயமும் கொண்டவை. சொல்லின் ருசியைப் புரிய வைக்கும் நுட்பம் கொண்டது அவரது எழுத்து. லா.ச.ரா-வின் 'கிரஹணம்' என்ற கதை, ஒரு பெண் தன் தனிமையை உணரும் அபூர்வ கணத்தைப் பதிவு செய்துள்ளது.

கதை, சூரிய கிரஹணத்தன்று கடலில் குளிப்பதற்காகச் செல்லும் கணவன் - மனைவி இருவரைப் பற்றியது. மனைவி கடலில் குளிக்கப் பயந்து போய் வரமாட்டேன் என்கிறாள். கணவன் கட்டாயப்படுத்தி அழைத்துப் போகிறான். பயந்து பயந்து தண்ணீரில் இறங்குகிறாள். ஒரு அலை அவள் மேல் விழுந்து கணவன் கையிலிருந்து அவளைப் பிடுங்கிக் கடலினுள் கொண்டு போகிறது.

மூச்சடைக்கிறது. ஒரு நூலளவு மூச்சு கிடைத்தால்கூடப் போதும் என்று போராடுகிறாள். அலை புரட்டிப் போடுகிறது. மூச்சுக் காற்று கிடைக்கிறது. தன்னை யாரோ காப்பாற்றியிருப்பது புரிகிறது. அவள் கைகளைப் பிடித்துக் கொண்டு யாரோ ஒருவன் சிரித்தபடி நிற்கிறான். யார் அவன், எப்படி இவ்வளவு உரிமையாக கையைப் பிடித்துக் கொண்டு இருக்கிறான் என்று யோசிப்பதற்குள் இன்னொரு அலை வந்து அவளை உள்ளே இழுத்துப் போகிறது.

அவள் தண்ணீருள் திணறும் நிமிஷத்துக்குள், தான் ஒரு பெண்ணாகப் பிறந்ததுதான் இத்தனை துயரத்துக்கும் காரணம் என்று அவளுக்குப் புரிகிறது. தனது ஆசைகளை, தாபங்களை மறைத்துக்கொண்டு எத்தனை காலம் வாழ்ந்து வந்திருக்கிறோம், தனது சுயம் வாசிக்கப்படாமல் வீணையின் தந்தியில் புதைந்துள்ள இசையைப் போல தனக்குள்ளாகவே புதைந்து போய்க் கிடப்பது புரிகிறது.

அதே ஆள் திரும்பவும் அவளைப் பிடித்து இழுத்துக் காப்பாற்று கிறான். அவளது கணவன் சிறு தொந்தி தெறிக்க, பதறி ஓடி வருகிறார். காப்பாற்றியவன் சிரித்தபடியே, 'இந்த அம்மா சாக இருந்தாங்க. நல்லவேளை, நான் பார்த்துக் காப்பாற்றினேன்' என்கிறான். அதுவரை நடந்தது அவளுக்குள் புதைந்து போய், அவள் பயம் கரைந்து வெறிச் சிரிப்பாகிறது. சிரிப்பு காரணமற்ற அழுகையாக மாறி, 'என்னை வீட்டுக்கு அழைச்சிட்டுப் போயிடுங்கோ!' என்று கத்துகிறாள் என்பதாக கதை முடிகிறது.

கிரஹணம் பிடித்தது போல வாழ்வில் இப்படிச் சில சம்பவங்கள் கடக்கின்றன. ஆனால், இந்த நிமிஷங்கள் தான் வாழ்வின் உண்மையான அர்த்தத்தைப் புரிய வைக்கின்றன.

சில வேளைகளில் தோன்றுகிறது... பிரமாண்டமான கடல் கூட தனிமையாகத்தானே இருக்கிறது! அதுவும் தனது தனிமையை மறைத்துக் கெள்வதற்குத்தான் இப்படி அலைகளை வீசி ஆர்ப்பாட்டம் செய்துகொண்டு இருக்கிறதோ?

'அலைகளைச் சொல்லிக் குற்றமில்லை, கடலில் இருக்கும் வரை' என்கிற நகுலனின் கவிதை வரிகள் தான் நினைவுக்கு வருகின்றன!

28
நினைவு முகம்

திருப்பதி செல்லும் ரயிலில் அந்தத் தம்பதியைப் பார்த்தேன். இருவருக்கும் அறுபதைக் கடந்த வயது. தாத்தா ஜன்னல் ஓரமாக உட்கார்ந்திருந்தார். அன்றைக்கு ரயிலில் கூட்டம் இல்லை. அவர் படிப்பதற்காக வாங்கி வைத்திருந்த ஆங்கில பேப்பர், பிளாஸ்டிக் கூடையில் செருகப்பட்டிருந்தது.

ரயில் வேகமாகக் கடந்து செல்லும்போது, அவர் தொலைவில் உள்ள வயலில் வந்திறங்கும் கொக்குகளைக் காட்ட, ஒரு குழந்தையின் வியப்பில் வெளியே எட்டிப் பார்த்தார் அந்தப் பாட்டி. பயணம் முழுவதும் அவர்கள் தணிவான குரலில் எதையோ பேசிச் சிரித்துக்கொண்டே வந்தார்கள். இடையிடையில் தாத்தா சாக்லெட் சாப்பிடுவதும், பாட்டி அதில் பாதியைப் பிடுங்கி வைத்துக்கொள்வதுமாக ஒரு விளையாட்டு நடந்துகொண்டு இருந்தது. பிறகு, தாத்தாவின் தோளில் சாய்ந்து படுத்துக்கொண்டார் பாட்டி. அவரது நரையோடிய கேசம் காற்றில் பறந்து தாத்தாவின் முகத்தில் படர்ந்தது.

ஓடும் ரயிலில், தாத்தா டம்ளரில் தண்ணீர் ஊற்றி குடிக்க முற்பட்டபோது, தண்ணீர் சிதறி எதிரில் இருந்த எங்கள் மீதும் தெறித்தது. "இன்னும் சின்னப் பிள்ளையாட்டம் இருக்கீங்களே... கல்யாணமாகி நாப்பது வருசமாச்சு. உங்களை மாத்தவே முடியலை" என்று பாட்டி சொல்ல, "நாப்பது எங்கடி ஆச்சு? நாப்பத்தஞ்சு முடிஞ்சிருச்சு" என்றார் தாத்தா சிரிப்புடன்.. "அதெல்லாம் கரெக்டா கணக்கு வெச்சிருங்க" என்றபடி ஈரத்தைத் துடைத்தார் பாட்டி.

நாற்பத்தைந்து வருடங்கள் ஒன்றாக வாழ்ந்தும், களிப்பும் கேளிக்கையுமாக வாழ்வை அப்படியே பாதுகாக்கும் அந்த ரகசியம் என்னவென்று கேட்கலாம் போலத் தோன்றியது. அவர்களோ தீராத மையலில் புதையுண்டவர்களைப் போல் இருந்தார்கள். வாழ்வில் சுவை துவங்கும்போது தித்திப்பாக இருக்கலாம். ஆனால், அதன் கடைசி விளிம்பில்கூட இத்தனை இனிப்பு இருக்க முடிவது ஆச்சர்யம் தந்தது.

என்னுடன் வந்திருந்த நண்பன், தன் மனைவியிடம் அவர்களைக் காட்டி, ஏதோ சொன்னான். அவன் மனைவி, "அதான் நரையேறிப் போச்சுல்ல... இன்னும் என்ன கொஞ் சல் வேண்டியிருக்கு?" என்றாள். "நீ எல்லாம் நினைச்சாலும், இந்த வயசுல இப்படி இருக்க முடியாதுடி!" என்றான் நண்பன். "ம்ம்ம்... இந்த மூணு வருஷமே போதும் போதும்னு இருக்கு. வயசானா நான் உங்களை விட்டுட்டுப் பையன் கூட அமெரிக்கா போயிருவேன்" என்றாள். அருகில் இருந்த அவர்களின் இரண்டு வயதுப் பையன் எதுவும் புரியாமல், சிப்பர் டம்ளரில் பால் குடித்துக் கொண்டு வந்தான்.

வாழ்தலின் சுவை நாளுக்கு நாள் திரிந்து கொண்டே இருக்கக் கூடியதுதானோ?

திருப்பதியில் நண்பனின் குழந்தைக்கு மொட்டை போடுவதற்காக டிக்கெட் வாங்கிக் காத்திருக்கும்போது, திரும்பவும் அந்த வயதான தம்பதியைப் பார்த்தேன். அந்தப் பாட்டி கையில் டிக்கெட்டுடன் நிற்க, தாத்தா அவருடைய கையைப் பிடித்தபடி எதையோ சொல்லிச் சிரித்தார். பாட்டியும் சிரித்தபடியே நாவிதர்கள் அமர்ந்திருந்த இடத்தின் அருகே வந்து தன் கையில் இருந்த சீட்டைத் தந்து, தன் தலையை மொட்டையடிக்கும்படி சொன்னார்.

சவரக்கத்தியை நன்றாகத் தீட்டி, பாட்டியின் தலையில் தண்ணீர் தெளித்து மழிக்கத் துவங்கியதும், அருகில் உட்கார்ந்திருந்த தாத்தாவின் கண்கள் தானே கசியத் துவங்கின. பாட்டியின் தலைமுடி கற்றை கற்றையாக தாத்தாவின் கைகளில் வந்து விழுந்தன. அவர் அழுகையை அடக்க முடியாதவரைப் போல வெளியே எழுந்து போய், ஒரு மரத்தடியில் குழந்தையைப் போல நின்று விசும்பினார்.

குளித்துவிட்டு, மொட்டையடிக் கப்பட்ட தலையும் ஈரப்புடவையுமாக வந்தார் பாட்டி. வயதானவரின் முகத்தில் இருந்த துயரக் களையைக் கண்டது போல, பாட்டி ஆறுதல் சொல்லும் தொனியில், "சாமி காரியம். இதுக்குப் போயி கண்ணைக் கசக்கிட்டு இருக்கீங்க. தொடச்சுக்கோங்க" என்றார். மொட்டையடிக்கப்பட்ட பிறகு பாட்டி, ஒரு துறவி போலிருந்தார்.

அன்று மாலையில் நல்ல மழை பெய்தது. காற்றோடு கூடிய திடீர் மழை. தரிசனத்தை முடித்து விட்டு வந்தபோது மழை பிடித்துக்கொண்டது. நாங்கள் நனைந்தபடியே ஓடி வெளிப் பிராகாரத்தில் உள்ள மண்டபத்தில் ஒதுங்கினோம். அங்கே அந்தப் பாட்டியும் தாத்தாவும் ஜமுக்காளத்தை விரித்து உட்கார்ந்திருந்தனர். ஒரு துண்டைக் கொடுத்து எங்களைத் தலை துவட்டிக்கொள்ளச் சொன்னார் பாட்டி. பிறகு, முறுக்கும் லட்டும் கொடுத்துச் சாப்பிடச் சொன்னார்.

மழை விடும் வரை அருகிலே இருந்தோம். நண்பனின் மனைவி, "வேண்டுதலுக்காக மொட்டை போட்டீங்களா?" என்று கேட்டார். "சொன்னா சிரிப்பீங்க. அது ஒரு கதை" என்று தாத்தாவைக் காட்டியபடி சொல்லத் துவங்கினார் பாட்டி.

"இவர் என் அத்தை பையன். நாங்க அப்போ திருக்கடையூர்ல இருந்தோம். அத்தை வீட்ல ரொம்ப வறுமை. அதனால இவர் எங்க வீட்லதான் தங்கிப் படிச்சார். அப்போ எனக்கும் இவர் மேல ரொம்ப ஈடுபாடு இருந்தது. இது என் வீட்ல யாருக்கும் பிடிக்கலை.

அப்பா எனக்கு திருநாகேஸ்வரத்துல இருந்து ஒரு மாப்பிள்ளை பார்த்து நாள் குறிச்சிட்டாரு. கல்யாணத்துல

மணிக்கொடி காலச் சிறுகதை ஆசிரியர்களில் முக்கியமானவர் கு.ப.ரா. 1902ல் கும்பகோணத்தில் பிறந்த இவர், முழு நேர எழுத்தாளராக வேண்டி, சென்னைக்கு இடம் மாறி கஷ்ட ஜீவனத்தை மேற் கொண்டவர். தமிழ்ச் சிறுகதையின் மறுமலர்ச்சிக்கு வித்திட்ட முக்கியமானவர்களில் கு.ப.ராவும் ஒருவர். 'விடியுமா', 'கனகாம்பரம்', 'நூருன்னிசா' போன்ற இவரது கதைகள் மிகுந்த சர்ச்சைக்குள்ளாகி இருக்கின்றன. 42 வருடங்களே வாழ்ந்த கு.ப.ரா. மிகக் குறைவான சிறுகதைகளை எழுதியிருக்கிறார். 'ஆண்பெண் உறவை நுட்பமான பரிசோதனைக்கு உட்படுத்துகின்றன இவரது கதைகள்' என்கிறார் க.நா.சு. இவரது எழுத்தின் பாதிப்பு தி.ஜானகிராமன், கரிச்சான்குஞ்சு, எம்.வி. வெங்கட்ராம் எனப் பலரிடம் காணப்படுகிறது.

எனக்கு இஷ்டம் இல்லை. என்ன செய்றதுனும் தெரியலை. முகூர்த்தத்துக்கு ரெண்டு நாள் முன்னாடி ஒரு யோசனை வந்தது. யாருக்கும் தெரியாம ஒரு நாவிதர்கிட்டே போயி, என் தலையை மொட்டை போட்டுட்டு வந்துட்டேன். அப்போ எனக்கு கருகருனு அவ்வளவு கேசம்.

மொட்டைத் தலையா வந்து நின்ன என்னைப் பார்த்து வீடே பயந்து போயிருச்சு. ஒரே ரகளை. அப்பாவுக்கு அப்படி ஒரு கோபம். விஷயம் மாப்பிள்ளை வீடு வரைக்கும் போயி, கல்யாணம் நின்னு போச்சு. அப்புறம் வேற வழியில்லாம இவருக்கே என்னைக் கட்டி வெச்சிட்டாங்க. பிரச்னையில்லாம கல்யாண மாகி குழந்தை பிறந்தா இங்கே வந்து மொட்டை போடுறேன்னு அப்போ மனசில வேண்டிட்டு இருந்தேன். இவருக்கு வடக்கே வேலை கிடைச்சது. பாட்னாவில் வேலை. நாற்பது வருஷம் அங்கேயே இருந்தாச்சு. குழந்தைகள் இல்லை. ஆனா, வேண்டுதல் அப்படியே இருக்கேன்னுதான் வந்து மொட்டை போட்டுட்டேன். இத்தனை வருஷமா இவர் என் தலையை மொட்டை அடிக்க விடவே இல்லை. வயசாறது இல்லையா... இனி எவ்வளவு காலம் இருக்கப் போறோம்னுதான் புறப்பட்டு வந்தோம்" என்றார் பாட்டி. தாத்தாவின் முகம், மேலும் வேதனை யில் ஆழ்ந்ததைக் கவனிக்க முடிந்தது. பேச்சற்றவர்களாக நாங்கள் ம?ழ?ய?வ டி க்?க பார்த்துக்கொண்டு இருந்தோம். தி டீ ரென தாத்தா தன் மௌனத்தைக் கலைத்தவரைப் போல, "அப்படி

என்கிட்டே என்ன பிடிச்சிருக்கு?" என்று கேட்டார். "ஆங்... அதையெல்லாம் எனக்குச் சொல்லத் தெரியாது. சொன்னாலும் உங்களுக்குப் புரியாது" என்றார் பாட்டி.

மழை நின்ற பிறகு நாங்கள் இறங்கி நடக்கத் துவங்கினோம்.

அந்தப் பாட்டி சொன்னது மறுக்க முடியாத உண்மை. ஒரு ஆணிடம் என்ன பிடித்திருக்கிறது என்று எந்தப் பெண்ணாலும் முழுமையாகச் சொல்லிவிட முடியாது. அதோடு வாழ்வைக் கொண்டு செலுத்துவது, ஒருவரைப் பற்றி மற்றவர் கொண்டிருக்கும் கற்பனையும் ரகசிய எண்ணங்களும் தானே என்றும் தோன்றியது. என்றோ மனதில் ஒரு விதையைப் போலத் துவங்கிய ஆசையை இன்று விருட்சமான பிறகும் பாட்டி வளர்த்துக்கொண்டே இருக்கிறார். வாழ்வின் நிஜமான சுவை இதுதான் போலும். வீடு திரும்பும் வரை அவர்கள் நினைவில் வந்து கொண்டே இருந்தார்கள்.

பெண்ணின் வாழ்வு திருமணத்தால் மட்டுமே அளவிடப்படுகிறது. திருமணத்துக்காக பாதியில் படிப்பை, வேலையை, எழுத்தை, இசையை விட்ட ஆயிரமாயிரம் பெண்கள் இருக்கிறார்கள். மருந்துக்குக்கூட ஒரு ஆண் இப்படி நடந்து கொண்டது கிடையாது. திருமண வாழ்வு இனித்தாலும் கசந்தாலும் அதுதான் அவளது தலைவிதி. அதற்கு மாற்றும் கிடையாது.

கணவனை இழந்த ஒரு பெண்ணின் மன உலகை மிகநேர்மை யாகவும் நுட்பமாகவும் பதிவு செய்த கதை கு.ப.ராஜகோபாலனின் 'திரை'. பெண்களின் வெளிப்படுத்தப்படாத ஆசைகளையும் கனவுகளையும் தனது படைப்புகளின் மூலம் கவனப்படுத்தியவர் கு.ப.ரா. அவரது கதைகள் மன உலகின் விசித்திரங்களைச் சித்திரிப்பவை.

பால்ய வயதில் திருமணமாகும் கால கட்டம் அது. ஆகவே, உரிய காலம் வரை மனைவி அவளது பெற்றோர் வீட்டில்தான் இருப்பாள். அப்படி பெற்றோர் வீட்டில் இருக்கும் தன் மனைவி ராஜத்தைக் காண்பதற்காக அவள் கணவன் வந்து சேர்கிறான். கடந்த சில மாதங்களாக தனது பெற்றோருக்குத் தெரியாமல் ராஜம் உருகி உருகி

கணவனுக்குப் பல கடிதங்கள் எழுதி இருக்கிறாள். அந்தக் கடிதங்கள் தந்த மனமயக்கத்தில் விரகதாபம் ஏற்பட்டு வந்து சேர்கிறான் ராஜத்தின் கணவன். ஆனால், வீட்டுக்கு வந்த நாள் முதல் அவனை ராஜம் கவனிக்கவே இல்லை. எதற்காக இப்படி நடந்து கொள்கிறாள் என்று அவனுக்கும் புரியவில்லை.

அந்த வீட்டில் ராஜத்தின் அக்கா சரஸ்வதி விதவையாகி யார் கண்ணிலும் படாமல் தனியே இருக்கிறாள். ஒரு நாள் வீட்டில் உள்ளவர்கள் திருவிழா பார்க்கப் போய்விடுகிறார்கள். சரஸ்வதி மட்டும் தனியே உட்கார்ந்து வீணை வாசித்துக்கொண்டு இருக்கிறாள். அவள் பாடும் பாடலைக் கேட்டதும், இதுவரை தனக்குக் கடிதங்கள் எழுதியதுகூட இவளாக இருக்குமோ என்று ராஜத்தின் கணவனுக்குச் சந்தேகம் வந்துவிடுகிறது. அவன் சரஸ்வதியிடம் போய், "நீதானே எனக்குக் கடிதங்கள் எழுதினாய்?" என்று கேட்கிறான். அவள் உண்மை வெளியாகிவிட்ட பதற்றத்தில், "அது என் தங்கையின் நல்வாழ்வுக்காக எழுதினேன்" என்று சமாளிக்கிறாள். "இல்லை, உன் மனதில் உள்ள ஆசைகள், கனவுகளைத்தான் கடிதமாக வெளிப்படுத்தி இருக்கிறாய். அதை இப்போதுதான் நான் புரிந்து கொண்டேன்" என்று அவன் அவள் மீது மோகம் கொள்ளும்போது சரஸ்வதி, அவன் ராஜத்துக்கு மட்டுமே உரியவன் என்றும், இப்படிக் கடிதம் எழுதுவதன் மூலம் மட்டுமே தன்னை சாந்தப்படுத்திக்கொள்ள முடிவதாகவும், விதவைக்கு வேறு வழி இல்லை என்றும் சொல்லி, அவன் மனதை மாற்றுகிறாள். அப்போது வீட்டில் உள்ளவர்கள் வந்துவிடுகிறார்கள். சரஸ்வதி தன் அறைக்குப் போய் விடுகிறாள். அவர்கள் இருவருக் குள்ளும் முன்போல கண்ணுக்குப் புலப்படாத திரை விழுந்துவிடுகிறது என்று முடிகிறது கதை.

காலம் ஒரு திரையை விலக்கும்போது இன்னொரு திரையை உண்டாக்கிவிடுகிறது போலும்! இன்று விதவையைத் திருமணம் செய்து கொள்வது எளிதாகி, அந்தத் திரை விலக்கப்பட்டுவிட்டது. ஆனால் காதல் திருமணமோ, வீட்டார் பார்த்து வைக்கும் திருமணமோ எதுவாயினும் திருமணத்தின் மூலம் உருவான அன்பும் காதலும் பார்த்துக்கொண்டு இருக்கும்போதே இலவம் பஞ்சு காற்றில்

பறப்பது போலப் பறந்துபோய்விடுவது மட்டும் ஏன் என்று புரியவில்லை. திருமணம் இன்றும் விலக்கப்பட முடியாத நூறு திரைகள் கொண்டதாகவே இருக்கிறது.

பரமபதத்தில் பாம்பு எது... ஏணி எது என்று பார்த்தவுடனே தெரிந்து விடுகிறது. வாழ்வில் பாம்பையும் ஏணியையும் பிரித்தறிவது அத்தனை எளிதானதில்லையோ!

29

நிழல் குதிரை

நமண சமுத்திரம். புதுக்கோட்டை அருகில் உள்ள சிற்றூர். இங்கே நடைபெறும் குதிரை எடுப்புத் திருவிழாவைக் காண்பதற்காகச் சென்றிருந்தேன். அய்யனார் கோயிலுக்கு நேர்சை செய்து, காணிக்கையாக மண் குதிரைகள் செய்து வந்து செலுத்துவது பிரார்த்தனை!

மரங்கள் அடர்ந்த சோலையின் நடுவில் நூற்றுக்கணக்கில் மண் குதிரைகள் நிற்பதைக் காணும்போது, போர்க்களக் காட்சி போலத் தோணும். குதிரைகளின் கம்பீரமும், அவை கால் தூக்கி நிற்கும் அழகும் வியப்பளிக்கும். குறிப்பாக, குதிரையின் மிரட்டும் கண்கள், அதன் வேகம் சொல்லும். மண் குதிரைகள் என்று நம்புவதற்கு இயலாதபடி அதன் வார்ப்பு, காலம் கடந்தும் அங்கே புத்துரு கலையாமல் இருக்கின்றன.

அந்தக் கூட்டத்தில் ஒரு பெரியவரைக் கண்டேன். அறுபதைக் கடந்திருக்கும். செம்புழுதியேறிய வேஷ்டி. தலை, எண்ணெய் காணாமல் சிக்குப்படிந்திருந்தது. பீடிக் கம்பெனியின் விளம்பர பனியனை

அணிந்திருந்தார். கோயிலின் இரு புறமும் அடுக்கி வைக்கப்பட்டு, மழையாலும் காற்றாலும், தலையும் கால்களும் வீசி எறியப்பட்ட குதிரைகளின் முன் நின்றபடி, தானாக ஏதோ பேசிக்கொண்டு இருந்தார்.

சாமிக்குச் செலுத்துவதற்காகக் கொண்டுவரப்பட்டு வெளிர் மஞ்சளும் நீலமும் பூசப்பட்ட புதுக் குதிரைகள் ஓரிடத்தில் வைக்கப்பட்டு இருந்தன. வயசாளி மெதுவாக நடந்து, அந்தக் குதிரைகளை தன் விரலால் சுண்டிப் பார்த்தார். முகத்துக்கு நேராகத் தன் கைகளை நீட்டிப் பார்த்தார். பிறகு எரிச்சல் அடைந்தவரைப் போல, "குதிரையா இது..? கோவேறுக் கழுதை மாதிரியில்ல இருக்கு" என்று திட்டினார். அவரை யாரும் சட்டைசெய்யவேயில்லை.

பகல் முழுவதும் அவரைக் கவனித்தபடியே இருந்தேன். அவருக்கு அந்தத் திருவிழாவோ, அதன் மேளதாளங்களோ, சந்தோஷமோ, எதுவுமே பிடிக்கவில்லை. மேளம் அடிப்பவர் முன் போய் நின்றபடி, "என்னய்யா சாணி மிதிக்கிற மாதிரி அடிக்கிறீங்க...?" என்று சத்தம் போட்டார். சாமி கும்பிட வந்த பெண்களைப் பார்த்து, "சாமி கும்புட வந்தவுளுக மாதிரி தெரியலை... சர்க்கஸ்காரிக மாதிரி மினுக்குறாளுக..." என்று ஏசினார்.

திருவிழாவின் சந்தோஷம் அவரைத் தீண்டவே இல்லை. நீண்ட நேரத்துக்குப் பிறகு, அவராக நடந்து போய், வெளிறியிருந்த ஒரு மண் குதிரையின் முன் உட்கார்ந்து, அதை ஆசையாகத் தடவி விட்டபடி இருந்தார். அவர் அருகில் போய் அமர்ந்தேன். என் காது படச் சொன்னார். "மண் குதிரை தானேன்னு நினைச்சுக்கிட்டாங்க. இதுக்கும் உசிரு இருக்குய்யா! கையை நீட்டிப் பாரு... அது மூச்சு விடுறது உன் புறங்கையில் தெரியும். இங்கே நிக்கிற குதிரைங்க எல்லாம் ராத்திரி எல்லோரும் போன பிறகு ஒண்ணுக் கொண்ணு பேசிக்கிட்டு இருக்கும் தெரியுமா... இப்போ செலுத்துற குதிரைங்க எல்லாமே ஊமைக் குதிரைங்க!".

நான் ஆமோதித்துத் தலையசைத்தேன். அவர் தொலைவில் உள்ள ஒரு குதிரையைக் காட்டி, "அது காது அழகைப் பாரேன், செஞ்சுவெச்சு அம்பது வருசமாச்சு... புதுப் பெண்டாட்டி மாதிரி எம்புட்டு அழகா இருக்குது!" அவர் காட்டிய

திசையில் இருந்த குதிரையைத் திரும்பிப் பார்த்தபோது, அவர் சொன்னது உண்மையாகவே இருந்தது. "கண்ணுட்டுப் பார்த்தா போதாது... கையால் தொட்டுப் பார்த்துட்டு வா!"

எழுந்து அந்தக் குதிரையைத் தொட்டுப் பார்த்தேன். என்ன அருமையான வார்ப்பு! "எப்படி இருக்கு?" என்று கேட்டார் பெரியவர். நன்றாயிருப்பதாகச் சொன்னேன்.

"மண் குதிரையைத் தொடுறப்போ அதைச் செஞ்சவன் கையைத் தொடுற மாதிரி உணர்ச்சி வரணும். அதெல்லாம் யாருக்கு இருக்கு? பானை, சட்டி, பொம்மைன்னு மண்ல எத்தனையோ செய்றாங்க. அதுல சோறாக்குறோம், கொழம்பு வெக்கிறோம், ஆனா, அதைச் செஞ்சவன் விரல் ரேகையும் அதில் படிஞ்சிருக்குன்னு நாம் பாக்குறதே இல்லை!" பெருமூச்சிட்டபடி அவரிடமிருந்து வந்த வார்த்தைகளைக் கேட்டதும், யாரோ என் முகத்தில் அறைந்தது போல இருந்தது.

நான் அவரின் கைகளை அப்போதுதான் பார்த்தேன். அகலமான கைகள். "நீங்கள் குயவரா?" என்று கேட்டேன். அவர் வேண்டா வெறுப்பாக, "இங்க இருக்க பாதிக் குதிரைக நான் செஞ்சதுதான்!" என்றார். கோபத்துக்கும் எரிச்சலுக்குமான காரணம் அப்போதுதான் புரிந்தது.

இருவரும் ஒரு மரத்தடியில் அமர்ந்தோம். அவர் கையைத் தொட்டுப் பார்க்க வேண்டும் போலிருந்தது. ஒரு சிறுவனைப் போல ஆசையை அடக்க முடியாமல் கேட்டேன்... "உங்க கையைத் தொட்டுப் பார்க்கலாமா..?"

அவர் லேசாகச் சிரித்தபடி, "கையில் என்னய்யா இருக்கு? மனசுல இருக்கு... அதுதான் மண்ணை வனையுது. மண் லேசுப்பட்டது இல்ல. அதுக்கும் குணம் இருக்கு, வாசம் இருக்கு. கட்டுன பெண்டாட்டியாவது நம்ம சொல்பேச்சுக் கேட்பா... மண்ணு லேசில் படியாது!" என்றார்.

அன்று முழுவதும் அவரோடு இருந்தேன். சிதிலமடைந்து போன குதிரைகளின் தலைகளை, கால்களை அவர் ஓரமாக அடுக்கிவைத்தபடி இருந்தார். திருவிழாவில் உற்சாகம் கரைபுரண்டு ஓடிக்கொண்டு இருந்தது. பெட்ரோமாக்ஸ் வெளிச்சத்தில் குதிரைகளின் கண்கள் கூச்சம்கொண்டு அசைவது போலவே தெரிந்தன.

நீண்ட உரையாடலுக்குப் பின்பு அவரிடம், "எதற்காக உங்களுக்கு எதையுமே பிடிக்கவில்லை?" என்று கேட்டேன். அவர் ஆத்திரமடைந்தவர் போல, "நமக்கு என்ன மதிப்பிருக்கு சொல்லுங்க? எல்லாப் பயலுகளும் குடிக்கிறதுக்கும், ஆடுறதுக்கும்தான் வர்றாங்க. மூளி மூளியா மண்ல செஞ்சு கொண்டு வந்து வெச்சா, சாமி எப்படி தரிசனம் கொடுக்கும்? எல்லாம் ஏமாத்தாப் போச்சு! மண்ணோட உள்ள உறவு தாய்ப்பால் மாதிரி. நாமதான் சப்பிச் சப்பிக் குடிக்கத் தெரிஞ்சுக்கணும். அது வத்தாம பாலைக் குடுத்துக்கிட்டுத்தான் இருக்கும்" என்றார்.

தனது கலை அழிந்து வருகிறது என்ற கோபத்தின் கீழே வேறு ஏதோ காரணம் இருப்பது போலத் தெரிந்தது. இருட்டில் இருந்து நடந்து சாலையின் விளிம்புக்கு வந்தபோது கேட்டேன், "உங்ககூட யாரு வந்திருக்கா..?"

அவர் உடைந்து போன குரலில் சொன்னார், "இந்த மண் குதிரைகளைத் தவிர, எனக்கு வேற யாருமே இல்லைய்யா! பெத்த பிள்ளைக எல்லாம் பிழைப்பு தேடி மெட்ராசு, பாம்பேனு போயிட்டானுக. ஒருத்தனுக்கும் இந்தத் தொழில் பிடிக்கலை. எனக்கு இதைவிட்டா வேறு தொழில் தெரியாதுய்யா! பரம்பரையா? குசவங்க நாங்க. இன்னிக்கு இருக்கனா, செத்தனான்னு பார்க்கக்கூட எனக்கு யாரும் இல்லை. பெரியவங்களை விடுங்க... ஆறு பேரப் பிள்ளைக இருக்குதுங்க. ஒருத்தருக்கும் என்னை வந்து பார்க்கத் தோணலை. என்கிட்ட என்ன இருக்கு? என்னால முடிஞ்சது மண்ணுல ரெண்டு பொம்மை செஞ்சு தருவேன். பேரன், பேத்தி எல்லாம் டவுன்ல இங்கிலீஷ் படிக்கிறவங்க. இதெல்லாம் பிடிக்குமா? ஏழையாப் போயிட்டா, சொந்தத் தாத்தானுகூட பார்க்காம உறவு அத்துப்போயிரும்னு ஆகிப் போச்சுய்யா. நானும் குதிரை செய்றதையெல்லாம் விட்டுட்டேன். மிச்சமிருக்கிறது தலை போன இந்தக் குதிரைகதான். அதுக்கூட பேசிக்கிட்டுக் கெடக்கிறேன்!"

என்ன பேசுவது என்று தெரியாத அமைதி என்னைக் கவ்விக்கொண்டது. அங்கிருந்த மண் குதிரைகளைத் திரும்பிப் பார்க்க குற்ற உணர்வு ஏற்பட்டது. அவர் ஆத்திரம் அடங்காதவர் போலச் சொன்னார். "பத்து

சாகித்ய அகாடமி விருது பெற்ற சா.கந்தசாமி, தமிழின் முக்கியமான சிறுகதை ஆசிரியர். இவரது 'சாயாவனம்' நாவல் தமிழில் குறிப்பிடத்தக்கது. ஓவியம், நுண்கலைகள் மீது அதிக ஈடுபாடு கொண்ட சா.கந்தசாமி, குறும்படம் மற்றும் ஆவணப் படங்களைத் தயாரித்து வருகிறார். சா.கந்தசாமி தொகுத்த 'தற்காலத் தமிழ்ச் சிறுகதைகள்' தொகுப்பு, மிகக் கவனமாகவும் நுட்பமாகவும் தொகுக்கப்பட்டது. இவருடைய கதைகள் பல்வேறு இந்திய மொழிகளில் மொழியாக்கம் செய்யப்பட்டுள்ளன. 'சா.கந்தசாமி கதைகள்' என்ற பெயரில் இவரது சிறுகதைகள் மொத்தமாகவும் தொகுக்கப்பட்டுள்ளன.

வருசத்துக்கும் மேலாச்சு... திருவிழாவுக்குக்கூட ஊருக்கு வர மாட்டாங்க. நானும் எந்தப் பிள்ளை வீட்டுக்கும் போறது இல்லை. எவன் கிட்டயும் கையேந்த மாட்டேன். இந்த மண்ணு இருக்கிற வரைக்கும் பொழச்சுக் கிடப்பேன். இல்லேன்னா மண்ணுக்குள்ளேயே அடங்கிருவேன். நானெல்லாம் மண்புழு மாதிரிதேன். எனக்குத் தெரிஞ்ச தெல்லாம் மண் ருசி மட்டும்தான்! என்ன... வயசு ஆக ஆக மனசு கேட்க மாட்டேங்குது. பேரன் பேத்திகளைத் தேடுது. வீட்ல நிறைய விளையாட்டுச் சாமான் செஞ்சு போட்டிருக்கேன். என்னிக்காவது என்னைத் தேடி வந்தா விளையாடட்டும். இல்லேன்னா நான் செத்ததும் குழியில் அந்தப் பொம்மைகளையும் சேத்துப் பொதைச்சிர வேண்டியதுதான்!"

பேச்சு அடங்கி நாவு ஒடுங்கிவிட்டது. அவர் கைகளைப் பற்றிக்கொண்டேன். அது நடுங்கிக்கொண்டே இருந்தது. மண் குதிரைகளில் இவரும் ஒருவர் போலாகிவிட்ட நிலை புரிந்தது.

ரத்த உறவுகள் துண்டிக்கப்பட்டு, பேரன், பேத்தியைப் பார்க்கக்கூட முடியாத நிலை என்பது எத்தனை துக்ககரமானது. அப்படி வாழ்வது மண் குதிரைக்குச் சமமானதுதானோ?

திருவிழா முடிந்து அந்த மைதானமே காலியாகி இருந்த போதும், அதைவிட்டு வெளியேறிப் போக மனதற்றுப் போய்விட்டிருந்தது. கண்ணுக்குத் தெரியாத வலி காற்றில் சுற்றிக்கொண்டு இருந்தது. திரும்பி வரும் வழியில் எனக்கு

சா.கந்தசாமியின் 'தக்கையின் மீது நான்கு கண்கள்' கதை நினைவுக்கு வந்தது.

ஒரு தாத்தாவுக்கும் பேரனுக்குமான உறவைப் பற்றிய கதை. இருவரும் மீன் பிடிக்கப் போகிறார்கள். ஒரு மீன் அவர்களது தூண்டிலில் சிக்காமல் அலைக்கழிக்கிறது. அதை எப்படியாவது பிடித்துவிட வேண்டும் என்று தாத்தா முயற்சிக்கிறார். அவரால் முடியவில்லை. பேரன் அதை தான் பிடித்துவிடுவதாக சவால்விட்டு, தூண்டிலோடு போய் மீனைப் பிடித்துவிடுகிறான். பேரனின் வெற்றி தாத்தாவின் சுயபெருமையின் மீது விழுந்த அடிபோல் ஆகிவிடுகிறது. தன்னால் பிடிக்க முடியாத மீனை, பேரன் பிடித்ததை அவரால் தாங்கிக்கொள்ள முடியவில்லை. பேரனைத் திட்டுகிறார். ஆனால், அன்றிரவு அவர் மனது பேரனின் சாகசத்தை நினைத்துப் பெருமைப்படுகிறது.

வெளிப்படாத அன்பு என்பது கல்லுக்குள் தேரை இருப்பது போல, தன்னை வெளிக்காட்டிக்கொள்ளாமலே வாழ்வது போன்றது. தாத்தாவின் அன்பு யாரும் திறக்காத சிப்பிக்குள் உள்ள முத்தைப் போன்றது. அதைத் தீண்டுவதும் கைவசமாக்குவதும் என்றோ அபூர்வமாகவே நடந்தேறுகிறது.

எல்லா வீடுகளிலும் வெளிப்படுத்த முடியாத அன்போடு யாராவது ஒருவர் இருக்கிறார்கள். நம் நிழல் கூடவே வந்தாலும், அது எதையும் பேசுவது இல்லை. அதுபோல இவர்களின் அன்பும்!

அருவியாகச் சத்தமிடும் போதுதான் தண்ணீரை வியந்து பார்க்கிறோம். குளத்தில் அடங்கியுள்ள நீரின் மௌனம் ஒருபோதும் புரிந்து கொள்ளப்படுவதே இல்லைதானோ?

30
ஒற்றை அறை

எல்லா மேன்ஷன்களிலும் ஐம்பது வயதைத் தொட்டும் திருமணம் செய்து கொள்ளாத ஒரு பிரம்மச்சாரி இருக்கிறார். கல்யாணம் செய்துகொள்ள விரும்பாமல் அவர் இப்படி வாழ்கிறார் என்று சொல்ல முடியாது. சரியான வேலையின்மை, குடும்பப் பிரச்னைகள், வெளியில் தெரியாத தோல்விகள் என ஏதேதோ சிக்கல்கள் அவர்களது கால்களில் கொடியாகச் சுற்றிக் கொண்டு இருக்கிறது.

மற்ற அறைகளைப் போல இன்றி அவர்களது அறையில் தினமும் சரியான பூஜை நடக்கிறது. மாலை நேரம் ஜன்னலில் ஊதுபத்தி கொளுத்தி வைக்கப்படுகிறது. அறையில் படுக்கை, அலமாரி யாவும் சுத்தமானதாக இருக்கின்றன. சுவரில் உள்ள ஹேங்கரில் ஒழுங்காக உடைகள் தொங்கவிடப்பட்டுள்ளன.

அறையில் உள்ள முகம் பார்க்கும் கண்ணாடி மட்டும் மிகச் சிறியதாக இருக்கிறது. கண்ணாடி முன் நின்றபடி தன்னைப் பார்த்துக்கொள்வது

அவர்களுக்குச் சுளீர் என்று வலிப்பது போலிருக்குமோ!) காலையில் அலுவலகம் புறப்படும்போது வெளுத்த உடையும் திரு நீற்றுக் கீற்று மாக அவர்கள் சந்தோஷத்துடன் புறப்படுகிறார்கள். ஆனால், அவர்களது மனதில் குளத்துத் தண்ணீரில் தெரியும் மேகம் போல், பெண்களின் மீதான ஆசை ஊர்ந்து கொண்டேதான் இருக்கிறது. அவர்கள் அதை வெளிப்படையாகப் பேசிக்கொள்வது கிடையாது.

திருமணம் செய்துகொள்ளாததால், ஒருவன் குடும்ப வாழ்வில் இருந்து விடுபடக்கூடும். ஆனால், காமத்திலிருந்து விடுபட முடியுமா? கனியில் துளையிட்ட புழு, வெளியில் தெரியாமல் கனியைத் தின்றுகொண்டு இருப்பது போல, காமம் பிறர் அறியாமல் உடலினுள் நெளிந்துகொண்டேதான் இருக்கிறது. காமத்தை எதிர் கொள்வதும் வெற்றிகொள்வதும் எளிதானதில்லை. காமத்தைப் பற்றிய நமது அறிதல் மிக ரகசியமானதாகவும், அறியாமை நிரம்பியதாகவுமே இருக்கிறது.

காமம் குறித்த அறிதல் பதின்பருவத்தில் துவங்குகிறது. வேட்டைக்குச் செல்பவன், மிருகங்களின் கால் தடங்களை வைத்து என்ன மிருகம் அது, எப்படி அதன் உருவம் இருக்கும், எந்தத் திசையிலிருந்து எந்தத் திசை நோக்கிப் போகிறது என்று அடையாளம் கண்டுகொள்வது போல கொஞ்சம் கொஞ் சமாக செவி வழிச் செய்திகளாலும், ரகசிய வாசிப்பாலும் காமத்தை அறிந்து கொள்ளத் துவங்குகிறோம். அதன் பிறகு, நம் மனதில் நிரம்பி வழிவதெல்லாம் அடக்கப்பட்ட காம உணர்ச்சி தரும் எண்ணங்களும், அதன் விசித்திரக் கற்பனைகளுமே!

ஆணோ, பெண்ணோ எவராயினும், காமம் உடலில் தோன்றும் ஒரு சூறாவளி. அது எப்போது கரையைக் கடந்து செல்லும் என்று எவராலும் சொல்ல முடியாது.

இங்மர் பெர்க்மனின் 'வர்ஜின் ஸ்பிரிங்' என்றொரு படத்தில், மிகப் பரந்த பசுமையான புல்வெளி ஒன்று காட்டப்படுகிறது. தொலைவில் நாலைந்து ஆட்டிடையர் ஆடு மேய்த்துக்கொண்டு இருக்கிறார்கள். தேவாலயத்துக்குச் செல்கிற ஓர் இளம்பெண் கையில் பூக்கூடையுடன் கடக்கிறாள். ஏகாந்தமான காற்றும், அழகும் அவள் முகத்தில் சந்தோஷத்தை ஏற்படுத்தி இருக்கின்றன.

கடந்துபோகும் வழியில் உள்ள இடையர்களைக் கண்டு அவள் சிரிக்கிறாள். அவர்களும் கபடமின்றிச் சிரிக்கிறார்கள். ஆனால், நிமிஷ நேரத்தில் அவர்களது முகம் மாறுகிறது. ஒரு மிருகத்தைப் போல காமம் அவர்களது கண்களில் கொப்பளிக்கிறது. அந்தப் பிராந்தியத்தில் யாரு மில்லை என்பதைக் கண்டு கொள்கிறார்கள்.

உடனே பாய்ந்து, அந்தப் பெண்ணைத் தங்களது இச்சைக்குப் பலியாக்கிவிடுகிறார்கள். யாருமற்ற அந்தப் பிரதேசத்தில் ஒரு பெண் உருக்குலைந்து, உதிரப் பெருக்கோடு கிடக்கும் காட்சியைப் பெர்க்மன் காட்டுகிறார். அப்போதும் அதே புல்வெளி, பசுமை மாறாமல் காற்றில் அலைந்து கொண்டுதான் இருக்கிறது. காம சுகிப்பை இப்படித் திரையில் காணும்போது முகத்தில் அறைவது போலத்தான் இருக்கிறது.

இது ஏதோ கற்காலத்தில் நடந்த சம்பவம் அல்ல. சம காலத்திலும்கூட காமம் இப்படி ஒரு மூர்க்கத்தையும் வன்முறையையும் கொண்டுள்ளதை நாம் அன்றாடம் காண முடிகிறது. பெண் வீழ்த்தி நுகரப்பட வேண்டியவள் என்ற எண்ணம் காலங்காலமாகவே மனதில் ஆழமாக வேரூன்றி உள்ளது.

ஆண், காம உணர்ச்சிகளுக்கு எத்தனையோ வடிகால் தேடிக்கொள்கிறான். பெண்களோ காமம் குறித்த தங்களது மனதின் சிறு அசைவுகளைக்கூட வெளிப்படுத்த முடியாதபடி கலாசாரச் சூழல் அவர்களைக் கண்காணித்துக்கொண்டு இருக்கிறது. ஆண்டாள், தனது பாடலில் தனக்குக் காமம் ஏற்படுத்தும் வலியை, பகிரங்கமாகவே வெளிப்படுத்துகிறாள். அது பக்தி என்பதைக் கடந்து, உடலின் தீராத குரல் என்றுதான் தோன்றுகிறது.

எனக்குத் தெரிந்தவரையில் விருப்பத்துடன் தன் கணவனை முத்தமிடுவதற்குக்கூட ஒரு பெண் பல முறை யோசிப்பதுதான் குடும்பங்களில் நடக்கிறது. தாக மிகுதியால் வரும் மிருகம் தண்ணீரைக் கண்டதும் குடிப்பதற்குத்தான் முயற்சிக்குமே தவிர, தண்ணீரில் தனது உருவம் தெரிவதை நின்று ரசிக்காது. அப்படித்தான் விளக்கை அணைத்து விட்டவுடன் இருள் அறையைக் கவ்விக்கொள்வது போல், காமம் துளிர்த்த உடல் ஓர் ஆக்டோபஸ் போல கிடைப்பதைப் பற்றிக்கொண்டு இச்சையைத் தீர்த்துவிடுகிறது.

காமத்தை அறிவது ஒரு கலை என்று இந்திய சமூகம் நூற்றாண்டுகளாகச் சொல்லி வந்தபோதிலும், அது ஒரு வடிகால் என்று மட்டுமே நடைமுறையில் இருக்கிறது. கற்பனைதான் காமத்தை அதிகப்படுத்தும் ஒரே சாதனம். கற்பனையற்றுப் போயிருந்தால் காமம் ஒரு இயந்திர நிகழ்வு போலவே ஆகியிருக்கும்.

உடலை நாம் அறிந்து கொள்ளாததுதான் காமத்தைப் பற்றிய தவறான எண்ணங்களுக்கு முதல் காரணம். உடல் சதா கொந்தளிப்பும் பீறிடலும் கொண்ட ஒரு நீரூற்றைப் போன்றது. அது தனக்கென ஓர் இயக்கத்தை எப்போதும் நடத்திக் கொண்டேதான் இருக்கிறது. அதனால்தான் உறங்கும்போது நம் கனவில் புலி பாய்வதாக இருந்தால்கூட உடல் தானே திடுக்கிட்டு விழித்துவிடுகிறது. உண்மையில், உடல் ஒரு விசித்திரமான இசைக் கருவி. அதிலிருந்து நாம் விதவிதமான இசையை வாசிக்க முடியும். ஆனால், அதை நம் கட்டுக்குள் வைப்பதும், மீட்டுவதும் எளிதானது இல்லை.

எனக்குத் தெரிந்த மேன்ஷன்வாசிகளில் ஒருவரான நித்யானந்தம், நாற்பத்தைந்து வயதுக்குப் பிறகு திருமணம் செய்துகொள்ள முடிவு செய்து, பெண் பார்த்து பேசி ஒப்புக்கொண்டார். திருமணம் தூத்துக்குடி அருகில் உள்ள ஏதோ கிராமத்தில் நடந்தது. மேன்ஷன் அறையில் இருந்த நண்பர்கள் பலரும் தனது திருமணத்துக்கு வரவில்லை என்பதால், சென்னையில் திருமண வரவேற்பு நிகழ்ச்சிக்கு ஏற்பாடு செய்திருப்பதாகத் தனக்குத் தெரிந்தவர்கள், உடன் வேலை பார்ப்பவர்கள் என நூற்றுக்கும் அதிகமானவர்களுக்கு போன் பண்ணி சொன்னார்.

திருமண வரவேற்பு நிகழ்ச்சி ஓட்டலில் நடந்தது. அன்று மாலை லேசான தூறல் விழுந்து கொண்டு இருந்தது. நித்யானந்தம் தலைக்கு டை அடித்து, புது கோட்-சூட் அணிந்து, ஆறு மணிக்கே புதுப் பெண்டாட்டியுடன் வந்து நின்றிருந்தார்.

நானும் இன்னொரு நண்பனும் போய்ச் சேர்ந்தபோது, அங்கே இரண்டு பேர் மட்டுமே வந்திருந்தார்கள். நித்யானந்தத்தின் முகம் இறுக்கமாக இருந்தது. நேரம் கடந்து போய்க்கொண்டே இருந்தது. எவரும் வரவே இல்லை. மணி

 எஸ்.சம்பத் 1941ல் திருச்சியில் பிறந்தவர். நவீன தமிழ் இலக்கியத்தில் அரிய வகை எழுத்து இவருடையது. பொருளாதாரத்தில் எம்.ஏ. பட்டம் பெற்ற சம்பத், ஆராய்ச்சி நிறுவனங்களிலும் தனியார் நிறுவனங்களிலும் சில காலம் பணியாற்றியுள்ளார். விரல்விட்டு எண்ணக்கூடிய சிறுகதைகள் மட்டுமே எழுதியுள்ளார். இவரது 'இடைவெளி' என்ற நாவல், மரணம் குறித்த ஆழ்ந்த கேள்விகளை முன் வைத்து எழுதப்பட்ட மிகச் சிறந்த நாவலாகும்.

சம்பத்தின் அப்பா ரயில்வேயில் உயர் அதிகாரியாக வேலை செய்தவர் என்பதால் வளர்ந்தது, படித்தது யாவும் டெல்லியில்! 'ருஷ்ய எழுத்தாளர் தஸ்தாயெவ்ஸ்கியைப் போன்றதொரு எழுத்துலகை உருவாக்க வேண்டும்' என்று ஆசை கொண்ட சம்பத், எதிர்பாராத மூளை ரத்தக்கசிவு நோய் காரணமாக, தனது 42வது வயதில் மரணமடைந்தார். இன்றும் தமிழ் இலக்கியத்துக்கு புதிய வழிகாட்டுதலாக இவரது எழுத்துகள் உள்ளன.

ஒன்பதாகியபோது, மழை வலுத்திருந்தது. மண்டபத்தில் பதினோரு பேர் மட்டுமே இருந்தோம். இருநூறு பேருக்குத் தேவையான சாப்பாடு தயாராக இருந்தது. புது மனைவி நகத்தைக் கடித்தபடி நின்றுகொண்டு இருந்தாள். என்ன செய்வது என்று தெரியாத நித்யானந்தம் கோபத்தில் வெடித்துப் பேசினார்...

"நாப்பத்தஞ்சு வயசில் கல்யாணம் பண்ணிக்கிட்டேன்ல... அதான், இந்த அவமானப்படுறேன். கூட இருந்தவன், வேலை பாக்கிறவன்னு ஒருத்தன் கூட வரலை, பாருங்க! எத்தனை பேருக்குத் தேடித் தேடிப் போய்ச் செய்தேன்! எல்லாச் சாப்பாட்டையும் அள்ளிக் கொண்டு போய் நாய்க்குப் போடச் சொல்லு!" என்றபடி விடுவிடுவென மனைவியை அழைத்துக்கொண்டு மண்டபத்தை விட்டுப் போய்விட்டார்.

அறைக்கு வந்தபோது பலரும் அவர் சொன்னது போலவே, 'நித்யானந்தத்துக்கு எதுக்குய்யா அம்பது வயசுல கல்யாணம்? பொம்பளை ஆசை லேசில் விடுதா..? இத்தனை நாள் நம்மகிட்டே நடிச்சிருக்கார். அதான் ஒருத்தனும் ரிசப்ஷனுக்கு போகலை' என்று கிண்டல் அடித்துக்கொண்டு இருந்தார்கள். சரியாக நான்கு மாதத்துக்குப் பிறகு, நித்யானந்தம் முன்பு

போலவே அதே மேன்ஷனுக்கு திரும்பி வந்து சேர்ந்தார். தனக்கும் அந்தப் பெண்ணுக்கும் சரிவர வில்லை என்ற தோடு, 'மனசு ஆசைப்பட்டாலும் உடம்பு ஒப்புக்கலை சார். அதான் காரணம்!' என்றார். அறைவாசிகள் அதையும் கேலி செய்து சிரித்தார்கள். ஆனால், அதன் பிறகு அவர் சிரித்து எவரும் பார்க்கவே இல்லை.

பால் உணர்ச்சிகள் குறித்த கதைகள் பெரும்பாலும் மலிவான தளத்தில் எழுதப்பட்டு வரும் சூழலில், அதன் நுண்மையான அதிர்வுகளைப் பதிவு செய்த கதை. எஸ்.சம்பத் எழுதிய 'சாமியார் ஜூவிற்கு போகிறார்'. சம்பத், நவீன தமிழ் இலக்கியத்தின் தனிக்குரல். மிகக் குறைவாக எழுதியவர். குறைவான காலமே வாழ்ந்தவரும் கூட. அவர் எழுதிய சிறுகதைகளில் மறக்க முடியாததும், வெகு நேர்த்தியானதும் இக்கதையே!

தினகரன் தனது மனைவி மற்றும் குழந்தையை அழைத்துக் கொண்டு டெல்லியில் உள்ள மிருகக்காட்சி சாலைக்குச் செல்கிறான். அன்று விடுமுறை நாள். அவனது மனைவி பத்மா காலையிலிருந்தே பால் உணர்ச்சிமிக்கவளாகத் தாபத்தில் இருக்கிறாள். கணவனிடம் எப்படி அதை வெளிப்படுத்துவது என்று தெரியாத நிலையில், அவர்கள் மிருகக்காட்சி சாலைக்குப் புறப்பட்டுவிடுகிறார்கள். அவளுக்கு எப்படியாவது அன்று முழுவதும், கணவனைத் தனது பிடியிலே வைத்துக்கொள்ள வேண்டும் என்ற நினைப்பு உருவாகிறது. இதனால் அவனுக்குக் கிளர்ச்சியை உண்டு பண்ணும் ஜார்ஜெட் புடவையை உடுத்திக்கொள்கிறாள். மிருகக்காட்சி சாலையில் அன்று ஏகக் கூட்டம். அதைப் பயன்படுத்திக்கொண்டு சிறிது சிறிதாக கணவனுடன் சரசம் செய்கிறாள். அன்று எதிர்பாராதவிதமாகக் கூண்டில் இருந்த ஒரு புலி தப்பி வெளியே வந்துவிடுகிறது. அதைக் கண்டு, பலரும் அலறி ஓடுகிறார்கள். புலி எங்கே பாய்வது என்று தெரியாது தடுமாறி ஓடுகிறது. முடிவில் அது சுடப்பட்டு இறக்கிறது. இந்தக் காட்சி, வீடு திரும்பிய பிறகும் தினகரனுக்கு மிகுந்த மன வேதனையை உருவாக்குகிறது. மனைவியோ காமத்தால் அதிகம் பீடிக்கப்பட்டவளாகிறாள். மனிதன் தன்னால் அடக்க முடியாதவற்றுக்கு கூண்டுகள் உண்டாக்கி, அடக்கி வைத்திருக்கிறான். சுதந்திரத்துக்கு எதிராக நிறைய

கூண்டுகள் இருக்கின்றன என்று யோசிக்கும்போது அவனது மனைவியின் காமமும் அந்தப் புலி தப்பியது போன்றதுதான் என்று தினகரன் புரிந்து கொள்கிறான்.

அன்று கூடலில், தினகரன் ஒரு பஞ்சைப் போல எடை அற்றவனாக இருப்பதாகச் சொல்கிறாள் அவன் மனைவி. அவனோ புலி, கூண்டை விட்டு வெளியே வந்ததும், தனது சுதந்திரத்தைத் தேடியே! அதை அடைவதற்குள் புலி கொல்லப்பட்டு விட்டதே என்று ஏதேதோ புலம்பியபடி கனவு காணத் துவங்குகிறான்.

ஒரு விளக்கின் சுடரைப் போல காமம் சதா அசைந்து கொண்டே இருப்பதைப் பற்றி நுட்பமாகச் சித்திரிக்கும் கதை இது. ஒருபுறம் அதிவேக நாகரிகம், காமத்தை மலினப் பொருளாக்கி விற்பனை செய்கிறது. மறுபுறம் கண்களைக் கட்டிக்கொண்டு சித்திரம் வரைவது போல பால் உணர்வுகளின் அறியாமை நம்மைப் பீடித்திருக்கிறது.

காமம் யாருக்கும் தெரியாமல் மறைத்து வைக்கப்பட வேண்டிய ஒரு ரகசியமல்ல அதே சமயம், கூட்டம் போட்டு உபதேசிக்கப்பட வேண்டியதுமல்ல. சிரிப்பதும், அழுவதும் போல அது ஒரு உணர்ச்சியின் வெளிப்பாடு! அந்த இயல்பை நாம் புரிந்துகொள்ளாதவரை பெர்க்மனின் ஆட்டு இடையர்களைப் போலவே இருப்போம்!

31
குருதிக் கடன்

லடாக்கில், லாப்சாங் என்கிற பௌத்தத் துறவி ஒருவரைச் சந்தித்தேன். நாங்கள் பயணம் செய்த டிரக்கில் எங்களோடு வந்தார் அவர். ஐந்தடிக்கும் குறைவான உருவம். அவரது இடுப்பில் ஒரு சுரைக்குடுவை தொங்கிக்கொண்டு இருந்தது. தோளில் தொங்கும் துணிப்பை. முதுகில் ஒரு மூங்கில் கழியை சொருகி வைத்திருந்தார். பாசி படிந்த கண்கள். அவர் எங்கே செல்கிறார் என்று கேட்டபோது, தான் ஒரு மருத்துவர் என்றும், கிராமம் கிராமமாகச் சென்று நோயாளிகளைச் சந்தித்து வைத்தியம் செய்வது தனது வேலை என்றும் சொன்னார்.

நோயாளிகள் மருத்துவர்களைத் தேடிவருவது இன்றைய நவீன மருத்துவம். ஆனால், நோயாளிகளைத் தேடி மருத்துவர்கள் செல்வதுதான் பௌத்த மருத்துவம். "நோயுற்ற மனிதன் ஓர் இடத்தில் இருந்து இன்னொரு இடத்துக்குப் பயணம் செய்வதுகூட அவனது நோயை அதிகமாக்கி விட முடியும். அதோடு

நோயாளியைப் பாதுகாப்பாக அழைத்து வருவதற்கு துணையாட்களும் பொருளாதார சிரமமும் ஏற்படும். நாங்கள் அதைத் தடுத்து விடுகிறோம். மருத்துவம் ஒரு சேவை. நாங்கள் எங்கள் பையில் தேவையான மருந்துகளை அரைத்து வைத்திருக்கிறோம். பயணம் செய்யும் வழியில் தென்படும் மூலிகைகளைப் பறித்துக்கொள்கிறோம்" என்று, அவருக்கிருந்த மருத்துவம் பற்றிய எண்ணங்களைப் பயணம் முழுவதும் பகிர்ந்துகொண்டு வந்தார் அவர்.

"நோயை அறிந்துகொள்வது மட்டுமல்ல, நோயுள்ள மனிதனைப் புரிந்துகொள்வதும் மருத்துவம்தான். நோய் என்பது ஒரு நாளில் உருவாவதில்லை. அது நம் கவனக்குறைவால் ஏற்படுவது. அல்லது, உணவை முறைப்படுத்தாமல் போனதால் உருவாவது. சாதாரணமாக வயது முற்றி அறுபதைக் கடந்த பிறகுதான் நோய் ஏற்படத் துவங்கும். மற்ற வயதில் ஏற்படுவது எல்லாம் சிறியதும் பெரியதுமான குறைபாடுகள்தான்.

குறைபாடு கண்ணில் ஏற்படலாம் வயிற்றில் ஏற்படலாம் எலும்பில் ஏற்படலாம். எந்தக் குறைபாடாக இருந்தாலும், அதைச் சரிசெய்துவிட முடியும். ஆனால், தான் ஒரு நோயாளி என்று தீவிரமாக நம்பும் மனிதனை மட்டும் குணப்படுத்துவது கடினம்."

எங்களோடு பயணம் செய்துகொண்டு இருந்தவர்கள், துறவி பேசியது சரியென்று தலையாட்டிக்கொண்டு வந்தார்கள். அவர் தனக்கு மருத்துவம் கற்றுத் தந்த குருவான 'நோர்பு' என்ற துறவியைப் பற்றி நினைவு கூர்ந்தார். நோர்புவும் இப்படிக் கிராமம் கிராமமாகச் சுற்றி அலைந்தவர். ஒரு நாள் அவர் ஒரு நோயாளியைக் காண்பதற்காக ஒரு கிராமத்துக்குச் சென்றிருந்தார்.

நோயாளி ஒரு விவசாயி. அவன் சிறிய குடிசை வீட்டில் இருந்தான். வீட்டில் நாலைந்து குழந்தைகள் இருந்தார்கள். நோயாளியின் மனைவி அடுப்பில் ரொட்டி தயாரித்துக்கொண்டு இருந்தாள். நோயாளியின் கையைப் பிடித்துப் பார்த்ததுமே நோர்புவுக்குத் தெரிந்துவிட்டது, அவனைப் பீடித்திருக்கும் நோய் பசிதான் என்று.

என்ன செய்வது என்று தெரியாமல் தனது வழிச்செலவுக்கு வைத்திருந்த பணம் முழுவதையும் அந்தப் பெண்மணியிடம் தந்து, இன்னும் தேவையான அளவு மாவு வாங்கிவந்து சமைத்துச் சாப்பிடச் சொல்லிவிட்டு, அன்றிரவு அங்கேயே படுத்து உறங்கிவிட்டார். பின்னிரவில் நோயாளி தன் மனைவியிடம், 'என் உடல்நிலையைப் பற்றி கவலைப்படாதே! அந்தப் பணத்தை பத்திரமாக வைத்துக்கொண்டால் இன்னும் சில நாட்களுக்கு நீயும் குழந்தைகளும் ஒரு வேளையாவது சாப்பிட முடியும்' என்று சொல்லிக்கொண்டு இருந்ததைக் கேட்டார்.

மறுநாள், நோர்பு தன் மருத்துவர் வேலையை உதறிவிட்டு, அவர்களது நிலத்தைப் பண்படுத்தி விவசாயம் செய்யத் துவங்கி, ஓராண்டு காலம் அங்கேயே விவசாயம் செய்து கொண்டு இருந்தார்.

ஒரு துறவி, விவசாயியின் குடும்பத்துக்கு உதவி செய்வதைக் கண்டு, கிராமத்து மக்கள் தாங்களும் உதவி செய்யத் துவங்கினார்கள். ஒரு வருடத்தின் முடிவில், அந்தக் குடும்பத்துக்குத் தேவையான தானியங்கள், பசுமாடு யாவும் கிடைத்துவிட்டன. அதன்பின், இனி தனக்கு அங்கு வேலையில்லை என்று நோர்பு கிளம்பிச் சென்றார்.

"நோயைத் தனித்து தீர்த்து வைக்க முடியாது. நோயுற்ற மனிதனின் வாழ்வு, இருப்பு, தேவை, சூழல் எல்லாவற்றையும் சேர்த்துப் புரிந்துகொள்ளும்போதுதான் மருத்துவம் முழுமையடைகிறது என்பதைத்தான் நாங்கள் நோன்புவிடமிருந்து கற்றுக் கொண்டோம்" என்று சொல்லிவிட்டு, டிரக்கிலிருந்து இறங்கி, மலையடிவாரக் கிராமப் பாதையில் நடந்து போகத் தொடங்கினார், அந்தப் பௌத்தத் துறவி.

நோய், மனிதனுக்கு அவனைப் புரிய வைக்கும் கண்ணாடி. நோயின் முன் நமது கர்வமும் பெருமையும் அகந்தையும் அர்த்தமற்றவை ஆகிவிடுகின்றன. அதே நேரம், உலகின் மீதான அவனது பற்றை அவனுக்கு உணர்த்துகிறது நோய்.

மருத்துவம் ஒரு கருணை. நோயுற்ற மனிதன் தன் சொந்த தாய் தகப்பனை விட, மனைவி, குழந்தையை விட

மருத்துவரை நம்புகிறான். அவனது வாழ்வு மருத்துவரின் கருணையில்தான் இருக்கிறது. மருத்துவர்கள் ஆற்றும் சேவை கைம்மாறு அற்றது. நோயாளி தன் வாழ்நாள் முழுவதும் முயன்றாலும், தீர்க்க முடியாத குருதிக்கடன் அது.

முறையான ஆசிரியர்களும் மருத்துவர்களும் இல்லாத ஒரு சமூகம் எத்தனை வளம்கொண்டு இருந்தாலும் நிலைத்து நிற்காது என்பார்கள். இருபது ஆண்டுகளுக்கு முன்பு வரை, குடும்பத்தின் சொந்த மனிதரைப் போல் மிகுந்த இணக்கத்தோடு இருந்தார்கள் மருத்துவர்கள். அன்றைய மருத்துவருக்கு நோயாளியைப் பற்றி மட்டுமல்ல, அவனது வீட்டின் பொருளாதாரம், உறவுச் சிக்கல்கள், உணவுப் பழக்கங்கள் யாவும் தெரிந்திருந்தன. மருந்து தருவதை விடவும் அவர் சொல்லும் எளிய மருத்துவ ஆலோசனைகளே அன்றாட நோய்களைக் குணமாக்கியிருக்கின்றன.

இன்று மருத்துவம் முறைப்படுத்தப்படாத நேர்த்தியான வணிகம். சேவையும் கருணையும் இரண்டாம்பட்சமாகி விட்டது. மிகக் குறைவான மருத்துவர்களே தங்கள் மனசாட்சியைக் காப்பாற்றி வருகிறார்கள். வேறு எந்தத் தொழிலையும் விடவும், மருத்துவமும் அது சார்ந்த பணிகளும் பெரிதும் பணம் ஈட்டும் வேலையாக உருமாறிவிட்டன. தார்மிகக் கடமையும், சக மனிதன் மீதான ஈடுபாடும், கசக்கி எறிந்த காகிதம் போல புறந்தள்ளப்பட்டு விட்டன.

என் நண்பர் ஒருவர், தனது கடைவாய்ப் பல் ஒன்று வலிப்பதாக மருத்துவமனைக்குச் சென்றார். இரண்டு நாட்களாகியும் வீடு திரும்பவில்லை. அவரின் மனைவியும் உறவினர்களும் அங்கே போய் விசாரித்தபோது, ஆறாயிரம் ரூபாய் பில் கட்ட வேண்டும் என்றும், அவரிடம் பணம் இல்லாததால் இரண்டு நாட்களாக பெட்டில் அனுமதிக்கப் பட்டு இருக்கிறார் என்றும் சொன்னார்கள். ஒரு பல்லைப் பிடுங்குவதற்கு ஆறாயிரம் ரூபாயா என்று தயக்கத்துடன் அவரது குடும்பம் கேட்டபோது, 'இல்லை. மொத்தம் ஒன்பதாயிரம் ரூபாய். எங்கள் மருத்துவமனையில் சிறப்புத் தள்ளுபடி தருவதால் ஆறாயிரம்' என்று பில் நீட்டினார்கள். இதுதான் இன்றைய மருத்துவத்தின் நிஜம்.

இப்படி நூறு உதாரணம் காட்டலாம். ஆனாலும், இவை யாவையும் மீறி, இன்றும் மருத்துவரின் மனதில் நோயாளிகளின்

மீதான அக்கறை முற்றிலுமாக அழிந்துவிடவில்லை. அவர்கள் போதுமான அளவு அக்கறை காட்டுவதற்கும், பரிவு கொள்வதற்கும் தடையாக எத்தனையோ வணிக முயற்சிகள் ஊடுருவி உள்ளன.

பெரிய நகரங்களில் தொடங்கி சிறிய கிராமம் வரை, மருத்துவத் துறை வணிக முயற்சிகளில் மூழ்கிக்கிடக்கிறது. விதவிதமான விளம்பரங்களும், ஊடகப் பிரசாரப் போட்டிகளும் மருத்துவத்தில் நேரடியாக நடைபெறும் போட்டிக்கான கண்கூடான சாட்சிகளாக இருக்கின்றன. நோயுற்ற மனிதனோ ஆதிகாலம் தொட்டு இன்றுவரை, வேதனையும் கண்ணீருமாக துயர் நீக்கும் கைகளுக்காகப் பெருமூச்சிட்டபடியே காத்திருக்கிறான்.

பல நேரங்களில், பளபளக்கும் கிரானைட் கற்களும், மினுக்கும் விதவிதமான லைட்டுகளும் பத்துப் பதினைந்து தளங்கள் கொண்ட மருத்துவமனைக்குள் நுழைவதற்கே பயமாக இருக்கிறது. அந்தப் படிக்கட்டுகள், கட்டடங்களுக்குப் பின்னே எத்தனையோ நோயாளிகளிடமிருந்து பறிக்கப்பட்ட பணமும், அவர்களின் கண்ணீர் ஈரமும் உலராமல் இருக்கிறதோ என்று எண்ணத் தோன்றுகிறது.

தமிழில் மருத்துவமனையின் அவலத்தைப் பற்றி துல்லியமாக, அதே நேரம் உணர்ச்சிவசப்படாமல் எழுதப்பட்ட அபூர்வமான கதை சுஜாதாவின் 'நகரம்'. சுஜாதா தமிழ் உரைநடையில் புதிய வேகத்தையும், போக்கினையும் உருவாக்கியவர். அவரது உரைநடை தமிழுக்கு முற்றிலும் புதியது. வாக்கியங்களின் வழியே அவர் உருவாக்கும் வாழ்க்கைச் சித்திரம் மிக நுட்பமானது.

'நகரம்' கதையில், மதுரை அரசுப் பொது மருத்துவமனைக்கு வள்ளியம்மாள் என்ற மூனாண்டிபட்டி கிராமத்தைச் சேர்ந்த பெண், தன் மகள் பாப்பாத்திக்கு காய்ச்சல் கண்டுள்ளதாக கூட்டிக்கொண்டு வருகிறாள். அங்கே ஒரு ஸ்ட்ரெச்சரில் அவளைப் படுக்க வைத்து, மருத்துவக் கல்லூரி மாணவர்களுக்கு ஒரு பெரிய டாக்டர் பாடம் நடத்துகிறார். பின்பு, பெட்டில் அட்மிட் பண்ணும்படி சொல்லிவிட்டு அவர் போய்விடுகிறார்.

 சுஜாதா என்கிற எஸ்.ரங்கராஜன், 1935ல் பிறந்தவர். பெங்களூர் பாரத் எலெக்ட்ரானிக்ஸ் நிறுவனத்தில் பணியாற்றி, ஓய்வு பெற்றவர். சம்பிரதாயமான சிறுகதையிலிருந்து விலகி முற்றிலும் மாறுபட்ட கதையம்சமும், கதை சொல்லும் முறையும் கொண்ட நவீன கதை உலகை உருவாக்கியவர். பிரபல பத்திரிகைகள் யாவிலும் தொடர்ந்து எழுதி வரும் சுஜாதாவின் படைப்புலகம் மிகவும் விரிந்த தளத்தில் இயங்கக்கூடியது.

க்வாண்டம் தியரியிலிருந்து சங்கக் கவிதைகள் வரை பல்துறைகள் குறித்து இவரது அவதானிப்புகளும் எண்ணங்களும் ஆழ்ந்து கவனிக்கப்பட வேண்டியவை. தமிழில் விஞ்ஞானக் கதைகளை எழுதிய முன்னோடி. மெல்லிய நகைச்சுவையும், எதையும் சரளமாக எடுத்துச் சொல்லும் தன்மையும் கொண்டது இவரது எழுத்து. 'கணையாழி கடைசி பக்கம்' துவங்கி இன்றைய 'கற்றதும் பெற்றதும்' வரை தனக்கென தனித்த வாசகர் உலகை உருவாக்கி இருப்பது இவரது பலம். அடுத்து என்ன எழுதுவார் என்று தீர்மானிக்க முடியாதபடி தீவிரமாக இயங்கி வந்தவர்.

அதற்காக என்ன செய்வது என்று தெரியாமல், வள்ளியம்மாள் அலைகிறாள். ஒவ்வொருவரும் ஒரு ஆளைப் பார்க்கச் சொல்லித் துரத்திவிடுகிறார்கள். மகளைத் தனியே ஸ்ட்ரெச்சரில் விட்டுவிட்டு, அவர்கள் கொடுத்த சீட்டை வைத்துக்கொண்டு, பெட்டில் சேர்க்க அனுமதி வாங்க அலைகிறாள். அதற்குள், 'வெளி நோயாளிகளுக்கான நேரம் முடிந்துவிட்டது. நாளை காலை வாருங்கள்' என்று கதவை மூடிவிடுகிறார்கள்.

நோயாளிகளைப் பார்த்துவிட்டுத் திரும்பும் பெரிய டாக்டர், காலையில் தான் பார்த்த கிராமத்துப் பெண்ணை பெட்டில் அனுமதித்துவிட்டார்களா என்று விசாரிக்க, மறுநாள் காலை வரச் சொல்லிவிட்டதை அறிந்து கோபப்படுகிறார். 'என்ன முட்டாள்தனம்! நாளைக்குள் அந்தப் பெண் செத்துப்போய்விடுவாள். உடனே அவளைத் தேடிப் பிடித்து அட்மிட் பண்ணுங்கள்!' என்கிறார்.

ஆனால், தன் மகளைக் காணாமல் தவித்துப் போகும் வள்ளியம்மாள், யாருமற்ற அனாதையாக ஸ்ட்ரெச்சரில் பாப்பாத்தி தனியே ஓரிடத்தில் கிடப்பதைக் கண்டு மனம்

நொந்து, ஊருக்குக் கூட்டிப் போய் விபூதி மந்திரித்து போட்டு விட்டால் குணமாகிவிடுவாள் என்ற யோசனையுடன் அவளை ரிக்ஷாவில் ஏற்றிக்கொண்டு புறப்படுகிறாள். ரிக்ஷா பேருந்து நிலையத்தை நோக்கிச் சென்றுகொண்டு இருப்பதோடு கதை முடிகிறது. - ஓர் உயிரோடு விளையாடும் இந்தப் புறக்கணிப்பு, கதை என்பதை மீறி மனதில் ஆழ்ந்த வலியை ஏற்படுத்துகிறது. இது வெறும் கதையல்ல கண் முன்னே தொடரும் நிஜம். ஊரும் பேரும் வேறாக இருக்கலாம். ஆனால், இன்றும் ஏதோ ஒரு மூலையில் ஒரு ஆணோ பெண்ணோ இது போன்று முறையான மருத்துவம் கிடைக்காமலும் அதற்கான வழிமுறை அறியாமலும் கடந்து போய்க் கொண்டுதான் இருக்கிறார்கள்.

நாகரிகமும், தொழில் நுட்ப வளர்ச்சியும் நம்மை அதிநவீன உலகை நோக்கிக் கூட்டிச் செல்லும் போது, மனித வலியும் புறக்கணிப்பும் இருண்ட காலத்தை நோக்கிப் பின்னோக்கி இழுத்துப்போவது மறுக்க முடியாத நிஜம். குழந்தைகளைப் பார்க்கும்போதுதான் மருத்துவத்தின் தேவையும் பயமும் ஒரே நேரத்தில் உருவாகிறது. இப்படிப் பயம் உருவாவது எனக்கு மட்டும்தானா, இல்லை யாவருக்குமா என்று தான் தெரியவில்லை.

32

மிதந்து செல்லும் கனவு

மாலை நேரமொன்றில் புத்தம் புதிய எண்டேவர் காரை நாகேஸ்வரராவ் பார்க்கின் முன்னால் நிறுத்திவிட்டு, இருவர் உள்ளே இறங்கிச் செல்வதைப் பார்த்தேன். இரண்டு நிமிஷ நேரத்தில் புழுதி படிந்த வேஷ்டியும் அரைக்கை சட்டையும் அணிந்து கையில் வேர்க்கடலைப் பொட்டலத்துடன் வந்த ஒரு பெரியவர், அந்த காரின் அருகில் வந்து, எக்கி நின்றபடி உள்ளே எட்டிப் பார்த்தார். குனிந்து டயர்கள் எப்படி இருக்கின்றன என்றும் பார்த்தார்.

பிறகு, நீண்ட நாள் பரிச்சயமானவர் போல டிரைவர் முன்பு வேர்க்கடலைப் பொட்டலத்தை நீட்டியபடி, 'வண்டி திருச்சி ரிஜிஸ்ட்ரேஷனா?' என்று கேட்டார். டிரைவர் தலையாட்டினார். 'வண்டியின் விலை என்ன? ஏ.சி. எப்படி வேலை செய்கிறது? பெட்ரோலா, டீசலா?' என்று அடுத்தடுத்து கேட்டுக் கொண்டே இருந்தார். டிரைவர் சலிப்புற்றவராக, 'நீங்கள்லாம் வாங்க முடியாது சார். எதுக்கு வீண் பேச்சு?' என்றார்.

அதைக் கேட்டதும் பெரியவருக்குக் கோபம் பொங்கிக் கொண்டு வந்தது. "ஏன்... விலைக்கு வாங்காட்டா காரைப் பத்தித் தெரிஞ்சுக்கிடக் கூடாதா? உலகத்தில் இல்லாத அதிசயமான காரு பாரு... நான் ஒண்ணும் படிக்காத முட்டாள் இல்லை. நானும் பத்து கம்பெனில வேலை செஞ்சவன்தான். உனக்குத் தெரிஞ்சதை விட எனக்கு அதிகம் காரைப் பத்தி தெரியும். தெரிஞ்சு என்ன செய்யப் போறேன்னு நினைக்கிறியா? தாஜ்மகாலை நமக்குப் பிடிக்கும். அதுக்காக அதை விலை கொடுத்தா வாங்குறோம். அதே மாதிரி எட்ட இருந்தே பாத்துட்டுப் போறேன்."

டிரைவருக்குக் கோபம் அதிகமாகி இருக்க வேண்டும். 'பொழுது போகலைனா என் உசிரை ஏன்யா எடுக்கிறே? வண்டியை தொடாமப் பேசு' என்றார். பெரியவருக்கும் டிரைவருக்கும் பேச்சு முற்ற, பார்க்கில் என் எதிரில் அமர்ந்து ஏதோ படித்துக்கொண்டு இருந்த ஓர் இளைஞன், அவசரமாக வெளியே போய் அந்தப் பெரியவரை உள்ளே இழுத்து வந்தான். பூங்கா முழுவதும் அந்த நிகழ்ச்சியை வேடிக்கை பார்த்துக்கொண்டு இருந்தது.

இதற்குள் வியர்வை வழிய நடைப் பயிற்சி முடித்துவிட்டு, காரின் உரிமையாளர்கள் வெளியேற நடந்து வந்தார்கள். விருட்டென் பெரியவர் எழுந்து அவர்களிடமே போய், 'வண்டி ஆன் ரோடு என்ன விலையாகுது சார்?' என்று கேட்டார். அவர்கள் முறைத்துப் பார்த்தபடி பதில் சொல்லாமல் போனார்கள். பையன் தலை கவிழ்ந்தபடி உட்கார்ந்து இருந்தான். பெரியவர் புல்தரையில் அமர்ந்து தனக்குத்தானே எதையோ பேசிக்கொண்டு இருந்தார்.

அந்த இளைஞன் என்னைப் பார்த்து சிரித்தான். 'அப்பா சார். அவருக்கு ஒரு சின்ன பிரச்னை' என்றான். 'அப்படியா' என்று தலையாட்டினேன்.

'எதைப் பார்த்தாலும் அவருக்கு ஆசை சார். சிட்டியில் ஓடுற கார், புதுசா கட்டுற பிளாட், நியூ மாடல் பைக் இப்படி எதைப் பார்த்தாலும் உடனே விலை விசாரிச்சு நூறு கேள்வி கேட்பாரு. அவ்வளவு ஏன்... அண்ணா நகர்ல புதுசா ஒரு பீட்சா கார்னர் திறந்திருக்கிறதா பேப்பர்ல படிச்சுட்டு, பஸ் பிடிச்சு அங்கே போய் ஒவ்வொரு அயிட்டமா விலை

விசாரிச்சிட்டு வந்தார். அவருக்கு வந்திருக்கிறது என்ன நோய்னு எங்களுக்குப் புரியலை. அவரால் தினம் தினம் பிரச்னைதான்.'

பெரியவர், சற்று முன்பு நடந்ததைப் பற்றிக் கவலைப் படாமல் எதிரில் மக்காச்சோளம் விற்பவரிடம் என்னவோ சுவாரஸ்யமாகப் பேசிக்கொண்டு இருந்தார். பையன் பேச்சின் நடுவே அவர் என்ன செய்கிறார் என்று அடிக்கடி பார்த்துக்கொண்டான்.

'எங்கப்பா முப்பது வருஷம் வேலை பாத்திருக்கார். எல்லா இடத்திலயும் இவரோட பேச்சைத் தாங்க முடியாம வீட்டுக்கு அனுப்பிடுவாங்க. இப்போ வேலைக்குப் போகலை. மந்தவெளில ஆயிர ரூ வா வாடகை வீட்ல இருக்கோம். வீட்ல அம்மாவும் மூணு தங்கச்சியும் இருக்காங்க. அப்பாவுக்கு அது எதுவும் பெருசா தெரியலை சார்! எவனோ, எதையோ வாங்கிட்டா இவருக்கு என்ன? உலகத்திலே இவருக்குத் தெரியாம் யாரும் எதுவும் வாங்கிரக் கூடாதுனு நினைக்கிறார். எதுக்கு இந்தப் பேராசைனுதான் தெரியலை. 'சாப்பாடு'னு பேப்பர்ல எழுதிக் காட்டினா வயிறு நிறைஞ்சிடுமா சொல்லுங்க?' என்றான்.

நகரம் ஆசைகளின் விளைநிலம். மாநகரச் சாலையில் நீங்கள் கடந்து போகும் ஒவ்வொரு நிமிஷமும் உங்களை அறியாமலே சிறியதும் பெரியதுமாக ஆசைகள் துளிர்ப்பதும் அழிவதுமாக இருக்கின்றன. புதுப்புது கார்கள், அடுக்குமாடிக் குடியிருப்புகள், அண்ணாந்து பார்க்கவைக்கும் நட்சத்திர விடுதிகள். விதவிதமான டி.வி., ஹோம் தியேட்டர், நவநவீன உடைகள், காபி ஷாப், சைனீஸ் உணவு விடுதி, புதுப்புது வகை பைக்குகள், நகைக் கடைகள், ஐஸ்கிரீம் பார்லர்கள், பட்டாம் பூச்சி போன்ற இளம் பெண்கள், இப்படி காணும் ஒவ்வொன்றும் எவர் மனதிலோ ஒரு ஆசையின் விதையை ஊன்றுகிறது. அவர்கள் சில நிமிஷ நேரமாவது அந்தக் கனவில் உலவுகிறார்கள். கண்ணால் பார்த்தபடியே அதை ரசிக்கிறார்கள். பிறகு பெருமூச்சு விட்டவர்களாகக் கடந்து போய்விடுகிறார்கள். கடற்கரையில் நடந்து செல்லும்போது பதியும் ஈரமான காலடிகளைப் போல, ஆசைகள் நம் கண் முன்னே உருவாகி, கண்முன்னே அழிந்தும் விடுகின்றன.

மத்தியதர வாழ்க்கையை வாழும் மனிதன், ஆசைகளின் நீண்ட பட்டியல் ஒன்றை மனதில் ரகசியமாக எப்போதும் வைத்திருக்கிறான். அதைப் பற்றிச் சொந்த மனைவி, குழந்தையிடம்கூடப் பேசுவது கிடையாது. ஒருவேளை, தான் விரும்பியதை அடைய முடியாமல் போய்விட்டால், அவர்கள் தன்னைக் கேலி செய்வார்களோ, மதிக்க மாட்டார்களோ என்ற பயமாகக்கூட இருக்கக் கூடும். இதில் ஆண் - பெண் என்ற பேதமில்லை.

கீரைப்பாத்திகளில் கீரை வளர்வதை விடவும் வேகமாக ஆசைகள் வளர்ந்து விடுகின்றன. அடக்கப்பட்ட ஆசைகள் யாவும் அழிந்து போய்விடுவதில்லை. ஒன்றோ இரண்டோ அடங்க மறுத்துப் பீறிடும்போது மனிதன் தன் அவஸ்தை நிலையை மறந்து, ஆசையின் பின்னால் அலை யத் துவங்கிவிடுகிறான்.

புதுமைப்பித்தனின் கதையொன்றில் கடவுளைத் தனது வீட்டுக்கு அழைத்து வருவார் கந்தசாமிப் பிள்ளை என்கிற கதாபாத்திரம். வீட்டில் அவரது குழந்தை, 'அப்பா, எனக்காக என்ன வாங்கி வந்திருக்கிறீர்கள்?' என்று கேட்கும். கந்தசாமிப் பிள்ளை, 'என்னைத்தான் வாங்கி வந்திருக்கிறேன்' என்பார். உடனே குழந்தை, 'உன்னைத்தான் எப்போதும் வாங்கிட்டு வர்றயே... ஒரு பொட்டுக்கடலையாவது வாங்கிட்டு வரக் கூடாதா?' என்று ஆதங்கத்துடன் கேட்கும்.

கந்தசாமிப் பிள்ளை என்ன பேசுவது என்று தெரியாமல் தலை குனிவார். அவருக்கு அருகில் நின்ற கடவுளும் குழந்தையை பார்க்கப் போகும்போது வெறுங்கையோடு வந்து விட்டோமே என்று சோர்ந்து தலை குனிவார் என்று எழுதியிருப்பார் புதுமைப்பித்தன்.

இதுதான் மத்தியதர வர்க்க வாழ்வின் அடையாளம். இந்த வாழ்வில் உழன்று கொண்டு இருக்கும் ஒரு மனிதனின் மன விசித்திரத்தினை வெளிப்படுத்தும் அபூர்வமான கதை கிருஷ்ணன் நம்பியின் 'எக்ஸென்டிரிக்'. கிருஷ்ணன் நம்பியின் கதைகள் அன்றாட வாழ்வின் சுகதுக்கங்களைப் பதிவு செய்பவை.

1959-களில் ஒரு நிறுவனத்தில் குமாஸ்தாவாக வேலை செய்யும் ஒரு மனிதனின் சம்பள நாளில் துவங்குகிறது

நாஞ்சில் நாட்டைச் சேர்ந்த அழகிய பாண்டியபுரத்தில் 1932ல் பிறந்தவர் கிருஷ்ணன் நம்பி. இவரது இயற்பெயர் அழகிய நம்பி. சசிதேவன் என்ற பெயரில் கவிதைகளும், கிருஷ்ணன் நம்பி என்ற பெயரில் கதைகளும் எழுதியிருக்கிறார். நெருக்கடியில் உழலும் மனிதனின் சுகதுக்கங்களை மெல்லிய பகடியான தொனியில் விவரிப்பவை இவரது கதைகள். 'யானை என்ன யானை' என்ற குழந்தைகள் கவிதைத் தொகுப்பும் 'நீலக்கடல்', 'காலை முதல்' என்னும் சிறுகதைத் தொகுப்புகளும் வெளிவந்துள்ளன. 1976ம் வருஷம் தனது 44 வயதில், எதிர்பாராத நோய்மையால் மரணமடைந்தார் கிருஷ்ணன் நம்பி.

எக்ஸென்டிரிக் கதை. அவனுக்கு எண்பது ரூபாய் சம்பளம். புது நோட்டுகளாகத் தருகிறார்கள். சம்பளத்தைவிட அதிகக் கடனும் நெருக்கடியும் கொண்ட குடும்ப வாழ்க்கை. வீட்டில் மனைவி அவன் கொண்டுவந்து தரும் எண்பது ரூபாய்க்குள் வாழ்க்கையை எப்படி நடத்துவது என்று தெரியாமல் மூச்சுத் திணறுகிறாள்.

சம்பளம் வாங்கிக்கொண்டு அலுவலகத்தைவிட்டு வெளியே வரும் அவன், ஒரு காபி குடிப்பதற்காக ஓட்டலுக்குச் செல்கிறான். தினமும் அவனது செலவுக்காக இரண்டணா தருகிறாள் அவனது மனைவி. அதில் ஒன்றரை அணா காபிக்கு, அரையணா ஒரு சிகரெட் பிடித்துக்கொள்வதற்கு. அதனால் ஒரு சிகரெட்டை வாங்கி இரண்டாக உடைத்து வைத்துக்கொண்டு, இரண்டு வேளைகளில் புகைக்கிறான் அவன்.

ஓட்டல் வாசலில் நீல நிறத்தில் புத்தம் புதிய கார் ஒன்று நிற்பதைக் காண்கிறான். அதனுள் ஒரு நாய்க் குட்டியை அணைத்தபடி குண்டான பெண் உட்கார்ந்திருக்கிறாள். அந்த காரும், பெண்ணும், நாய்க்குட்டியும் அவனது மனதில் பொறாமையை உருவாக்குகிறார்கள்.

அந்த காரில் தான் பயணம் போனால் எப்படி இருக்கும் என்று அவன் மனம் கற்பனை செய்கிறது. அந்தக் கற்பனை ஒரு கனவு போல விரிகிறது. கடல் நீலத்தில் ஒரு பட்டுப் புடவை கட்டிக்கொண்டு மனைவி அவனுடன் வர, இருவரும் மிக சந்தோஷமாக சரசமாடுவது போன்று நினைக்கும்போதே

மனதில் ஆசை பூக்கத் துவங்கிவிடுகிறது. எல்லாவற்றுக்கும் பணம்தான் தேவையாக இருக்கிறது. ஆனால், அது தன்னிடம் இல்லை. நினைக்க நினைக்க, அவன் மீதே அவனுக்கு ஆத்திரமாக வருகிறது.

'பசித்த வேளையில் ஒரு டிபன் சாப்பிடக்கூட முடியாமல் என்ன வாழ்க்கை இது? எதற்காக இப்படி வாழ்கிறோம்?' என்று தோன்றுகிறது. அதிர்ஷ்டம் நம்மைத் தேடி வராது, நாம்தான் அதைத் தேடிப் போக வேண்டும் என்று நினைத்தவுடன் அவனுக்குத் தனது சம்பளப் பணம் முழுவதையும், அன்று இரவுக்குள் செலவு செய்து தீர்த்துவிட வேண்டும் என்ற வெறி உண்டாகிறது. ஓட்டலுக்குள் புதிய மனிதனாக நுழைகிறான்.

வீட்டில் இருக்கும் ஆயிரம் கடன்களும் அவன் கண்ணைவிட்டு மறைந்து போகின்றன. ஓட்டலின் முன்பு எதிர்ப்படும் மூட்டை தூக்கும் ஒருவனையும் அழைத்துக்கொண்டு சாப்பிட நுழைகிறான். விதவிதமான உணவுகளைத் தருவித்துச் சாப்பிடுகிறார்கள். சர்வருக்கு ஒரு ரூபாய் டிப்ஸ் தருகிறான். ஓட்டலை விட்டு வெளியே வந்து டாக்சி பிடித்து கடற்கரைக்குப் போகிறான். கடற்காற்று ஏகாந்தமாக இருக்கிறது. இந்த ஒரு நாளுக்குள் வகைவகையான இன்பங்களை அனுபவித்துவிட வேண்டும் என்ற ஆசை பொங்குகிறது.

பின், டாக்சியில் ஏறி ஒரு சினிமாவுக்குப் போகிறான். படம் விட்டதும் வெளியே வந்து எங்கே போவது என்று தெரியாமல் டாக்சி டிரைவரிடமே எங்கே போகலாம் என்று கேட்கிறான். இருவரும் ஒன்றாகக் குடிக்கிறார்கள். பாலக்காட்டுப் பெண் ஒருத்தியிடம் கூட்டிப் போகிறான் டிரைவர். யாவும் முடிந்து இரவு வெளியே வரும்போது அப்படியும் பத்து ரூபாயும் இரண்டணாவும் மீதமிருக்கிறது.

வழியில் தென்பட்ட பிச்சைக்காரனுக்கு இரண்டணா தானம் தருகிறான். வீட்டை நெருங்கும்போது பையில் உள்ள பத்து ரூபாயை என்ன செய்வது என்று தெரியாமல் வெளியே எடுக்க முயற்சிக்கிறான். பணத்தைக் காணவில்லை. எங்கோ வழியில் தொலைந்து போயிருக்கிறது. வீட்டுக் கதவைத் தட்டுகிறான். மனைவி தூக்கக் கலக்கத்துடன் கதவைத்

திறக்கிறாள். சம்பளம் வாங்கவில்லையா என்று கேட்கிறாள். நாளைக்குத்தான் சம்பளம் என்று சொன்னபடி அவன் வீட்டுக்குள் நுழைவதாக கதை முடிகிறது.

எளிய விருப்பங்களைக்கூடப் பூர்த்தி செய்ய முடியாத வாழ்வின் கசப்பு ஒரு நாளில் முற்றிப் பீறிடுவதை இக்கதை துல்லியமாக வெளிப்படுத்துகிறது. விரும்புகிற வாழ்வை ஏற்படுத்திக்கொள்வது எல்லோர்க்கும் எளிதானது இல்லை. அதே நேரம் கிடைக்கும் வாழ்வை அப்படியே ஏற்றுக்கொள்வதும் யார்க்கும் எளிதாக இல்லை. இரண்டுக்கும் நடுவில் மத்தியதர மனிதன் சிலந்தியைப் போல தன்னைச் சுற்றிலும் ஆசையின் மெல்லிய வலையை நெய்தபடி, அதனுள் ஊசலாடிக்கொண்டு இருக்கிறான். என்ன செய்வது... எட்டுக் கால்கள் இருந்தும் சிலந்தி தன் வலைக்குள்தானே ஊர்ந்து அலைகிறது!

33
நேற்றிருந்த வீடு

வங்கியில் பணிபுரியும் என் நண்பர் சரவணன், கிழக்குத் தாம்பரத்தின் உள்ளே ஓர் இடம் வாங்கி, புதிதாக வீடு கட்டியிருந்தார். வழக்கமாக புதிய வீடு கட்டிக் கிரகப்பிரவேசம் செய்பவர்கள் காலையில்தான் விழா நடத்துவார்கள். ஆனால், சரவணன் யாவரையும் மாலையில் தனது வீட்டுக்கு அழைத்திருந்தார். நான்கு படுக்கையறைகள் கொண்ட வீடு. வீட்டின் வெளியே, சிறிய தோட்டம் அமைப்பதற்காக இடம் விட்டிருந்தார்கள். விருந்தினர்களுக்காக இரவு உணவு, ஒரு பக்கம் தயாராகிக்கொண்டு இருந்தது.

வீட்டைச் சுற்றிக் காட்டும்போதே, இருட்டத் தொடங்கியிருந்தது. வீட்டில் ஒவ்வொரு அறையிலும் விதவிதமான விளக்குகள். ஒரு அறையில் பெரிய லாந்தர் விளக்கு தொங்கிக்கொண்டு இருந்தது. சுவர்களில் நவீன டியூப்லைட்கள். போதாததற்கு சிறியதான மெர்க்குரி விளக்குகள். வெளிச்சம் ஒரு நீரூற்று போல வீடெங்கும் பொங்கிக்கொண்டு

இருந்தது. வீட்டின் வெளியிலும் நான்கு மூலைகளிலும் டியூப் லைட்டுகள். ஏன் இத்தனை விளக்குகள் என்று எண்ணும்படி அவை அமைக்கப்பட்டு இருந்தன.

சரவணன் அதைக் கவனித்தவர் போலச் சொன்னார்... "வீட்ல மொத்தம் நாற்பத்தெட்டு லைட் போட்டிருக்கேன் சார். ராத்திரியானா மொத்த லைட்டையும் எரியவிட்றணும். விடிய விடிய எரியட்டும். வீடு எப்பவும் வெளிச்சமா இருக்கணும்..."

நான் வேடிக்கையாகக் கேட்டேன்... "தூங்கும்போதுகூட விளக்கை அணைக்கமாட்டீர்களா?"

அவர் தலையசைத்தபடியே சொன்னார். "பத்து வருஷமா நான் தூங்கும்போதுகூட லைட் எரிஞ்சுகிட்டேதான் இருக்கும். இல்லைன்னா பயமா இருக்குது."

ஒரு குழந்தையைப் போல பேசுகிறாரே என்று தோன்றியது. வீட்டைப் பார்க்க வந்தவர்கள், வீட்டிலிருந்த விளக்குகளைப் பற்றி வியந்து பாராட்டிவிட்டுப் போனார்கள். அருமையான உணவுக்குப் பிறகு, நட்சத்திரங்கள் சிதறிக்கிடந்த வானத்தின் அடியில், நாங்கள் நாற்காலி போட்டு உட்கார்ந்துகொண்டோம். சரவணன், தான் கட்டிய வீட்டைத் தானே பார்த்துக் கொண்டு இருந்தார்.

"இந்த வீடு கட்ட ஆரம்பிச்ச அன்னியிலேர்ந்து தினம் இங்கே வந்து இதே இடத்தில் உட்கார்ந்து பார்த்துட்டேயிருப்பேன். பாதி கட்டி முடிஞ்சபோது சிமெண்ட் பூசாத சுவரை தடவிக் கொடுப்பேன். சில நேரம் அந்த ஈர வாசனையை நுகர்ந்து கிட்டிருப்பேன். வீடு கட்டுறது ஒரு தனியான அனுபவம். எத்தனையோ பிரச்னை, சிக்கல்னு வந்தாலும் கண்ணு முன்னாடி வீடு கொஞ்சம் கொஞ்சமா வளர்றதைப் பாக்குறது தனி சுகம்!

கதவில்லா வீட்டைப் பாக்கும்போது அது நம்ம தோள் மேல கை போட்டு நின்னு பேசிட்டிருக்கிற மாதிரி ஒரு நெருக்கம் வந்திடும். ஒவ்வொரு புது வீடு கட்றதுக்கு பின்னாடியும் கண்ணுக்குத் தெரியாத எத்தனையோ அவமானமும் ரணமும் இருக்கத்தான் செய்யுது.

வீடு கட்டி முடிச்சு, கதவு ஜன்னல் எல்லாம் பொருத்தி வெச்ச அன்னிக்கு கை நடுங்குது. கரகரனு கண்ணுல

தண்ணி கொட்டிருச்சு. நிஜமா அழுதுட்டேன். வீடு வெறும் இடம் இல்லை. 'நான் தோத்துப்போகலை. நல்லாதான் வாழறேன்'னு காட்ற சாட்சி அது.

மதுரைல நாங்க வாழ்ந்த வீட்டை, கடன் வாங்குறதுக்காக அப்பா அடமானம் வெச்சுட்டாரு. வட்டி கட்ட முடியலைனு வீட்டு கரன்ட்டை கட் பண்ணிட்டாங்க. எல்லாரும் பள்ளிக்கூடத்தில் படிக்கிற வயசு. வீட்ல பகல்லயே குண்டு பல்பு எரிஞ்சாதான் வெளிச்சம் வரும். கரன்ட் போனதில் இருந்து, வீட்ல எப்பவும் இருட்டுதான். எங்கம்மா ஆத்திரத்தில், கெரசின் விளக்குகூட வைக்கக் கூடாதுனு பிடிவாதமா இருந்தாள். இருட்டுலி யேதான் சாப்பிடுவோம். இருட்டுலியேதான் படுத்துக்குவோம். தினம் ராத்திரில யாராவது அழுகிற சத்தம் கேட்கும். அக்காவா, அண்ணனா, அண்ணியா, அம்மாவானு முகம் தெரியாது. இருட்டு எங்களைக் கொஞ்சம் கொஞ்சமா தின்னுகிட்டே இருந்துச்சு.

கடன் தொல்லை தாங்க முடியாம அப்பா வீட்டைவிட்டு ஓடிப் போயிட்டாரு. வீட்டை வித்துட்டுப் புறப்படலாம்னு நினைச்சாக்கூட கடன்ல இருந்து தப்ப முடியாதுனு தெரிஞ்சு போச்சு. வேற வழியில்லாம ராத்திரியோட ராத்திரியா யாருக்கும் தெரியாம், கொஞ்சம் துணியை மட்டும் எடுத்துக்கிட்டு வீட்டை அப்படியே சாமான்களோட விட்டுட்டு மெட்ராஸுக்கு வந்துட்டோம். முப்பது வருஷமாச்சு! ஒரு தடவைகூட எங்க வீடு என்ன ஆச்சுனு பாக்கப் போகவே இல்லை.

நடுவுல ஒரு தடவை எங்க அண்ணன் மட்டும் போய்ப் பாத்துட்டு வந்தான். 'வீட்டை இடிச்சு அந்த இடத்தில் பெரிய செருப்பு கடை வந்திருச்சு'ன்னு சொன்னான். வீட்டை இடிக்கிறப்போ எங்க சாமான்களை எல்லாம் அள்ளி தெருவில் போட்டாங்களாம். அந்த நாற்காலியை ஆயிரம் ரூபாய் கொடுத்து அண்ணன் வாங்கிட்டு வந்தான். அதைப் பாக்கப் பாக்க ரெண்டு நாளைக்கு யாருக்கும் சாப்பாடு இறங்கலை.

எங்க எல்லோரோட உடம்புலயும் இருட்டு ஒட்டிக்கிட்டே இருக்கிற மாதிரிதான் இருக்கு. எப்படியோ வேலை செஞ்சு மேலே வந்துட்டோம். இப்போ அண்ணன் பெங்களூர்ல

'பசித்த மானுடம்' என்ற அரிய நாவலை எழுதி, தமிழ் நாவல் உலகில் தனக்கெனத் தனி இடம் பிடித்தவர் கரிச்சான் குஞ்சு. தஞ்சை மாவட்டம் நன்னிலம் வட்டத்தில் உள்ள சேதின்புரத்தில் பிறந்த இவரது இயற்பெயர் நாராயணசாமி. இவரது நெருங்கிய நண்பர் எழுத்தாளர் கு.ப.ராஜகோபாலன் 'கரிச்சான்' என்ற புனைபெயரில் எழுதியதன் நினைவாக, தன் பெயரை 'கரிச்சான் குஞ்சு' என்று மாற்றிக் கொண்டவர். இசையில் ஆழ்ந்த புலமை படைத்தவர். கும்பகோணத்தில் வாழ்ந்து மறைந்த இவர், இந்தியத் தத்துவங்களில் ஆழ்ந்த ஈடுபாடு கொண்டவர்.

வீடு கட்டியிருக்கான். அக்கா காஞ்சிபுரத்துல இருக்கா. அவளும் பெருசா வீடு கட்டிட்டா. நான்தான் பாக்கி. நானும் இப்போ வீடு கட்டிட்டேன். சொல்லுங்க சார், இருட்டுலியே சாப்பிட்டு இருட்டுலியே முகம் கழுவி வாழ்ந்ததை மறக்க முடியுமா?"

வானில் இருந்த நட்சத்திரங்கள் ஒடுங்கியிருந்தன. சரவணன் வீட்டின் பிரகாசமான வெளிச்சத்தைக் காணும் போது விளக்கிச் சொல்ல முடியாத வேதனை என் உடலைக் கவ்வுவதாக இருந்தது.

வர்ணம் பூசப்பட்டு ஒளிரும் வீடுகளுக்குப் பின்னால் கறுப்பும் வெளுப்புமான கதைகள் ஒளிந்திருப்பதுதான் வாழ்வு சொல்லும் நிஜம் போலும்! கூடாரத்தைத் தூக்கிக் கொண்டு ஆட்டு இடையர்கள் ஊர் ஊராகப் போவது போல நகர வாழ்வில் வீடு மாற்றி வீடு என்று அலைபவர்கள் தான் அதிகம் இருக்கிறார்கள்.

வீட்டை உருவாக்கிக் கொள்வது எளிதானதில்லை. அது நீண்ட கனவு. சிலருக்குச் சில வருடத்தில் அது சாத்தியமாகிறது. பலருக்கு அது எட்டாக்கனவாகவே எஞ்சி விடுகிறது. மகாகவி பாரதிகூட காணி நிலத்தில் அழகிய தூண்கள் கொண்ட வீடு கட்டி வாழ்வதற்குதானே ஆசைப்பட்டிருக்கிறான்!

வீடு பறிபோவதுதான் வாழ்வு நசிவதற்கான முதல் அடையாளம். எத்தனை கடன்கள் இருந்தாலும் வீடு இருக்கும் வரை யாவும் திரும்ப கிடைத்து விடும் என்ற நம்பிக்கை

இருக்கிறது. வீட்டை இழந்த பிறகு வாழ்வில் மிஞ்சுவதெல்லாம் போக்கிடமற்ற தனிமையும் அவமானமும்தான்.

இத்தகைய அவமானத்திலிருந்து மீள முடியாத மனிதன் மூர்க்கமாகி விடுகிறான் அல்லது, புத்தி பேதலித்து விடுகிறான். இந்த நிகழ்வுக்கு சாட்சி சொல்வது போலிருக்கிறது எழுத்தாளர் கரிச்சான் குஞ்சுவின் 'ரத்த சுவை' என்கிற கதை. சம்ஸ்கிருதத்தில் ஆழ்ந்த புலமை கொண்ட கரிச்சான் குஞ்சு, மிகக் குறைவாகவே தமிழில் எழுதியுள்ளார்.

ராமு என்பவனுக்குப் பைத்தியம் பிடித்துவிட்டது என்று கேள்விப்பட்டு அவனைக் காண்பதற்காகச் செல்லும் அவனது நண்பரின் பார்வையில் கதை சொல்லப்படுகிறது. ஊரில் சுற்றித் திரியும் மூர்க்கமான குரங்கு ஒன்றை வேடிக்கை பார்த்துக்கொண்டு குரங்கு போகும் இடங்களுக்கெல்லாம் தானும் கூடவே அலைகிறான் ராமு.

அவன் குடும்பம், கடன் தொல்லையால் வீட்டை இழந்து நொடித்துவிட்டது. வீட்டை காலி செய்வதற்கு கோர்ட் இரண்டு மாத காலம் அவகாசம் தந்திருக்கிறது. அந்த நிலையில்தான் ராமுவுக்கு புத்தி பேதலித்துவிட்டது.

ராமுவின் வீட்டைக் கடனுக்காக எழுதி வாங்கியவர் கோபாலய்யர். அவர் வேண்டும் என்றே வட்டியை அதிகமாக வாங்குவதற்காக பம்பாயில் இருக்கிற தன் தங்கையின் பெயரால் கடன் பத்திரம் எழுதித் தருகிறார். அதனால் ஒவ்வொரு முறை கடனை முடிக்கப் போகும்போதும் பத்திரம் தங்கையிடம் இருப்பதாகச் சொல்லி வட்டியை மட்டும் வசூல் செய்கிறார்.

சில வருடங்களில் வட்டி அதிகமாகி, கடனைக் கட்ட முடியாத நிலை ஏற்பட்டு விடுகிறது. அதனால் வீடு கடனில் மூழ்கிப் போய்விடுகிறது. அன்றிலிருந்து ராமு சித்தம் கலங்கிவிட்டது என்கிறார்கள் ஊர்க்காரர்கள். ராமுவைச் சந்தித்துப் பேசுகிறான் ஒரு நண்பன். ராமு தனக்கு உண்மையில் சித்தம் கலங்கிவிடவில்லை என்றும், ஒரு நாள் தான் ஒரு முரட்டுக் குரங்கைப் பார்த்தாகவும், அது ஒரு நாய்க்குட்டியைத் தூக்கிச் சென்று அதன் கழுத்தை நெரித்துக் கொன்று விட்டதாகவும், அப்போது குரங்கு தன் கையில்

வழியும் நாயின் ரத்தத்தைச் சுவைத்துப் பார்க்கவே அந்த ரத்த ருசி அதற்குப் பிடித்துவிட, அன்றிலிருந்து அது மாமிச பட்சிணியாக மாறி விட்டதாகவும் சொல்கிறான். அதைக் கேட்ட நண்பன், "குரங்கு அப்படியானதில் உனக்கு என்ன பிரச்னை?" என்று கேட்க, "தாவர பட்சிணியான குரங்குகூட ரத்த சுவைக்குப் பழகி, மாமிசபட்சிணியாக மாறிவிடுவதைப் போன்றதுதான் கோபாலய்யர் வேலையும். அவர் கடன் கொடுக்கத் தொடங்கி அதுவே பின்பு வட்டித் தொழிலாகி இன்று ரத்தம் குடிக்கப் பழகிவிட்டார். நான் கோபாலய்யரின் பின்னால் அலைவது போல நினைத்துக்கொண்டுதான் குரங்கின் பின்னால் அலைகிறேன். அது என்ன செய்யும் என்று எனக்குப் புரியவே இல்லை" என்கிறான் ராமு.

அவர்கள் பேசிக்கொண்டு இருக்கும்போதே அந்த முரட்டுக் குரங்கு இன்னொரு குரங்காட்டி கொண்டு வந்திருந்த பெண் குரங்கு ஒன்றைத் தூக்கிக் கொண்டு போய் அதையும் கொன்று விடுகிறது. குரங்காட்டி முரட்டுக் குரங்கை சுருக்குப் போட்டுப் பிடித்துவிடுகிறான். ஆனால், ஊர்க்காரர்கள் அது தெய்வாம்சம் கொண்டது என்று விட்டு விடச் சொல்கிறார்கள்.

குரங்காட்டி விட மறுக்கவே அவனை அடித்துப் போட்டு விட்டு குரங்கை அவிழ்த்து விடுகிறார்கள். கோபாலய்யரும் குரங்கும் ஒன்றுதான் என்று தெரிந்ததால்தானோ என்னவோ ராமு குரங்கைப் பார்த்துக்கொண்டே இருக்கிறான். ஊர்க்காரர்கள் அவனைப் பைத்தியம் என்று சொல்கிறார்கள் என்பதோடு கதை முடிகிறது.

ருஷ்ய விவசாயிகள், புதுமனை புகுவிழா நாளில், வீடு ஒரு விருட்சத்தைப் போல நன்றாக வேர்விட்டு மண்ணை இறுக்கமாகப் பற்றிக் கொள்ளட்டும் என்று வாழ்த்துவார்களாம். காற்றையும் வெளிச்சத்தையும் தனக்குள்ளாக வாங்கிக்கொண்டு வீடும் சதா எதையோ பாடிக் கொண்டுதான் இருக்கிறது. ஏனோ வீட்டின் பாடல், நம் செவிகளுக்குக் கேட்பதே இல்லை.

34
புகை நடுவில்

பின்னிரவில் பெய்யும் மழையை படுக்கையில் இருந்தபடியே கேட்டுக் கொண்டிருக்க மட்டும்தான் முடியும். வெளியில் எழுந்து போய்க் காண முடியாது. எப்போதாவது உறக்கத்திலிருந்து எழுந்து பால்கனியில் வந்து நின்றால், இருளைக் கரைத்துக்கொண்டு யாருமற்ற தெருவில் மழை தனியே நடந்துபோய்க்கொண்டு இருக்கும் அபூர்வ காட்சியைக் காண முடியும்.

பால்யத்தின் பொழுதுகளும் பின்னிரவு மழைக் காட்சிகள்தான்.

திடீரென, எப்போதோ உடன்படித்த சிறுவர்களின் முகம் கனவில் ததும்பத் துவங்குகிறது. பெயர்கூட மறந்துபோன வகுப்புத்தோழன், காக்கி டிராயரும் வெள்ளைச் சட்டையும் திருநீறு பூசிய முகமுமாய் கனவின் படிகளில் வந்து அமர்ந்திருக்கிறான். என்ன சொல்வதற்காக அவன் கனவில் பிரவேசிக்கிறான் என்று தெரியாது. ஆனால், அடுத்த நாள் முழுவதும் மனம் பிரிவின் துக்கத்தில்

ஊறிக்கொண்டே இருக்கும். ஏதேதோ நகரங்களில் சுற்றியலையும்போது, இது போன்று வெவ்வேறு வயதில் நடந்தவை கனவுகளாக வந்திருக்கின்றன.

கடந்த ஆண்டின் மழைக்காலத்தில் மதிய பொழுதில் எனக்கொரு போன் வந்தது. போனில் பேசிய பெண் மிகவும் தயக்கமான குரலில், நான் எஸ்.ராமகிருஷ்ணன்தானா என்று நாலைந்து முறை கேட்டு ஊர்ஜிதப்படுத்திக்கொண்டாள். அவள் பெயர் சித்ரா என்றும், என்னோடு பள்ளியில் படித்தவள் என்றும் அவள் நினைவுகூர்ந்தபோதும் அவளது முகத்தை என்னால் நினைவு படுத்திப் பார்க்க முடியவில்லை.

அவள் திருத்தணியில் வசிப்பதாகவும் என்னைச் சந்திக்க வேண்டும் என்றும் சொன்னாள். எப்போது வேண்டுமானாலும் வரலாம் என்று சொல்லிய பிறகு, 'எனக்கு ஒரு உதவி செய்யணும். உன்னால முடிஞ்சா நீ செய்வாயா?' என்று மிக உரிமையுடன் கேட்டாள். 'கட்டாயம் செய்கிறேன்' என்று அவளை வீட்டுக்கு வருமாறு அழைத்தேன்.

அன்று மாலையில், அவள் தன் இருபது வயது மகனை அழைத்துக் கொண்டு வந்திருந்தாள். நேரில் பார்த்தபோதும், மனதில் அதற்கு முன்பு அவளை பார்த்திருந்த நினைவின் அடையாளங்களே இல்லை. அவளின் தலை பாதி நரைத்துப் போயிருந்தது. முகத்துக்குப் பொருந்தாத கண்ணாடி அணிந்திருந்தாள். ஏதோ நேற்றுதான் பள்ளியிலிருந்து பிரிந்து சென்றதைப் போல, கடகடவென ஏதோ கேட்கத் தொடங்கினாள்.

அவள் எந்த வகுப்பில் எப்போது படித்திருப்பாள் என்று நானாக நினைவில் தேடிக் கொண்டேயிருந்தேன். சில நேரம் அவள் பரிச்சயமானவள் போல் தோன்றினாள். சில வேளை யோசிக்கையில் முற்றிலும் அறியாதவளாக இருந்தாள். அவளின் மகன், விருப்பமில்லாத ஒரு இடத்துக்குத் தன்னை அழைத்துக் கொண்டு வந்திருப்பதைப் போல தலைகவிழ்ந்தபடியே உட்கார்ந்திருந்தான்.

அவளது கையில் சிறிய மஞ்சள் பை இருந்தது. அவள், தான் காதிகிராஃப்டில் வேலை செய்வதாகவும், தனக்கு மூன்று குழந்தைகள், இரண்டு பெண்கள், இவன் ஒருவன்

மட்டும்தான் பையன் என்றும், அவளின் கணவன் அம்பத்தூரில் வெல்டராக வேலை பார்ப்பதாகவும் சொன்னாள். இரண்டு நிமிஷங்களுக்கு ஒரு முறை, அடுத்து என்ன பேசுவது என்று தெரியாத புகை மூட்டம் உருவானது.

பிறகு, அவள் தன் பையில் இருந்து திருமண அழைப்பிதழ் ஒன்றை எடுத்து கையோடு கொண்டு வந்திருந்த சிறிய தட்டில் வைத்து, தன் மகளுக்குத் திருமணம் என்று சொல்லி நீட்டினாள்.

நான் திருமணப் பத்திரிகையை வாங்கிப் பிரித்துக்கொண்டு இருந்தபோது அவள் தயக்கத்தோடு திரும்பவும் கேட்டாள்... "உன்கிட்டே ஒரு உதவி கேட்கணும்னு சொன்னேனில்லே... கேட்கக் கூச்சமா இருக்கு" என்றாள். "பரவாயில்லை, சொல்லு!" என்றதும், வார்த்தைகளை மென்று விழுங்கியபடியே சொன்னாள்... "என் பொண்ணு கல்யாணத்துக்கு நாலு பேர்கிட்டே தானம் கேட்டு பணம் வாங்கி தாலி செய்றேன்னு கோயில்ல வேண்டிட்டு இருக்கேன். அவளுக்குக் கல்யாண தோஷம். அதுக்குத்தான் இந்த வேண்டுதல். ஆறாயிரம் ரூபாய் வேணும். சொந்தக்காரங்க யார்கிட்டேயும் கேட்டு வாங்கக் கூடாது. எனக்கு ப்ரெண்ட்ஸ்னு யாரு இருக்கா... அப்போதான் உன் நினைப்பு வந்துச்சு. சரி, கேட்டுப் பார்க்கலாமேனு உன் போன் நம்பரை பத்திரிகை ஆபீஸ்ல கேட்டு வாங்கினேன்!"

"அதனால என்ன... நான் தருகிறேன்" என்று சொன்னதும் அவள் முகத்தில் லேசான வெட்கமும், சந்தோஷமும் துளிர்த்தது.

என்னுடைய அறையில் இருந்த புத்தகங்களை வேடிக்கை பார்த்தபடி இருந்தவள், "எப்பவும் புத்தகம் படிச்சுட்டே இருப்பியா?" என்று கேட்டாள். நான் இல்லை என்று தலையாட்டினேன். பிறகு, அவளுக்கும் என்னிடம் பேசுவதற்கு வார்த்தைகள் அற்றுப் போனதைப் போல் மௌனமாக என்னைப் பார்த்துச் சிரிக்கத் தொடங்கினாள். அந்த சிரிப்பின் நுனியில் சொல்ல முடியாத வேதனை படிந்திருப்பதைக் காண முடிந்தது.

பர்ஸிலிருந்து பணத்தை எடுத்து அவளிடம் தந்தபோது அவள் கைகள் லேசாக நடுங்குவதைக் கவனித்தேன். நான்

கட்டாயம் திருமணத்துக்கு வர வேண்டும் என்று நாலைந்து முறை கேட்டுக் கொண்டாள். பிறகு அவள் பையில் இருந்து பழைய புகைப்படம் ஒன்றை எடுத்து என்னிடம் நீட்டினாள்.

அது 1979-ல் திருப்பத்தூரில் உள்ள ஒரு பள்ளியில் எடுக்கப்பட்ட புகைப்படம். அந்த போட்டோவில் இரண்டாவது வரிசையில் நிற்கும் சிறுவனைக் காட்டி, "நீ எப்படி இருந்திருக்கே, பாரு" என்றாள். நான் மௌனமாகச் சிரித்துக்கொண்டேன். "இந்த போட்டோவில் நான் எங்கே இருக்கேன் என்று உன்னால் சொல்ல முடிகிறதா?" என்று கேட்டாள்.

நான் தயக்கத்துடன் சொன்னேன்... "திருப்பத்தூரில் நான் படித்ததே இல்லை. இந்த போட்டோவில் இருப்பது நான் இல்லை." அவள் முகம் சட்டென மாறியது. பதற்றம் அடைந்தவள் போல சொன்னாள்... "இல்லை, எனக்கு நல்லா ஞாபகமிருக்கு. திருப்பத்தூர்ல கோயில் பக்கம் உங்க வீடு இருந்தது. உங்க அக்கா பேருகூட சுந்தரிதானே?"

எனக்கு என்ன சொல்வது என்று தெரியவில்லை. எனக்கு அக்காவே கிடையாது வேறு யாரையோ நினைத்துக்கொண்டு பேசுவதாகச் சொன்னேன். அவள் என்ன செய்வதெனத் தெரியாமல், "பேருகூட ராமகிருஷ்ணன்னு போட்டிருக்கு" என்றாள். "அது நானில்லை" என்று உறுதியாகச் சொன்னதும், அவள் சேலை நுனியால் தனது முகத்தைத் துடைத்துக் கொண்டவளாக,

"அப்போ அது வேறு யாரோவா? ஸாரி சார்! என்கூடப் படிச்சவர்னு நினைச்சுத் தப்புப் பண்ணிட்டேன்!" என்றபடி மஞ்சள் பைக்குள் போட்டிருந்த பணத்தை அவசரமாக எடுத்து என்னிடமே திரும்பக் கொடுத்தாள்.

"பரவாயில்லை, வெச்சுக்கோங்க" என்றபோதும் கேட்க வில்லை. "இல்லை சார்! உங்க போட்டோவைப் பார்த்தப்ப தெரிஞ்ச முகம் மாதிரி இருந்துச்சு. நான் ஏமாத்தணும்னு செய்யலை. என்னை மன்னிச்சிருங்க" என்றாள்.

நான் பணத்தை வாங்க மறுத்தவனாக, "அதனால் என்ன, இப்போயிருந்து நாம ப்ரெண்டாக ஆகிக்கொள்ளலாம் தானே?" என்றேன். அவளால் அதை ஏற்றுக்கொள்ள

தமிழ் நவீன கதையுலகின் தனித்துவமான குரல் கோணங்கியுடையது. கவிதைக்கு மிக நெருக்கமாக உள்ள உரைநடையும், அரூபங்களை மொழியில் சாத்தியமாக்கிக் காட்டும் விந்தையும் கொண்டது இவரது கதையுலகம். 'கல்குதிரை' என்ற சிற்றிதழின் ஆசிரியர். 'மதினிமார்களின் கதை', 'கொல்லனின் ஆறு பெண் மக்கள்', 'பொம்மைகள் உடைபடும் நகரம்', 'பட்டுப்பூச்சிகள் உறங்கும் மூன்றாம் ஜாமம்' போன்ற சிறுகதைத் தொகுதிகளை வெளியிட்டிருக்கிறார். இவரது 'பாழி', 'பிதுரா' என்ற இரண்டு நாவல்களும் தமிழ் நாவலுக்கென்ற மரபான தளங்களை தவிர்த்து, புதிய கதை சொல்லும் முறையில் எழுதப்பட்டு மிகுந்த கவனம் பெற்றவை. 47 வயதாகும் முழுநேர எழுத்தாளரான கோணங்கியின் இயற்பெயர் இளங்கோ. தற்போது தூத்துக்குடி மாவட்டம் கோவில்பட்டியில் வசிக்கிறார். சுதந்திர போராட்டத்தில் முக்கிய பங்கு வகித்த மதுரகவி பாஸ்கரதாஸின் பேரன் இவர் என்பது குறிப்பிடத்தக்கது.

முடியவில்லை. தரையை வெறித்துப் பார்த்தபடி இருந்தவள், பணத்தை எனது மேஜையில் வைத்துவிட்டு, அதன் மேல் ஒரு புத்தகத்தை எடுத்து வைத்தாள்.

"உங்களோட படிக்காம போனதுக்காக நான் உண்மையில் இப்போதான் வருத்தப்படுறேன்" என்றேன். கைகளைப் பிசைந்து கொண்டே இருந்தவள், பிறகு அந்தப் பள்ளிக்கூட புகைப்படத்தை வாங்கிக்கொண்டு, தான் புறப்படுவதாகக் கிளம்பினாள். எப்படி அவளைச் சமாதானம் செய்வது என்று தெரியவில்லை. வாசல் வரை போனவள் திரும்பவும் உள்ளே வந்து, "என்னை மன்னிச்சிடுங்க சார்! உங்களைச் சிரமப் படுத்திட்டேன். நீங்க கல்யாணத்துக்கு அவசியம் வரணும்" என்று சொல்லியபடி விடுவிடுவென நடந்து போனாள். அவளோடு படிக்கவில்லை என்ற உண்மையை எதற்காகச் சொன்னேன் என்று என் மீதே கோபமாக இருந்தது.

பால்யத்தின் புகைமூட்டத்தில் நாம் காண்பது எல்லாம் அழிந்த சித்திரங்கள்தானா? அந்தப் பெண்ணின் திருமணப் பத்திரிகையைப் பார்க்கும்போதெல்லாம் குற்ற உணர்ச்சி மேலோங்கிக் கொண்டே இருந்தது. உலகில் மிகக் குறைவான நிமிடங்களில் தோன்றி மறைந்த நட்பு இதுவாகத்தான் இருக்கக் கூடுமோ? என்ன உறவு இது!

பால்யத்தின் அழியாத சித்திரங்களை தனது கதைகள் எங்கும் படரவிட்ட தமிழின் அரிய கதைசொல்லி 'கோணங்கி'. அவரது 'கோப்பம்மாள்' என்ற கதை மிக நுட்பமாகவும் கவித்துவமாகவும் எழுதப்பட்ட அரிய கதையாகும். நவீன தமிழ் இலக்கிய உலகில் மிகவும் முக்கியமான சிறுகதையாசிரியரான கோணங்கி, தனக்கென தனியான புனைவுலகை உருவாக்கியவர்.

கோப்பம்மாள் என்ற சலவைத் தொழிலாளி வீட்டுச் சிறுமியின் வாழ்வை விவரிக்கிறது இக்கதை. கோப்பம்மாளுக்குப் பள்ளிப் படிப்பைவிடவும் வீட்டு வேலைகள் அதிகம் இருந்தன. வீடு வீடாகப் போய் ஊர்க்கஞ்சி எடுக்க வேண்டும். தெருவில் திரியும் கழுதைகளை வீடு கொண்டு வந்து சேர்க்க வேண்டும். பள்ளிக்குப் போகும்போது கூடவே தம்பியைத் தூக்கிக்கொண்டு போக வேண்டும். அவனோ பள்ளியில் ஆய் இருந்து வைத்துவிடுவான். அதற்காகத் தினமும் வாத்தியாரிடமும் கோப்பம்மாள் அடிபட நேரிடும். இப்படியிருந்த அவளது வாழ்வில், அவளோடு படிக்கும் மாரியப்பன் என்ற சிறுவன் மட்டுமே மிக நட்பாக இருந்தான்.

அவனையும் கோப்பம்மாளையும் ஒரு நாள் சீருடை அணிந்து வராததற்காக ஆசிரியர் வகுப்பை விட்டு வெளியேற்றி விடுகிறார். தன்னிடம் ஊதாச் சட்டைகளைத் தவிர வேறு சட்டைகளே இல்லை, அந்தச் சட்டைகளும்கூட, இறந்துபோன தனது அய்யாவின் சட்டையை வெட்டித் தைத்தவைதான் என்கிறான் மாரியப்பன். அதிலிருந்து இருவருக்குள்ளும் பெயர் தெரியாத சிநேகம் ஒன்று ஏற்பட்டுவிடுகிறது.

அவள் வீடு வீடாகப்போய் ஊர்க் கஞ்சி வாங்கி வரும்போது, அதில் ஒரு கவளம் அள்ளி உண்பான் மாரியப்பன். அதை ரசித்தபடியே கோப்பம்மாளே இன்னொரு கவளம் அள்ளித் தருவாள். இப்படியிருந்த அவள், ஒரு நாள் ருதுவாகிறாள். அது முதல் அவள் வெளியே வருவது இல்லை.

மாரியப்பனும் படிப்பைத் துறந்து ஆடு மேய்க்கப் போய்விடுகிறான். அதன்பிறகு கோப்பம்மாளுக்குப் பதில் அவளது அம்மா கஞ்சி எடுக்க வருகிறாள். கோப்பம்மாளைப் பார்ப்பதே அரிதாகிவிடுகிறது. பின்னொரு நாள் அவளைப்

பெண் கேட்டு தெற்கிலிருந்து ஆள் வருகிறார்கள். ஊரைவிட்டுப் போவதற்குள் ஒரு தடவையாவது மாரியப்பனைப் பார்க்க வேண்டும் என்று கோப்பம்மாள் ஆசைப்படுகிறாள். ஆனால், பார்க்க முடியவேயில்லை.

என்றோ துவைப்பதற்காக எடுத்து வைத்திருந்த மாரியப்பனின் பழைய ஊதா சட்டை மட்டும் கந்தல் கந்தலாகி அழுக்கு மூட்டையில் கிடக்கிறது. உப்பரித்துப்போன அந்தச் சட்டையை மார்போடு அணைத்துக்கொண்டு யாரும் கேட்டுவிடாமல் கேவிக் கேவி அழுகிறாள் கோப்பமாள். பிறகு திருமணம் முடிந்து போகும்போது, கொண்டு போகவேண்டிய மஞ்சள் பையில், அந்த ஊதா சட்டையையும் எடுத்து வைத்துக்கொள்கிறாள். அதை இருள்பூச்சிகள் பார்த்தபடி சத்தமிட்டுக் கொண்டிருப்பதோடு கதை முடிகிறது.

பிராயத்தின் நினைவுகள் மழை விட்டும் மரக்கிளைகளில் இருந்து சொட்டிக்கொண்டு இருக்கும் மழை நீரைப்போல உதிர்ந்து கொண்டுதான் இருக்கும் போலும்! என் னோடு படிக்காமலே எனக்கு மிகவும் நெருக்கமாகிப்போன சித்ராவின் நட்புக்காக இப்போதும் மன தில் மெல்லிய ஏக்கம் படர்ந்து கொண்டுதான் இருக்கிறது. என்ன உறவில் அவளோடு நான் பேசுவது என்றுதான் தெரியவில்லை.

35
கயிற்று ஊஞ்சல்

ஈரோட்டில் உள்ள முதியோர் காப்பகம் ஒன்றுக்குப் பார்வையாளராகச் சென்றிருந்தேன். நகரை விலக்கிய சிறிய கிராமம் ஒன்றின் மரங்கள் அடர்ந்த பகுதியில் தனித்திருந்தது. உள்ளே நுழைகையில் இலைகளுக்குள் ஒளிந்து கொண்டு பறவைகள் சப்தமிடுகின்றன. ஐம்பதுக்கும் மேற்பட்ட முதியவர்கள் தங்கியிருந்தார்கள். காப்பகத்துக்குள் நுழைந்தபோது, அது மாலை பிரார்த்தனை நேரம்.

பனிச் சிற்பங்களைப் போல உறைந்து போன நிசப்தத்தில் முதியவர்கள் வணங்கியபடி நின்றிருந்தனர். உதடுகள்கூட அசையவில்லை. பிரார்த்தனைப் பாடலைப் பாடும் பெண்ணின் குரல் நடுங்கிக்கொண்டு இருந்தது. பிரார்த்தனை முடிந்து வெளியேறும் பலரது கண்கள் கசிந்திருந்தன. அழுதிருக்கிறார்கள் அதைத் துடைத்துக்கொள்ளக்கூட மனதற்று நெற்றி நிறைய திருநீறும் வேதனையை அடக்கிய முகமுமாக அவர்கள் மரத்தடிக்கு வந்து சேர்ந்தார்கள்.

அநேகமாக அவர்களைத் தேடிப் பார்வையாளர்கள் வருவது வெகு அபூர்வம் என்பது புரிந்தது. குழந்தைகள் ஒருவரையொருவர் இடித்துக் கொண்டு உட்காருவது போல நெருக்கமாக உட்கார்ந்திருந்தார்கள். ஒவ்வொருவராக அறிமுகப்படுத்திக் கொண்டபோது, ஒன்றிரண்டு முகங்களில் வயதை மீறி கூச்சமும் வெட்கமும் கலந்து வெளிப்பட்டது.

என்ன பேசுவது என்று தெரியவில்லை. மாலை வெயில் மரங்களுக்கிடையில் கசிந்து கொண்டு இருந்தது. ரெம்ப்ராண்டின் ஓவியம் ஒன்றின் முன் அமர்ந்திருப்பது போல, இமைக்காத கண்களும் சலனமற்ற முகமுமாக என் முன் அமர்ந்திருப்பவர்களைப் பார்த்தேன். பெரும்பான்மையான முதியவர்களின் கண்கள் உலர்ந்துபோயிருந்தன.

பேச்சை எங்கிருந்து துவங்குவது என்று யாருக்கும் தெரியவில்லை. எதையோ மறந்துபோனவரைப் போல ஒரு முதியவர் தன் அறைக்குள் சென்று, கண்ணில் விடும் சொட்டு மருந்தை எடுத்து வந்து இன்னொரு வயோதிகரிடம் தந்தார். அவரும் பாட்டிலைத் திறந்து சொட்டு மருந்து போட்டுவிட்டார். பிறகு, இருவரும் பால்யத்திலிருந்து பழகி வந்த இரண்டு சிறார்களைப் போல ஒருவர் தோள் மீது மற்றவர் கையைப் போட்டுக் கொண்டு அமர்ந்தனர்.

எங்கிருந்தோ ஒரு மயில் அகவும் ஓசை கேட்டது. முதல்முறையாக ஒரு பாட்டி லேசான புன்னகையோடு சொன்னார்... "மயிலு சார்!" மற்றவர்களும் தலையாட்டிக் கொண்டார்கள். ஆனால், பேச்சு துளிர்க்கவே இல்லை. தண்ணீர் வற்றிப்போன கிணற்றைப் போல சொற்களும் மனதில் வற்றிப் போய்விட்டனவா?

மரத்தடியில் அமர்ந்திருந்த பெண்களில் ஒரேயொருவர் மட்டும் நெற்றியில் ஒரு ரூபாய் நாணயமளவு குங்குமம் வைத்திருந்தார். அவர் யாரையும் நிமிர்ந்து பார்க்காமல் குனிந்தபடியே இருந்தார். அவரது பெயரைக் கேட்டபோதும் தரை பார்த்தபடியே பதில் சொன்னார்.

நரைத்த தலையும் சாந்தமான முகமுமாயிருந்த ஒரு பெண்மணி மட்டும் எழுந்து நின்று, பாதி மலையாளம் கலந்த தமிழில் சொன்னார். "நான் பாரத் சர்க்கஸில்

வேலை செய்தவளாக்கும். எங்க சர்க்கஸ் பல நாடுகள் சுற்றி வந்திருக்கு. எந்தெந்த தேசம் என்று பெயர் மறந்து போச்சு. பார் விளையாடுறதுல நான் எக்ஸ்பர்ட். பன்னிரண்டு வயசிலே சர்க்கஸ்ல சேர்ந்தது. இருபத்தஞ்சு வருசம் அதில இருந்தாச்சி... இப்பவும் கயிற்றிலே நல்லா ஆடுவேன். ஆனா, வயசாகி தலை நரைச்சவள் பார் ஆடுறதை யார் பாக்கிறது சொல்லுங்கோ... அதான் என்னை வீட்டுக்கு அனுப்பி வச்சிட்டாங்க. சர்க்கஸ்ல இருந்துட்டதால சொந்தம் பந்தம் எல்லாம் விட்டுப் போயாச்சு. அதுனால, வெளியே வந்தப்புறம் எங்கே போறதுன்னு தெரியலை. சர்க்கஸ் கயிற்றிலே ஊஞ்சலாடினப்பகூட பயமா இல்லை. ஆனா, அங்கிருந்து வெளியே வந்தப்புறம்தான் பயம்னா என்னன்னு தெரிய ஆரம்பிச்சது. யார் வீட்லயும் இருக்க முடியலை. எங்கே போறதுன்னும் தெரியலை. அதான் இங்கே வந்து சேர்ந்துட்டேன். சர்க்கஸ்ல ட்ரெயினிங் எடுத்தவளாக்கும்! ஒரு நோய்நொடி கிடையாது. ஆயிரம் தடவை கை தட்டு வாங்கியிருக்கேன். இப்போ எனக்குன்னு யாருமில்லை. தனியா என் கையை நானே தட்டிக்கிட வேண்டியது தான்"-பேச்சைப் பாதியில் நிறுத்திக்கொண்டு, அமைதியாகி விட்டார். மிருகங்களுக்குக்கூட அடைந்து கிடக்க ஒரு கூண்டு இருக்கிறது. ஆனால், சர்க்கஸில் வேலை செய்து வெளியேற்றப்பட்டவளுக்கு போக்கிடமில்லை என்பது மனதை உறுத்துவதாக இருந்தது. இருட்டு ஒரு புகையைப் போல எங்கும் பரவத் துவங்கியது. அவர்கள் மரத்தடியிலிருந்து கலைந்து போகத் துவங்கினார்கள்.

உள்ளே வரிசையாக படுக்கைகள் போடப்பட்டு இருந்தன. சிறிய மரக் கட்டில், அதன் ஓரத்தில் சிறிய மர அலமாரி. அதில் துவைத்து மடித்துவைத்த துணிகள். ஒரு மெழுகுவத்தி, தீப்பெட்டி. கொசுவத்திச் சுருள். நாலைந்து பழைய கடிதங்கள். அழுகைக் கறை படிந்த தலையணைகள். விட்டத்தை வெறித்துப் பார்த்தபடி அவரவர் கட்டிலில் ஏறிப் படுத்துக்கொண்டார்கள்.

இன்றைய நாள் முடியப்போகிறது. ஒவ்வொரு நாளையும் அவர்கள் மனதுக்குள்ளாகக் கணக்கெடுத்துக் கொள்கிறார்கள். உறக்கமும் விழிப்புமற்ற ஒரு சயன நிலையில் அவர்கள் கண்கள் சொருகியிருக்கின்றன.

காப்பகத்தின் நிர்வாகி அனைவரையும் சாப்பிட அழைத்தார். நிழல்களைப் போல அவர்கள் நடந்து போகிறார்கள். உணவருந்தும் சப்தம் கூட கேட்கவில்லை. பின் மெதுவாக படுக்கைக்குத் திரும்பு கிறார்கள். ப்ளாக்போர்டில் ஈரத் துணியை வைத்து அழித்தபடியே நிர்வாகி சில பெயர்களை எழுதுகிறார். அது என்னவென்று கேட்டபோது, "ஒவ்வொரு நாளும் சிலர் மௌன விரதம் இருக்க வேண்டும் என்பது எழுதப்படாத விதி. அதன்படி, நாளைக்கு மௌன விரதம் இருப்பவர்களின் பெயர்கள் இவை" என்று சொன்னார்.

ஏற்கனவே மௌனத்தின் தாழிக்குள் வீழ்ந்து கிடப்பவர்கள்தானே, இனி எதற்காக தனியே ஒரு நாள் மௌன விரதம் என்று கேட்க நினைத்தேன். பார்த்துக்கொண்டே இருந்தபோது நாள் முடிந்து இரவின் நீண்ட பொழுதுக்குள் யாவரும் ஒடுங்கிக் கொண்டு விட்டார்கள். உறக்கத்தில் அவர்களுக்குக் கனவுகள் வருமா? நிச்சயமாகத் தெரியவில்லை.

பிரார்த்தனைகளும் மௌன விரதமும் அவர்களுக்கு என்ன? தந்துவிட முடியும்? அவர்கள் யாசிப்பது சாப்பாட்டை அல்ல, மனித உறவை! அதுவும் ஒரே ஒரு ஆள் தன்னைப் புரிந்தவர் இருந்தால்கூடப் போதும், சமாதானமாகி விடுவார்கள். ஆனால், அதுகூடச் சாத்தியமாவதில்லை.

ஒரு மனிதனைப் புறக்கணிப்பதும், தனிமைப்படுத்தி விடுவதும்தான் அவனுக்குத் தரும் மாபெரும் தண்டனை. மகாபாரதத்தில்கூட கௌரவ சேனையின் கடைசி ஆளாக மிஞ்சும் அஸ்வத்தாமா, பாஞ்சாலியின் ஐந்து பிள்ளைகளையும் கொன்று விடுகிறான். உத்திரையின் கர்ப்பத்திலிருக்கும் சிசுவின் மீதுகூட அம்பு எய்கிறான். அவனுக்குக் கிடைக்கும் தண்டனை விசித்திரமானது.

உலகில் நண்பர்கள் யாருமற்றுப் போய், சாவும் இல்லாமல் அவன் சுற்றியலைய வேண்டும் என்று சாபம். வில்லாளிகளில் இந்திரனுக்குச் சமமானவனும் துரோணரின் புத்திரனுமான அஸ்வத்தாமா, இந்த கடுமையான தண்டனையைச் சுமந்துகொண்டு சாவை விலக்கியவனாக தனிமையில் இன்றும் அலைந்துகொண்டு இருக்கிறான் என்கிறது மகாபாரதம்.

ஆங்கில இலக்கியத்தில் முதுகலைப் பட்டம் பெற்றுள்ள தமயந்தி, திருநெல்வேலிக்காரர். இவருடைய முதல் கதை 1978ல் ஆனந்த விகடனில் வெளியானது. 'தமயந்தி சிறுகதைகள்' என்பது இவரது முதல் சிறுகதைத் தொகுப்பு, 'அக்கக்கா குருவிகள்' என்கிற இவரது சிறுகதைத் தொகுப்பு மிகவும் முக்கியமானது. தற்போது இவர் திருநெல்வேலியில் சூரியன் எஃப்.எம் வானொலியில் பணியாற்றி வருகிறார்.

'சிறுவயதில் நமக்கிருந்த பிரச்னை தூக்கத்தில் சிறு நீர் கழித்துவிடுவது. முதுமையிலும் அதுதான் பிரச்னை' என்று மார்க் ட்வைன் ஒரு முறை எழுதியிருந்தார். நிஜம்தானே! குழந்தைகள் அழுது ஆர்ப்பாட்டம் செய்து தங்கள் கவனத்தை ஈர்த்துக்கொண்டு விடுகின்றன. முதுமையில் அதற்கும் சாத்தியமில்லை. இந்தத் தனிமைக்குப் பயந்துதான் பல வயோதிகர்கள் அவமானங்களைச் சகித்துக் கொண்டு வாழப் பழகிவிடுகிறார்கள். குடும்பங்களில் குழந்தைகள் அளவுக்கு வயோதிகர்களும் வசையும் திட்டும் வாங்குவது அன்றாடமாகிவிட்டது.

வாழ்வுக்கான போராட்டம் சிக்கலாகத் துவங்கியதும் உறவுகளும் நம்மைச் சுற்றிய மனிதர்களுடன் உள்ள நெருக்கமும் சிக்கலாகி விடுகின்றன. இதைத் தனது கதையொன்றின் மூலம் மிக அழகாக வெளிப்படுத்தியிருக்கிறார் தமயந்தி. இவரது 'அனல்மின் நிலையங்கள்' என்னும் கதை குடும்ப உறவுகளின் உண்மையான முகங்களை வெளிப்படுத்துகிறது.

தமயந்தி, 15 ஆண்டுகளுக்கும் மேலாகத் தொடர்ந்து எழுதிவரும் தீவிர படைப்பாளி. இவரது கதைகள் உழைக்கும் பெண்களின் போராட்டங்களைப் பிரதிபலிக்கின்றன. சுய அடையாளமற்றவளாக பெண் நடத்தப்படுவதைச் சகித்துக் கொள்ள மறுக்கும் எதிர்ப்புக் குரல் இவர் கதைகளின் அடிநாதமாக உள்ளது.

'அனல் மின் நிலையங்கள்' கதை ஒரு மீனவக் குடும்பத்தின் வாழ்க்கைப் பாட்டினை விவரிக்கிறது. குறிப்பாக, தூத்துக்குடி கடற்கரையில் உருவாக்கப்பட்ட அனல்மின் நிலையத்தின்

காரணமாக அங்குள்ள மீன்பிடித் தொழில் எப்படி மறைமுக மாகப் பாதிக்கப்பட்டுள்ளது என்பதைப் பற்றிய கதை.

கடலில் ஆஷ்டைக் எனப்படும் சாம்பல் களம் அமைக்கப் பட்டு அதன் வழியாக அனல் மின் நிலையத்தின் கழிவு நீர் கடலில் கலந்துவிட ஏற்பாடு செய்யப்படுகிறது. அதன் காரணமாக சாம்பல் கற்கள் பாறை போலாகி இறுக்க மாகிவிடுகின்றன.

இந்தக் கழிவின் பாதிப்பால் இனப்பெருக்கமற்று மீன்கள் குறைந்தும் அழிந்தும் போய்விடுகின்றன. இதனால் அவர்களின் பிரதான மீன் பிடிப்பாக இருந்த சிங்கரால் பிடிப்பு அறவே பாதிக்கப்பட்டுவிடுகிறது. அப்படி பாதிக்கப்படும் ஒரு மீனவன்தான் செபஸ்தியான். அவனுடைய தாய்க்கு முன்பு போல வீட்டில் வளமை இல்லை என்ற குறைபாடு இருந்துகொண்டே இருக்கிறது. இதனால் அவள் தினமும் செபஸ்தியானின் மனைவி கிரேஸோடு சண்டையிட்டுக் கொண்டு இருக்கிறாள்.

ஒரு நாள் கிரேஸின் அண்ணன் விருந்தாளியாக வருகிறான். அன்றும் அந்தச் சண்டை நீள்கிறது. இனிமேல் கிழவியை தங்களோடு வைத்துச் சமாளிக்க முடியாது என்று கிரேஸ் அழுது கூப்பாடு போடுகிறாள். வழியில்லாமல் செபஸ்தியான் அம்மாவைத் தன் அண்ணன் வீட்டில் கொண்டு போய் விட்டுவிடலாம் என்று முடிவு செய்கிறான். ஆனால், அம்மா போக மறுக்கிறாள். கட்டயாப்படுத்தி விருதுநகரில் உள்ள அண்ணன் வீட்டுக்கு கூட்டிப் போகிறான் செபஸ்தியான்.

அங்கே அவன் மதினி அவர்களை வீட்டுக்குள்ளேயே விட மறுக்கிறாள். என்ன செய்வது என்று மறுபடியும் அம்மாவைத் தன் வீட்டுக்கே அழைத்து வருவதற்காக பஸ் ஏறிக் கூட்டி வருகிறான். வழியில் அம்மாவின் பசிக்குத் தேவையான பிஸ்கட்டும் டீயும் வாங்கித் தருகிறான். பஸ் கோவில்பட்டிக்கு வந்து சேர்கிறது. அங்கே பஸ் ஸ்டாண்டில் அம்மாவைத் தனியே உட்கார வைத்துவிட்டு, தூத்துக்குடி பஸ் இருக்கிறதா என்று பார்த்து வருவதாகச் சொல்லி, புறப்பட்டுக் கொண்டு இருக்கும் ஒரு தூத்துக்குடி பஸ்ஸில் ஏறி அவளுக்குத் தெரியாமல் ஊருக்கு கிளம்பிவிடுகிறான் செபஸ்தியான் என்பதோடு கதை முடிந்து விடுகிறது.

பயன்படுத்தி எறிந்த காலி டப்பாக்கள், பழைய காகிதங்களுக்குக்கூட ஏதோ ஒரு விலை, மதிப்பு இருக்கிறது. ஆனால், வயோதிகத்துக்கு அந்த மதிப்புகூட இல்லாமல் போய்விட்டிருக்கிறது. காலம் வயோதிகத்தின் பட்டியலில் நம் பெயரையும் ஒரு நாள் எழுதும் என்பதை நாம் மறந்துவிடுவதுதான் காரணமா?

36

ஈரக்காற்று

கோடம்பாக்கம் சிக்னலில் வைத்து, அவர்கள் நால்வரையும் சில மாதங்களுக்கு முன்பாகப் பார்த்தேன். குடும்பமே மஞ்சள் நிற உடை அணிந்திருந்தது.

அந்த நபருக்கு 50 வயதிருக்கக்கூடும். நெற்றியில் அகலமாகத் திருநீற்றுப்பட்டை அடித்திருந்தார். அவரோடு இருந்த பெண் மெலிந்தவளாக இருந்தாள். 10 வயதுச் சிறுவன் சட்டை அணியாமல், உடல் முழுவதும் சந்தனம் பூசி, அலகு குத்தியிருந்தான். இவர்களோடு இருந்த 12 வயதுச் சிறுமி, ஒரு மஞ்சள் பை வைத்திருந்தாள்.

சிக்னலில் நிற்கும் ஒவ்வொரு காரின் முன்பாகவும் அவர்கள் வேகமாக வந்து நின்று, தாங்கள் பழனிக்குப் பாதயாத்திரை போவதாகச் சொல்லி, காணிக்கை போடக் காசு கேட்க, ஒரு சிலர் ஐந்தோ, பத்தோ தந்தார்கள்.

அவர்களின் முக்சாடையைக் காணும் போது, ஒரே குடும்பத்து மனிதர்கள்தானா

என்று சந்தேகமாக இருந்தது. கார் டிரைவர், "இதெல்லாம் ப்ராடு சார்! இப்படித்தான் அனுமார் வேஷம் போட்டுக்கிட்டு, சின்னப் பசங்க காசு கேட்பாங்க. அந்தப் பசங்க எல்லாம் ஆந்திராவிலிருந்து வீட்டை விட்டு ஓடிவந்தவங்க!" என்றார்.

நால்வரில் அந்தச் சிறுமிதான் களையாக இருந்தாள். அவளது முகத்தில் நிஜமான பக்தியும் நேசமும் வழிவது போன்ற சுபாவம் இருந்தது. அவள் சாலையின் நடுவில் நின்றபடியே, 'சொல்லச் சொல்ல இனிக்குதடா முருகா' என்று அறுந்துபோன குரலில் பாடுவதைக் கேட்கும் போது, சற்றே வேடிக்கையாகவும் பரிதாபமாகவும் இருந்தது.

பிறகொரு நாள் அதே குடும்பத்தை தேனாம்பேட்டை சிக்னலில் பார்த்தேன். அந்த பெரியவர் நாக்கில் அலகு குத்தியிருந்தார். சிறுவன், ஒவ்வொரு காராக போய் காசு கேட்டுக்கொண்டு இருந்தான். சிறுமி, அன்றும் அதே பாட்டைப் பாடிக்கொண்டு இருந்தாள்.

'தினமும் அலகு குத்துவது மாறும் போலிருக்கிறது' என்று சிரித்துக்கொண்டு, அந்தச் சிறுவனிடம், "உன் நாக்கைக் காட்டு, காசு தருகிறேன்!" என்றேன். அவன் என்னை முறைத்தபடியே, காசு கேட்காமல் போய்விட்டான்.

இது நடந்து மூன்று நாட்களுக்குப் பிறகு, எல்டாம்ஸ் ரோட்டில் உள்ள ஒரு ஓட்டலில் மதியம் உள்ளே நுழைந்தபோது, அவர்கள் நால்வரும் ஒன்றாக உட்கார்ந்து, பிரியாணி சாப்பிட்டுக்கொண்டு இருந்தார்கள்!

அப்போது எவரும் நாக்கில் அலகு குத்தியிருக்கவில்லை. நிதானமாக எவரைப் பற்றிய கவலையும் இன்றிச் சாப்பிட்டுக் கொண்டு இருந்தார்கள். சாப்பிட்டு முடித்து, அந்தச் சிறுமியிடமிருந்த காணிக்கைப் பையிலிருந்து காசை எடுத்து, சாப்பிட்ட பில்லைக் கொடுத்துவிட்டு வெளியே வந்தார்கள்.

பெரியவர், மஞ்சள் பையைச் சிறுமியிடமிருந்து வாங்கிக்கொண்டு, அதிலிருந்து கையைவிட்டு, ஆளுக்குப் பத்து ருபாய் எடுத்துத் தந்தார். அந்தச் சிறுமியும் சிறுவனும் சிக்னலில் நின்றிருந்த பஸ்ஸில் ஓடிப் போய் ஏறிக்கொண்டார்கள்!

ஆனால், அந்த மெலிந்த பெண் மட்டும் காசு குறைவாகத் தந்ததாகச் சொல்லி, அவரோடு சண்டை பிடித்துக்கொண்டு இருந்தாள். பிறகு, அவளும் ஒரு ஆட்டோ பிடித்துப் போனாள்.

அவர்கள் ஒரு குடும்பம் இல்லை என்பதும், காலையில் ஒன்றுசேர்ந்து மாலையில் பிரிந்துவிடுகிறார்கள் என்பதும் புரிந்தது. வாழ்வதற்கு எத்தனை ஒப்பனைகள் தேவைப் படுகின்றன! ஏமாற்றுவதற்காக மட்டுமே இவர்கள் ஒரு குடும்பமாகச் சேர்ந்து வாழ்கிறார்கள் என்பது, எத்தனை விசித்திரமாக இருக்கிறது!

மாநகர வாழ்வில் கடவுளும்கூட கையேந்துவதற்குத்தான் பயன்படுத்தப்படுகிறார் என்ற நிஜம், அவர்கள் ஓடி அலைவதில் வெளிப்பட்டுக்கொண்டு இருந்தது.

பின், அவர்களைச் சில மாதங்களாக் காணவே இல்லை. ஆனால், சிக்னலில் காரின் கண்ணாடி துடைக்கும் மஞ்சள் துணி விற்கும் சிறுமியும், நாகரிகமாக டை கட்டியபடி டெடிபியர் விற்கும் இளைஞனையும் பார்க்கும்போது, ஏனோ அந்தக் குடும்பம் மனதில் தோன்றி மறையும்.

ஒரு நாள் மதியவேளையில், மழை பெய்யத் துவங்கியபோது, அவர்கள் வடபழனி சிக்னலில், மழையில் நனைந்தபடியே காசு கேட்டுக்கொண்டு இருப்பதைக் கண்டேன். இப்போது அந்த ஆள் நாக்கில் வேல் குத்தியிருந்தார். குங்குமம் கரைந்து வழிய, அந்தப் பெண்மணி 'சொல்லச் சொல்ல இனிக்குதடா' பாடிக்கொண்டு இருந்தாள்.

சிக்னல் விழுந்தது. ஒரு சியல்லோ கார், நூறடி ரோட்டில் வேகமாகக் கடந்து செல்லத் துவங்கியது. சற்றும் எதிர்பாராமல் ஒரு நாய், அந்த காரின் குறுக்கே வந்துவிட, நாயை அடித்துத் தூக்கியது கார்!

காரை ஓட்டியவன் கீழே இறங்கித் தன் வண்டியில் படிந்திருந்த ரத்தத்தைத் துடைத்துவிட்டு, வண்டியை எடுக்கப் போனபோது, அதுவரை வேடிக்கை பார்த்துக்கொண்டு இருந்த எவரும் எதுவும் சொல்லவில்லை. ஆனால், நாக்கில் வேல் சொருகி இருந்தவர் ஆவேசமாக, "ஏண்டா... நாயை அடிச்சு, துரை மாதிரி போயிட்டு இருக்கே?" என்று கத்தினார்.

அவரது நாக்கில் இருந்த வேல், அந்தச் சிறுவனுக்கு மாறியிருந்தது.

காரை ஓட்டி வந்தவன், "தெருநாயை அடிச்சா, உனக்கு என்னடா வந்துச்சு?" என்று சண்டையிடத் துவங்கினான்.

"ஏன்... தெரு நாய்னா, அதுக்கு உசிர் இல்லையா?" என்று அலகு ஆசாமியும் விடாமல் சண்டை போட்டுத் திட்டிக்கொண்டு இருந்தார்.

சிக்னலில் காசு கேட்பதை விட்டு, அந்தக் குடும்பமே ரத்தத்தில் மிதந்த நாயைத் தூக்கி, ஓரமாக வைத்தபடி நின்றிருந்தது. சிறுமி தனது கைகளால் நாயின் தலையைத் தடவிவிட்டபடி இருந்தாள். இதற்குள் ஒரு போலீஸ்காரரை அழைத்து வந்திருந்தாள் அந்தப் பெண்மணி.

'தெரு நாயை அடித்துப் போட்டால், இவர்கள் ஏன் கத்துகிறார்கள்?' என்று போலீஸ்காரருக்கும் ஆத்திரமாக இருந்திருக்கக் கூடும். அவர் குரலை உயர்த்தியபடியே, "டேய்... நீ யோக்கியம் மாதிரி பேச வந்துட்டியா?" என்று பெரியவரைத் திட்டினார். அவரும் ஆத்திரமாகி, "சார்! நாங்க யாரையும் ஏமாத்திக் காசு பிடுங்கலை. அவங்களா காணிக்கை தர்றதை வாங்கிப் பிழைப்பு ஓட்டிக்கிட்டு இருக்கோம்" என்றார்.

கான்ஸ்டபிளுக்கும் கோபம் ஏறியது போலும். "இவரு பெரிய சாமியாரு... பார்த்ததும் அப்படியே காசு போடுறாங்களாக்கும்! பண்றது பித்தலாட்டம்... பேச வந்துட்டான்!" என்று திட்டியபடியே, அந்த சியல்லோ காரில் வந்தவனைத் தனியே அழைத்துப் போய்ப் பேசி, ஏதோ காசு வாங்கிவிட்டு, காரை எடுத்துக்கொண்டு போகச் சொன்னார்.

சில நிமிடங்களில், சாலையில் அது போன்ற ஒரு சம்பவம் நடந்த சுவடே இல்லை. ஆனால், அந்த நால்வரும் சிக்னலில் போய் காசு கேட்காமல், அடிபட்ட நாயைப் பார்த்தபடி அருகிலே நின்றிருந்தார்கள். பிறகு, ஒரு அரை பாடி வண்டியை எங்கிருந்தோ தள்ளிக்கொண்டு வந்து, அடிபட்ட நாயை அள்ளிப் போட்டு, உருட்டிக்கொண்டு நடந்து போனார்கள். அந்த நடையில் நிஜமாகவே வேதனையும் இழப்பும் தெரிந்தது.

சாகித்ய அகாடமி பரிசு பெற்ற பிரபஞ்சன், தமிழ் இலக்கியத்துக்கு வளமை சேர்த்து வரும் முக்கியமான மூத்த படைப்பாளி. 1945ல் பாண்டிச்சேரியில் பிறந்த இவரது இயற்பெயர் சாரங்கபாணி வைத்தியலிங்கம். பிரபஞ்சனின் கதை உலகம், அன்றாட மனிதர்களின் வாழ்க்கைப் போக்கைக் கூர்ந்து கவனித்து எழுதப்பட்டது. சக மனிதர்களின் மீதான நேசமே வாழ்வை அர்த்தம் உள்ளதாக ஆக்குகிறது என்று இவரது கதைகள் உரத்துச் சொல்கின்றன. பிரபஞ்சன், கர்னாடக இசையிலிருந்து சம கால அரசியல் வரை எல்லாவற்றையும் கூர்ந்து அவதானிப்பவர் ரசிப்பவர். இலக்கிய சிந்தனை, பாஷாபரிஷத் விருது உள்ளிட்ட இந்தியாவின் முக்கிய விருதுகள் பலவும் பெற்றுள்ள பிரபஞ்சனின் முக்கியப் படைப்புகள் ‘ஆண்களும் பெண்களும்’, ‘ஒரு ஊரில் சில மனிதர்கள்’, ‘வானம் வசப்படும்’, ‘பிரபஞ்சன் கதைகள்’, ‘மகாநதி’.

அதுவரை அவர்களைப் பற்றி மனதில் படிந்திருந்த சித்திரம் அழிய, உடனே ஓடிப்போய் கையில் உள்ள பணத்தை அவர்களுக்குத் தர வேண்டும் போலிருந்தது. அவர்கள் எதையும் எதிர்பாராமல், மழைக்குப் பிந்திய மஞ்சள் வெயிலில் நடந்து போனார்கள்.

மனித சுபாவம் வெகு விசித்திரமானது, இல்லையா? வாழ்வு தரும் நெருக்கடிகள்தான் சக மனிதனை ஏமாற்றவும், சக மனிதனை அவமதிக்கவும் செய்கிறதா?

அன்றிலிருந்து சாலை நிறுத்தங்களில் எதிர்ப்படும் முகங்கள் தீர்மானிக்க முடியாத ஒரு அடர்த்தியைக்கொண்டு இருப்பதை உணரத் துவங்கினேன்.

பிரபஞ்சன், தமிழ் சிறுகதைகளில் தனித்துவமான கதை சொல்லலும், நுட்பமான அவதானிப்பும் கொண்டவர். அவர் எழுதிய 'சிக்கன் பிரியாணியும் ஸ்ரீதேவி சினிமாவும்', அன்றாட வாழ்க்கையின் இன்னொரு பக்கத்தைப் பதிவு செய்த அபூர்வமான கதை. 'ஏமாற்றுவதுகூட வாழ்வின் ஒரு பகுதிதான்' என்று எத்தி வாழும் மனிதர்களுக்குள்ளும்கூட சிறிது கருணை மிச்சம் இருக்கத் தான் செய்கிறது என்பதை இக்கதை வெளிப்படுத்துகிறது.

நாகராஜன், சட்டமன்ற உறுப்பினர்களுக்கான விடுதியில் தங்கிக்கொண்டு, அங்கே உதவி கேட்டு ஊரிலிருந்து வரும் நபர்களை ஏமாற்றி வாழ்ந்துவரும் ஒரு அரசியல் தொண்டன்.

கதை துவங்கும்போது, சட்டமன்ற உறுப்பினரைத் தேடி மண்ணாங்கட்டி என்ற கிராமத்து ஆள், ஒரு மஞ்சள் பையோடு வந்து சேருகிறான். அவனை வரவேற்று உட்கார வைத்துவிட்டு, 'அண்ணே உங்களைப் பத்தி அடிக்கடி கேட்டுக்கிட்டு இருப்பாரு!' என்று கதைவிடுகிறான் நாகராஜன்.

வந்தவன் குளிர்ந்துபோய், தன் தங்கையின் வேலை விஷயமாக வந்ததாகச் சொல்ல, 'அதனால் என்ன... முடித்துவிடலாம்' என்றபடியே, தனது துணி தேய்க்கக் கொடுத்திருப்பதாகச் சொல்லி, அதை வாங்கிக்கொண்டு, அப்படியே தனக்குத் தேவையான சிகரெட் பாக்கெட்டும் வாங்கி வரும்படி சொல்கிறான் நாகராஜன். அன்று சாப்பிடப் போகும் பிரியாணியையும் விஸ்கியையும் பற்றி நினைக்கும்போதே அவனுக்குள் சிரிப்பு பொங்குகிறது.

குளித்துவிட்டு, தும்பைப் பூ மாதிரி வேஷ்டி கட்டிக்கொண்டு, மண்ணாங்கட்டி செலவில் ஒரு டாக்ஸியைப் பிடித்து, அவனைக் கோட்டைக்குக் கூட்டிப் போகிறான்.

வழியில்... மவுண்ட் ரோட்டில் போகும்போது, புதிதாக ஸ்ரீதேவி படம் வந்திருப்பதைக் கவனித்தவனைப்போல, 'நைட் ஷோவுக்குப் போக வேண்டும்' என்று முடிவு செய்தபடியே, 'தான் சிலருக்குப் பணம் கொடுத்தால்தான் வேலை நடக்கும்' என்று ஆயிரம் ரூபாய் கேட்கிறான். மண்ணாங்கட்டி தன் மஞ்சள் பையில் இருந்து ஐந்தும் பத்துமாக எடுத்துத் தருகிறான். இருவரும் கோட்டைக்குள் சுற்றுகிறார்கள். யார் யாரையோ பார்த்துப் பேசுகிறான் நாகராஜன்.

தன் தங்கையின் வேலைக்காக இவ்வளவு பேரிடம் அலைகிறானே இவன் என்று ஆச்சர்யப்படுகிறான் மண்ணாங்கட்டி. முடிவாக, அவர்களது சட்டமன்ற உறுப்பினர் வந்து சேருகிறார். வேலை விஷயமாக தான் கவனித்துக் கொள்வதாகச் சொல்கிறார்.

அன்றிரவு முக்கிய நபர்களுக்கு ஒரு விருந்து கொடுக்க வேண்டும் என்று, தனக்கு வேண்டிய மூன்று நபர்களை அழைத்துக்கொண்டு, நட்சத்திர ஓட்டலுக்குப் போகிறான் நாகராஜ். அருமையான மதுவகைகள், உணவு. தொள்ளாயிரம் ரூபாய் பில் வருகிறது. மண்ணாங்கட்டி அதையும் தருகிறான். 'இனி அவன் தங்கைக்கு வேலை கிடைத்துவிடும்' என்று நாகராஜன் அடித்துச் சத்தியம் செய்கிறான். வெளியே வந்து சாலையைக் கடக்கும்போது, திடீரென யாரும் எதிர்பாராமல் மண்ணாங்கட்டி, நாகராஜன் காலில் விழுந்து, அவன் செய்த உதவியைத் தான் மறக்கவே மாட்டேன் என்கிறான்.

நாகராஜனின் வாழ்வில் அப்படி யாரும் நடந்துகொண்டதே இல்லை. அதுதான் முதல் முறை. அந்த நிகழ்வு, அவனுள் குற்ற உணர்ச்சியைத் தூண்டி விடுகிறது. மண்ணாங்கட்டியை அனுப்பி விட்டு, எப்படியாவது யார் கையை, காலைப் பிடித்தாவது மண்ணாங்கட்டியின் தங்கைக்கு வேலை வாங்கிக் கொடுத்துவிட வேண்டும் என்று முதல் முறையாக முடிவு செய்கிறான் நாகராஜன் என்று கதை முடிகிறது.

நாகராஜனைப் போன்றவர்கள், நாம் காணும் உலகின் அன்றாடப் பிரஜைகள். அவர்கள் வாழ்வதற்காக, எவரையும் ஏமாற்றிவிடத் தயங்காதவர்கள். ஆனால், அவர்களுக்குள்ளும் லேசான ஈரமும் கருணையும் மீதம் இருக்கிறது. அவர்களும் மனிதர்கள்தான் என்று வாழ்வின் சுவை திரிந்த நிலையைக் காட்டுகிறது இக்கதை.

வாழ்க்கையைப் புரிந்துகொள்வதற்கு ஞானிகள் மட்டுமல்ல, எளிய மனிதர்களும் உதவுகிறார்கள் என்பதை இது போன்ற கதைகள் தான் எப்போதும் நினைவூட்டிக் கொண்டே இருக்கின்றன.

37
சூரியனுக்கு கீழே...

ஜென் துறவிகளின் மடாலயத்துக்குப் புகழ்பெற்ற சித்திரக்காரன் ஒருவன் வந்து சேர்ந்தான். அவன் பௌத்த சித்திரங்கள் வரைவதில் புகழ்பெற்றவன். புகழ் அவனுக்குள் ஒரு மமதையை உருவாக்கியிருந்தது. 'தான் வரைந்த சித்திரங்களைத்தான் கடவுள் என்று மக்கள் நம்புகிறார்கள். எனவே, தான் கடவுளைவிடவும் உயர்ந்தவன்' என்று கலையின் உச்சத்தை தான் அடைந்து விட்டதாக இறுமாப்போடு அறிவித்தான்.

மடாலயத்திலிருந்த மூத்த துறவி அவனை வரவேற்றார். தானும் ஒரு சிற்பி என்றும், மற்ற சிற்பங்கள் போலன்றி தன் சிற்பம் நிமிடத்துக்கு நிமிடம் உருமாறக்கூடியது என்றும், அது ஓரிடத்தில் நிற்காமல் தானே இயங்கக் கூடியது என்றும் அவர் சொல்ல, சித்திரக்காரனால் நம்ப முடியவில்லை. அன்றிரவு அங்கே தங்கினால், தனது விசித்திரமான கலையை அவனுக்குக் காட்டுவதாகத் துறவி கூறினார். அதன்படி, மடாலயத்தில் சித்திரக்காரன் தங்கினான்.

மறுநாள் காலை, துறவி அவனைத் தன் அறையின் முகப்புக்கு அழைத்து வந்து காட்டினார். அங்கே ஒரு பெரிய ஐஸ் கட்டி இருந்தது. "இதுதான் நான் உருவாக்கிய சிற்பம். இது நிமிடத்துக்கு நிமிடம் மாறிக்கொண்டே இருக்கும். இதைப் போன்ற ஆச்சர்யமான சிற்பம் எதையும் நீ பார்த்திருக்க முடியாது" என்றார் துறவி,

சித்திரக்காரன் அதை முறைத்தபடியே பார்த்துக்கொண்டு இருந்தான். வெயில் வந்து சில நிமிடங்களில் ஐஸ் உருகி, தண்ணீராக ஓடியது. உடனே துறவி, "பார்த்தாயா! எனது சிற்பம் ஓரிடத்தில் நிற்காமல் ஓடவும் செய்கிறது. நான் சொன்னபோது நீ நம்பவில்லையே, இப்போது பார்!" என்றார். தண்ணீர் சில நிமிடங்களில் ஆவியாகிவிட்டது. "இப்போது என் சிற்பம் இந்தப் பிரபஞ்சத்தில் கலந்து மறைந்துவிட்டது. இதைவிடப் பெரிய கலைப் படைப்பு என்ன இருக்கிறது?" என்றார் துறவி. சித்திரக்காரன் தன்னை உணர்ந்து கொண்டவனைப் போல அன்றே பௌத்த மடாலயத்தில் சேர்ந்துவிட்டான் என்று முடியும் ஒரு ஜென் கதை.

இந்தக் கதையை எத்தனையோ முறை வாசித்திருக்கிறேன். ஒவ்வொரு முறையும் இயற்கையைப் பற்றிய புதிய புரிதலை எனக்குள் உருவாக்கிக் கொண்டே இருக்கிறது இக்கதை. மேற்குத் தொடர்ச்சி மலைக் காடுகளில் சில வேளைகளில் சுற்றித் திரிந்தபோது, அதுவரை பார்த்திராத நிறங்களில் பூக்களையும் இலைகளின் பசுமையையும் கண்டிருக்கிறேன். அந்தப் பூக்களுக்கு என்ன பெயர் என்றோ, அது எதைப் போல் இருக்கிறது என்றோ அறிவதற்கு முன், அது தன் நிறத்தால் நம்மைத் தீண்டி மயக்கிவிடுகிறது.

நம்மைச் சுற்றிய இயற்கையை வெகு அரிதாகவே நாம் உற்று நோக்குகிறோம். ஒரு சூரிய கிரகண நாள் அன்று கொல்கத்தாவில் உள்ள நண்பரைக் காண ரயிலில் போய் இறங்கியபோது, நகரமே வெறிச்சோடி இருந்தது. தெருவில் யாருமே இல்லை. உணவகங்கள் மூடப்பட்டு இருந்தன. டாக்சி டிரைவர்கள் கூலிங்கிளாஸ் அணிந்து வண்டியோட்டிக்கொண்டு இருந்தார்கள். நண்பர் குடியிருந்த காலனியில் இருந்த வீடுகள் யாவும் அடைத்துச் சாத்தப்பட்டு இருந்தன.

நான் கதவைத் தட்டியபோது உள்ளிருந்து நண்பரின் மனைவி சற்றே பதற்றம் கலந்த குரலில், 'யார்?' என்று கேட்டார். பெயரைச் சொன்னதும் கதவைத் திறந்துவிட்டு, நேரே போய் டி.வி. முன் உட்கார்ந்து கொண்டார். சூரிய கிரகண நிகழ்ச்சி டி.வி-யில் நேரடி ஒளிபரப்பாகக் காட்டப்பட்டுக்கொண்டு இருந்தது. நண்பர் தன் குடும்பத்தோடு அதைப் பார்த்துக்கொண்டு இருந்தார்.

அவரின் பையன் புகை படிந்த கண்ணாடி ஒன்றை எடுத்துக்கொண்டு கிரகணம் பார்க்க மாடிக்குப் புறப்பட்டான். அவன் அம்மா, 'மேலே போகக் கூடாது' என்று கத்திக் கூப்பாடு போட்டு நிறுத்தினார். கிரகணம் முடியும் வரை யாருக்கும் சாப்பாடும் கிடையாது என்று வேறு சொல்லிவிட்டார்கள்.

அன்று கிரகணம் முடிந்த பிறகும், தெருவில் டீக்கடைகளில் எங்கும் சூரியனைப் பற்றியே பேச்சு! சூரியனைப் பற்றி மக்கள் அவ்வளவு கதைகள் பேசி அதற்கு முன்பு நான் கேட்டதே இல்லை. எத்தனை எத்தனை கதைகள்! எத்தனை விதமான நம்பிக்கைகள்!

நான் நண்பரிடம் மற்ற நாட்களில் எப்போதாவது ஆகாயத்தை அவர் நிமிர்ந்து பார்த்து இருக்கிறாரா என்று கேட்டேன். அவர் யோசித்து, "இல்லை. வீடு நாலாவது மாடியில் இருக்கிறது. அதற்கு மேல் இன்னும் ஐந்து மாடிகள் இருப்பதால் மொட்டை மாடிக்குப் போகவே முடியாது. அலுவலகத்துக்கு டாக்சியில் போய்விடுகிறேன். அலுவலகம் விட்டு வீடு திரும்ப இரவு ஏழு மணியாகிவிடும். அதற்கு அப்புறம் டி.வி, சாப்பாடு, தூக்கம். விடுமுறை நாட்களில் உறவினர் வீடு, சினிமா. அநேகமாக வானத்தை நிமிர்ந்து பார்த்து எத்தனையோ மாதங்கள் இருக்கும்" என்றார்.

நட்சத்திரங்களை காகிதத்தில் வரையவும், வீட்டு வாசலில் அலங்காரமாகக் கட்டித் தொங்கவிடவும் மட்டுமே நாம் பழக்கப்பட்டு விட்டோம். இரவின் நீலத்தில் பூத்துக்கிடக்கும் நட்சத்திரங்களோ அதன் முடிவற்ற இயக்கமோ நம் கவனத்தில் படுவதே இல்லை. சூரியனை, நட்சத்திரங்களை, பூக்களை என எதையும் நின்று கவனிக்கவோ, அறிந்துகொள்ளவோ நாம் விரும்புவதே இல்லை. நேரமில்லை என்ற பொய்க் காரணம் நம்மிடம் எப்போதும் இருக்கிறது. அது நிஜமில்லை. நமக்கு விருப்பம் இல்லை என்பதுதான் உண்மையான காரணம்.

சாலையோரக் கழிவுகளில்கூட பெயர் தெரியாமல் பூத்துச் சொரியும் பூக்கள் அடர்ந்திருக்கிறன. ஆனால் நாம் பிளாஸ்டிக் பூக்களும், பிளாஸ்டிக் திராட்சைக் கொத்துக்களும், பிளாஸ்டிக் பழங்களும்... ஏன், பிளாஸ்டிக்கில் செய்த வாழை இலைகளைத்தான் பெருமிதத்தோடும் ரசனையோடும் வாங்கி உபயோகிக்கிறோம்.

காக்கையைத் தவிர வேறு பறவைகளைப் பார்த்தறிந்த குழந்தைகள் நகரில் மிகச் சொற்பமாகவே இருக்கிறார்கள். ஆனால், கை தட்டினால் கத்தும் இயந்திரக் கிளிகள், நம் எல்லார் வீடுகளிலும் பேட்டரி தீர்ந்துபோன இழுவைக் குரலில் கத்தி ஓய்கின்றன.

இயற்கையின் ஒவ்வொரு துளியும் அதிசயம்! நாம் தேவையற்றது என்று வெறுத்து ஒதுக்கும் சில் வண்டுகள் மற்றும் இராப் பூச்சிகள் முழுமையாக அழிந்து போய்விட்டால் ஏற்படும் நிசப்தம் மிகப் பிரமாண்டமானதாக இருக்கும். அந்த வெறுமையை நம்மால் எதிர்கொள்ளவே முடியாது. சில்வண்டுகளின் சப்தம்தான் உயிர் வாழ்க்கையின் ருசியை ஒவ்வொரு நிமிஷத்திலும் உறுதிசெய்துகொண்டே இருக்கின்றன என வில்லியம் பாக்னர் தனது நாவல் ஒன்றில் குறிப்பிடுகிறார்.

உலகை நாம் தேவைகளின் அளவுகோலால் மட்டுமே அளந்து கொண்டு இருக்கிறோம். அந்த அளவும் பயன்பாடு என்ற ஒரேயொரு காரணத்தை மட்டுமே முன்வைத்திருக்கிறது. எந்த ஒரு பொருளையும் நாம் எப்படிப் பயன்படுத்திக் கொள்கிறோம் என்பதைப் பொறுத்து மட்டும்தான் அது நமக்கு முக்கியமானதாகவோ முக்கியம் அற்றதாகவோ இருக்கிறது. பயன்பாட்டுக்கு உபயோகமற்ற யாவும் புறக்கணிக்கப்படவோ அல்லது அழித்து ஒழிக்கப்படவோ வேண்டியது என்பதில் நாம் உறுதியாக இருக்கிறோம்.

ஆனால், இயற்கையில் பயனுள்ளது பயனற்றது என எந்த பேதமும் இல்லை. உரத்த சப்தத்தோடு பொங்கி விழும் அருவியின் கீழே ஒரு சிறிய கூழாங்கல் அசைவில்லாமல் தண்ணீரின் வேகத்தை உள்வாங்கியபடி மெருகேறிக் கிடக்கிறது. யாரும் நீந்திக் கடக்க முடியாத பெரிய ஏரிகளின்மீது நீர்ப்பூச்சிகள் தன் நீண்ட கால்களால் எந்தச்

மரபின் செறிவும் கவித்துவத்தின் உச்சமும் கொண்ட கவிஞராக நவீன தமிழ்க் கவிதையுலகில் தனி அடையாளம் கொண்டவர் பிரமீள். இவரது கதைகள் 'லங்காபுரி ராஜா' என்னும் தொகுப்பாக வெளிவந்துள்ளன. இவர் எழுதிய 'ஆயி' என்ற குறுநாவல் மிகவும் முக்கியமானது.

சி.சு.செல்லப்பாவின் 'எழுத்து' பத்திரிகையில் எழுதத் துவங்கியவர் பிரமீள். தர்மு அரூப் சிவராம் என்ற பெயரில் நிறைய எழுதியுள்ளார். 'கண்ணாடியுள்ளிருந்து', 'கைப்பிடியளவு கடல்', 'மேல்நோக்கிய பயணம்' போன்றவை அவரது முக்கிய கவிதைத் தொகுதிகள். ஓவியம், சிற்பம், நாடகம், மொழியாக்கம், கட்டுரைகள் என விரிந்த தளங்களில் இயங்கிய பிரமீள், தமிழ் உரைநடை குறித்துக் கூர்மையான விமர்சனமும் அவதானிப்பும் கொண்டவர்.

எதிர்பாராத உடல்நலக்குறைவு காரணமாக 1997ல் மரணமடைந்த பிரமீள், இன்றும் நவீன தமிழ் இலக்கியத்துக்கு ஓர் உந்துசக்தியாகவே இருந்து வருகிறார்.

சலனமும் அற்று நடந்து போகின்றன. ஊரையே வளைத்து விழுங்கிவிடும் பேரலைகளைக் கொண்ட கடல், மீன் குஞ்சுகளுக்கு பயமற்றுத் துள்ளித் திரியும் நீர்ப்பரப்புதானே!

சுவரொட்டிகள் போல, கிடைத்த இடத்தில் ஒட்டிக்கொண்டு வாழ்வதுதான் நம் வாழ்வாக இருக்கிறது. பயணத்தில்கூட நாம் உறங்கவும், வாய் ஓயாமல் பேசித் தீர்க்கவும்தான் பழக்கப்பட்டிருக்கிறோம். சிறு வயது பயணத்தில் மரங்களும் தந்திக்கம்பங்களும் பின்னோக்கி ஓடுகின்றதே என்று அடைந்த வியப்பும், ஜன்னல் சீட்டில் உட்கார்ந்து வேடிக்கை பார்க்கப் போட்ட சண்டையும் இன்று நம்மிடம் இல்லை.

இவை யாவையும் கடந்தும், மாநகரின் மழை நாளில் அதிசயமாக அபார்ட்மென்ட் படிகளில் வந்து நிற்கும் தவளை களையும், ரயில்வே பாலங்களின் அடியில் மினுமினுக்கும் மின்னாட்டம் பூச்சிகளையும், பைக் கண்ணாடியைக் கொத்திப் பார்க்கும் குருவிகளையும் காணும்போது இயற்கையை விட்டு நாம் வெகு தூரம் விலகி வந்துவிடவில்லை என்று சற்றே ஆறுதல் ஏற்படுகிறது.

இயற்கையின் ஒரு துளிதான் மரம். அது திசையற்றது. 'குழந்தை, தான் என்று பிறரைச் சுட்டிக் காட்டுவது போன்ற

சமிக்ஞை கொண்டது' என்று இயற்கையைப் பற்றித் தனது கவித்துவமான அவதானிப்புகளை எழுத்தில் பதிவுசெய்த மாபெரும் கவிஞரான பிரமீள் மிகக் குறைவாகவே சிறுகதைகள் எழுதியிருக்கிறார். அவரது கதைகள் கவிஞனின் தீர்க்கமான பார்வையும் செறிவும் கவித்துவமான கதையாடலும் கொண்டவை.

பிரமீளின் 'நீலம்' என்ற கதை, ஒரு நவீன ஓவியரைப் பற்றியது. அவர் சென்னையைச் சேர்ந்தவர். அவ்வப்போது சில ஓவியங்களைக் காட்சிக்கு வைப்பார். அதைத் தேடி வந்து ஆர்ட் மார்க்கெட்காரரர்கள் விலைக்கு வாங்கிப் போவார்கள். வசதியான பெரிய இடத்து ரசிகர்கள் அவரது கலையைப் புகழ்ந்து பேசுவது அவருக்குப் பிடித்தமானதாக இருந்தது.

ஒரு நாள், பேருந்தில் தன் அருகில் இருந்த ஒருவருடன் அவர் ஒரு சர்ச்சையில் ஈடுபடுகிறார். சர்ச்சைக்குக் காரணம், 'மனிதன் செய்யும் அத்தனை வேலைகளையும் இயந்திரங்களால் செய்ய முடியுமா, முடியாதா?' என்பதே. ஓவியரின் பக்கத்து சீட்காரரர், 'பெயின்ட்டிங், சிற்பம், இசை என எல்லாமே கம்ப்யூட்டரால் சாத்தியம் ஆகிவிட்டது. இனி, மனிதன் என்பவனின் நிலை என்ன?' என்று கேட்கிறார். ஓவியரால் பதில் சொல்ல முடியவில்லை. சர்ச்சை நீள்கிறது.

முடிவாக பக்கத்து சீட் பயணியே, வானில் தோன்றிய நிலவைக் காட்டி, "அதோ அந்த நிலவின் அழகை மௌனமாக தனக்குள் உணர, ஒரு மனிதனால் மட்டுமே முடியும்" என்று சொல்கிறார். இதற்குள் பஸ் டெர்மினஸ் வந்துவிடுகிறது. பக்கத்து சீட்காரரர் இறங்கிப் போய்விடுகிறார். அவர் சொன்னதைப் பற்றிய யோசனையோடு இருந்ததால், தான் இறங்க வேண்டிய இடத்தை மறந்து வேறு ஒரு இடத்தில் போய் இறங்குகிறார் ஓவியர்.

அங்கே வானின் பிரமாண்டமும் மயக்கமூட்டும் இரவும், வாழ்வில் அவற்றை முதன்முறையாகப் பார்ப்பது போன்ற உணர்வை அவருக்குத் தருகின்றன. இருளுக்குள் நடக்கும்போது 'கூ...' எனக் கூவியபடியே ஒரு சிறுவன் அவரைக் கடந்து ஓடுகிறான். அவர் திடுக்கிட்டுத் திரும்புகிறார். சிறுவன் அவர் முன்பாகவே ஓடி ஒரு குளத்தைக் காட்டுகிறான். பார்த்துக்கொண்டு இருக்கும்போதே, அவன்

அந்தக் குளத்தில் இருந்து நீலோத்பலம் என்ற மலரைப் பறித்து வந்து அவருக்குத் தருகிறான்.

அந்தப் பையன் யார் என்று அவருக்குத் தெரியவில்லை. நீலோத்பலம், இரவானதும் தண்ணீருக்குள் பூக்கும். அதன் அழகை இவன் எப்படிக் கண்டு கொண்டான் என்பது புரியவில்லை. அந்தப் பையனை 'கிருஷ்ணா' என்று யாரோ அழைக்கிறார்கள். அவன் இருளில் ஓடி மறைந்துவிடுகிறான். அவரது கையில் இருந்த நீலோத்பலம் மலரத் துவங்குகிறது என்று கதை முடிகிறது.

நம் வழக்கமான அனுபவத்துக்குள் அடங்காத நிகழ்வுகளை மனம் எப்படி எதிர்கொள்கிறது மற்றும் பதிவு செய்கிறது என்பதுதான் கலையின் செயல்பாடு என்பதைப் பற்றிப் பேசும் இக்கதை மேற்சொன்ன ஜென் கதை போல வாசிக்க வாசிக்க ஆழ்ந்த அனுபவப் பரப்புகளை உருவாக்கிக்கொண்டே போகிறது.

'நினைவில் காடுள்ள மிருகத்தை எளிதில் பழக்க முடியாது' என்கிறது சச்சிதானந்தனின் கவிதை வரி. நம் நினைவில் பிளாஸ்டிக் பூக்களும், புகை படிந்த வாகனங்களும், ஆகாயம் தெரியாமல் அடைத்துச் சாத்தப்பட்ட ஜன்னல் கதவுகளும் தவிர, வேறு எதுவும் இல்லை என்பதுதான் இன்றைய நிஜம்!

38
கைப்பொருள்

தபால் அலுவலகத்தின் வெளியே, இன்றும் அந்தக் குரல். தன் அருகில் உட்கார்ந்திருந்த யாரோ ஒருவருக்கு அந்த மனிதர் சத்தமாக அறிவுரை சொல்லிக்கொண்டு இருந்தார். கேட்டுக் கொண்டு இருந்த நபருக்கு முப்பது வயது கடந்திருக்கும்.

"இதே இடத்தில்தான் நானும் குடையைத் தொலைச்சேன். இப்போதான், ரெண்டு மாசம் இருக்கும். அன்னிக்கு வீட்ல இருந்து கிளம்பும்போதே மழை. வீட்ல இருக்கிறது ஒரேயொரு குடை. நல்லவேளை, அன்னிக்கு அதை மருமக ஆபீஸுக்கு எடுத்துட்டுப் போகலை. ஸ்டாம்ப் வாங்குறதுக்காக வீட்ல இருந்து நடந்து வந்தேன். அப்பவும் மழை கொட்டிக்கிட்டே இருந்தது.

ஈரக் குடையை மடிச்சுவெச்சுட்டு உள்ளே போய் ஸ்டாம்ப் வாங்கிட்டுத் திரும்புறதுக்குள்ளே குடையைக் காணோம். இங்கேதானே வெச்சேன்னு தேடினேன். அங்கே நாலஞ்சு பேர் குடை வெச்சிருந்தாங்க. எல்லா குடையும் ஒரே

மாதிரிதான் இருந்தது. இத்தனை விஞ்ஞானம் வளர்ந்திருச்சு... ஆனா, நம்ம குடையை அடையாளம் வெச்சுக்கறதுக்கு ஒரு வழி கண்டு பிடிக்கலை, பாருங்களேன்! ரெண்டு மணியில் இருந்து ஆபீஸ் மூடுற வரைக்கும் நானும் தேடிப் பார்த்துட்டுதான் இருந்தேன். கிடைக்கவே இல்லை.

வீட்ல என் மகன், ஒரே திட்டு. நான் என்ன வேணும்னா தொலைச்சேன்... எப்படியோ கை மறதியா போயிருச்சு. அன்னிலேர்ந்து, காலைல வீட்ல சாப்பிட்டுட்டு இந்தத் தபால் ஆபீஸ் மரத்தடியில வந்து உட்கார்ந்துக்குவேன். யாராவது எதையாவது மறந்துட்டுப் போனா ஞாபகப்படுத்துறதுதான் நம்ம வேலை. ரெண்டு நாள் முன்னாடி ஒரு பைக் சாவி கீழே கிடந்தது. எடுத்து வெச்சிருந்து குடுத்தேன். அப்புறம் ஒரு அம்மா டிபன்பாக்ஸை வெச்சுட்டுப் போயிட்டாங்க. அதை எடுத்து வெச்சிருந்து கொடுத்தேன். தினம் எப்படியும் ஒண்ணு ரெண்டு இதே மாதிரி நடக்கத்தான் செய்யுது!"

அறிவுரை கேட்டுக்கொண்டு இருந்தவர் தலையாட்டியபடியே அடிக்கடி மணியைப் பார்த்துக்கொண்டார். பெரியவர், தன் கையில் வைத்திருந்த மடக்குக் குடையை அவரிடம் நீட்டியபடி திரும்பவும் பேசினார். "நீங்க இதை கவுன்ட்டர்கிட்டே விட்டுட்டுப் போகும் போதே 'சார்... சார்'னு கூப்பிட்டேன். நீங்க கவனிக்கலை. அதான், எடுத்து வெச்சிருந்தேன். வந்துட்டீங்க... எனக்கும் வயசு அறுபது ஆகுது. இது நாள் வரைக்கும் பர்ஸ், வீட்டுச் சாவி, மோதிரம், சைக்கிள்னு எத்தனையோ தொலைச்சிருக்கேன். நாம தொலைச்சது யாரோ பயன்படுத்துறதுக்குத்தான்னு நினைச்சு மனசைத் தேத்திக்க வேண்டியதுதான். ஆனா, ஒண்ணு சார்... இது நாள் வரைக்கும் அஞ்சு பைசாகூட எனக்குக் கீழே கிடந்து கிடைச்சதே இல்லை. நமக்குத் தொலைக்கிறது மட்டும்தான் கொடுப்பினை போலிருக்கு!" எனச் சொல்லிச் சிரித்தபடி, குடையை அந்த மனிதரிடம் தந்தார். அவர் அந்த அறிவுரைகள் யாவற்றையும் தபால் அலுவலகப் படிகளிலேயே உதிர்த்துப் போட்டுவிட்டு, குடையுடன் அவசரமாக வெளியேறி நடந்தார்.

பெரியவரோ, இப்போதும் அந்தச் சம்பவத்திலிருந்து விலகிவர மனமற்றவரைப் போல, தபால் அலுவலக

கவுன்ட்டரின் முன்னால் போய் நின்றபடியே திரும்பவும் ஆரம்பித்தார்...

"பார்த்தீங்களா ராகவன் சார்... இந்த வாரத்துல இது நாலாவது ஆள். மனுஷனுக்குத் தன் கைப்பொருளைப் பத்திரமா வெச்சுக்கத் தெரியலை. பப்ளிக் சர்வீஸுக்காக ஒரு லாக்கர் மாதிரி வெளியே வெச்சுட்டா, தொலைக்கிறது குறையும்ல?"

கவுன்ட்டரில் உட்கார்ந்திருந்தவன் ஆத்திரமாகச் சொன்னான்... "சும்மா பிளேடு போடாம, வேலை பார்க்க விடுங்க சார்! உங்களுக்குத்தான் வீட் ல வேலைவெட்டி இல்லை. இங்கே வந்து உட்கார்ந்துக்கிட்டு சேவை செய்துக்கிட்டு இருக்கீங்க. நாங்க பிழைப்பைப் பாக்கணும்ல..?"

முகத்தில் அறைந்தது போலப்பேசியும், அந்த மனிதர் அதைப்பற்றி கவலைப்படவில்லை. விடுவிடு என நடந்து மரத்தடியில் கிடந்த பெஞ்சில் உட்கார்ந்தபடி, தன் ஆதங்கத்தை வேறு யாருடனோ பகிர்ந்து கொள்ளத் தொடங் கினார். நான் தபால் உறைகளை வாங்கிக் கொண்டு வெளியே வந்தபோது, அவர் யாருமற்ற தனிமையில் கைகளை விரித்து உற்சாகமாகப் பேசிக்கொண்டு இருந்தார்.

"உலகத்துல குடையை, சாவியைத் தொலைக்காத மனுஷன் யாராவது இருப்பானானு எனக்கு சந்தேகமாத்தான் இருக்கு. மனுஷனுக்கு நிம்மதியில்லாமப் போச்சு... அதான்! அந்தக் காலத்தில் சின்னப் பசங்கதான் தெருவிலே காசைத் தொலைச்சிட்டு அழுதுட்டு நிப்பாங்க. இன்னிக்கு வயசு வித்தியாசமே இல்லை. தொலைக்கிறதுக்கு என்ன வயசு வேண்டிக் கிடக்கு, சொல்லுங்கோ?"

மழை வெறித்த சாலையில் நடந்து வந்தபோது, பெரியவரின் குரல் கேட்டுக்கொண்டே இருந்தது. கைப் பொருளில் ஏதாவது ஒன்றைத் தொலைக்காத மனிதன் இருக்கிறானா, என்ன? எத்தனை முறை காசைத் தொலைத்திருக்கிறேன்! பயணத்தில், சூட்கேஸில் இருந்து செல்போன் வரை எத்தனை தொலைத்திருப்பேன்! அவை எல்லாம் யாருக்குக் கிடைத்திருக்கக் கூடும்?

ஒவ்வொரு முறை பொருளைத் தொலைக்கும்போதும், நம் வயது கலைந்து போய்விடுவதை உணர்ந்திருக்கிறேன்.

பொருளைத் தொலைத்த நபரின் முகம் கறுத்துப் போய் கைகள், உதடுகள் நடுங்க பால்யத்தின் கரைகளில் நின்றுகொண்டிருப்பது போலத் தோற்றம் மாறி விடுகிறது.

உலகம் அப்போது ஆயிரக்கணக்கான ரகசியக் கைகள் கொண்டு இருப்பது போலவும், வாயைத் திறந்துகொண்டு எதையும் விழுங்கிவிடும் மலைப்பாம்பு போலவும் தோற்றமளிக்கத் தொடங்குகிறது. அதோடு, நம்மைச் சுற்றிய மனிதர்கள் அனைவருமே அடுத்தவர் பொருளை அபகரித்துக்கொள்பவர்கள் போன்ற மனக் கசப்பு வேறு ஏற்படுகிறது.

தொலைத்தவனின் கண்கள் பூமியை உற்று நோக்குகின்றன. முன் எப்போதும் பார்த்திராத அளவு நெருக்கத்தில் பூமியைக் கவனிக்கத் தொடங்குகிறான். காலி டப்பாக்கள், மாத்திரை அட்டைகள், காகிதங்கள், பிளாஸ்டிக் உறைகள், கிழித்து எரிக்கப் பட்ட கடிதங்கள், பயணச் சீட்டுகள், பற்கள் உதிர்ந்து போன சீப்பு, ரீபில் தீர்ந்துபோன பேனா, துருப்பிடித்த ஆணிகள், ஊதி விறைத்துப் போய்க் கிடக்கும் பழஞ் செருப்புகள்... இப்படி எத்தனையோ கண்ணில் விழுகின்றன. ஆனால், தேடின பொருளை மட்டும் காணவே இல்லை.

உலகம் மிக நுண்மையான இடைவெளிகள் கொண்டது என்று அப் போது தான் புரிகிறது. பூமிக்கு ரகசியக் கைகள் இருக்கின்றன. அதுதான் நம் பையிலிருந்து நாணயத்தை, சாவியைப் பறித்துக் கொள்கிறது என்றுகூடத் தோன்றுகிறது.

உலகம் எண்ணிக்கை அற்ற பொருட்களால் நிரம்பி இருக்கிறது. மனிதர்கள் தங்கள் வாழ்வியலுக்காகக் கோடானு கோடி பொருட்களை உற்பத்தி செய்து, பயன்படுத்தித் தூக்கி எறிந்து விடுகிறார்கள். சிறிய ஆணி முதல் ராக்கெட் வரை எத்தனை லட்சம் பொருட்கள்! ஒவ்வொரு மனிதனும் பயன்படுத்தித் தூக்கி எறிந்தவற்றின் பட்டியல் எத்தனை நீளமானது தெரியுமா?

அன்று தபால் அலுவலகத்திலிருந்து வீடு திரும்பியதும் எனது அறையை, வீட்டை, சமையலறையை ஒவ்வொன்றாகப் பார்க்கப் பார்க்க விதவிதமான பொருட்கள் நிரம்பி வழிவதைக் கண்டேன். எல்லாப் பொருட்களும் அதனதன்

நீல.பத்மநாபன் 1938ம் ஆண்டு பிறந்தவர். மின்சாரத் துறையில் பணியாற்றி ஓய்வு பெற்ற நீல.பத்மநாபன், பல ஆண்டுகாலமாக திருவனந்தபுரத்தில் வாழ்ந்து வருகிறார். கல்லூரி நாட்களிலிருந்தே கதைகள் எழுதத் துவங்கியவர். இவரது 'தலைமுறைகள்', 'பள்ளிகொண்டபுரம்', 'தேரோடும் வீதியில்', 'உறவுகள்' போன்றவை மிக முக்கியமான நாவல்கள். 'தலைமுறைகள்' நாவல் ஜெர்மன், ஆங்கிலம், மலையாளம் உள்ளிட்ட பல முக்கிய மொழிகளில் மொழிபெயர்க்கப்பட்டு இருக்கின்றன. மலையாள இலக்கியங்களைத் தமிழில் மொழிபெயர்ப்பதில் அதிக ஈடுபாடுகொண்ட நீல.பத்மநாபன், மொழிபெயர்ப்புக்கான சாகித்ய அகாடமி விருது பெற்றவர் என்பது குறிப்பிடத்தக்கது.

இடத்தில், ஒன்று மற்றதற்கு இடையூறு செய்யாத ஓர் ஒழுங்கமைவில் ஒன்று சேர்ந்திருப்பதால்தான், அதன் இருப்பை நாம் உணரவில்லை போலும்!

உடைகள், உணவு, உறக்கம் என யாவுமே சிறியதும் பெரியதுமான ஆயிரம் பொருட்களின் சேர்க்கைதான் இல்லையா? பொருட்களின் பட்டியல் முடியக்கூடியதா என்ன? மனிதர்கள் பொருட்களோடு கொள்ளும் உறவு வெறும் இயந்திரத்தனமானது இல்லை. பல நேரங்களில் மூக்குக் கண்ணாடியும், குடையும் ஓர் உடல் உறுப்பைப் போலவே உயிர்ப்போடு கூடியதாக மாறிவிடுகிறது.

பழம்பொருட்கள் விற்பனை செய்யும் கடைகளில் விற்பனைக்கு வைக்கப்பட்டுள்ள விசித்திரமான பொருட்களைக் காணும்போது, அதை ஏற்கெனவே வாங்கிப் பயன்படுத்திய மனிதன் யார் என்ற கேள்வியும், அவனது ரசனையும் நினைவுக்கு வரும். அதே நேரம், எத்தனை விலை உயர்ந்த பொருளாக இருந்தாலும், அதன் மீது மனிதனுக்குள்ள உரிமை ஒரு காலகட்டத்துக்கு உட்பட்டதுதான் என்ற உண்மையும் நினைவுக்கு வரும். மனித ஆசைகள்தான் பொருட்களாக உருவெடுக்கின்றன.

இயற்கை எதையும் தனக்குச் சொந்தமாக்கிக்கொள்வதில்லை. எதையும் இழந்து வருத்தப்படுவதும் இல்லை. அது உலகோடுள்ள தனது சொந்தமாக சதா எதையோ தந்தபடிதான் இருக்கிறது. சிறிய புல்கூட கம்பீரமான பச்சை

நிறத்தையும், காற்றில் அசைந்து அசைந்து ஆடும் முடி வற்ற நடனத்தையும் கொண்டு இருக்கிறதே!

பொருட்களின் மீது நினைவுகள் பதிந்து விடுவதுதான் அதனுடனான நமது உறவுக்கு உயிர் கொடுக்கிறதோ என்று சில வேளைகளில் தோன்றுகிறது. கல்யாணப் பட்டு வேஷ்டியும் சேலையும் மற்ற உடைகளுக்கு இல்லாத முக்கியத்துவத்தைப் பெற்றுவிடுவது அவற்றின் நினைவால்தானே!

தனக்கு விருப்பமான பொருளை இழப்பதன் வேதனையை மனிதன் எதிர்கொள்ளும் மன நெருக்கடியை அழகாகச் சித்திரிக்கிறது நீல. பத்மநாபனின் 'கடிகாரம்' கதை.

நீல.பத்மநாபன் தமிழின் சிறந்த சிறு கதையாசிரியர். அவரது கதையுலகம் தன்னைச் சுற்றிய மனிதர்களின் மீதான அவரது அக்கறையிலிருந்து உருவாகிறது. இயல்பான பேச்சுவழக்கும் கூர்மையான அவதானிப்புகளும் கொண்ட இவரது கதைகள் மிகத் தனித்துவமானவை.

கடிகாரம் கதை, ஒரு நோயாளிக்கும் அவரது வீட்டில் உள்ள பழைய கடிகாரம் ஒன்றுக்குமான உறவைப் பற்றியது. அவர் இதயநோயால் அவதிப் பட்டுக்கொண்டு இருக்கிறார். அவரது வீட்டில் ஒரு பழைய கடிகாரம் இருக்கிறது. அது அவர் கல்யாணம் ஆன புதிதில் வாங்கிய வெளிநாட்டுக் கடிகாரம். அதற்கு மாதம் ஒரு முறை சாவி கொடுத்தால் போதும். வீட்டுக்கு யார் வந்தாலும் அந்தக் கடிகாரத்தைப் பற்றிப் பெருமையாகப் பேசுவது அவர்களுக்கு ரொம்பவும் பிடித்தமானது.

ஆனால், அந்தக் கடிகாரம் சில மாதங்களாக மெதுவாக ஓடத் தொடங்குகிறது. சில வேளைகளில் நின்றும்விடுகிறது. இதனால், அடிக்கடி அந்தக் கடிகாரத்தின் பெண்டுலத்தை ஆட்டி விட வேண்டியிருக்கிறது. ஒரு நாள், மார்புவலி காரணமாக மருத்துவ மனைக்கு அவரைத் தூக்கிக்கொண்டு போகும்போதுகூட, கடிகாரத்துக்குச் சாவி கொடுக்கச் சொல்வதற்கு அவர் மறக்கவே இல்லை.

மருத்துவமனையில் இருந்து வீடு திரும்பிய பிறகு, அந்தக் கடிகாரம் நின்றுபோனால் தனது வாழ்வும் முடிந்துவிடும் என்று ஒரு கற்பனை பயம் அவருக்குள் உருவாகிவிடுகிறது.

இதனால், அந்தக் கடிகாரம் ஓடுகிறதா, இல்லையா என்ற யோசனை எப்போதும் அவர் மனதில் இருந்துகொண்டே இருக்கிறது.

ஒரு முறை, கடிகாரம் ஓடாமல் நின்றுவிடவே, மனைவியை அதிகமாகத் திட்டிவிடுகிறார் அவர். அவள் பெண்டுலத்தை ஆட்டி ஓட வைக்கிறாள். கடிகாரம் முன்புபோல ஓடத் தொடங்குகிறது. அந்தச் சத்தத்தை ஆனந்தமாகக் கேட்டபடியே, அன்றிரவில் அவர் இறந்துவிடுகிறார். கடிகாரம் மட்டும் எப்போதும் போல ஓடிக்கொண்டு இருக்கிறது.

காலத்தின் விரல் தீண்டி அழிக்கப்படாத பொருட்கள் உலகில் ஏதேனும் இருக்கிறதா என்ன? புத்தர் தனது முதல் போதனையில், உலகம் எங்கும் நம் கண்ணில்படாத ஒரு நெருப்பு பற்றி எரிந்துகொண்டு இருக்கிறது அதன் வெப்பம் படராத பொருளே இல்லை என்கிறார். மறுக்க முடியாத உண்மை அது. எவர் கண்ணிலும் படாத அந்த நெருப்பைத்தான் நாம் காலம் என்று குறிப்பிடுகிறோமா?

39
உடல் ஓவியம்

கோடை விடுமுறை நாட்களின்போது ஒரு சிறுவர் பள்ளியில் கதை சொல்வதற்காக அழைக்கப்பட்டு இருந்தேன். வழக்கமான இலக்கியக் கூட்டங்கள் மற்றும் வாசகர் சந்திப்புக்குப் பழக்கமாகியிருந்த எனக்கு இந்த அழைப்பு புதிது. என்னை அழைத்திருந்தது ஒரு மெட்ரிக்குலேஷன் பள்ளி என்பதால், அங்கே தமிழில் பேசுவது சாத்தியமா என்பதே சந்தேகமாக இருந்தது.

நான் சிறுவயது முழுவதும் காமிக்ஸ் புத்தகங்களுக்குள் புதைந்து கிடந்தேன். இரும்புக் கை மாயாவியைப் போல எப்படியாவது உருவம் மறைந்துபோய், கை மட்டும் தனியே இயங்கிக் கொண்டு இருக்க முடியாதா என்ற விசித்திர ஏக்கம் பீடித்த சிறுவனாக, காமிக்ஸ் புத்தகத்தினுள் சாகசக்காரர்களின் துப்பாக்கிச் சத்தங்களைப் பின்தொடர்ந்தபடியே அலைந்து திரிந்துகொண்டு இருந்தேன்.

மெட்ரிக்குலேஷன் பள்ளிக்குப் போனபோது, மாணவர்கள் நூறு

பேருக்கும் அதிகமாக இருந்தார்கள். வகுப்பறையைவிடவும் வெளியில் இந்த நிகழ்ச்சியை வைத்துக்கொள்ளலாம் என்று சொன்னதால், மரங்களுக்கு இடையில் நாற்காலிகள் போட்டு இருந்தார்கள். சம்பிரதாயப் பூர்வமான அறிமுகங்களுக்குப் பிறகு, நான் கால் திருடன், அரைத் திருடன், முக்கால் திருடன் என்ற மூன்று திருடர்களைப் பற்றிய ஒரு கதையைச் சொல்லத் துவங்கினேன்.

கதையைச் சொல்லி முடித்தபோது மாணவர்களிடம் சலனமே இல்லை. நான் ஏதோ அஸ்ஸாமிய பாஷையில் பேசியதைப் போல அந்த முகங்கள் இறுகிப் போயிருந்தன. ஒரு நிமிஷத்தில், என் மனதில் சொல்வதற்குத் தயாராக வைத்திருந்த கதைகள் யாவும் நத்தைகளைப் போல் உள்ளுக்குள் சுருண்டுகொண்டு விட்டன.

கதை புரியவில்லையா, அல்லது எனக்குச் சொல்லத் தெரியவில்லையா? என்ன மாதிரி கதையை அவர்கள் கேட்க விருப்பமாக இருக்கிறார்கள் என்று புரியாமல் குழப்பமாக இருந்தது. கதையை நான் ஒருவனே சொல்வதற்குப் பதிலாக, விருப்பமான யார் வேண்டுமானாலும் சொல்லலாம் என்று அறிவித்தேன். அப்போதும் மாணவர்களிடம் சலனமே இல்லை. மாணவர்கள் கதை சொல்வதற்குப் பயப்படுகிறார்கள் என்று தோன்றியது. அதற்குக் காரணம் ஆசிரியர்களாக இருக்கக்கூடும் என்று தலைமை ஆசிரியரிடம் சொன்னதும், சில நிமிடங்களில் அங்கிருந்த ஆசிரியர்கள் யாவரும் விலகிப் போய்விட்டார்கள்.

மாணவர்களுக்குள் மெதுவாகப் பேச்சுச் சத்தம் கேட்கத் துவங்கியது. அவர்கள் தங்களுக்குள் அவசர அவசரமாக எதையோ பேசிக்கொண்டார்கள். பிறகு ஒரு சிறுவன் தான் கதை சொல்வதாக கையைத் தூக்கினான். அவனை என் அருகில் அழைத்து வந்து, கதையைச் சொல்லச் சொன்னேன். ஆங்கிலமும் தமிழிலும் கலந்து சொல்லத் துவங்கினான் அவன்.

"ஒரு ஊர்ல ஒரு குட்டி லயன் இருந்துச்சு... அதோட அப்பாவும் அம்மாவும் ஆபீஸ் போயிட்டாங்க. வீட்ல அதுக்கு ரொம்பப் பசியா இருந்தது. கிச்சன்ல இருந்த ப்ரிஜ்ஜைத்

திறந்து சாப்பிடுறதுக்கு ஏதாவது இருக்கானு பாத்துது. உள்ளே எதுவுமே இல்லை. கொஞ்சமே கொஞ்சம் மட்டும் கோக் இருந்துச்சு. பசிக்கு என்ன செய்றதுனு தெரியாம அந்த லயன் சுத்திக்கிட்டு இருந்துச்சு.

அப்போ, அதுக்கு திடீர்னு ஒரு ஐடியா வந்துச்சு. உடனே போன் பண்ணி பீட்ஸா கொண்டு வரச் சொல்லி ஆர்டர் பண்ணிச்சு! கரெக்டா பைவ் மினிட்ஸ் கழிச்சு ஒரு ஆள் பீட்ஸா கொண்டு வந்து குடுத்தான். லயன் பீட்ஸாவை சாப்பிட்டு முடிச்சப்போ அதுக்கு விக்கல் வந்துச்சு. குடிக்க தண்ணி வேணும்ல.. அது வீட்ல இல்லை. அதோட மம்மி அன்னிக்கு வாட்டர் கேன் ஆர்டர் பண்ணாம ஆபீஸ் போயிட்டாங்க. அதனால ஒரு முயலைக் கூப்பிட்டு ஜில்லுனு ஒரு மினரல் வாட்டர் பாட்டில் வாங்கிட்டுவரச் சொல்லிட்டு, டி.வி. பாத்துட்டு இருந்திச்சு.

முயல் ஒரு ஆட்டோவுல போய் ஒன் லிட்டர் மினரல் வாட்டர் பாட்டிலை வாங்கிட்டு வந்தவுடனே குட்டி லயன் தண்ணி குடிக்க பாட்டில் மூடியைத் திறக்கப் பாத்தா திறக்கவே முடியல. லயனோட டாடி எப்பவுமே குட்டி லயன் எல்லாம் ஜில் வாட்டரை டம்ளர்ல ஊத்தித்தான் குடிக்கணும்னு சொல்லி இருக்காங்க. அதனால அந்த லயன் மூடியைக் கழட்டி டம்ளர்ல தண்ணியை ஊத்த ரொம்ப ட்ரை பண்ணிச்சு. முடியவே இல்ல. கடைசியா தன் பல்லை வச்சு பாட்டிலை ஒரு கடி கடிச்சது. அவ்வளவுதான்... வாட்டர் பாட்டில் ஓட்டையாகி தண்ணி எல்லாம் கொட்டிப் போச்சு. லயன் ஏமாந்து போச்சு. கதையும் முடிஞ்சு போச்சு!" என்றான்.

குழந்தைகள் விழுந்து விழுந்து சிரித்தார்கள். அதுவரையில் நான் கேட்டுப் பழகியிருந்த கதை உலகம் ஒரு நிமிஷத்தில் சிதறிக் கலைந்து போனது. உருவகக் கதை போல சிறுவன் தனது அன்றாட வாழ்வை சிங்கத்தோடு இணைத்துச் சொன்னது ஆச்சர்யமாக இருந்தது.

உண்மையில் இன்றைய சிறுவர்கள் மனதில் மினரல் வாட்டர் குடிக்கும் சிங்கம்தான் இருக்கிறது. வனமோ அதன் விசித்திர வாழ்க்கையோ அவன் மனதில் பதியவே இல்லை.

நகரில் பறக்கும் பறவைகளில் ஒன்றிரண்டைத் தவிர, மற்ற எந்தப் பறவையின் பெயரும் பெரியவர்களுக்கே தெரியாத நிலையில், சிறுவன் மட்டும் எப்படிக் கதை சொல்வான்?.

சிறுவர்கள் கதை கேட்கவும் சொல்லவும் விருப்பத்தோடுதான் இருக்கிறார்கள். பெரியவர்களிடம்தான் பிரச்னை. அவர்கள் கதை கேட்பதை நிறுத்திப் பல வருடமாகி விட்டது. அவர்கள் மனதில் கதைகள் இல்லை. அவர்களுக்குத் தெரிந்த கதைகள் பெரும்பாலும் தொலைக்காட்சி தொடர்களின் கதைகள்தான். குழந்தைகளுக்குக் கதை சொல்ல வேண்டும் என்பதற்காகப் பெற்றோர்கள் கதை படித்து நான் பார்த்ததே இல்லை.

தமிழ்நாட்டில் கதை சொல்வதற்கான அமைப்புகள் அதிகம் இல்லை. ஒன்றிரண்டு அமைப்புகள் செயல்பட்டபோதும், அவை போதுமானதாக இல்லை. தஞ்சையில் 'கதை சொல்லிகள்' என்ற அமைப்பை எழுத்தாளர் தஞ்சை பிரகாஷ் பல வருடமாக நடத்தி வந்தார்.

இது சிறுவர்களுக்குக் கதை சொல்லும் அமைப்பல்ல மாறாக, பெரியவர்கள் தங்களுக்குத் தெரிந்த கதைகளைப் பரிமாறிக்கொள்ளும் ஒரு களமாக இருந்தது. தஞ்சாவூர் அரண்மனையில் ஒவ்வொரு மாதத்திலும் ஒரு நாள் சந்தித்துக் கதை பேசிக்கொள்வார்கள்.

தஞ்சை பிரகாஷ் மிக அழகாகக் கதை சொல்லக்கூடியவர். தமிழ், ஆங்கிலம், மலையாளம், தெலுங்கு, சம்ஸ்கிருதம் என்று பல மொழிகளிலும் நல்ல புலமை பெற்றவர். சிற்பம், ஓவியம், இசை என்று சேர்ந்த ரசனையும் அவருக்கு இருந்தது.

அவரைச் சந்தித்த மறுநிமிடம் எங்காவது ஒரு இடத்துக்கு அழைத்துப் போய்விடுவார். அங்கே ஏதாவது ஒரு சிற்பமோ, ஓவியமோ இருக்கக்கூடும். இல்லாவிட்டால் அந்தத் தெருவுக்கே ஒரு கதை இருக்கக்கூடும். தஞ்சை நகரை அவர் கதைகளின் கூடாரமாகவே கண்டார். அங்கிருந்த இசைக் குடும்பங்கள் பற்றியும், அருகில் உள்ள கிராமங்களில் வாழ்ந்த கள்ளர்களின் வாழ்க்கை பற்றியும் ஏராளமான செய்திகள் அவருக்குத் தெரிந்திருந்தன.

தஞ்சாவூரில் உள்ள ஒரு வீதிக்கு ஒரு நாள் அதிகாலை என்னை அழைத்துக் கொண்டு போனார். ஒரு வீட்டு வாசலில்,

தமிழின் சிறந்த சிறுகதைக்கான கதாவிருது பரிசு பெற்ற தஞ்சைபிரகாஷ், தஞ்சை மாவட்டத்தின் மானம்புசாவடியைச் சார்ந்தவர். தி.ஜானகிராமன், கு.ப.ரா., க.நா.சு. ஆகிய எழுத்தாளர்களின் நெருங்கிய நண்பராக இருந்தவர். 'ஞானரதம்' இதழில் கவிதைகளும் கட்டுரைகளும் தொடர்ந்து எழுதி வந்தார் தஞ்சை பிரகாஷ். இவரது 'கள்ளம்', 'கரமுண்டார்வூடு' ஆகியவை தமிழில் குறிப்பிடத்தக்க நாவல்கள். 'தஞ்சை பிரகாஷ் கதைகள்' என்ற பெயரில் அவரது மொத்த சிறுகதைகள் ஒரே தொகுப்பாக வெளிவந்துள்ளன. இயற்கை வைத்திய முறைகளில் அதிக நாட்டம் கொண்டவர். எளிய உணவை மட்டுமே உட்கொண்டு துறவி போல வாழ்ந்து வந்த இவர், எதிர்பாராத உடல்நலக்குறைவின் காரணமாக சில ஆண்டுகளுக்கு முன் மரணமடைந்தார்.

தெருவில் பாதியை அடைத்துக் கோலம் போடப்பட்டு இருந்தது. அவர் அந்தக் கோலத்தை கவனமாகப் பார்க்கச் சொன்னார். தாமரைக் குளம் ஒன்று தரையில் விரிந்திருந்தது போலிருந்தது..!

"இது என் நண்பரோட வீடுதான். கோலம் போட்டது அவங்க பொண்ணு. பேரு உமா. பத்து வயசிலேயே அவ கண்ல பார்த்த எதையும் அப்படியே காகிதத்தில் வரைஞ்சுடுவா. கொஞ்சம் பயிற்சி கொடுத்தா போதும், பெரிய ஓவியரா வந்துடுவானு நினைச்சு அவ அப்பன்கிட்டே பேசினேன். 'பொம்பளைப் பிள்ளை படம் வரைஞ்சா குடும்பத்துக்கு ஆகாது. அந்த ஆசையை விட்ரு'னு தடுத்துட்டான்.

அந்தப் பொண்ணு கல்யாணம் ஆகி மாயவரம் போனா. ஆனா, குடும்பம் சரியா அமையலை. புருஷனோட பிரச்னை. அப்பன் வீட்டுக்குத் திரும்பி வந்துட்டு இங்கேதான் ஒரு வளையல் கடையில் வேலை பாக்குறா. ஆனா, இன்னும் அவள் மனசில் படம் வரையற ஆசை போகலை. இந்தத் தெருவிலயே அவ வீட்ல மட்டும் கோலம் தெருவை அடைச்ச மாதிரி இருக்கும். அதுவும் கற்பனை பண்ணிப் பார்க்க முடியாத படிக்கு கலர் கலரா கோலமாவைத் தயார் செய்து போடுற கோலம். அவ திறமை பூரா இப்படித் தெருவில் போறவங்க கால்ல மிதிபடுதேனு கவலையா இருக்கும். என்ன செய்யறது! பிகாசோ மாதிரி உலகமே வியக்கிற ஓவியரா வந்திருக்கக் கூடியவ இவ. ரெண்டு தப்பு பண்ணிட்டா.

ஒண்ணு பொம்பளையாப் பிறந்தது. இன்னொண்ணு தமிழ் நாட்டில் பிறந்தது.

இங்கே பொம்பளை நினைச்சதை சாதிக்கணும்னா அவ கிழவியானாத்தான் முடியும். ஔவையார் கிழவியாகாம இருந்திருந்தா ஒரு ஊருக்கும் போய் இருக்க முடியாது ஒரு பாட்டுக்கூட பாடி இருக்க முடியாது... சரிதானே!"

தஞ்சை பிரகாஷின் இக்குரல் அவரது கதைகளுக்குள்ளும் எதிரொலித்துக் கொண்டு இருக்கிறது. 'பற்றி எரிந்து விழும் தென்னை மரம்' என்ற அவரது கதையும் இது போன்ற ஒரு பெண்ணைப் பற்றியதுதான்.

அவள் மிக அழகானவள். அவளது பெயர் லோச்சனா. அவளுக்கும் ஓவியம் தீட்டுவதில் மிக விருப்பம் இருக்கிறது. அவள் சிறு வயதிலிருந்தே ராகவன் என்பவரைக் காதலித்தாள். ராகவன் பணம் படைத்தவன். அவன் லோச்சனாவின் அழகில் மயங்கி, அவளைக் காதலிக்கிறான். அவர்கள் திருமணம் செய்துகொள்கிறார்கள்.

ஆனால், சில ஆண்டுகளில் அவளுக்குத் தொழுநோய் வந்து விடுகிறது. அதனால் அவளது குழந்தையைக்கூட அவளிடமிருந்து பிரித்து விடுகிறார்கள். குழந்தைக்குப் பால் புகட்டக்கூட அவளால் முடியவில்லை. இதனால் மார்பில் நெரி கட்டிக்கொள்கிறது. மார்பில் கட்டிய பாலை வேதனையோடு ஒரு செங்கல்லில் பீச்சிவிடுகிறாள்.

மற்றவர்களுக்குத் தொந்தரவாக வாழ வேண்டாம் என்று முடிவு செய்து, காவிரி ஆற்றில் கொள்ளிடத்துக்கு மேற்கே ஒரு தனித் தீவு போல இருக்கும் அஞ்சனி என்ற இடத்தில், தனியே ஒரு குடிசையைப் போட்டுக் கொண்டு வாழ்கிறாள்.

நோயுற்ற அவளுக்குத் தன் உடல் முழுவதும் வர்ணங்களால் விசித்திரமான உருவங்களைத் தீட்டிக் கொள்ளும் பழக்கம் ஏற்படுகிறது. அதனால் வர்ணங்களைக் குழைத்து இலைகள், பூக்கள் போன்று தன் உடல் முழுவதும் வரைந்துகொள்கிறாள். அவள் உலகில் இப்போது உறவோ, புருஷ சுகமோ எதுவுமே இல்லை. மாறாக நிறங்களும் அவை தரும் சந்தோஷமும் மட்டுமே.

ஒரு இரவில், மின்னல் வெட்டின் காரணமாக அங்கிருந்த தென்னை மரம் ஒன்று பற்றி எரிவதைக் காண்கிறாள். அந்த நெருப்புப் பிழம்பில் தெரியும் வர்ண ஜாலம் அவளுக்கு வாழ்வின் உச்சமான ஒரு நிலையைப் புரிந்து கொள்ள வைக்கிறது. மழையோடு சீறிக்கொண்டு இருக்கும் காவிரி ஆற்றினுள் பாய்கிறாள். சுழி அவளை இழுத்துக்கொண்டு போகிறது. இப்போது அவளும் எல்லையற்ற இயற்கையின் ஒரு பகுதியைப் போல ஒன்றிணைந்துவிட்டாள் என்பதோடு கதை முடிகிறது.

உலகில் கடற்கரை மணலைவிடவும் கதைகள் அதிகம் இருக்கின்றன. மணலாவது நம் கண்ணில் படுகிறது. காலில் ஒட்டிக்கொள்கிறது. கதைகள் ஆற்றில் மூழ்கிக் கிடக்கும் கூழாங் கற்களைப் போல எவரெவர் மனதிலோ புதையுண்டு கிடக்கின்றன. ஒரு கதை எப்போது யாரால், யாருக்குச் சொல்லப்படும் என்பதும் அறியப்படாத ஒரு ரகசிய விதிதான் போலும்!

40

எழுத்துப்பிழை

அறிவொளி இயக்கம் தென்மாவட்டங்களில் தீவிரமாகச் செயல்பட்டு வந்த நாட்களில், அவர்களுடன் சேர்ந்து பல்வேறு கிராமங்களுக்கும் சென்று பணியாற்ற எனக்கு ஒரு சந்தர்ப்பம் கிடைத்தது. புதிதாகக் கல்வி கற்றுக்கொள்பவர்களுக்கு உரிய எளிய வாசித்தலுக்கான புத்தகங்களுக்கு, கிராமங்களில் எத்தகைய வரவேற்பு கிடைக்கிறது என்பதை அறிவதில் அப்போது அதிக ஈடுபாடு காட்டினேன்.

ஒரு கிராமத்தில், அறிவொளி பயிற்சி வகுப்பின்போது, ஒரு பெரியம்மாவைப் பாடுவதற்காக அழைத்திருந்தார்கள். அவர்தனது தோற்றத்துக்குப் பொருந்தாத கறுப்பு கூலிங்கிளாஸ் அணிந்தவராக, வெற்றிலைக் குதப்பலுடன் வந்தார். தனக்குத் தெரிந்த ஒரு பாடலைப் பாடுவதாகச் சொல்லி மேடையேறிவர், தெம்மாங்குப் பாட்டு ஒன்றைப் பாடினார். நல்ல குரல் வளம். பாட்டு முடிந்ததும், அவர் தனது பெயர் பேச்சியம்மாள்

என்றும், தான் கிராமம் கிராமமாகச் சென்று இழவு வீடுகளில் ஒப்பாரி பாடும் வேலை செய்வதாகவும் சொன்னார். அதைக் கேட்டதும் கூட்டத்தில் பலருக்கும் சிரிப்பு.

அந்த அம்மாள் மைக்கை தன் கையில் வைத்துக் கொண்டபடியே, 'ஆபீஸர்கள் எல்லாம் வந்திருக்கீங்க. ஒரேயொரு ஒப்பாரி பாட்டு மட்டும் பாடுறேன், கேட்டுப் பாருங்க!' என்றார். அன்றைய நிகழ்ச்சிக்கு மாவட்ட ஆட்சித் தலைவர் வருவதாக இருந்ததால், நிகழ்ச்சி ஒருங்கிணைப்பாளர் பேச்சியம்மாளிடம் இருந்து மைக்கைப் பிடுங்கிக்கொண்டு, அவரை ஓரமாகப் போய் உட்காரச் சொன்னார்.

மாவட்ட ஆட்சித் தலைவர் வந்து பயிற்சி வகுப்பைத் துவக்கி வைத்தபோது பேச்சியம்மாள் எழுந்து போய் அவரிடம், "அய்யா! நான் நல்லாப் பாடுவேன். என்னைய பாட விட மாட்டேங்குறாங்க" என்று சொன்னார். அவர் பேச்சியம்மாளிடம், 'உங்களுக்கு எழுதப் படிக்கத் தெரியுமா?' என்று கேட்டார். "அதெல்லாமில்லீங்க... நான் இட்டுக்கட்டி பாடுறதுதாங்க!" என்றார். எழுத்தறிவு வகுப்பில் சேர்ந்து படிப்பதாக இருந்தால் அவரைப் பாடுவதற்கு அனுமதிப்பதாகச் சொன்னதும், தலை ஆட்டிவிட்டு மைக்கை வாங்கி, ஒரு ஒப்பாரிப் பாடலைப் பாடத் துவங்கினார்.

பாட்டு துவங்கிய இரண்டு நிமிஷங்களுக்குள் பேச்சியம்மாளின் முகம் சிவந்து, கண்கள் வீங்கி, தன்னை அறியாமலே துக்கம் பீடித்த குரலில் உரத்து பாடத் துவங்கினார். விழாவுக்கு வந்திருந்த அதிகாரிகள், 'என்ன ஒப்பாரி பாடுது?' என்று எரிச்சலாகி, பாதி பாடிக் கொண்டு இருக்கும்போதே, 'போதும்' என்று நிறுத்தச் சொன்னார்கள்.

அவரோ எதுபற்றியும், யாரைப் பற்றியும் கவலைப்படாமல் தொடர்ந்து பாடிக்கொண்டே இருந்தார். பாடலின் துக்கம் கேட்பவர்களையும் துவளச் செய்வதாக இருந்தது. பதினைந்து நிமிஷங்களுக்குப் பிறகு, அவராக முந்தானையால் தனது கண்களைத் துடைத்துக்கொண்டு எழுந்து யாவருக்கும் ஒரு நமஸ்காரம் செய்துவிட்டு வந்து தன் இடத்தில் உட்கார்ந்து கொண்டார். அன்றைய பயிற்சி வகுப்பு முடிந்ததும், மாவட்ட ஆட்சித் தலைவர் அவரிடம் போய், "நன்றாகப் பாடினீர்கள். உங்களுக்கு எத்தனைக் குழந்தைகள்? உங்கள் கணவர் என்ன செய்கிறார்?" என்று விசாரித்தார்.

பேச்சியம்மாள் தனக்குக் கல்யாணம் ஆகவில்லை என்றும், ஒரு ஆளோடு சேர்ந்து கொஞ்ச காலம் வாழ்ந்ததாகவும், அப்படி ஏற்பட்ட உறவில் ஒரு பொம்பளைப் பிள்ளை பிறந்து, அதுவும் பத்து வயதில் வயிற்றுப்போக்கில் இறந்துவிட்டதாகவும் சொன்னார்.

பிறகு, அவராக கள்ளச் சிரிப்பு சிரித்தபடி, "நான் தினம் நூறு, இருநூறு மில்லி நாட்டுச் சாராயம் குடிச்சிருவேன் சார்! அதுபோக வெத்தலைக்கு தினம் ரெண்டு ரூவா வேணும். ஒரு நா ஒப்பாரி வைக்கக் கூப்பிட்டா, பத்து ரூவா குடுப்பாங்க. சில வீடுகள்ல அவங்களே ரம் பாட்டிலு வாங்கிக் குடுத்துருவாங்க. என்னைய மாதிரி நாலஞ்சு பொம்பளைக இருக்கோம். எங்கே சாவு விழுந்தாலும், எங்களுக்குச் சொல்லிவிட்ருவாங்க. தெக்கே நான் போகாத ஊரே இல்லை. செத்துப்போன ஆளை நல்லா புகழ்ச்சியாப் பாடுவேன். செத்துப்போன உசிரு வீட்டைச் சுத்தி நின்னு கேட்டுக்கிட்டு இருக்கும்னு சொல்வாங்க. அது மனசு குளிரப் பாடுவோம். இதான் எங்க பிழைப்பு" என்றபடி தயக்கத்துடன், “பாடுனதுக்கு ரெண்டு ரூவா காசிருந்தா, குடு சார்! உன் பேரைச் சொல்லி வெத்தலை வாங்கிப் போட்டுக்கிறேன்" என்றாள்.

கலெக்டர் தனது பர்ஸிலிருந்து பத்து ரூபாய் எடுத்து நீட்டினார். அவள் வாங்க மறுத்தபடி, "வெத்தலைக்கு காசு குடுங்க போதும்" என்றாள். அருகிலிருந்த அதிகாரி ரெண்டு ரூபாய் எடுத்து நீட்டினார். அதை வாங்கிக்கொண்டு விடுவிடுவென வெளியே நடந்து போய்விட்டார் பேச்சியம்மாள்.

இது நடந்து இரண்டு மாதங்களுக்குப் பிறகு, அதே கிராமத்துக்கு இன்னொரு முறை போனபோது, பேச்சியம்மாள் எழுத்தறிவு வகுப்பில் படித்துக்கொண்டு இருப்பதைக் கவனித்தேன். கையில் ஒரு சிலேட்டுடன், எதையோ மிக கவனமாக எழுதப் பழகிக் கொண்டு இருந்தார். என்னைப் பார்த்ததும் வணக்கம் வைத்து, "என் பேரை மட்டும் எப்படியாவது எழுதி பழகிக்கிடணும்னு பார்க்கிறேன், சார்!" என்று சொல்லிச் சிரித்தார்.

ஆறேழு மாதங்களுக்குப் பிறகு, அவரை ஒரு நாள் மதுரை மொட்டைக் கோபுரம் அருகே சந்தித்தேன். யாரோ சில பெண்களுடன் நின்றிருந்தவர், என்னைக் கண்டதும் அவசர அவசரமாக அருகில் வந்து சிரித்தபடியே, "இப்போ என் பேரை எழுத எனக்குத் தெரியும் சார்! கலெக்டர் அய்யாவுக்குக்கூட என் பேரை மட்டும் ஒரு தபால் அட்டையில் எழுதிப் போட்டேன். அவுக்கூட பதிலுக்கு எனக்குக் கடுதாசி போட்டிருக்காங்க" என்று தன் இடுப்பில் சொருகியிருந்த ஒரு தபால் அட்டையை எடுத்துக் காட்டினார்.

அட்டை கசங்கி மடங்கி இருந்தது. அந்த கடிதத்தை அவரே எழுத்து எழுத்தாகக் கூட்டி வாசிக்கத் துவங்கினார். அக்கடிதத்தில் கலெக்டர், பேச்சியம்மாள் எழுதப் படிக்கக் கற்றுக்கொண்டதற்கு வாழ்த்து தெரிவித்து இருந்தார். படித்து முடித்தபோது பேச்சியம்மாள் முகத்தில் இருந்த சந்தோஷமும் வியப்பும் பரவசம் தருவதாக இருந்தன.

தயக்கத்துடன், "சரியா படிச்சனா சார்?" என்று கேட்டார். 'ஆமாம்' என்று தலையாட்டியதும், "படிக்காத பொட்டக் கழுதையா இத்தனை வருசம் வாழ்ந்துட்டமேனு நினைக்கும்போது வெட்கமா இருக்கு சார்! எனக்கு அக்கா தங்கச்சி ஆறு பேரு. யாருமே படிச்சவக இல்லை. இப்போ நான்தான் முதல்ல எழுதப் படிச்ச ஆளு. ஆனா, இப்போ யாருக்குக் கடுதாசி எழுதுறதுனுதான் தெரியலை. உங்க விலாசம் குடுத்தா உங்களுக்குக்கூட ஒரு கடுதாசி எழுதிப் போடுவேன் சார்" என்றார்.

முகவரியை எழுதிக் கொடுத்ததோடு, கூடவே வெற்றிலை போடுவதற்கு வைத்துக்கொள்ளும்படி இரண்டு ரூபாய் கொடுத்தேன். 'எதுக்கு?" என்று தயக்கத்துடன் வாங்கிக்கொண்டவர், கிழக்கு கோபுரத்தை நோக்கி நடந்து போனார். இத்தனை வருடங்களுக்குப் பிறகு, பேச்சியம்மாளுக்கு திடீரென உலகம் பளிச்சென திருநீறு இட்டுத் துடைத்த சிம்னி விளக்கைப் போல உருமாறி விட்டது போலிருந்தது. எழுத்தும் படிப்பும் என்ன தரும் என்பதற்குச் சாட்சியாக இருந்தது அவரது நடை.

கலாசாரத்தின் முக்கியப் பணி பெண்களை கட்டுப்படுத்துவதும் கண்காணிப்பதுமேயாகும். இந்தியக்

தமிழ்ச் சிறுகதையுலகில் தனித்துவமான எழுத்தாளர் அம்பை. இவரது 'சிறகுகள் முறியும்' என்ற சிறுகதைத் தொகுப்பு, இலக்கிய சூழலில் மிகுந்த கவனத்தையும் விவாதத்தை உருவாக்கியது. தமிழ்க் கலாசார சூழல் பெண்களை நடத்தும் முறை பற்றிய கோபமும் பகடியும் இவரது எழுத்தின் வழியே வெளிப்படுகின்றன. இவரது கதைகள் ஆங்கிலம், இந்தி, மலையாளம் உள்ளிட்ட பல முக்கிய மொழிகளில் மொழியாக்கம் செய்யப்பட்டுள்ளன. மும்பையில் வசித்து வரும் அம்பை, 'ஸ்பாரோ' என்ற பெயரில் சமூகம், மற்றும் கலை இலக்கியத் துறைகளில் பெண்களின் பங்களிப்பு பற்றிய ஆவணக் காப்பகம் ஒன்றை நடத்தி வருகிறார். ஆங்கிலத்திலும் தொடர்ந்து எழுதி வரும் இவரது இயற்பெயர் சி.எஸ்.லட்சுமி.

கலாசாரக் கருத்துருவங்களில் பாதி, பெண்களை எப்படி நடத்து வது என்பதற்கான அடக்குமுறைக் குறிப்புகளே! சரித்திரப் புத்தகங்களில் அரசர்களின் வெற்றியும் வீரமும் பதிவாகி இருக்கிறதேயன்றி, அவர்களின் அந்தப்புரங்களுக்குள் வாழ்ந்து மடிந்த பெண்களின் பெருமூச்சும் கண்ணீரும் பதிவாகவே இல்லை.

பாபரைப் பற்றித் தெரிந்த நமக்கு அவரின் அம்மா பெயர் தெரியாது. மும்தாஜுக்காக அழகான தாஜ்மஹால் கட்டப்பட்டிருப்பது தெரியும். ஆனால், அவள் வருடம் தவறாமல் ஒரு குழந்தையைப் பிரசவித்து ஜன்னி கண்டு உடல் வெளிறியது நமக்குத் தெரியாது. ராமனோடு கூடவே சீதையும் வனவாசம் போனாள். அவர்களோடு லட்சுமணனும் போனான். ஆனால், லட்சுமணன் மனைவி என்ன ஆனாள்? கௌரவர்கள் நூறு பேர் என்று தெரிந்த நம்மில் எத்தனை பேருக்கு, அவர்களுக்கு ஒரு தங்கை இருந்ததோ, அவள் பெயர் துச்சலை என்பதோ தெரியும்?

பெண்களின் இயல்பான சுபாவத்தையும் கலாசாரம் அவர்களுக்குள் உருவாக்கி வைத்திருக்கும் மனத்தடைகளையும் தனது எழுத்தின் மூலம் கூர்மையாக விமர்சனம் செய்பவர் அம்பை. இவரது கதைகள் மிக நுண்மையாக பெண்களின் கோபத்தையும் உணர்வுகளையும் வெளிப்படுத்துபவை.

தமிழ்ச் சமூகத்தில் காலங்காலமாகவே பெண் ஒடுக்கப்பட்டு வருவதை முகத்தில் அறைவதுபோல் வெளிப்படுத்துபவை.

'வீட்டின் மூலையில் ஒரு சமையலறை' என்கிற இவரது சிறுகதைத் தொகுப்பில், 'புனர்' என்னும் சிறுகதை மிக முக்கியமானது. இக்கதை லோகிதாஸ், சபரி என்கிற இரண்டு கதாபாத்திரங்களைப் பற்றியது. இருவரது குழந்தைப் பருவத்திலிருந்து கதை துவங்குகிறது. லோகிதாஸ் வெற்றிகரமான ஒரு ஆணாக வளர வேண்டும் என்பதற்காக, அவனுக்குள் சிறு வயதிலேயே அவன் இன்ஜினீயர் ஆக வேண்டும், பணம் சம்பாதிக்க வேண்டும் என்கிற எண்ணத்தை விதைப்பதில் துவங்கி, அவன் என்ன விளையாட வேண்டும், எப்படி நடந்து கொள்ள வேண்டும் என்று ஆயிரம் அறிவுரைகளும் முன் உதாரணங்களும் காட்டப்பட்டு வளர்க்கப்படுகிறான்.

ஆண் பெண் இருவருமே கலாசாரத்தின் ஒழுக்க விதிகளை ஏற்றுக்கொண்டு, அதன் வழிகாட்டுதலைத் தங்களது சொந்த எண்ணங்களாக மாற்றிக்கொண்டு வளர்கிறார்கள். இந்த இருவரும் தங்களது பருவ வயதில் சந்தித்துக்கொள்கிறார்கள். காதல் கொள்கிறார்கள். நெருக்கமாகப் பழகும் சந்தர்ப்பம் உருவாகிறது.

பெண்ணைப் பற்றித் தனக்கு இருந்த கற்பனை யாவும் மிகையானது என்று லோகிதாஸ் அப்போதுதான் உணர்கிறான். அதுபோலவே ஆணைப் பற்றித் தனக்கு தெரிந்தவை யாவும் அர்த்தமற்றவை என்று சபரியும் உணர்கிறாள். காம வேகத்தில் இருவரும் உடலுறவு கொள்கிறார்கள். இதனால் சபரி கர்ப்பமாகிறாள்.

இப்போதும் பிரச்னை அவளுக்கு மட்டுமே உரியதாகிறது. திருமணத்துக்கு முன்பே கர்ப்பமாகிவிட்டது தெரிந்தால் பிரச்னை என்று கர்ப்பத்தைக் கலைப்பதற்கு அழைத்துப் போகப்படுகிறாள். இரும்புக் குறடுகள் அவள் வயிற்றில் வளரும் உயிரை நெருக்கி அழிக்கின்றன. உதிரம் பெருகி ஓடுகிறது.

வணிக கலாசாரம் தனது எளிய உத்தியாக பெண்களைப் பற்றிய மிகுதியான கற்பனைகளை ஆண்களிடமும்,

ஆண்களைப் பற்றிய மயக்கங்களைப் பெண்களிடமும் எப்படி தனது சந்தைப் பொருட்களை விற்பதற்காக உருவாக்குகிறது என்பதையும் இக்கதை துல்லியமாகச் சித்திரிக்கிறது.

கால மாற்றம் எத்தனையோ தளங்களில் பெண்களைப் பணியாற்றவும் பங்கேற்கவும் சாத்தியப்படுத்தியுள்ளது. ஆனால், இன்றும் குடும்பம் என்ற அளவில் பெண்கள் மீதான அதிகாரமும் கட்டுப்பாடுகளும் குறையவே இல்லை. இந்தியக் குடும்பங்களில் இன்றும் ஆண்கள், கடவுளின் தோளில் கைபோட்டுக்கொண்டு இருக்கும் ரட்சகர்களைப் போல தன் எல்லையற்ற அதிகார வரம்பைச் செயல்படுத்திக்கொண்டுதான் இருக்கிறார்கள்.

41. தென்னாடு உடையவன்

காரைக்குடியில் ஒரு ஓட்டலில் மதிய உணவு சாப்பிடச் சென்றிருந்தேன். உடலுக்குப் பொருந்தாத நீல பேன்ட்டும் சட்டையுமாக ஒரு சர்வர் அங்குமிங்கும் ஓடிக்கொண்டு இருந்தார். ஐம்பது வயது இருக்கும். புதிதாக சர்வர் வேலைக்கு வந்திருக்கிறார் என்பது அவரது படபடப்பிலேயே தெரிந்தது. இலையில் காய்கறிகள் எவ்வளவு வைப்பது என்ற நிதானம்கூட பழகவில்லை.

அன்றைக்குக் கூட்டம் மிக அதிகம். இரண்டு மேஜைகள் தள்ளி உட்கார்ந்திருந்த ஒரு ஆள் திடீரெனக் கூச்சலிட்டார். அந்தச் சத்தத்தில் மற்ற மேஜைகளில் இருந்தவர்கள் திரும்பிப் பார்த்தார்கள். கையில் வத்தல் குழம்பு வாளியுடன் அந்த சர்வர் நின்றிருந்தார்.

சாப்பிட உட்கார்ந்திருந்தவர், "என்னய்யா ஓட்டல் நடத்துறீங்க? இலையில் சோத்தைப் போட்டதும், இப்படி ரெண்டு கரண்டி குழம்பு ஊத்தினா எப்படிச் சாப்பிடுறது? சப்ளை பண்றதுக்கு நல்ல கேணப் பயலா

வெச்சிருக்கே. இந்த இலையை எடுத்துட்டு, வேற இலை போடு. பசி நேரத்துல ஆத்திரத்தைக் கிளப்பாதே!" என்று கத்தினார்.

கல்லாவில் உட்கார்ந்திருந்த நபர் விடுவிடுவென இறங்கி வந்து, அந்த சர்வர் கையில் வைத்திருந்த சில்வர் வாளியைப் பிடுங்கினார். சர்வர் தர மறுக்க, அவர் முகத்தில் சொத்தென ஒரு அறைவிட்டு, "வாளியை வெச்சுட்டு கடையைவிட்டு இறங்கிப் போயிரு" என்று விரட்டினார் கல்லா ஆசாமி கோபமாக. சர்வர் மௌனமாக சில்வர் வாளியைத் தரையில் வைத்துவிட்டு, நிஜமாகவே விடுவிடுவென வெளியேறி நடக்கத் துவங்கினார்.

இலைகளுக்கு மோர்மிளகாய் போட்டுக்கொண்டு இருந்த கிளீனர் பையன், "அவரு புதுசு சார்... அவருக்கு எங்கியோ தஞ்சாவூர் பக்கமாம். ஓட்டல்ல வேலை செஞ்சு பழக்கமில்லை. இவிங்க கிட்டே மனுசன் வேலை பாக்க முடியுமா?" என்றபடி, சரியாக இலைக்கு ஒரு மிளகாய் வற்றலைப் போட்டபடி கடந்து போனான். ஓட்டல் முன்பு போலவே இரைச்சலும் கூச்சலுமாகத் தன் இயல்பு நிலைக்குத் திரும்பியது.

அன்றிரவு திரும்பவும் அதே ஓட்டலுக்குச் சாப்பிடப் போனபோது, இரவு மணி ஒன்பது இருக்கும். ஓரமாக இருந்த ஒரு மேஜையில் நான் உட்கார்ந்தேன். கிளீனர் பையன் என்னைப் பார்த்ததும் சிரித்தபடியே தண்ணீர் கொண்டுவந்து வைத்தான்.

மதியம் வேலையைவிட்டு வெளியே போன சர்வர் வாசலில் நின்றிருந்தார். கல்லாவில் இருந்தவர் சில்லறைகளை எண்ணிக் கணக்கு பார்த்துக் கொண்டு இருந்தார். "உள்ளே என் வேஷ்டி கிடக்கு. எடுத்துட்டுப் போயிடுறேன்" என்று சொல்வது காதில் விழுந்தது. கல்லாவில் இருந்தவர் திரும்பியே பார்க்கவில்லை.

என் அருகில் நின்றிருந்த கிளீனர் பையன், அந்த சர்வரைக் கவனித்தபடியே சொன்னான்... "போன வெள்ளிக்கிழமைதான் சார் இவர் இங்கே வேலைக்கு வந்தார். இதுக்கு முன்னாடி கோயில்ல மேளம் அடிக்கிற வேலை பார்த்துட்டிருந்தாராம். இப்போதான் மேளம்

அடிக்கிறதுக்கும் நாயனம் வாசிக்கிறதுக்கும் மெஷின் வந்துருச்சாம்ல. அதனால் கோயில்ல இருந்து வீட்டுக்குப் போகச் சொல்லிட்டாங்களாம். வேலை கேட்டு வந்து நின்னாரு. அன்னிக்கே பெரிய முதலாளி, 'உனக்கு இந்த வேலை சரிப்படாதுப்பா'னு சொன்னாரு. இவருதான் கேட்கலை. சாப்பாடு போட்டு, மாசச் சம்பளம் அறு நூறு ரூவா தர்றாங்களேன்னு ஒப்புக்கிட்டாரு..."

கல்லாவில் இருந்தவர் சில்லறைகளை எண்ணி முடித்துப் பொட்டலம் கட்டி விட்டு எழும்போது, அந்த சர்வரைப் பார்த்து முறைத்தபடி, "ஏன்யா உசிரை வாங்குறே... உன் சொத்தை விட்டுட்டுப் போக மனசில்லையாக்கும்! போ... உள்ள போயி உன் பொக்கிஷத்தை அள்ளிக்கிட்டுப் போ!" என்று அலுப்பு முறித்துக் கொண்டார். அந்த சர்வர் சமையற்கட்டின் உள்ளே நடந்துபோவது தெரிந்தது.

பத்து வருடங்களுக்கு முன்பு, சோழர்களின் கற்கோயில்களைக் காண்பதற்காக தினம் ஒரு கோயிலாக தஞ்சை மாவட்டத்தின் பல்வேறு கிராமங்களில் சுற்றி அலைந்தபோது, மாலை நேரங்களில் கோயிலில் வாசிக்கப்படும் இசையைக் கேட்டிருக்கிறேன். தாழம்பூவின் நறுமணத்தைப் போல அடர்ந்த மணமுடையது கோயில் இசை. நூற்றாண்டுகளாக வௌவால் எச்சம் படிந்து கிடக்கும் மௌனம், அந்த இசையால் இளகியோடிக்கொண்டு இருப்பது போலத் தோன்றும்.

வில்வமாலை தரித்த சிவன் அருகிலிருந்து கேட்டுக்கொண்டு இருப்பது போல், அவர்கள் வாத்தியம் இசைப்பார்கள். அவர்களில் பெரும்பான்மையானவர்கள் கோயிலில் தலைமுறைகளாகவே வாத்தியக்காரர்களாக சேவை செய்பவர்கள். விடிகாலையில் துவங்கும் அவர்களது தெய்வீக இசை, இரவு திருப்பள்ளி வரை நீளும். ஓதுவார்களின் பாடலும் நாகஸ்வர இசையும் இல்லாத கோயில்களே இல்லை என்பது போல எங்கும் ராக சஞ்சாரங்கள் கேட்டுக்கொண்டே இருந்தன.

ஆனால், சில வருடங்களாக கோயிலில் மின்சாரத்தில் மணி அடிப்பதும் மேள வாத்தியமும் வந்தபிறகு, அந்த இசைக் கலைஞர்கள் கோயிலின் கற்சிலைகளைப்போல

தமிழ் உரைநடையில் தத்துவார்த்தம் படிந்த கதை சொல்லும் முறையை அறிமுகப்படுத்திய ந.பிச்சமூர்த்தி, கும்பகோணத்தில் 1900ல் பிறந்தார். புதுக்கவிதையில் முன்னோடியான இவர், வழக்கறிஞர் பட்டம் பெற்றுப் பணியாற்றியவர். தத்துவத்தில் மிகுந்த ஈடுபாடு கொண்ட பிச்சமூர்த்திக்கு, ரமண மகரிஷியின் மீது மிகுந்த ஈடுபாடு உண்டு. இவரது முதல் சிறுகதை 1932ம் ஆண்டு வெளியானது. இந்து அறநிலையத்துறையின் அதிகாரியாகப் பணியாற்றியவர் பிச்சமூர்த்தி. இவரது குறிப்பிடத்தக்க படைப்புகள்... 'பதினெட்டாம்பெருக்கு', 'மோகினி', 'மாங்காய் தலை', 'காபூலிக் குழந்தைகள்'. இவரது மொத்த கதைகளும் தொகுக்கப்பட்டு, 'ந.பிச்சமூர்த்தி கதைகள்' என்ற பெயரில் வெளியாகி உள்ளது. 1976ல் தனது 76 வயதில், சென்னையில் காலமானார் ந.பிச்சமூர்த்தி.

நிசப்தத்தில் புதையுண்டு போய்விட்டார்கள். பாரம்பரியமாக வாசிக்கப்பட்டு வந்த இசைக் கருவிகளும் வாத்தியக்காரர்களும் இன்று தேவையற்றவை என ஒதுக்கப்பட்டிருப்பதைக் காண்பது மனச்சங்கடம் தருவதாக இருந்தது.

அன்று இரவு நான் தங்கியிருந்த லாட்ஜுக்கு வந்தபிறகும், அந்த ஆளின் முகம் என் மனதில் திரும்பத் திரும்ப வந்தபடியே இருந்தது. தாளக்கட்டுகள் விளையாடிய அந்த விரல்கள் எப்படி மேஜை துடைக்கச் சம்மதித்தன?

ஓட்டலில் இருந்து கோபித்துக் கொண்டு வெளியே போனால், எங்கே போய்விட முடியும்? இன்னொரு ஓட்டலுக்கு அல்லது இன்னொரு வேலைக்குப் போகலாம். ஆனால், பயின்ற இசையும் மனதில் தேங்கியிருந்த நாதமும் இனி உடைந்த மண் பாண்டத்தைப்போல உபயோகமற்றதுதானா?

எனக்குத் தெரிந்த ஒரு ஜப்பானிய இசை ஆய்வாளர், தஞ்சை மாவட்டக் கோயில்களில் வாசிக்கப்படும் பாரி நாயனம் என்ற வாத்தியக் கருவியைப் பற்றிக் கேள்விப்பட்டு, அதைக் கற்றுக் கொள்வதற்காக ஏழு ஆண்டுகள் தமிழகத்தில் தங்கி கற்றுக்கொண்டு, இன்று ஜப்பானில் பாரி நாயனத்துக்கான இசைப் பயிற்சியகம் நடத்தி வருகிறார். ஆனால், அந்த

இசையை நாம் பயில்வதற்கோ, கேட்பதற்கோ இங்கே எந்த வசதியும் இல்லை.

இன்றும் நம்மிடையே உள்ள எத்தனையோ புராதன இசைக் கருவிகளை வாசிப்பதற்கு முறையான இசைக் கலைஞர்கள் இல்லை. இன்னொருபுறம், தமிழிசைக் கருவிகளை வாசிக்கும் திறமையுள்ளவர்கள் அடையாளம் காணப்படாமல், ஒடுங்கி வாழ்ந்துகொண்டு இருக்கிறார்கள்.

ஐரோப்பாவில் உள்ள தேவாலயங்களில் இன்றும்கூட பதினாறாம் நூற்றாண்டு இசைக் கலைஞர்களின் இசைக்கோவை ஒரு இசைக் குறிப்புகூட மாறுபடாமல், அப்படியே வாசிக்கப்பட்டு வருகிறது. ஆனால், நாம் நம்மிடம் உள்ள சிறந்த இசைக் கலைஞர்களைத் தெருவில் யாசகம் கேட்கும் யானைகளைப் போல அன்றாட வாழ்வின் நெருக்கடிக்கு உள்ளாக்கி இருக்கிறோம்.

யாரிடம் இதைப் பற்றிச் சொல்வது, யாரால் இதை தீர்த்துவைக்க முடியும் என்றுகூட இந்த இசைக் கலைஞர்களுக்குத் தெரியவில்லை. அவர்களுக்குத் தெரிந்த ஒரே மனிதன், தென்னாடுடைய சிவன்தான். ஒருவேளை, அவன் தன்னைப் போலவே இவர்களும் தெருவில் பிச்சாண்டிக் கோலத்தில் திரிவதைப் பார்க்கத்தான் விரும்புகிறான் போலும்!

நம்பிய விஷயங்கள் ஒரு நாளில் கைவிட்டுப் போகும்போது, மனிதன் கொள்ளும் ஏமாற்றம் தாங்கிக் கொள்ள முடியாதது. இதைப் பிச்சமூர்த்தியின் 'கவலை மாடு' என்ற கதை துல்லியமாக வெளிப்படுத்துகிறது.

தான் வளர்த்த பையன் இன்று தன்னிச்சையாக வீட்டில் முடிவுகள் எடுப்பதைத் தாங்கிக்கொள்ள முடியாத வயதானவர் ஒருவரின் கதை அது. கதையின் தொடக்கத்திலே, விவசாய வேலைகளுக்காக வயதானவரின் வளர்ப்புப் பையன் வெளியூர் சென்று, மாடு வாங்கி வருகிறான். தன்னைக் கலந்து பேசாமல் அவன் மாடு வாங்கி வந்துவிட்டானே என்று வயதானவருக்குக் கோபம். இதனால் அவர் மாட்டின் மீது தேவையில்லாத குற்றம் சொல்கிறார். 'இந்த மாடு நமக்கு வேண்டாம். விற்று விடு' என்று திட்டுகிறார்.

எப்போதாவது பெரியவர் கோபமாகி கத்தத் தொடங்கினால், உடனே அவருக்குப் பிடித்த உணவு எதையாவது தயாரித்து வைத்து விடுவாள் அவரின் மருமகள். அவரது கோபம் உடனே அடங்கிப் போய்விடும். இந்த மாடு பிடிக்கும் விஷயத்திலும், அவள் அதே வழியைக் கையாளுகிறாள். ஆனால், அவரது கோபம் அடங்கவில்லை.

மறுநாள் வளர்ப்பு மகன், மாட்டை விற்பதற்காக ஒரு தரகரை அழைத்து வருகிறான். ஆனால், 'யாரைக் கேட்டு மாட்டை விற்பதற்கு முடிவு செய்கிறாய்?' என்று கோபப்படுகிறார் பெரியவர். அந்தத் தரகர் சிரித்தபடியே, 'சரிங்க அய்யா ! நான் மாட்டை விலை பேசவில்லை' என்று போய் விடுகிறார். வளர்ப்பு மகனின் மனைவி சிரிக்கிறாள். கிழவரோ, தன் பேச்சைக் கேட்டுக்கொண்டுதான் உலகமே நடந்து கொண்டு இருப்பது போல பொய்யாக நம்பியபடி, வீட்டை மிரட்டிக்கொண்டு இருக்கிறார் என்பதோடு கதை முடிகிறது.

பிச்சமூர்த்தி கதையில் வரும் கிழவருக்காவது தன் கோபத்தைக் காட்டிக்கொள்வதற்கு ஒரு இடமும் ஆட்களும் இருக்கிறார்கள். ஆனால், தங்களை ஒரு சிறிய மின்சார இயந்திரம் வெளியேற்றி விட்டதே என்ற இசைக் கலைஞர்களின் கோபத்தை, அவர்கள் யாரிடம் காட்டுவது? ஒருவேளை, அவர்கள் தங்கள் கோபத்தைக் காட்டுவதற்காகத்தான் இது போல தங்கள் வாழ்நாளில் நினைத்துக்கூட பார்த்திராத வேலைகளைச் செய்வதற்குச் சம்மதிக்கிறார்கள் போலும்!

தங்கள் குழந்தைகளை விடவும் அதிக நேரம் வாஞ்சையுடன் தூக்கிச் சுமந்த இசைக் கருவிகளை அவர்கள் இறக்கி வைத்துவிட்டு, பெருமூச்சுடன் அடுத்த நாளை எதிர்நோக்கிக் காத்திருக்கிறார்கள். காற்றில் சூடம் கரைவதுபோல நாட்கள் கைமீறிக் கரைந்துகொண்டு இருக்கின்றன. இந்தப் பாடுகளை அறிந்தும் அறியாமலும் துயிலும் தெய்வத்தை, மின்சார மேளச்சத்தம் பள்ளி எழச் செய்தபடி இருக்கிறது. விழித்துக்கொள்வாரா சிவன்?

42

சொல்லில் நனைதல்

அவதானம் என்பது நினைவாற்றல் கலை! இந்தக் கலையில் 8 அவதானம் செய்பவர்கள் அட்டாவதானி 10 வகைகளில் அவதானம் செய்பவர்கள் தசாவதானி 16 விதங்களில் செய்பவர்கள் சோடசதாவதானி 100 விதமான அவதானம் செய்பவர் சதாவதானி என்று அழைக்கப்படுவார்கள். தமிழ்நாட்டில், இக்கலையின் விற்பன்னர்களாக இருந்த கதிர்வேல் பிள்ளை, தஞ்சை சுப்ரமணிய ஐயர், சங்கர நாராயண அண்ணாவி, சதாவதானி செய்கு தம்பி பாவலர் உள்ளிட்ட பலரையும் பற்றிக் கேள்விப்பட்டிருக்கிறேன். திருக்குறளின் எந்த எண்ணைச் சொன்னாலும், அந்தக் குறளைச் சரியாகச் சொல்லும் அவதானிகள் சிலருடனும் எனக்குப் பரிச்சயமுண்டு. ஆனால், பன்னாலாலைச் சந்திக்கும்வரை, இந்தக் கலை பற்றிய உயர்வு எண்ணங்கள் எதுவும் எனக்கு ஏற்பட்டதே இல்லை.

போபாலில் நடைபெற்ற இந்திய கிராமியக் கலைவிழாவில் கலந்து கொண்டபோது,

பன்னாலால் நடத்திய அவதான நிகழ்ச்சியைக் கண்டேன். குஜராத் மாநிலத்தின் ராஜ்கோட்டிற்கு அருகில் உள்ள ஒரு கிராமத்திலிருந்து வந்திருந்தார். எழுபது வயதிருக்கும். பட்டு ஜிப்பா அணிந்திருந்தார். மெலிந்த உருவம்.

பன்னாலால் மரபான அவதானங்களான நாள் கூறல், ஆண்டு கூறல், வயது கூறல், நினைத்த எண் கூறல், நெல்மணி எண்ணுவது, மலர்களை எண்ணுவது எனப் பதினெட்டு விதம் செய்ததோடு, ஆங்கிலத்தில் மில்டன், ஷேக்ஸ்பியர் படைப்புகளிலும், இந்தியிலும், குஜராத்தியிலும் உள்ள முக்கிய இலக்கியங்களில் இருந்தும் கேள்விகள் கேட்கலாம் என்றும், தான் அதற்கான பதில்களைச் சொல்வதாகவும் அறிவித்தார். மொத்தம் 108 அவதானங்களை அவர் நிகழ்த்தி முடிக்க ஏழரை மணி நேரமானது. வியப்பிலிருந்து மீள முடியவே இல்லை.

நிகழ்ச்சி முடிந்தபோது அவர் புன்சிரிப்புடன் தனது நினைவாற்றல் பற்றி விளக்கினார். "நம் எல்லோர் வீடுகளிலும் சமையல் அறைகளில் நூற்றுக்கணக்கான பொருட்கள் உள்ளன. ஒவ்வொரு பொருளையும் ஒரு தனி டப்பாவில் போட்டு வைப்பதால், தேவைப்படும்போது அவற்றை எடுப்பது எளிதாக இருக்கிறது இல்லையா, அப்படிப்பட்டதுதான் இந்த நினைவாற்றல் கலையும். இந்த 50 ஆண்டுகளில் எனது மூளையை நூற்றுக்கணக்கான சின்னச் சின்னப் பெட்டிகளாக மாற்றி ஒவ்வொன்றிலும் ஒரு பொருளைப் போட்டு வைத்திருக்கிறேன்" என வேடிக்கையாக அறிவித்தார் அவர்.

மறுநாள் காலை, நாங்கள் தங்கி இருந்த இடத்தின் அருகே, கோவாவைச் சேர்ந்த பொம்மலாட்டக் குழுவில் இருந்த 20 வயதுப் பெண் ஒருத்தி ஹார்மோனியத்தைச் சரிசெய்து கொண்டு இருந்தாள். அப்போது கறுப்பு பனியன் அணிந்த ஒரு ஆள் அவளருகில் சென்று ஏதோ கேட்டான். அவள் தனக்குத் தெரியாது என்பது போல் மறுத்துத் தலையசைத்தாள். இருவரும் காரசாரமாக ஏதோ பேசிக் கொண்டார்கள். பிறகு, அந்த ஆள் கோபத்துடன் வெளியே சென்றான். இது நடந்த சில நிமிடங்களில், அந்த பெண்ணின் மாமனார் விடுவிடுவென நடந்து வந்து, அவள் தலைமயிரைப்

பிடித்து அடித்தார். அந்தப் பெண் கூக்குரலிடத் துவங்கினாள். பார்த்துக் கொண்டு இருந்தபோதே, பருமனான ஒரு பெண் ஓடி வந்து, ஒரு கட்டையால் ஹார்மோனியம் வைத்திருந்த பெண்ணின் தலையில் ஒரு போடு போட்டுவிட்டு ஓடினாள். பொம்மலாட்டம் காட்ட வந்திருந்த மற்றவர்கள் அவர்களை விலக்கிவிட முயற்சி செய்வதற்குள், அடி விழுந்து அந்தப் பெண்ணின் தலையிலிருந்து ரத்தம் கொட்ட ஆரம்பித்தது. யாரோ போலீஸை அழைத்து வந்தார்கள். அந்தப் பெண் நடந்ததைச் சொன்னாள். போலீஸ்காரனுக்கு இருவர் மீதும் சந்தேகம். அவர்களை போலீஸ் ஸ்டேஷனுக்கு வரும்படி அழைத்தான். இருவருமே வர மறுத்தார்கள்.

அப்போது பன்னாலால் அங்கே வந்தார். தனது அறையிலிருந்து, அங்கே நடந்த நிகழ்ச்சிகள் யாவையும் தான் கவனித்ததாகவும், அங்கே என்ன நடந்தது, யார் என்ன சொன்னார்கள், முதலில் யார் அடித்தது, அடித்த பெண் எப்படி இருப்பாள் என்று விவரமாகச் சொன்னார். போலீஸ்காரர், அவர் சொன்ன தகவலை வைத்துக் கொண்டு, அந்த வயதானவரும் அவனது மனைவியும் சேர்ந்து அந்த இளம்பெண்ணை அடித்த விஷயத்தைப் புரிந்துகொண்டு அவர்கள் இருவரையும் போலீஸ் ஸ்டேஷனுக்கு இழுத்துப் போனார். நாங்களும் பன்னாலாலுடன் போலீஸ் ஸ்டேஷனுக்குச் சென்றோம்.

இன்ஸ்பெக்டர் நடந்த விஷயங்கள் யாவையும் கேட்ட பிறகு, 'உங்களுக்கு கொங்கணி மொழி தெரியுமா? எப்படி அவர்கள் பேசியதைத் துல்லியமாகச் சொல்கிறீர்கள்?' என்று பன்னாலாலிடம் கேட்டார். பன்னாலால் தனக்கு கொங்கணி பாஷை தெரியாது என்றும், ஆனால், தான் அவதானம் செய்பவன் என்பதால், எதையும் ஒரு முறை பார்த்தாலோ, கேட்டாலோ அதை அப்படியே சொல்லிவிட முடியும் என்றார்.

இன்ஸ்பெக்டர் நம்ப முடியாமல், பன்னாலால் பார்த்தது கேட்டது யாவற்றையும் ஒரு காகிதத்தில் எழுதித் தரக் கேட்க, பன்னாலால் சிரித்தபடியே தனக்கு எந்த பாஷையும் எழுதப் படிக்கத் தெரியாது என்றும், தனக்குத் தெரிந்தது யாவும் கேள்வி ஞானம் தான் என்றும் சொன்னார். எங்களால் நம்ப முடியவில்லை.

நவீன தமிழ் இலக்கியத்தின் அரிய சாதனையாளராக கொண்டாடப்படும் சுந்தர ராமசாமி, சிறுகதை, கவிதை, நாவல், நாடகம், கட்டுரை என்று விரிந்த தளங்களில் இயங்கியவர். 'சரஸ்வதி' இதழின் வழியே எழுதத் துவங்கிய இவர், புதுமைப்பித்தன் மீது அதிக ஈடுபாடு கொண்டவர். இவரது 'பிரசாதம்', 'பல்லக்குத் தூக்கிகள்', 'பள்ளம்' போன்றவை முக்கிய சிறுகதைத் தொகுப்புகள். 'ஒரு புளியமரத்தின் கதை', 'ஜே.ஜே. சில குறிப்புகள்', 'குழந்தைகள் பெண்கள் ஆண்கள்' என்ற இவரது மூன்று நாவல்களும், தமிழ் நாவல் உலகில் தீவிர வாசிப்புக்கும் கவனத்துக்கும் உட்பட்டவை. 'பசுவய்யா' என்ற பெயரில் கவிதைகள் எழுதி வந்தார். கவிதைக்கான ஆசான் விருது, டொரான்டோ பல்கலைக்கழகத்தின் இயல் விருது உள்ளிட்ட பல முக்கிய விருதுகளைப் பெற்றவர். இவரது படைப்புகள் ஆங்கிலத்திலும் இந்தியிலும் வெளியாகி உள்ளன. கல்வித் துறை சார்ந்த இவரது சிந்தனைகள் தனித்த நூலாக வெளிவந்துள்ளது. எதிர்பாராத உடல்நலக்குறைவின் காரணமாக அமெரிக்காவில் மரணமடைந்தார். தமிழ் நவீன இலக்கிய பரப்பில் இவரது ஆளுமை என்றும் தொடரக்கூடியது.

---

100 அவதானங்கள் செய்பவர் எப்படி எல்லாவற்றையும் கேள்வி ஞானத்தால் மட்டுமே அறிந்திருக்க முடியும்..? ஒருவேளை நடிக்கிறாரோ என்று சந்தேகமாக இருந்தது. 'தனது கிராமத்தில் அந்தக் காலத்தில் பள்ளிக்கூடம் இல்லை. அதனால் வீட்டில் அம்மாவும் தாத்தாவும் தங்களுக்குத் தெரிந்த புராணங்களையும் கவிதைகளையும் எடுத்துச் சொல்வார்கள். அதைக் கேட்டுப் பயின்றது மட்டும்தான் தனக்குக் கிடைத்த பயிற்சி. பத்து வயதிலேயே விவசாய வேலைகளுக்குப் பழகிவிட்டதால் படிப்பதற்கு நேரமோ சாத்தியமோ ஏற்படவில்லை. ஆனால், பாடல் புனையும் ஆசை இருந்ததால் சொந்தமாக மெட்டுக்கட்டி பாடிக்கொண்டு இருந்ததாகவும், அது வளர்ந்து வளர்ந்து இப்படி அவதானம் செய்பவராகத் தன்னை மாற்றிவிட்டது' என்றார் பன்னாலால். அவதானம் செய்து பெயர் வாங்கிய பிறகு நண்பர்களான சில பேராசிரியர்களின் உதவியோடு ஆங்கிலத்திலும் இந்தியிலும் உள்ள முக்கிய இலக்கியங்களை மனனம் செய்து கொண்டு அவதான ம் செய்துவருவதாகவும்,

நிஜத்தில் தன் பெயரைக் கையெழுத்திட மட்டும்தான் தனக்குப் பயிற்சி இருக்கிறது என்றும் சொன்னார்.

அன்று மாலை, நடைப் பயிற்சியின்போது அவர் மீண்டும் சொன்னார்... 'பாஷை ஒரு அற்புதம். பாக்கைக் கடித்துச் சுவைப்பது போல சில சொற்களை என் நாவில் இட்டு சுவைத்துக்கொண்டே இருக்கிறேன். பாஷையின் மயக்கம் தீராதது. இந்த மயக்கத்தை நிஜ மாக்கிக் கொள்வதற்காக வீட்டில் ஆயிரக்கணக்கில் புத்தகங்கள் வாங்கி வைத்திருக்கிறேன். ஆனால், எதையும் என்னால் வாசிக்க இயலாது. உலகில் மனிதர்கள் மட்டும் தான் எழுதவும் படிக்கவும் தெரிந்த ஜீவராசிகள். வேறு எந்த உயிரினத்துக்கும் இந்தப் பழக்கம் கிடையாது. நான் அந்தவகையில் முழுமையான மனிதன் இல்லை. பயிற்சி கொடுத்து வளர்க்கப்பட்ட கிளி போலத்தான் நானும்!'

மனிதக் கண்டுபிடிப்புகளில் மிக முக்கியமானது, மொழியை மனிதன் கண்டுபிடித்ததுதான். பொருட்களுக்குப் பெயரிட்டது மனிதனின் மாபெரும் வளர்ச்சி. அதை வகைப்படுத்தியதும், அறிவு என்று முறைமைப்படுத்தியதும் எத்தனை வியப்பானது! மொழி நம் கற்பனைகளுக்குச் சிறகு முளைக்க வைப்பது. மனதின் ஆசைகள், மொழியின் சித்திரங்களாகத்தானே வெளிப்படுகின்றன! மறதியும் நினைவும் மனிதனுக்குக் கிடைத்த அரிய பொக்கிஷங்கள் இல்லையா?

எத்தனையோ பகையும் கோபமும் மறந்து போய்விடுவதால்தானே வாழ்க்கை இனிமையாகக் கழிகிறது! அதே போல, அடிமனதில் என்றும் மறையாத நினைவாக அவமானமும் கண்ணீரும் இருப்பதால்தான் வெற்றியின் கனம் நமக்குப் புரிகிறது.

பாஷை தரும் மயக்கத்தைத் துல்லியமாக வெளிப்படுத்தும் மிகச் சிறந்த கதை சுந்தர ராமசாமி எழுதிய, 'ரத்னாபாயின் ஆங்கிலம்'. சுந்தர ராமசாமி தமிழ் இலக்கிய உலகில் தனித்த சாதனைகள் புரிந்தவர். இவரது கதைகளும் கட்டுரைகளும் தீவிரமான சர்ச்சைகளை உருவாக்குவதோடு தனக்கென தனித்துவமான பார்வையும் தெளிவும் கொண்டதாக விளங்கக் கூடியவை.

'ரத்னபாயின் ஆங்கிலம்' கதை ஒரு கடிதத்தைப் பற்றியது. ரத்னாபாய் ஆங்கிலத்தில் நன்றாகத் தேர்ச்சி பெற்றவள். அவள் தனது கடிதத்தை தனது கற்பனையின் மெல்லிழைகளால் பின்னி உருவாக்கக்கூடியவள். அப்படி தனது தோழி ஒருத்திக்கு தான் புதிதாக வாங்கிய ஒரு பட்டுப்புடவை பற்றி ஒரு கடிதம் எழுதுகிறாள். அக்கடிதத்தில் புடவையின் கருநீல நிறம் பற்றிக் கவித்துவமான வர்ணனைகளுடன் அந்தப் புடவை தரும் சந்தோஷமான உணர்ச்சிகளை விவரித்து எழுதுகிறாள். இக்கடிதத்தைப் படித்த அவளது தோழி அம்புஜம் ஆச்சரியப்பட்டு, 'ரத்னாபாயால் மட்டும்தான் இப்படி ஒரு புடவையைக்கூட ரசித்து ரசித்து எழுத முடிகிறது. அதுவும், அவளது ஆங்கிலச் சொற்களின் பிரயோகம் அதன் கவித்துவத்தை பீறிட்டுக் காட்டுகிறது' என்று பாராட்டிக் கடிதம் எழுதுகிறாள். அத்துடன், தனக்கும் தன்னுடன் வேலைபார்க்கும் சக ஆசிரியை ஒருத்திக்கும் இது போன்ற பட்டுச் சேலை ஒன்று வாங்கி அனுப்பி வைக்க வேண்டும் என்றும், அதற்காக தான் பணம் அனுப்பி வைப்பதாகவும் எழுதுகிறாள்.

இப்போது ரத்னாபாய்க்கு தர்மசங்கடமான நிலை. காரணம், அவள் நிஜத்தில் அது போன்ற சேலை எதையும் வாங்கவில்லை. கடிதத்தை சுவாரஸ்யப்படுத்தவும், தன் கனவுகளுக்கு நிறம் கொடுக்கவும்தான் அவள் அப்படி ஒரு விவரணையை எழுதியிருந்தாள். அதோடு, மொழி தரும் சுவை அவளுக்கு நிஜத்தைவிடவும் உவப்பாக இருந்தது. ஆகவே தன் கற்பனையை அந்தக் கடிதம் முழுவதும் பரவவிட்டிருந்தாள்.

இப்போது என்ன செய்வது என்று தெரியாத நிலையில், கையில் போதுமான பணமில்லாமல், அவள் ஒரு ஜவுளிக் கடைக்குச் சென்று தன் மனதில் இருந்த நிறத்துக்குப் பொருந்துமாறு ஒரு சேலை எடுக்க முயற்சிக்கிறாள். அவளது கனவை மெய்ப்படுத்துவது போல அங்கே எதுவும் கிடைக்கவில்லை. திருப்தியற்ற நிலையில் ஒரு புடவையைத் தேர்வு செய்துவிட்டு, மறுபடியும் தனது கவித்துவமான பாஷையால் தோழிக்கு ஒரு கடிதம் எழுதி தனது இயலாமையை மறைத்துக்கொள்ள முயற்சிக்கிறாள் ரத்னாபாய். இரவில் தான் எழுதிய கடிதத்தை தானே பலமுறை படித்துப் பார்த்து ரசித்தபடியே, 'பாஷை ஒரு

அற்புதம். கடவுளே, உனக்கு நன்றி! இதைவிட்டால் எனக்கு வேறு எதுவுமில்லை' என்று ரத்னாபாய் சொல்வதோடு கதை முடிகிறது.

காலம் தன் கண்ணுக்குத் தெரியாத விரல்களால், உலகின் அற்புதங்களில் பலவற்றைத் தரைமட்டமாக்கி இருக்கிறது. ஆனால், காலத்தின் விரல்கள் பட்டும், அழியாமலும் தன் புதுவீச்சு மங்காமலும் இருப்பதுதான் மொழியின் விசித்திரம் போலும்!

நூற்றாண்டுகளுக்கு முந்திய சங்க கவிதைகளை வாசிக்கும் போது நேற்று எழுதியதுபோல ஈரம் மறையாமல் இருப்பதும், அடுத்த வீட்டுப் பெண்ணை விட மணிமேகலை நெருக்கமாக இருப்பதும்தான் மொழி செய்யும் மாயம் இல்லையா!

43
நிராசையின் உருவம்

இரண்டு நாட்களாகப் பெய்த மழையில், கையில் குடையுடன் வீட்டின் அருகில் உள்ள மைதானத்தைக் கடந்து வரும்போது அந்த நாயைக் கண்டேன். யாருமற்ற மைதானத்தில் மழை தனியே விளையாடிக்கொண்டு இருக்க, அந்த ஜெர்மன் ஷெப்பர்ட் நாய் இயல்பான அதன் வெளிர் சிவப்பு நிறம் மாறி ஈரமும் சகதியுமாக மரத்தடியில் ஒதுங்கி நின்றிருந்தது. அருகில் போன போது உர்ரென முறைத்துக் குரைத்தது. அநேகமாக தன் வாழ்நாளில் இப்போதுதான் முதன் முறையாக அந்த நாய் மழையில் நனைகிறதோ, என்னவோ?

அந்த நாய் அடுத்த தெருவில் இருந்த ஒரு மாடி வீட்டில் வசிப்பவர்களுடையது. அவர்கள் வீட்டின் பால்கனியில் நின்றபடி, இந்த நாய் குரைத்துக்கொண்டு இருப்பதைப் பல முறை கண்டிருக்கிறேன். சில மாலை நேரங்களில் அந்த வயதான வரும் அவரது மனைவியும் நாயை வாக்கிங் அழைத்துக்கொண்டு நடந்து

வருவார்கள். அவர்களை இழுத்துக்கொண்டு நாய் வேகமாக நடந்து செல்லும். அவர்கள் மைதானத்திலிருந்த பெஞ்சில் உட்காரும்போது, அந்த நாய் காற்றில் அலையும் தும்பிகளைப் பிடிக்கத் துள்ளித் திரியும். அவர்கள் காரில் போகும் சில நாட்களில் பின் ஸீட்டின் கண்ணாடி வழியே அது வெளியே எட்டிப் பார்ப்பதைக்கூட கவனித்திருக்கிறேன்.

இரண்டு மூன்று வாரங்களுக்கு முன்பாக ஒரு நாள் அந்த வீட்டின் உரிமையாளர் என் நண்பர் ஒருவருடன் சாலையில் நின்று பேசிக் கொண்டு இருந்தார். நண்பர் என்னை அவருக்கு அறிமுகப்படுத்தினார். அந்தப் பெரியவர் தான் தொலைபேசித் துறையில் பணியாற்றி ஓய்வு பெற்றவர் என்றும், தன் ஒரே மகன் அமெரிக்காவில் இருப்பதால் அவனோடு போய் சில மாதங்கள் இருக்கலாம் என்று திட்டமிட்டு இருப்பதாகவும் சொன்னார். இதையெல்லாம் எதற்காக என்னிடம் சொல்கிறார் என்று யோசித்துக்கொண்டு இருந்தேன்.

அவர் தனது சுய விவரங்களைச் சொல்லி முடித்துவிட்டு, "நாங்க அமெரிக்கா போறது உறுதியாயிடுச்சு. ஆனா, என் வீட்ல இருக்கிற நாயை என்ன செய்றதுன்னு தெரியலை. அதை விலைக்கு விற்கவும் மனசில்லை. மாம்பலத்தில் என்னோட சிஸ்டர் வீடு இருக்கு. ஆனா, அவங்களுக்கு நாய்னா அலர்ஜி. நாலு வருஷமா எங்ககூடவே பிள்ளை மாதிரி இருக்குது. விட்டுட்டுப் போகவும் மனசில்லே. அதே நேரம், நாங்க அமெரிக்கா போயிட்டு வர்றதுக்கு ஆறு மாசத்துக்கு மேலாகிடும். அதுவரைக்கும் பாத்துட்டு இருந்தாகூடப் போதும். உங்களுக்கு விருப்பம் இருந்தா நாங்க தர்றோம். வீட்ல வெச்சு வளர்க்கலாம்" என்றார்.

என் வீட்டிலும், குழந்தைகள் நாயைக் கண்டால் பயப்படக் கூடியவர்கள் என்று சொன்னேன். அவர் மௌனமாகத் தலையாட்டியபடி, "ஒண்ணு ரெண்டு பேர் பார்த்துக்கறேன்னு சொல்றாங்க. ஆனா, அவங்களால இந்த நாயைப் பராமரிக்க முடியுமானு சந்தேகமா இருக்கு. எப்படியோ, ஊருக்குப் போறதுக்குள்ளே இதுக்கு ஒரு வழி பண்ணிட்டுதான் போகணும்" என்றார்.

இது நடந்து பத்து நாட்களுக்குப் பிறகு, அதே தெருவில் உள்ள இன்னொரு வீட்டைச் சேர்ந்த பொறியாளர் ஒருவர்

அந்த நாயைக் கூட்டிக்கொண்டு வாக்கிங் வருவதைக் கண்டேன். இப்போது நாயின் கழுத்தில் பெரிய பட்டை கட்டப்பட்டு இருந்தது. பொறியாளரை இழுத்துக்கொண்டு அந்த நாய் திமிறி ஓடப் பார்த்தது. அவர் நாயைத் திட்டிக்கொண்டே நடந்து போனார்.

பொறியாளரும் அவரது மனைவியும் எங்கோ வேலை செய்யக்கூடியவர்கள். அதனால், அவர்கள் வீடு எப்போதும் பூட்டப்பட்டே இருக்கும். இந்த நாய்க்கு பெரிய சங்கிலி போட்டு முன் வாசலில் கட்டி வைத்திருப்பார்கள். அதன் அருகில் ஒரு தட்டில் சாதம் இறைந்து கிடக்கும். நாய் சங்கிலியை இழுத்துக் கொண்டு பகல் முழுவதும் கத்திக் கொண்டே இருக்கும். முன்பு பார்த்தபோது இருந்த அதன் வசீகரமும் துள்ளலும் அதை விட்டுக் கொஞ்சம் கொஞ் சமாக மங்கிக்கொண்டே வருவது போலிருந்தது.

இன்று அந்த நாயைப் பார்த்தபோது அதன் கண்களில் பழுப்பு நிறத்தில் மினுக்கம் இருப்பதைக் கண்டேன். நாயின் சுபாவம் மாறிக்கொண்டே வருகிறது என்பதை அது காட்டியது. மழையை அந்த நாய் கோபத்துடன் குரைத்துக்கொண்டு இருந்தது. நான் பார்த்துக்கொண்டு இருந்தபோதே அந்தப் பொறியாளர் நாயைத் தேடி வந்தார். அவர் நெருங்குவதற்குள் நாய் முறைத்துச் சத்தமிட்டது. அவர் நாயை அதன் பெயர் சொல்லி அழைத்தபோதும் அது நகரவே இல்லை. அவர் ஆத்திரத்துடன் அருகில் கிடந்த ஒரு குச்சியை எடுத்து அதை அடிப்பதற்காக ஓங்கினார். நாய் உர்ரென அவர் மீது பாய்ந்தது. அவர் சுதாரித்து நகர்வதற்குள் ஈரத்தில் வழுக்கி விழுந்தார். நாய் வெறித்துப் பார்த்தபடி அதே இடத்தில் நின்றிருந்தது.

அவருக்கு வந்த ரௌத்திரத்தில், எழுந்து ஒரு பெரிய கட்டையை எடுத்து, நாய் மீது வீசினார். அது நாயின்மீது பட்டதும், வலியில் அது ஓலமிட்டது. அப்போதும் அவர் கோபம் தீராமல் கல்லையும் கட்டைகளையும் எடுத்து அதன் மீது மாறி மாறி வீசிக்கொண்டே இருந்தார். நாய் வேகமாக ஓடி, அருகில் இருந்த சாக்கடைப் பாலத்தின் பக்கம் போய்விட்டது. அவர் ஈரமண் அப்பிய தன் வேஷ்டியைத் துடைத்துக்கொண்டு, திட்டியபடியே தன் வீட்டுக்கு திரும்பிப் போனார்.

வெளியேற்றப்பட்ட மனிதர்களுக்குக்கூட ஏதாவது போக்கிடம் இருக்கக்கூடும். ஆனால், இந்த நாய் என்னவாகும் என்று யோசனையாக இருந்தது. குட்டியில் இருந்தே அது ஏ.சி. அறையிலும் கார்களிலும் போய் பழக்கப்படுத்தப்பட்டு இருக்கும். இப்போது அதன் முன் விரிந்திருப்பது வீணாகிப் போன உணவுகளும், பழக்கமில்லாத சாக்கடைப் பகுதிகளும்தான். மனிதர்களைப் போலவே வளர்ப்புப் பிராணிகளைக்கூட வாழ்வின் பெருங்காற்று அடையாள மற்றதாக வீசி எறிந்து விடுகிறதா?

குகை காலத்திலிருந்து மனிதனைப் பின்தொடர்ந்து வருகிறது நாய். வேட்டையிலும் காவலிலும் நாய்கள் முக்கியப் பங்கு வகித்திருக்கின்றன. நம் புராணங்கள் நாயை தர்மதேவதையாகக் கருதுகின்றன. நாயைப் பற்றிய கதைகளும், நாவல்களும் இலக்கியம் உலகில் எண்ணிக்கையற்று உள்ளன. 'ஜாக் லண்டன்' எழுதிய 'கானகத்தின் குரல்' என்ற நாவலில் வரும் 'பக்' என்ற நாய் மறக்க முடியாத இலக்கியக் கதாபாத்திரங்களின் பட்டியலில் எப்போதுமே உள்ளது.

'சதத் ஹசன் மண்டோ 'வின் 'டிட்வால் நாய்' கதையில், இந்திய பாகிஸ்தான் எல்லைக்கோட்டில் உள்ள ஒரு மலையைக் கடந்து, ஒரு நாய் இந்தியப் பகுதிக்கு வந்துவிடுகிறது. எல்லைக் காவலுக்கு இருந்த இரண்டு சீக்கியர்கள் அதைப் பிடித்து, அந்த நாய் எங்கிருந்து வந்தது என்று ஆராய்கிறார்கள். சீக்கியர்களில் ஒருவன், அது இந்திய நாய்தான் என்று சமாதானம் செய்து, ஒரு அட்டையில் பெயர் எழுதி, அதன் கழுத்தில் தொங்கவிடுகிறான்.

அந்த நாய் அவர்கள் போட்ட பிஸ்கோத்தைப் பயந்து பயந்து தின்கிறது. 'நாயாக இருந்தால்கூட அது எந்த தேசத்தைச் சேர்ந்தது என்பதில் கவனமாக இருக்க வேண்டும்' என்று அங்கிருந்த சிப்பாய்கள் கறாராக இருக்கிறார்கள். பொழுது விடிந்ததும் நாய் வழக்கம்போல மலையில் நடந்து தனக்குப் பரிச்சயமான பாகிஸ்தானியப் பகுதிக்குப் போய்ச் சேர்ந்து விடுகிறது. அங்கே இந்த நாயைக் கண்ட ஒரு சிப்பாய், 'ஏய் நாயே! நீ ராத்திரி எங்கே போய்த் தொலைந்தாய்? இந்தியப் பகுதியில் போய் நக்கிவிட்டு வந்திருக்கிறாயா?' என்று திட்டுகிறான்.

நாயின் கழுத்தில் உள்ள அட்டையைக் கண்டு, அதை அவிழ்த்துப் படிக்கிறான். நாய்க்கு வைக்கப்பட்டிருந்த இந்துப் பெயரைக் கண்டு கோபமாகி, அதே அட்டையில் பரிகாசமாக வேறு ஒரு பெயரை எழுதி நாயைத் திரும்பவும் இந்தியப் பகுதிக்கு அனுப்பி வைக்கிறான்.

இங்கிருந்த சிப்பாய்கள், அந்த அட்டையில் இருந்த பெயரைப் படித்துவிட்டுக் கோபமாகி, நாயைத் துரத்துகிறார்கள். அது எங்கே போவது என்று தெரியாமல், அங்குமிங்குமாகத் தடுமாறி ஓடுகிறது. இரண்டு பக்கமிருந்தும் சிப்பாய்கள் நாயைச் சுடுகிறார்கள். முடிவில் அந்த நாய் செத்துப் போகிறது. இதைக் கண்டு பரிகாசத்துடன் ஒரு சிப்பாய், 'நல்லவேளை! நாய் செத்துப் போனது' என்று சொல்லியபடி, திரும்பவும் காவலுக்குப் போய் நின்று கொள்கிறான்.

இப்படி அலைக்கழிப்பும் வெளியிடப்படாத நேசமும் கொண்ட நாய்கள் பற்றித் தமிழ் சிறுகதைகளிலும் தனியே ஒரு தொகுப்பு கொண்டு வருமளவு கதைகள் வந்திருக்கின்றன. இந்தக் கதைகளில் மிகவும் குறிப்பிட்டுச் சொல்ல வேண்டியது அ.முத்துலிங்கத்தின் 'துரி' என்ற கதை.

முத்துலிங்கம் இலங்கையைச் சார்ந்தவர். தற்போது கனடாவில் வசிக்கிறார். தமிழ் இலக்கியங்களில் தேர்ந்த பயிற்சியும் புலமையும் கொண்டவர். அதோடு தென்னாப்பிரிக்க நாடுகளில் பணியாற்றி, மிகுந்த அனுபவமும் கொண்டவர். அவரது 'துரி' கதை, கனடாவில் உள்ள ஓர் இலங்கைத் தமிழ்க் குடும்பத்தில் வளர்ந்த ஒரு நாயைப் பற்றியது. நாயின் பெயர் துரியோதனன் மகாபாரதத்தில் நட்புக்கு அடையாளமாக இருப்பவன் துரியோ தனன்தான். பிறப்பு ரகசியம் அறியாமல் தேரோட்டி மகன் என்று கர்ணன் பரிகசிக்கப்படும்போது, அவனை அரசனாக்கிப் பெருமைப்பட்டவன் துரியோதனன். அதனால், கதைசொல்லி அவனது நினைவாக தனது நாய்க்கு துரியோதனன் என்ற பெயரை வைக்க சிபாரிசு செய்கிறார். அவரது பையன் அந்தப் பெயரைச் சுருக்கி, துரி என்று வைத்துவிடுகிறான்.

வந்த சில நாட்களிலேயே எல்லோருக்கும் விருப்பமானதாகி விடுகிறது துரி. இந்த நாய்க்குப் பயிற்சி கொடுப்பதற்காக ஒரு மெக்ஸிகன் வந்து சேர்கிறார். அவர், 'பயிற்சி

அ.முத்துலிங்கம் இலங்கையில், யாழ்ப்பாணத்தில் பிறந்தவர். 1960 முதல் எழுதத் துவங்கிய இவர், தனது பணியின் காரணமாக சூடான், சுவீடன், அமெரிக்கா, பாகிஸ்தான், சியாரா எனப் பல்வேறு நாடுகளில் வேலை செய்தவர். தமிழ் செவ்வியல் இலக்கியங்களில் ஆழ்ந்த பரிச்சயம் கொண்ட இவர், சிறந்த மொழிபெயர்ப்பாளரும்கூட. இவரது முதல் சிறுகதைத் தொகுதி 'அக்கா' யாழ்ப்பாண வாழ்க்கையின் நுட்பங்களைப் பதிவு செய்தது. 'திகடசக்கரம்', 'மகாராஜாவின் ரயில்வண்டி' என்ற சிறுகதைத் தொகுதிகளை வெளியிட்டுள்ளார். கணிப்பொறித்துறை சார்ந்த ஆங்கில நூல்களையும் இவர் எழுதியிருக்கிறார். 'முத்துலிங்கம் கதைகள்' என்ற பெயரில் இவரது முழுத்தொகுப்பு வெளியாகி உள்ளது.

கொடுக்கப் படவேண்டியது நாய்க்கு அல்ல உங்களுக்குதான்! நீங்கள்தான் நாயைப் புரிந்து கொள்ள அதிகம் பயிற்சி எடுத்துக் கொள்ளவேண்டும்' என்கிறார். இந்தப் பயிற்சியில் நாயும் கதைசொல்லியும் சேர்ந்து பங்கேற்கிறார்கள்.

ஆஸ்திரேலியன் ஷெப்பர்ட் வகையைச் சேர்ந்த நாய் அது. இந்த வகை நாய்களை பூர்வீகத்தில் ஆட்டு மந்தைகளை ஒழுங்குபடுத்துவதற்காகவே வளர்ப்பார்கள். ஆகவே, அந்த நாய்களுக்கு ஆடுகளின் கால்களைச் சுரண்டிச் சுரண்டி, எல்லா ஆடுகளையும் ஒன்றாகச் சேர்க்கும் பழக்கம் ரத்தத்திலே இருந்து வருகிறது. இதனால் துரியும், எங்காவது நடைப் பயிற்சிக்குக் கொண்டுசெல்லும்போது, அங்கு தென்படும் மனிதர்களின் கால்களைச் சுரண்டி ஒன்றாகச் சேர்க்க முயற்சிக்கும்.

நாயின்மீது ரொம்ப ஆசையாக இருந்த பையன், கல்லூரிப் படிப்புக்காக அமெரிக்காவில் உள்ள பல்கலைக்கழகம் ஒன்றில் சேர்க்கப்படுகிறான். அவனுக்கு வீட்டைப் பிரிந்து போவதைவிடவும் அந்த நாயைப் பிரிந்து போவதுதான் துக்கமானதாக இருக்கிறது. நாயும் அவனைப் பிரிந்த பிறகு வெகுவாக அவனைத் தேடுகிறது. போனில் அவன் குரலைக் கேட்டால் கூட, குரைக்கத் துவங்கிவிடுகிறது. ஒரு நாள், துரியை காரில் அடைத்து வைத்து விட்டு, டிபார்ட்மென்ட் ஸ்டோர் ஒன்றுக்குள் செல்கிறார்கள். அங்கே ஒரு நண்பரைச்

சந்தித்து நெடுநேரம் பேசிக்கொண்டு இருந்ததில், நாய் பற்றிய ஞாபகமே போய்விடுகிறது. பின்பு, பதற்றத்துடன் வெளியே ஓடி வந்து காரைத் திறந்ததும், நாய் கசிந்த கண்களுடன், அவர் மடியில் புரண்டு உரசுகிறது. இந்த நிகழ்ச்சி ஏற்படுத்திய குற்ற உணர்ச்சி அவரைப் பெரிதும் வாட்டுகிறது.

ஒரு நாள் ரக்கூன் என்ற விலங்கு, சாமத்தில் வீட்டுக்குள் நுழைய முற்பட, அதை துரி பார்த்துத் துரத்திவிடுகிறது. அன்றிலிருந்து, இரவில் அந்த விலங்கு துரியை எப்போது கண்டாலும் பாய்வதற்குத் தயாராக இருக்கிறது. ஒரு நாள் ரக்கூனைத் துரத்திக்கொண்டு வீட்டிலிருந்து வெளியே பாய்ந்து சாலையைக் கடக்க முயன்ற துரியை, ஒரு கார் அடித்துவிடுகிறது. சில நிமிஷத்தில் ரத்த வெள்ளத்தில் மிதந்த துரியின் வாழ்வு முடிந்து போய்விடுகிறது. அப்போதுதான் துரியின் இடது தொடையில் அடிபட்டு, முறிந்து கிடப்பதைக் கவனிக்கிறார்கள். 'துரியோதனன் என்று பெயர் வைத்ததால்தான், இப்படி அவனைப் போலவே இடது தொடையில் அடிபட்டுச் செத்துவிட்டதோ! இப்படி நடக்கும் என்று தெரிந்திருந்தால் இந்தப் பெயரை வைத்திருக்க மாட்டேனே!' என்று அவர் வருத்தப்படுவதோடு கதை முடிகிறது.

விசுவாசமும் நேசமும் மட்டுமே அறிந்த நாய்கள், அதை மனிதர்களிடமும் எதிர் பார்ப்பதுதான் அதன் தவறோ என்னவோ?

44
எழுதாக் கதை

ராமனின் ஆட்சிக் காலத்தில் ஒரு நாள்... சிம்மாசனத்தில் ராமன் அமர்ந்திருந்தபோது, அவனுடைய மோதிரம் கழன்று கீழே விழுந்துவிடுகிறது. விழுந்த மோதிரம் பூமியைத் துளைத்துக்கொண்டு சென்று, மறைந்துவிடுகிறது. ராமன் தன் காலடியில் அமர்ந்திருந்த அனுமனை அழைத்து, மோதிரத்தை எடுத்து வரும்படி சொல்கிறான். உடனே, அனுமனும் தன் உருவை மாற்றிக்கொண்டு, பூமியைத் துளைத்து உள்ளே செல்கிறார்.

பூமியின் உள்ளே போகப்போக நீண்டுகொண்டே இருக்கிறது. முடிவில், பாதாள ராஜனின் அரண்மனைக்கு வந்து சேர்கிறான். பாதாள ராஜன் அவரை வரவேற்க, ராமனின் மோதிரத்தைத் தேடி வந்ததை அனுமன் சொன்னதும், தனது சேவகனிடம் ஒரு தட்டைக் கொண்டு வரச் சொல்கிறான் பாதாள ராஜன்.

அந்தத் தட்டில் ஆயிரக்கணக்கான மோதிரங்கள் இருக்கின்றன. எல்லா மோதிரமும் ராமனுடையது போன்றே

உள்ளது. இது என்ன குழப்பம் என்று அனுமன் திகைக்க, 'இதில் எது ராமனுடைய மோதிரமோ அதை எடுத்துக்கொண்டு போ!' என்று தட்டை அவர் முன் நீட்டுகிறான் பாதாள ராஜன்.

அனுமன், 'தன்னால் அடையாளம் கண்டுபிடிக்க முடியவில்லை' என்றதும், 'இந்தத் தட்டில் உள்ள மோதிரங்கள் அளவு ராமர்கள் பூமியில் தோன்றியிருக்கிறார்கள். எப்பொழுதெல்லாம் ஒரு ராமனின் அவதாரம் முடிவுக்கு வருகிறதோ, அப்போது அவரது மோதிரம் கழன்று கீழே விழுந்துவிடும். அதைச் சேகரித்து வைத்திருப்பது எனது வேலை' என்கிறான் பாதாள ராஜன்.

கர்நாடக மாநிலத்தில் வழங்கப்படுவதாக மானுடவியல் அறிஞர் ஏ.கே.ராமானுஜம் மேற்கோள் காட்டும் இக்கதை ஒவ்வொரு ராமனுக்கும் ஒரு ராமாயணம் இருக்கிறது என்று தெரிவிக்கிறது.

ராமாயணத்தில் இப்படி என்றால், மகாபாரதம் எத்தனை விதமானதாக இருக்கக்கூடும்? இந்தியாவில் எத்தனை கோடி மனிதர்கள் இருக்கிறார்களோ, அத்தனை விதமான மகாபாரதம் இருக்க முடியும்! காரணம், ஒவ்வொரு மனிதனும் ஒருவிதத்தில் மகாபாரதக் கதையைப் புரிந்து வைத்திருக்கிறான். தனக்குத் தெரிந்த விதத்தில் அதை மற்றவர்களுக்குச் சொல்லி வருகிறான்.

மகாபாரதம், ராமாயணம் போன்ற இதிகாசங்கள் இந்திய மக்களின் ஆழ்ந்த நம்பிக்கைகள், அறக்கோட்பாடுகள், இயற்கையை எதிர்கொண்ட விதம் மற்றும் உள்ளார்ந்த பயம், சந்தோஷம், குடும்ப அமைப்பின் உருவாக்கம், இந்திய சமூகத்தின் வளர்ச்சி, நகரங்கள் உருவாதல் என்று பல்வேறு தளங்களை கதைகளின் வழியாக வெளிப்படுத்துகின்றன. ஒருவகையில், இந்தியாவின் புராதனமான அமைப்பை இந்த இரண்டு புத்தகங்களிலும் காண முடிகிறது.

மகாபாரதம் குறித்த எனது நாவலான 'உப பாண்டவம்' எழுதுவதற்காக, மகாபாரதத்தில் இடம் பெற்றுள்ள இடங்கள் யாவையும் நேரில் பார்த்து வருவதற்காக இரண்டு ஆண்டுகள் அலைந்து திரிந்தேன். அந்த நாட்களில் எண்ணிக்கையற்ற

மகாபாரதப் பிரதிகளையும் மாறுபட்ட கதைகளையும் கேட்டிருக்கிறேன்.

இந்தப் பயணத்தின்போது மதுராவில் நடைபெற்ற திருவிழாவில் 'பாண்டவி' எனப்படும் ஒரு கிராமியப் பாடகி சொல்லிய ஒரு கதையைக் கேட்டேன். அக்கதை இன்றும் புத்துரு கலையாமல் என் மனதில் அப்படியே தங்கியுள்ளது.

குருக்ஷேத்திர யுத்தம் முடிந்து பாண்டவர்கள் அரசு அமைத்துவிட்டார்கள். யுதிஷ்டிரன் அரசனாகி விட்டான். தனது ஆளுகைக்குக் கீழ் உள்ள ஒவ்வொரு பகுதியையும் தம்பிகள் ஒவ்வொருவருக்கும் பகிர்ந்து கொடுத்து தனி அரசாட்சி செய்யும்படியாக நியமிக்கிறான். அவர்களும் ஆளுக்கு ஒரு அரண்மனை, சேவகர்கள், கேளிக்கைகள் என்று சந்தோஷமாக வாழ்கிறார்கள்.

ஒரு நாள் கிருஷ்ணர், பீமன் அரண்மனைக்கு வந்து சேர்கிறார். பீமன் அவரை வரவேற்று உபசரிக்கிறான். கிருஷ்ணர் மனம் மகிழ்ந்து, 'பீமா! நீ சந்தோஷமாக இருப்பது சரி. ஆனால் இந்த மாதிரி நேரங்களில், உன் அம்மா உன்னோடு இல்லாததுதான் ஒரே குறை' என்கிறார். அம்மா எப்போதும் யுதிஷ்டிரனோடுதான் இருக்கிறார் என்கிற பீமனின் ஆதங்கத்தை இந்த எண்ணம் மெள்ளக் கிளறிவிடுகிறது. அவன் அம்மாவை தன்னோடு வைத்துக்கொள்ள வேண்டும் என்று முடிவு செய்து, யுதிஷ்டிரனின் அரண்மனைக்குப் போகிறான்.

இதற்குள் கிருஷ்ணர் தனது அபிமானத்துக்குரிய அர்ஜுனனையும் சந்தித்து இதே யோசனையைச் சொல்கிறார். அவனும், தன் அம்மா தன்னோடு இருப்பதுதான் சரி என்று அழைத்து வரச் செல்கிறான். நகுல, சகாதேவர்களிடம், 'நீங்கள் தாயை இழந்தவர்கள். உங்களோடு குந்திதேவியார் இருப்பதுதான் சரி' என்று சொல்லி, அவர்களையும் அனுப்பி வைத்துவிட்டு கிருஷ்ணர் புறப்பட்டுப் போகிறார்.

பாண்டவர்கள் ஒவ்வொருவரும் தன்னோடுதான் அம்மா இருக்க வேண்டும் என்று முறையிடுகிறார்கள். யுதிஷ்டிரனுக்கு 'இது என்ன புது பிரச்னை' என்று குழப்பமாக இருக்கிறது. தன் சகோதரர்கள் நகுல, சகாதேவர்களுடன் அம்மா

போவதுதான் சரியானது என்று யுதிஷ்டிரன் முடிவு செய்து, அவர்களுடன் தாயை அனுப்பி வைக்கிறான். பீமனும் அர்ஜுனனும் ஏமாற்றத்துடன் அரண்மனை திரும்புகிறார்கள்.

கிருஷ்ணர் அன்றிரவே பீமனைத் தேடிவந்து, 'என்ன பீமா, இப்படி ஏமாந்து போய் வந்திருக்கிறாய்? யுத்தத்தில் துரியோதனனைக் கொன்றது நீதான். அரக்கு மாளிகையில் பாண்டவர்களைக் காத்தவன் நீதான். உன்னை யுதிஷ்டிரன் புரிந்து கொள்ள வே இல்லை. நானாக இருந்தால், நகுல சகாதேவர்கள் அழைத்துப் போகும் முன்பு, அம்மாவை இங்கே தூக்கி வந்திருப்பேன்' என்கிறார்.

ஆவேசப்பட்ட பீமன் உடனே கிளம்பிப் போய், இரவோடு இரவாக அம்மாவைத் தூக்கிக்கொண்டு வந்து விடுகிறான். இதை அறிந்த கிருஷ்ணர் அர்ஜுனனிடம் சென்று, 'இடும்பியைத் திருமணம் செய்துகொண்டது முதல் எல்லா விஷயங்களிலும் பீமன் தன் இஷ்டம் போல்தான் எப்போதும் நடந்துகொள்கிறான். அதைக் கண்டு யுதிஷ்டிரன் வருத்தப்படுகிறான். அண்ணன் கவலையைத் துடைத்து, அம்மாவை மீட்டு வர வேண்டியது உன் கடமை இல்லையா?' என்று தூண்டிவிடுகிறார். அர்ஜுனன் உடனே புறப்பட்டு பீமனைக் காண வருகிறான்.

இருவருக்கும் வாக்குவாதம் ஏற்படுகிறது. பீமன், தன் உயிரே போனாலும் அம்மாவை அனுப்ப மாட்டேன் என்று சண்டைக்குத் தயாராகிறான். அர்ஜுனனும் தனது காண் டீபத்தை உயர்த்திக்கொண்டு நிற்கிறான். இன்னொரு புறம் நகுல், சகாதேவர் கள் தாங்கள் அவமானப் படுத்தப்பட்டு விட்டதாக யுதிஷ்டிரனிடம் முறையிடுகிறார்கள். யுதிஷ்டிரனுக்கு என்ன செய்வது என்று தெரியவில்லை.

குந்தி தேவி கிருஷ்ணனை அழைத்து வரச் சொல்லி, 'என்ன நாடகம் இது? எதற்காக என் குழந்தைகள் இப்படி ஒருவருக் கொருவர் அடித்துக் கொள்கிறார்கள். இதை எப்படித் தடுப்பது? என்று கேட்கிறாள்.

'அத்தை, உன் பிள்ளைகள் போல ஒற்றுமையாக உலகில் யாருமே இல்லை என்று உனக்குள் ஒரு சிறு கர்வம் இருந்தது. அதை உன்னையறியாமல் அடிக்கடி

சமகாலத் தமிழ் இலக்கியத்தின் முக்கிய படைப்பாளியான ஜெயமோகன், 'ரப்பர்', 'விஷ்ணுபுரம்', 'பின்தொடரும் நிழலின் குரல்', 'கன்யாகுமரி' போன்ற முக்கிய நாவல்களை எழுதியவர். தொன்மங்களின் மீதும் நாட்டார் மரபுகளின் மீதும் தீவிர ஈடுபாடு கொண்டவர். கதை, கட்டுரை, நாடகம், விமர்சனம், மொழிபெயர்ப்பு, சிறுவர் இலக்கியம், திரைப்படம் என்று பரந்த தளங்களில் இயங்கிவருபவர்.

சிறந்த சிறுகதைக்கான கதாவிருது, இளம் படைப்பாளிக்கான சமஸ்கிருதி சம்மான் விருது உள்ளிட்ட பல முக்கிய விருதுகளைப் பெற்றவர். தொலைத்தொடர்புத் துறையில் பணிபுரிந்த இவர் தற்போது நாகர்கோவிலில் வசித்து வருகிறார்.

வெளிப்படுத்திக்கொண்டே இருந்தாய். இப்போது பார், அவர்கள் ஒற்றுமையின் லட்சணத்தை! பகை வளர்வதற்குப் பாசமும்கூடக் காரணமாக இருக்க முடியும் என்று இப்போது புரிகிறதா?' என்று சொல்லிச் சிரித்தார் கிருஷ்ணர். குந்தியின் கர்வம் அன்றோடு ஒழிந்துபோனது.

இந்தக் கதையைச் சொல்லி முடித்த பாண்டவி, 'பாசத்தைப் போல தீராத துக்கத்தைத் தருவது, உலகில் வேறு எதுவுமே இல்லை. அதுவும் பெண்ணாக இருப்பவளின் துக்கம் வெளிப்படுத்திக் கொள்ளவும் முடியாதது. தண்ணீருக்குள் மீன் நீந்தித் திரிவதைப் போல பெண் பிறந்தது முதல் துக்கத்தில்தான் நீந்திக் கிடக்கிறாள்' என்றபடி திரும்பவும் தன் தேன்பாகு போன்ற குரலில், ஒரு நாட்டுப் புறப் பாடலை பாடத் துவங்கினாள். இந்தக் கதையைக் கேட்டபிறகு அன்று வேறு எதிலும் என் மனம் நிலை கொள்ளவே இல்லை.

இந்தியாவின் பிரதான மொழிகள் அத்தனையிலும் மகா பாரதக் கதாபாத்திரங்களை முன்வைத்து, நீள்கவிதைகளும் கதைகளும் நாவல்களும் வெளியாகி உள்ளன. தமிழில் ராமா யணத்தைப் பற்றி எழுதப்பட்ட அளவு மகாபாரதத்தைப் பற்றி புனை கதைகள் அதிகமில்லை. ஆனால், சமகால தமிழ் இலக்கியத்தில் மகாபாரதம் குறித்த ஆழ்ந்த மறுவாசிப்புகளும், சிறுகதைகளும் வெளியாகி வருகின்றன. இதில் குறிப்பிடத்தக்கது ஜெயமோகன் எழுதிய 'பத்ம வியூகம்'.

சமகாலத் தமிழ் இலக்கியத்தின் பிரதான எழுத்தாளர் ஜெயமோகன். சங்க இலக்கியம் முதல் இந்தியத் தத்துவவியல் வரை பரந்த வாசிப்பு அனுபவமும், வசீகரமான மொழி நடையும், தனித்துவமான கதை சொல்லும் பாங்கும் கொண்டவர்.

இவரது பத்ம வியூகம், அபிமன்யுவின் மரணத்தைப் பற்றியது. அவன் தாயின் கர்ப்பத்தில் இருக்கும்போதே கிருஷ்ணரிடமிருந்து பத்ம வியூகத்துக்குள் நுழைவதற்கான வழியை அறிந்துகொள்கிறான். ஆனால், அவனுக்கு வெளியேறும் வழி தெரியாது. குருக்ஷேத்திர யுத்தத்தில், பத்ம வியூகத்துக்குள் நுழைந்து வெளியேற முடியாமல் இறந்து போய் விடுகிறான். பிறப்பிலிருந்தே அவனைப் பின்தொடரும் பத்ம வியூகத்தின் மர்மம் குறித்து இக்கதை விவரிக்கிறது.

கதை துவங்கும்போது, அபிமன்யுவின் தாய் சுபத்ரை துக்கம் பீடித்தவளாக அரண்மனையில் துவண்டு கிடக்கிறாள். அவளது பார்வையில் இக்கதை முன்பின்னாக விவரிக்கப்படுகிறது. தன்னை அர்ஜுனன் சிறையெடுத்து வந்தது, அந்த அரண்மனையில் திரௌபதையின் அதிகார வரம்புக்குள் தான் கட்டுப்பட்டு நடக்கவேண்டி இருந்தது என்று ஒவ்வொன்றாக அவள் நினைவுக்கு வருகிறது.

சுபத்ரை தன் மகனின் இறப்புக்காக நீர்க்கடன் செலுத்துவதற்காக கங்கைக் கரைக்குச் செல்கிறாள். அங்கே வியாசரைச் சந்திக்கிறாள். வியாசரிடம், 'அபிமன்யு ஏன் இறந்துபோனான்? பத்மவியூகத்தில் நுழையும் வழியைச் சொன்ன கிருஷ்ணர் ஏன் வெளியேறும் வழியை அவனுக்குச் சொல்லவில்லை?' என்று, தன் மனதில் தேங்கிக்கிடந்த கேள்விகள் அத்தனையையும் வியாசரிடம் கொட்டித் தீர்க்கிறாள்.

'அபிமன்யு இறந்ததற்குக் காரணம், ஜென்மங்கள்தோறும் விடாது தொடரும் அவனது விதி' என்கிறார் வியாசர். 'அப்படியானால் அடுத்த பிறவியிலும் இதே விதியின் மிச்சம்தான் நடக்குமா?' என்று வேதனையோடு கேட்கிறாள் சுபத்ரை. 'ஒருவேளை அப்படியும் இருக்கக்கூடும்' என்று சொல்கிறார் வியாசர். துக்கம் தாங்க முடியாத சுபத்ரை செய்வது அறியாமல் புலம்புகிறாள்.

நீத்தாருக்கான நீர்க்கடன் நடந்து முடிகிறது. வியாசர், 'அபிமன்யு தன் பிறவியின் பாதையில் கருபீடம் ஏறிவிட்டான்' என்று ஒரு தாமரையைப் பறித்து தியானம் செய்து, அவளிடம் நீட்டுகிறார். அதனுள் இரண்டு வெண்புழுக்கள் நெளிந்துகொண்டு இருப்பதை சுபத்ரை காண்கிறாள். 'இரட்டைப் பிறவி' என்று சொல்லிய ரிஷி, 'அபிமன்யுவோடு சேர்ந்து பிறக்க இருப்பவன், அவனால் யுத்தத்தில் கொல்லப்பட்ட கோசல மன்னன் பிருகத் பாலன்' என்கிறார்.

அதைக் கேட்டு அதிர்ச்சி அடைந்த சுபத்ரை, பத்மவியூகத்திலிருந்து வெளியேறும் வழியை அவனிடம் சொல்லிவிட வேண்டும் என்று துடிக்கிறாள். ஆனால், அதற்குள் மலர் கூம்பிவிடுகிறது. துக்கம் பொங்கி வழிய சுபத்ரை, 'என் மகன் இந்த விதியில் இருந்து விடுபடவே முடியாதா?' என்று தன் அண்ணன் கிருஷ்ணனை பார்த்துக் கேட்கிறாள். 'யாருக்குத் தெரியும்?' என்றபடி கிருஷ்ணர் மழைக்குள் நடந்து போய்விடுவதோடு கதை முடிகிறது.

இதிகாசங்கள் பெரும் நினைவுத் திரட்டுக்கள். அவற்றைப் புனிதப் படுத்துவதைவிடவும், அந்த நினைவு அடுக்குகளை ஆழ்ந்து பயின்று அறிந்துகொள்வதும், அதிலிருந்து புதிது புதிதாகக் கற்றுக்கொள்வதும், வளர்வதும்தான் எப்போதுமே தேவையாக இருக்கிறது!

45

தீதும் நன்றும்

அவர்கள் இருவரும் சகோதரர்கள் என்பது முக ஜாடையில் துல்லியமாகத் தெரிந்தது. இருவரும் ஷட்டில்காக் விளையாடுவதற்காக வருவார்கள். இருவரில், ஐம்பது வயதைக் கடந்த அண்ணன், எங்கிருந்தோ ஸ்கூட்டரில் வந்து சேர்வார் தம்பியின் வீடு, மைதானம் இருந்த தெருவிலேயே இருந்தது.

இருவரும் எப்போதும் எதிர் எதிர் அணியில் தான் விளையாடுவார்கள். ஒருவருக்கொருவர் பேசிக்கொண்டு நான் பார்த்ததில்லை. ஸ்கூட்டர்காரர் தன் வீட்டிலிருந்து ஒரு பிளாஸ்க்கில் காபி, குடிதண்ணீர் யாவும் கொண்டு வந்துவிடுவார்.

வியர்த்து வழிய விளையாடி முடித்துவிட்டு, யாவரும் மைதானத்து பெஞ்சில் அமர்ந்தபடி அரட்டை அடித்துக்கொண்டு இருக்கும்போது, ஸ்கூட்டர்காரர் மட்டும் தனியே அமர்ந்து காபி குடித்துக்கொண்டு இருப்பார்.

ஒரு நாள், நானும் ஸ்கூட்டர்காரரும் டபிள்ஸ் ஆடும்படியான சந்தர்ப்பம் உண்டானது. அன்று விளையாடி முடித்தபிறகு, அவர் எனக்கு ஒரு டம்ளரில் காபி கொடுத்தார். பின்பு, அவர் மைதானத்தை விட்டுப்போன பிறகு, "பத்து வருஷமா இங்கே விளையாடிக்கிட்டு இருக்காரு. இதுவரைக்கும் யாருக்கும் அவர் காபி கொடுத்ததே இல்லை. நீங்கதான் முதல் ஆள்" என்று பரிகாசம் செய்தபடி இருந்தார்கள் நண்பர்கள். ஸ்கூட்டர்காரரின் தம்பி சிரித்தபடியே, "அவர் அப்படித்தான்... யாரோடும் லேசில் பழகமாட்டார். விசித்திரமான ஆளு!" என்றார்.

மறுநாளும், விளையாட்டில் ஸ்கூட்டர்காரர் தானாகவே என்னோடு சேர்ந்து கொண்டார். இந்த நட்பு, மைதானத்தில் கேலிக்குரிய விஷயமாக வளர்ந்துகொண்டே வந்தது.

அவர்கள் சொன்னது போலவே, பத்து நாட்களுக்குப் பிறகு அவர் திடீரென ஒரு நாள் என்னை விட்டுவிட்டு, வேறு ஒருவருடன் சேர்ந்து விளையாடத் தொடங்கினார். காபி தருவதும் அன்றோடு நின்று போய்விட்டது. விளையாட்டு முடிந்து அவரோடு பேச முயன்றாலும், விருப்பமற்றவர் போல விடுவிடுவென நடந்து போகத் தொடங்கிவிடுவார். இந்த மாற்றம் நிகழக்கூடும் என்று முன்னமே உணர்ந்தவர்களைப் போல, சக விளையாட்டுக்காரர்கள் என்னைப் பரிதாபமாகப் பார்த்தார்கள். ஸ்கூட்டர்காரரின் தம்பி, தானே வலிய வந்து என்னைச் சமாதானப்படுத்தினார்.

"நான்தான் சொன்னேனே சார், அவரால யாரோடும் ஒரு வாரத்துக்கு மேல பிரண்ட்லியா பழக முடியாது. பயப்படுவார். சொன்னா நம்புவீங்களா, அவரும் நானும் பேசி ஆறு வருஷமாச்சு! எங்களுக்குள்ளே சண்டையெல்லாம் இல்லை. ஆனா, அவரா ஒரு நாள் பேசுறதை நிறுத்திக்கிட்டார். நானே வலியப் போய் பேசினாலும், கோபப்பட்டுக் கத்துவார். சரி, கொஞ்சநாள் போனா கோபம் குறைஞ்சிரும்னு நினைச்சேன். ஆனா, அவர் கோபம் வடியவில்லை.

உலகத்தில் அவர் ஒருத்தரை மட்டும் அத்தனை பேரும் கைவிட்டுட்ட மாதிரி நினைக்கிறார், சார்! நாங்க மொத்தம் நாலு பேர். இவர்தான் மூத்தவர். அடுத்து ரெண்டும் பெண்கள். நான் கடைசி. வீட்ல எதுவாயிருந்தாலும் அவருக்குதான்

முதல்ல கிடைக்கணும். மீறி யாராவது, அவருக்கு முன்னே ஒரு தோசை சாப்பிட்டாக்கூட கூப்பாடு போட்டுக் கத்துவார். ஆனாலும், எங்க அப்பா-அம்மா ரெண்டு பேருக்கும் அவரைத்தான் ரொம்பப் பிடிக்கும். அதனால், அவர் செய்யற எதையும் தட்டிக் கேட்க மாட்டாங்க.

'மி யூ ஸிக் கத்துக்கப் போறேன்' னு கொஞ்ச நாள் அலைஞ் சார். அப்புறமா, டிராவல் ஏஜென்சி நடத்துறேன்னு ரெண்டு டாக்சியை லோன்ல வாங்கி நடத்தினார். அதில் ஏகப்பட்ட நஷ்டம். ஒரு வேலையையும் கவனமா செய்யத் தெரியாது. சின்ன வயசுல இருந்தே இதே குணம்தான். தனக்கு என்ன கிடைக்குதுன்னு பார்க்கமாட்டார். மத்தவங் களுக்கு என்ன கிடைக்குது, அது ஏன் தனக்குக் கிடைக்கலேனுதான் பார்ப்பார்.

சிதம்பரத்தில் சொந்த வீடு இருந்தது. அங்கேயே இருந்திருக்கலாம். நான் மெட்ராஸுக்கு வேலைக்கு வந்துட்டேன்னு ஆத்திரம். ஊர்ல இருக்கிற வீட்டை வித்துட்டு, அவரும் வேளச்சேரியில ஒரு பிளாட் வாங்கிட்டு இங்கேயே வந்துட்டார். என் பையனை செஸ் கிளாஸ்ல சேர்த்துவிட்டேன். உடனே அவர் தன் பையனை கிரிக்கெட் பிராக்டீஸில் கொண்டு போய்விட்டுட்டார்.

ஒரேயொரு விஷயத்தில் மட்டும் மாறாம இருக்கார். அது, இந்த ஷட்டில்காக் விளையாடுறது. அவர் வீட்டுப் பக்கம் எத்தனையோ கிரவுண்ட் இருக்கு. ஆனா, அவருக்கு என்னோட விளையாடணும்னு ஒரு வெறி. இது பத்து வயசிலே இருந்து அவருக்கு இருக்கு. இன்னும் அந்த வெறி தீரலை. ஒருவேளை, விளையாட்டில் என்னை ஜெயிக்கிறது அவருக்கு ரொம்ப சந்தோஷமா இருக்கும் போல.

ஒரு தாய் வயிற்றில் பிறந்தா ஒரே மாதிரியான குணம் இருக்கும்கிறது எல்லாம் பொய் சார். அவனவன் குணமும் இயல்பும் அவனோட மனசைப் பொறுத்துதான் இருக்கு. எங்க வீட்ல மத்தவங்க எல்லாம் அன்பா பழகிட்டுதான் இருக்காங்க. இவர்தான் விசித்திரம். முள் முறிஞ்சு கிடக்கிறது மாதிரி, அவருக்குள்ளே எங்கேயோ ஏதோ முறிஞ்சு கிடக்குது. இனி, அதைச் சரிப்படுத்த முடியாது. நடந்ததை நீங்க மனசுல வெச்சுக்காதீங்க" என்று அவர் சமாதானம் செய்து

முடித்தபோது, மைதானம் கிட்டத்தட்ட காலியாகி இருந்தது. விளையாடி முடித்த இறகுபந்துகள் மைதானத்தின் ஓரத்தில் வீசியெறியப்பட்டுக் கிடந்தன.

அன்று நெடுநேரம் மைதானத்தில் இருந்தேன். யோசிக்க யோசிக்க, அந்த ஸ்கூட்டர்காரர் மேல் எனக்கு மிகுந்த பிரியம் உண்டாகத் தொடங்கியது.

அந்த மனிதர் நேசிப்புக்காகத் தத்தளித்துக்கொண்டு இருக்கிறார். அவரால் அதை வெளிப்படுத்திக் கொள்ளத் தெரியவில்லை. தன்னை வீடு அங்கீகரிக்க வேண்டும், யாவரின் அன்பும் தனக்கே கிடைக்க வேண்டும் என்று ஆசைப்படுகிறார். பத்து வயதுச் சிறுவனுக்கு இருக்கும் அந்த ஆசையும் கோபமும் அவருக்குள் தீரவே இல்லை போலும்! ஒருவேளை, அவர் தனது பத்து வயதின் கரையில் நின்றபடியேதான் உலகைப் பார்த்துக் கொண்டிருக்கிறாரோ?

வெற்றி, தோல்வி இரண்டுமே விளையாட்டின் முடிவுகள்தான். நமக்குத் தேவை, விளையாட்டின் முடிவுகள் அல்ல. விளையாடும்போது கிடைக்கும் அக சந்தோஷமும், பரபரப்பும்தான். வெற்றி தரும் கரவொலி மைதானத்தில் தங்கிவிடுவது இல்லை. அது ஒரு நிமிட நேர சந்தோஷம். மீண்டும் மைதானம் தன் நிசப்தத்தின் முடிவுறா இதழ்களை விரித்துக் கொண்டு இருக்கத் தொடங்கிவிடும். 'உடம்பில் காயம் ஏற்படாதவரை, ஒரு விளையாட்டு வீரன் முழுமை அடைவதே இல்லை' என்கிறார் கால்பந்தாட்ட வீரர் பீலே.

எல்லாக் குடும்பங்களிலும், வெளியே சொல்ல முடியாத ஒரு கசப்பு பீறிட்டுக்கொண்டுதான் இருக்கிறது. பிரிவும் வேதனையும் வலியும் நூலாம்படையைப் போல வீடெங்கிலும் படிந்துவிடுவதை நாம் தவிர்க்க முடிவதே இல்லை.

பிரிந்த உறவைத் திரும்பவும் ஒட்டுவதற்கு நமக்கு இருக்கும் ஒரே மருந்து, கண்ணீர் மட்டும்தான். ஒரு துளி கண்ணீர் எத்தனையோ வருட பிரிவை நிமிட நேரத்திலே ஒன்று சேர்த்திருக்கிறது. கண்ணீர் கண்களில் வெளிப்பட்டாலும், அது இதயத்திலிருந்துதான் ஊற்றெடுக்கிறது போலும்!

பெண்களிடமிருந்து கற்றுக்கொள்ள ஆண்களுக்கு எவ்வளவோ இருக்கிறது. 'தன் மனக்கஷ்டத்தைப்

போக்கிக்கொள்ள, யாருக்கும் தெரியாமல் பாத்ரூமில் ஷவரைத் திறந்துவிட்டுக்கொண்டு அழ வேண்டும் என்றுகூட ஆண்களுக்குத் தெரியாது' என்று சமீபத்தில் பார்த்த 'ரெயின்கோட்' என்ற இந்திப் படத்தில் ஒரு வசனம் இடம் பெறுகிறது.

சகோதரர்களை விடவும், சகோதரிகளுக்குள் உள்ள நட்பும் பிரிவும் முற்றிலும் வேறுபட்டது. சூடாமணி எழுதிய 'அந்நியர்கள்' என்ற கதை அதை மிக அழகாக வெளிப்படுத்துகிறது. பெண்களின் அகவுலகம் குறித்த இவரது கதைகள், மிக அழுத்தமானவை.

'அந்நியர்கள்' கதை, இரண்டு சகோதரிகள் நீண்ட நாட்களுக்குப் பிறகு சந்தித்துக் கொள்வதைப் பற்றியது. சௌம்யா என்பவள் தனக்குச் சில மாதங்களாக ஏற்பட்டிருந்த உடல் நலக்குறைவின் காரணமாக ஏற்பட்ட மனச்சோர்விலிருந்து விடுபடுவதற்காக, பல வருடங்களுக்குப் பிறகு தன் அக்கா ஸவீதாவைப் பார்த்து, அவளோடு சில நாட்கள் தங்கிவிட்டு வர எண்ணி, மும்பையில் இருந்து சென்னைக்கு வந்து சேர்கிறாள்.

ரயில் நிலையத்துக்கு அக்கா வந்து தன்னை வரவேற்றது மிக ஆச்சர்யமாக இருக்கிறது. அக்காவுக்கு வயதாகி இருக்கிறது என்பது அவளது நரைத்த தலைமுடியின் வழியே தெரிய வருகிறது. இருவரும் ஒருவர் கையை மற்றவர் பற்றிக்கொண்டு, இரண்டு சிறுமிகளைப் போல நெருக்கமாக வீடு வந்து சேர்கிறார்கள்.

கடந்து போன நாட்களைப் பற்றி வாய் ஓயாமல் பேசுகிறார்கள். அதை வீட்டில் உள்ளவர்கள் கேலி செய்வதை அவர்கள் லட்சியம் செய்யவே இல்லை. இருவருக்குள்ளும் இன்றும் ஒரே ருசி, ஒரே மாதிரியான விருப்பங்கள்தான் இருக்கின்றன. அக்காவும் அவளும் சினிமாவுக்குப் போகிறார்கள். புத்தகங்கள் படித்து விவாதிக்கிறார்கள்.

ஒரு நாள், அக்காவின் மகன் தன் நண்பர்களோடு ஓர் இரவு விருந்தில் கலந்து கொள்ள அனுமதி கேட்கிறான். அக்காவும் அவனை அனுப்பிவிடுகிறாள். இது சௌம்யாவுக்குப் பிடிக்கவில்லை. இதனால் குழந்தைகள்

 சூடாமணி, தமிழின் மூத்த பெண் எழுத்தாளர். 1931ல் சென்னையில் பிறந்தவர். 1957ம் ஆண்டு கலைமகள் சிறுகதைப் போட்டியில் பரிசு பெற்றதில் துவங்கி, இன்றுவரை நாற்பத்தெட்டு ஆண்டுகளுக்கும் மேலாக இவரது சிறுகதைகள், நாவல்கள் வெளியாகியிருக்கின்றன. இவரது நாடகம் ஒன்று, 1961ல் ஆனந்த விகடன் நடத்திய நாடகப் போட்டியில் பரிசு பெற்றது. ஆங்கிலத்திலும் சிறுகதைகள் எழுதுபவர் சூடாமணி. இவரது கதைகள் இந்தி, பெங்காலி உள்ளிட்ட பல முக்கிய இந்திய மொழிகளில் மொழியாக்கம் செய்யப்பட்டுள்ளன.

கெட்டுப் போய்விடுவார்கள் என்று குற்றம் சாட்டுகிறாள். அக்காவோ, நாம் அடக்கி வைத்தால்தான் குழந்தைகள் கெட்டுப்போவார்கள் என்று எதிர்வாதம் செய்கிறாள்.

இருவருக்குள்ளும் சிறியதாக அபிப்ராய பேதம் உருவாகிறது. இந்த பேதம் கொஞ்சம் கொஞ்சமாக வளரத் தொடங்குகிறது. இருவரும் ஒன்றுபோலச் சாப்பிடும் ருசி கொண்டிருந்தாலும், எண்ணத்தில் வேறுபட்டவர்கள் என்பதைப் புரிந்து கொள்கிறார்கள்.

ஒரு நாள் சௌம்யா, தான் எழுதிப் பிரசுரமாகி இருந்த கதைகளை அக்கா வாசிப்பதற்காகத் தருகிறாள். தன் தங்கை கதை எழுதுவதில் சந்தோஷப்படும் ஸவீதா, 'கதை மிகவும் சுமாராக இருக்கிறது' என்று விமர்சனம் செய்யவே, சௌம்யாவின் முகம் வாடிவிடுகிறது.

இப்படித் தங்களுக்குள் ஏற்பட்டு வரும் கருத்து மாறுபாடுகளை மறைத்துக்கொண்டு, இருவரும் சிரித்து அந்நியோன்யமாகப் பழகுகிறார்கள். சௌம்யா ஊருக்குக் கிளம்பும் நாளில், அக்கா அவளை சாமி கும்பிட்டுக்கொள்ளச் சொல்கிறாள். சௌம்யாவோ, 'தனக்கு வர வரக் கடவுள் மீது கூட நம்பிக்கை குறைந்துகொண்டு வருகிறது' என்று சொல்ல, அதுவரை தன் மனதுக்குள் அடக்கி வைத்திருந்த ஆத்திரத்தை வெளிக்காட்டும்விதமாக, 'கடவுளைப் பற்றி நினைக்காவிட்டால், தன்னால் உயிர் வாழவே முடியாது' என்கிறாள் ஸவீதா கறாராக!

இருவரும் அடுத்து என்ன பேசுவதென்று தெரியாமல், மௌனமாகி விடுகிறார்கள். சௌம்யா ஊருக்குப் புறப்படுகிறாள். வாசல் வரை ஸவீதா வழியனுப்புகிறாள். ஆனால், இப்போது அவர்கள் ஒருவர் கையை மற்றவர் பற்றிக் கொள்ளவில்லை, ஒருவரையொருவர் பார்த்துக்கொள்ளவும் இல்லை என்பதோடு கதை முடிகிறது.

திடீரெனப் பழகச் சந்தர்ப்பம் கிடைத்த நபர்களோடு கூடும் நெருக்கம் உறவில்கூடச் சாத்தியமாவது இல்லை என்பதை, இக்கதை மிக நுட்பமாக வெளிப்படுத்துகிறது.

தொட்டாற்சுருங்கி இலைகூட, நாம் விரலால் தொட்டால்தான் சுருங்கிக் கொள்கிறது. ஆனால், ஒன்றைப் பற்றி மோசமாக நினைத்தாலே போதும், உடனே மனது சுருங்கி விடுகிறது என்கிறபோது, மனிதன்தான் இன்னும் புரிந்துகொள்ளப்படாத விசித்திரமான தாவரமாக இருக்கிறான்.

46
தீராக் குறை

திருச்செந்தூரின் வைகாசி விசாகத்தைக் காண்பதற்காகச் சென்றிருந்தேன். பெருந்திரளான மக்கள் கூட்டம். பாதுகாப்புப் பணிக்காக வெவ்வேறு ஊர்களில் இருந்து சிறப்பு காவலர்கள் வந்து இறங்கியிருந்தார்கள். ஜனத்திரளுக்குள் அந்த போலீஸ்காரர் மட்டும் தனியே தெரிந்தார்.

அவருக்கு ஐம்பது வயதிருக்கும். கறுப்பு கூலிங்கிளாஸ் அணிந்திருந்தார். கண்ணாடியின் மீது பிள்ளையார் ஸ்டிக்கர் இரண்டு பக்கமும் ஒட்டப்பட்டு இருந்தது. அவர் உற்சாகமாகக் கையில் மைக்கை வைத்துக்கொண்டு கிரிக்கெட் வர்ணனையாளரைப் போல கூட்டத்தினரை நோக்கி வாய் ஓயாமல் அறிவிப்புகளைச் செய்தபடி இருந்தார்.

அன்றிரவு, கோயில் வளாகத்தில் நடைபெற்ற கச்சேரியின் போது மீண்டும் அவரைப் பார்த்தேன். இருட்டினுள் அதே கூலிங்கிளாஸ் அணிந்தபடியே, கச்சேரியில் பாடப்படும் ஒவ்வொரு பாடலையும்

அவரும் உரத்த குரலில் சேர்ந்து பாடிக்கொண்டு இருந்தார். கச்சேரி கேட்டுக்கொண்டு இருந்தவர்களில் ஒன்றிரண்டு பேர் திரும்பிப் பார்த்து அவரை முறைத்தபோதும், அவர் புன்சிரிப்பு மாறாமல் தொடர்ந்து பாடிக்கொண்டே இருந்தார்.

மறுநாளின் அதிகாலையில் அதே நபர், கடலில் உற்சாகமாகத் தாவித் தாவி குளித்துக்கொண்டு இருந்தபோது, நாங்கள் கடற்கரையில் சூர்யோதயம் பார்ப்பதற்காக நின்றிருந்தோம். இரண்டு நாட்களில் அந்த போலீஸ் காரர் மிக வும் பரிச்சயமானவரைப் போலாகியிருந்தார்.

மூன்றாம் நாளில், பொம்மைகள் விற்கும் கடையில் மரத்தில் செய்யப்பட்டு இருந்த செப்புச் சாமான்களை விலை கேட்டுக்கொண்டு இருந்தபோது, அருகில் அவர் ஒரு தலையாட்டி பொம்மையின் விலையை விசாரித்தார். பேரம் இழுபட்டுக்கொண்டு இருந்தது. பணத்தைக் கொடுத்து பொம்மையை வாங்கும் போது என் பையன் அவர் கையில் வைத்து இருந்த தலையாட்டி பொம்மையைப் பார்த்து விட்டான். அது தனக்கு வேண்டும் என்று அடம்பிடித்து அழத் துவங்கினான். அந்த போலீஸ்காரர் சிரித்தபடியே பொம்மையை என் பையனிடம் தந்துவிட்டு, 'பையனுக்கு எத்தனை வயசாகுது சார்?' என்று அன்போடு விசாரித்தார். நான் ஆர்வம் தாள முடியாமல், 'எதுக்கு கூலிங்கிளாஸ் மீது பிள்ளையார் ஸ்டிக்கர் ஒட்டி இருக்கீங்க?' என்று கேட்டேன்.

அவர் சிரித்தார். "காலையில விடிஞ்சதிலிருந்து ராத்திரி தூங்கப்போற வரைக்கும் திருட்டுப் பயக, கொலை பண்றவனுங்க, கஞ்சா விற்கிறவங்கன்னு அப்படிப்பட்ட ஆட்கள் முகத்தில்தான் முழிக்க வேண்டியிருக்கு. அந்தப் பாவம் நம்மளைச் சும்மா விடுமா, சொல்லுங்க... அதான் கண்ணாடியில் பிள்ளையாரை ஒட்டிட்டேன். இப்போ எதுவா இருந்தாலும் பிள்ளையார் வழியாதான் பார்க்க முடியும். இதனால் எந்தப் பாவமும் நம் மேல் நேரடியா படாது பாருங்க" என்றார்.

அவர் பேசுவது வேடிக்கைக்காகவா இல்லை, நிஜம்தானா என்று புரியவில்லை. "என்ன வேலை சார்... எப்போ பாரு அடிதடி, சாவு, வெட்டிட்டான், குத்திட்டான்னு எவனாவது வந்து நிப்பான். ஒரு நாளைக்கு ஒரு நல்ல சேதி

கேட்க முடியாது. ஊர்ல எத்தனை கோயில் இருக்கு. ஒரு கோயிலுக்குப் போறதுக்குக்கூட நேரம் கிடையாது. இவ்வளவு ஏன் சார்? பிள்ளைக படிக்கிற பள்ளிக் கூடத்தைக்கூட போய்ப் பார்த்தது இல்லை. விடிஞ்சா கோர்ட், கொலைக் கேஸ், ரௌடிப் பயக... இதைத்தான் வருஷம் பூரா பார்த்துக்கிட்டே இருக்கேன்.

அன்னிக்குப் பாருங்க... ஒரு கைதியைக் கூட்டிக்கிட்டு மதுரைக்குப் போயிட்டு இருக்கேன். பஸ்ல என் மாமனார் ஏறிட்டார். ரொம்பக் கூட்டம். 'வாங்க மாமா! உட்காருங்க'னு சொல்லணும்னு ஆசையா இருந்துச்சு. ஆனா, கூட கைதி இருக்கான். அவனை என் கையோடு சேர்த்து விலங்கு போட்டிருக்கேன். எழுந்து நின்னா ரெண்டு பேரும்தான் நிக்கணும். என்ன செய்யறது? பார்க்காத மாதிரி இருந்துட்டேன். ராத்திரி வீட்டுக்குப் போனா, பொண்டாட்டி கோவிச்சுகிடுறா.

இதுவாவது பரவாயில்லை. ஒரு காரும் லாரியும் எதிரெதிரே மோதி, கார்ல வந்த குடும்பமே காலி. பச்சைப் பிள்ளை, ஆறு மாசமிருக்கும். வாயில நிப்பிளை வெச்சுக்கிட்டு செத்துக் கிடக்குது. அதைக் கையில் எடுத்து வெச்சுக்கிட்டு, ராத்திரி பூரா நடு ரோட்லயே இருட்டுக்குள்ள நின்னுக்கிட்டு இருக்கேன். என்னை அறியாம கண்ணுல தண்ணி கொட்டுது. எதுக்குடா இந்த உத்யோகத்துக்கு வந்தோம்னு மனசு அடிச்சுக்கிச்சு. சம்பளத்துக்குத்தான் இந்த உத்யோகம் பாக்கிறோம்னு சொன்னாலும், மனசு ஒட்டலை சார். அதான், இப்படி ஏதாவது கோயில்ல டூட்டி போட்டா கிளம்பி வந்திருவேன். ஒரு நாளைக்குப் பத்து தடவை சாமி கும்பிடுவேன்.

என் அனுபவத்துல மனுஷன் அவ்வளவு நல்லவன் இல்லை சார். எல்லார் மனசுக்குள்ளேயும் தப்பு பண்ற ஆசை இருக்கத்தான் செய்யுது. எது எதுக்கோ பயந்துபோய்தான் அடங்கியிருக்காங்க. அதே மாதிரி திருட்டுப் பயக எல்லோரும் கெட்டவங்களும் கிடையாது சார். இப்படித்தான் ரெண்டு வருஷத்துக்கு முன்னாடி சூரசம்ஹாரத்துக்கு டூட்டி போட்டுந்தாங்க. ராத்திரி சாப்பிட்டது சேராம ஒரே வயித்துப்போக்கு. கூட்டத்துக்குள்ளேயே மயங்கி விழுந்துட்டேன். முழிச்சுப் பார்த்தா ஜி.ஹெச்ல கிடக்கேன்.

நம்மளை இங்கே கொண்டு வந்தது யாருன்னு பார்த்தா, கையில ஒரு தூக்குவாளி வெச்சுக்கிட்டு கட்டைக் குமார்னு பிக்பாக்கெட் அடிக்கிற பய நிக்கிறான். 'என்ன ஏட்டய்யா.... இப்போ எப்படி இருக்கு?'னு விசாரிச்சுக்கிட்டு, டீயை ஆத்திக் கொடுத்துக் குடிக்கச் சொல்றான். 'நீ எதுக்குடா என்னைக் காப்பாத்துனே?'னு கேட்டா, சிரிக்கிறான்.

அந்தப் பயலை எம்புட்டு அடி அடிச்சிருப்பேன்..! அது எதுவும் கழுதைக்கு ஞாபகமில்லை. என்னிக்கோ ஒரு நாள் பசிக்குதுனு கேட்டப்ப, நாலு இட்லி வாங்கிக் குடுத்தேனாம். அதை சொல்லிக் காட்டுறான். மூணு நாள் ஆஸ்பத்திரியில படுத்திருந்தேன். அவன்தான் கூடவே இருந்தான். இவங்களுக்கு எல்லாம் எப்படி கைம்மாறு செய்யறது சொல்லுங்க?"

நீருற்றைப் போல, அவரது மனதில் ஊறிக்கிடந்த எண்ணங்கள் பீய்ச்சி அடித்துக்கொண்டு வெளிப்பட்டன. பையன் கையில் வைத்திருந்த பொம்மையை அவரிடம் வாங்கிக் கொடுப்பதற்காக நான் எத்தனித்தபோது, பையன் அழத் துவங்கினான். அது போல வேறு ஏதாவது பொம்மை இருக்கிறதா என்று கேட்டதற்கு, கடைக்காரர் இல்லை என்றார். கான்ஸ்டபிள் சிரித்த முகத்தோடு, 'பரவாயில்லை சார்! வெச்சுக்கிடட்டும். நானும் என் பேத்திக்கு தான் வாங்கிட்டுப் போறதா இருந்தேன். இப்போ பேரனுக்குக் கொடுத்துட்டேன்னு நினைச்சுக்கிடுறேன்' என்றார்.

உறவுக்கும் அன்புக்கும் ஏங்கும் அந்த மனிதரைப் பார்த்தபடியே செய்வது அறியாமல் நின்று இருந்தேன். 'நடை பூட்டுறதுக்குள்ள இன்னொரு தடவை சாமி கும்பிட்டு வந்துடறேன்' என அவர் சந்நிதியை நோக்கி நடந்து போனார்.

அறைக்குத் திரும்பிய பிறகும் அந்த மனிதரின் பேச்சும் ஆழ்ந்த வலியும் என்னைப் பற்றியபடியே இருந்தன. வாழ்க்கை ஒவ்வொருவருக்கும் ஒரு தனிப் பாடத்தைக் கற்றுத் தருகிறது போலும்!

'கொலைகாரர்கள், அடையாளம் காணப்பட்டவர்கள். அவர்களிடம் நாம் பயம் கொள்வதற்கு எதுவுமில்லை. ஆனால், சாதாரண மனிதன் எந்த நேரமும் ஒரு கொலையைச்

ராமநாதபுர மாவட்டத்தின் பெருநாழியைச் சேர்ந்தவர் வேல.ராமமூர்த்தி. அவரது கதைகள் கிழக்குச் சீமையின் அழநிலை மக்களின் வாழ்வை விவரிப்பவை. ராணுவத்தில் வேலை செய்து ஓய்வு பெற்று, தபால் துறையில் பணிபுரிந்தவர். தனது எழுத்து பேரன்பும் பெருங்கோபமும் நிரம்பியது என்பவர். வேல.ராமமூர்த்தி கதைகள், 'கூட்டாஞ்சோறு', 'இருளப்பசாமியும் 21 கிடாயும்' போன்றவை இவரது முக்கியப் படைப்புகள். இவரது கதைகள் ஆங்கிலத்திலும் இந்தியிலும் வெளியாகியுள்ளன.

செய்வதற்குச் சாத்தியம் இருக்கிறது. ஆகவே, அவன் மீது மட்டும் சற்று கவனமாக இருக்கவேண்டும்' என்று ஸ்பானிய எழுத்தாளர் போர்ஹே தனது கதை ஒன்றில் குறிப்பிடுகிறார். அதுதான் வாழ்க்கை காட்டும் நிஜம்!

எல்லாக் குற்றமும் ஒரு நிகழ்வுதான். இந்த நிகழ்வின் பின்னால் அறியப்படாத காரணம் ஒன்றும் இருக்கிறது. அந்தக் காரணம் குற்றவாளிக்கு உண்மையானதாக இருக்கிறது. அதனால்தான் குற்றம் சாத்தியமாகிறது. பொது நியாயங்களும், அறமும் குற்றத்தின் முன் காரணமற்றதாகவே போய் விடுகின்றன.

ஆதி நாட்களில் திருட்டைத் தொழிலாகக் கொண்ட கிராமங்கள் எத்தனையோ இருந்திருக்கின்றன. சங்க இலக்கியத்தில், ஆறலைக் கள்வர்கள் என்ற இனம் பற்றிக் குறிப்புகள் காணப்படுகின்றன. இவர்களின் முக்கிய தொழில், வழிப்பறி செய்வது. வாழ்வதற்குத் தேவையான எந்தப் பின்புலமும் இல்லாத இந்தப் பாலை நில மக்கள், வணிகர்களிடம் வழிப்பறி செய்து வந்தார்கள் என்று பாலை இலக்கியம் விவரிக்கிறது.

விவசாயம் சார்ந்து நடைபெறும் திருட்டுத் தொழிலில் மிக முக்கியமானது ஆடு, மாடுகளைத் திருடுவது. ராமநாதபுர மாவட்டத்தில், ஒரு காலத்தில் இத்திருட்டு மிக முக்கிய பிரச்னையாக வளர்ந்திருந்தது. அதைக் கொஞ்சம் கொஞ்சமாக இரும்புக்கரம் கொண்டு ஒடுக்கியது காவல்துறை.

இப்படி களவுக்குப் பிரசித்தி பெற்ற ஊர்களில் காணப்படும் அன்றாட வாழ்வும் விசித்திரமானதாகும்.

வேல.ராமமூர்த்தியின் 'இருளப்பசாமியும் 21 கிடாயும்' என்ற சிறுகதை, இந்த உலகைப் பற்றி விவரிக்கும் நுட்பமான கதை.

தன்னுடைய கதைகள் ரத்தக் கறை படிந்த எழுத்து என்று கூறும் வேல.ராமமூர்த்தி, ராமநாதபுர மாவட்டத்தின் வெக்கையை தன் எழுத்தில் படியச் செய்தவர். மிகக் குறைவான சிறுகதைகளே எழுதியிருந்தபோதும் தனித்துவமாக அறியப்பட்டவர்.

இக்கதை ஆட்டுக்கிடை போடப்பட்டு இருக்கும் இடங்களுக்குச் சென்று நள்ளிரவில் ஆடுகளைத் திருடிவரும் கள்ளர்கள் சிலரின் வாழ்வை விவரிக்கிறது. கவுல்பட்டு என்ற ஊருக்கு இருளாண்டி தலைமையில் சிலர் திருட்டுக்குப் புறப்பட்டுப் போகிறார்கள். எல்லோரது கையிலும் வேல்கம்பு. பதுங்கிப் பதுங்கிப் போய் ஆடுகளைத் திருடி விட்டுக் கிளம்பும்போது கிடைக் காவலுக்கு இருந்த நாய் குரைத்துவிடுகிறது.

'கள்ளன்... கள்ளன்' என்று கிடைக்காரன் கத்துகிறான். கவுல் பட்டிக்காரர்கள் ஊரோடு சேர்ந்து துரத்துகிறார்கள். உயிரைக் கையில் பிடித்துக்கொண்டு தப்பியோடி வருகிறார்கள் திருடர்கள். காவல் நாய் பாய்ந்து வந்து குதிகாலைக் கவ்வியபோதும் அதை அடித்துத் தூக்கிப்போட்டுவிட்டு, தப்பி வந்து சேர்கிறார்கள்.

மறுநாள், பெருநாழி போலீஸ் ஸ்டேஷனில் கவுல்பட்டிக்காரர்கள் ஊரோடு வந்து முறையிடுகிறார்கள். காவல்துறையினர் மிக ஆத்திரமாகி, திருட்டுக்குப் போனவர்கள், போகாதவர்கள் என்ற பாகுபாடின்றி சந்தேகப்பட்ட அத்தனை பேரையும் பிடித்து வந்து சூடு போடுகிறார்கள்.

இது நடந்து சில காலத்துக்கு திருட்டு மட்டுப்பட்டது. திருட்டுக்குத் தலைமை தாங்கிய இருளாண்டி தொடையில் சூடுபட்டுப் படுத்தே கிடந்தார். நீண்ட நாட்களுக்குப் பிறகு, அந்த ஊரின் மூத்த குடும்பத்துப் பிள்ளையான சேது வந்திருப்பதாகக் கேள்விப்பட்டு, அவரைப் பார்க்கப் போகிறார் இருளாண்டி.

திருட்டுக்குப் பேர்போன ஊரிலிருந்து முதன் முறையாக சப்-இன்ஸ்பெக்டராக வேலைக்குத் தேர்வு ஆகியிருக்கிறான்

சேது. அது அவர்களுக்கு மிகுந்த சந்தோஷம் தருவதாக இருக்கிறது. வேலை கிடைத்துவிட்டால், இருளப்பசாமிக்கு கிடாவெட்டி பொங்கல் வைப்பதாக அம்மா நேர்ச்சை செய்திருப்பதாகவும், அதற்காக அண்ணன் கிடாகுட்டி வாங்கி வரப் போயிருப்பதாகவும் சேது சொல்கிறான்.

அதைக் கேட்டதும் அவர்களுக்கு ஆத்திரமாக வருகிறது. சேதுவின் நேர்த்திக்கடனுக்காக 21 கிடாய்களை ஏற்பாடு பண்ண வேண்டியது தங்கள் பொறுப்பு என்று சொல்கிறார்கள். சேது அதைத் தடுக்கிறான். 'மாப்பிள்ளை தப்பா நினைக்காதீங்க. நாம் வெட்டப்போறது கள்ள ஆடுகள் இல்லை. எல்லாம் நாம் வளர்த்த ஆடுகள்' என்று இருளாண்டி உண்மையைச் சொல்கிறார். சேதுவுக்கு அவர்கள் மனதில் உள்ள ஆறாத ரணம் புரிகிறது.

பின்பு, அவர்கள் தயங்கி சேதுவிடம் இன்ஸ்பெக்டர் உடையை அணிந்துகொண்டு வந்து தங்களோடு ஒன்றாக உட்கார்ந்து சில நிமிஷம் பேச வேண்டும் என்று ஆசைப்படுகிறார்கள். சேது அவர்கள் ஆசையை நிறைவேற்றும்படியாக இன்ஸ்பெக்டர் உடுப்பை போட்டுக்கொண்டு வெளியே வருகிறான். ஆனால், அதுவரை திண்ணையில் உட்கார்ந்திருந்த அவர்கள் தங்களை அறியாமல் பதறி எழுந்து, தோளில் கிடந்த துண்டை கட்கத்தில் இடுக்கியபடி நின்றார்கள், என்பதோடு அக்கதை முடிகிறது.

கையில் ஆயுதம் இல்லாமல் தெய்வங்களே வாழ முடியாத நம் காலத்தில், மனிதர்கள் அவமதிப்பும் அறியாத வடுக்களும் ஏற்படாமல் வாழ முடியாதுதான் போலும்! பறப்பது சுதந்திரம் என்று பறவையைப் பார்த்து மகிழும் எவரும் பறத்தல் ஒரு இடையறாத போராட்டம் என்று புரிந்துகொண்டு இருக்கிறார்களா, என்ன?

47
இருபதின் இசை

அலகாபாத்தில் ஒரு சலூனுக்குச் சென்றிருந்தேன். சலூன் முழுவதும் விதவிதமான சினிமா நடிகைகளின் புகைப்படங்கள். நர்கீஸ், நூடான் துவங்கி மாதுரி தீட்சித் வரை சுவர் தெரியாமல் சிரித்துக்கொண்டு இருந்தார்கள். சுழலும் மர நாற்காலி, முன்னும் பின்னும் ரசம்போன பெரிய முகக் கண்ணாடிகள். அதற்குள் நீந்தின நடிகைகளின் முகங்கள்.

'மதுமதி' படத்தின் 'ஆஜா ரே பர்தேசி' என்ற பாடல் அறையெங்கும் நிரம்பிக்கொண்டு இருந்தது. பித்தளைக் குமிழ் கொண்ட அழகான பழைய கிராமபோனில் ரிக்கார்ட் சுழன்றுகொண்டு இருந்தது. சலூனின் உரிமையாளருக்கு அறுபது வயது இருக்கும். வெற்றிலைக் கறை படிந்த பற்களோடு, அந்தப் பாடலை இப்போதுதான் முதன்முதலாகக் கேட்பவர் போல் அத்தனை ஈடுபாட்டுடன் ரசித்துக் கேட்டபடியே தாளமிட்டுக்கொண்டு இருந்தார்.

சுழல் நாற்காலியில் உட்காரச் சொல்லிவிட்டு அவர் திரும்பவும் பாடலில் ஆழ்ந்துபோனார். ஏதோ ஒரு இசைக் கூடத்துக்குள் அமர்ந்திருந்தது போலிருந்தது. சலூன் கண்ணாடிக்குள்ளிருந்து காலத்தை மீறிய அழியா சிரிப்புடன் நடிகைகள் என்னை உற்றுப் பார்த்துக்கொண்டு இருந்தார்கள். உலகில் உள்ள விசித்திரங்களில் ஒன்று சலூன் நாற்காலி போலும். அதில் ஏறி அமர்ந்ததுமே வயது கரைந்துபோய், மனது ஒரு இறகைப் போல எடையற்று மிதக்கத் துவங்கிவிடுகிறது.

உலகில் எல்லா இடங்களிலும் சலூன்கள் ஒன்று போலத்தான் இருக்கின்றன. அல்லது ஒன்றுபோல ரசனையுடையவர்களே சலூன் வைத்திருக்கிறார்கள். எல்லா சலூன்களும் ஆசைகளின் விளைநிலம். சலூன் கண்ணாடிகள் நம் வீட்டுக் கண்ணாடிகளைவிடவும் அதிக ரகசியம் அறிந்தவை. வீட்டுக் கண்ணாடிகள் பெரும்பாலும் பெண்களுக்கானவை. ஆண்களுக்கு குறிப்பாக பையன்களுக்குக் கண்ணாடி பார்ப்பது சலூனில்தான் துவங்குகிறது.

அன்றைக்கு சலூனில் சவரம் செய்து முடிப்பதற்குள் ஆறேழு பழைய பாடல்களைக் கேட்டிருப்பேன். சவரம் செய்த நபர் முகத்தை வழிக்கும்போதே என் கண்களுக்குள் உள்ள ரகசியத்தை வாசித்தவரைப்போல் மெல்லிய பரிகாசத்துடன், 'இந்த நடிகைகளில் உங்களுக்கு யாரைப் பிடித்திருக்கிறது?' என்று கேட்டார். யாரைச் சொல்வது என்று தயக்கமாக இருந்தது.

அவர் சோப்பு நுரை வழியும் கத்தியோடு, 'உங்கள் பார்வை முழுவதும் நூடானின் பக்கம்தான் சாய்கிறது. நூடான் பேரழகிதான் இல்லையா?' என்று கேட்டார். என்ன பதில் சொல்வது என்று தெரியாத வெட்கமாகி இருந்தது. 'நூடான் நீச்சல் உடை அணிந்து வந்தால் எப்படி இருக்கும் என்று கற்பனை பண்ணிப் பார்த்திருக்கிறீர்களா?' என்று சத்தமாகச் சிரித்தார். அந்த சிரிப்பின் பின்னே அந்தரங்கமானதொரு நெருக்கம் இருந்தது.

சலூனில் இருந்த அரை மணி நேரத்துக்குள் எனது பதில் வயதுக்குள் சென்று திரும்பியது போலிருந்தது.

என் பதின் வயதுகளில் பெரும்பான்மை நேரங்கள் சலூனில்தான் கழிந்திருக் கின்றன. முதலில் அரும்பிய மீசையை அந்த கண்ணாடியில் எத்தனை முறை பார்த்து மகிழ்ந்திருக்கிறேன். சலூனுக்குள் புகை போல எப்போதும் சிரிப்பு சுற்றிக்கொண்டே இருந்தது. அங்கே நடக்கும் பேச்சுக்கள் யாவுமே அந்தரங்கமானவைதான். உள்ளூரில் இருந்த பெண்களில் துவங்கி எலிசபெத் டெய்லர் வரை ரகசியப் பேச்சுகள் நிரம்பி வழியும்.

பகலும் இரவும் சலூனில் மரப்பெஞ்சுகளில் அமர்ந்தபடி எதை எதையோ கற்பனை செய்து கொண்டு இருந்தோம். பதின் வயது அது வரை கண்டிருந்த உலகை அப்படியே கலைத்துப் போட்டுவிடக் கூடியது. அந்த வயதில் உலகில் பெண்களைத் தவிர வேறு எதுவும் கண்ணில் படுவதே இல்லை. அந்த நாட்களில் ரகசியங்களை எப்படிக் காப்பாற்றுவது, எங்கே ஒளித்துவைப்பது என்பது மிகப் பெரிய பிரச்னையாக இருந்தது.

இதற்காகவே சலூனைத் தேர்ந்தெடுத்திருந்தோம். முடி வெட்டிக் கொள்ளும்போது போர்த்திக் கொள்வதற்காக துவைத்த வேஷ்டிகள் வைக்கும் இழுப்பறைக்குள் நாங்கள் எங்கிருந்தோ சேகரித்து வந்திருந்த வெளிநாட்டு காலண்டர்களும் அந்தரங்கமான டயரிகளும் ஒளித்து வைக்கப்பட்டு இருந்தன.

இதற்காக சலூன் உரிமையாளர் மாரியப்பனை வாரம் ஒரு முறை சினிமாவுக்கு அழைத்துப்போகும் உடன்படிக்கையும் ஏற்பட்டு இருந்தது. அந்த நாட்களில் மாரியப்பன் ரகசியங்களின் கிடங்காக மாறி இருந்தான். எங்களைப் போலவே வெவ்வேறு வயதுடையவர்கள் அவனிடம் தங்களின் ரகசியங்களை நிரப்பிச் சென்றபடி இருந்தார்கள்.

ஒரு நாள் முத்து என்ற எங்களது நண்பன் மிலிட்டரியில் இருந்து வந்திருந்த அவனது மாமாவின் பெட்டியில் இருந்ததாக ஒரு காலண்டரைக் கொண்டு வந்திருந்தான். அந்த காலண்டரில் ஒற்றைத் தென்னை மரமிருக்கும் கடற்கரையின் வெண்ணிற மணல்வெளியில் உடையில்லாத அழகிகள் சிப்பிகள் போல் திறந்துகிடந்தார்கள்.

அந்தக் காலண்டரை முழுசாக விரித்துப் பார்ப்பதற்கு முத்து யாரையும் அனுமதிக்கவே இல்லை. அன்றிரவு கடையை எடுத்துவைத்த பிறகு பார்க்கலாம் என்று வழக்கமான ரகசிய இடத்தில் காலண்டரை ஒளித்து வைத்துவிட்டு காவல் இருப்பவன் போல சலூனிலேயே கிடந்தான்.

அன்றிரவு கடையை மூடிவிட்டு அனுமதிக்கப்பட்ட நாலைந்து பேர் மட்டும் மிக ஆவலாகக் காத்திருந்தபோது ஒளித்துவைக்கப்பட்ட அந்த காலண்டரைக் காணவில்லை. எத்தனை தேடியும் கிடைக்கவில்லை. மாரியப்பன் அதைப்பற்றி தனக்குத் தெரியாது என்றான். முத்துவுக்கு மாரியப்பன் மீதுதான் அதிக சந்தேகம்.

இருவருக்குள்ளும் வார்த்தை முற்றி மாரியப்பனின் முகத்தில் முத்து ஓங்கி அறைந்ததில் உதட்டில் ரத்தம் கொப்பளித்தது. மாரியப்பன் ஆவேசத்துடன் அதுவரை நாங்கள் ஒளித்து வைத்திருந்த டயரி, புத்தகங்கள், புகைப்படங்கள் யாவையும் வெளியே எடுத்து வீசியெறிந்தான். எங்களது ரகசியங்கள் சாலையில் சிதறிப் படபடத்தன.

அந்த நிமிஷத்தில் மாரியப்பன் எல்லோருக்குமான பொது எதிரியாக உருமாறினான். அதன் பிறகு அவனது கடையைப் பற்றிய எத்தனையோ வதந்திகளையும் அவதூறுகளையும் நண்பர்கள் உருவாக்கினார்கள். ஆனால், முத்துவுக்கு மட்டும் தான் முழுவதும் பார்த்திராத அந்த காலண்டர் பற்றிய ஆதங்கம் தீராமல் இருந்தது.

இருபது வயதுக்காரனின் பகலும் இரவும் தனித்த நிறமுடையது. அதன் வேகமும் மர்மமும் விளக்க முடியாதது. உலகம் தன்னைக் கண்காணிக்கிறது என்று அவன் ஆத்திரப்படுகிறான். உலகின் கண்ணிலிருந்து மறைந்து ஒரு வண்டைப் போல எதற்குள்ளாவது ஒளிந்துகொள்ள முடியாதா என்று முயற்சிக்கிறான். அதே நேரம் உலகின் அத்தனை வசீகரங்களையும் தேடித் தேடி பருகவும் ஆசைப்படுகிறான். முகம் பார்க்கும் கண்ணாடிகள் மட்டுமே அவனுக்கு ஆறுதல் தருகின்றன.

இருபது வயதுக்காரனின் மன உணர்வுகளை எழுத்தில் கொண்டு வருவது அசாத்தியமானது. அது நிகழ்வுகளைத்

'எட்டுக் கதைகள்' என்ற சிறுகதைத் தொகுப்பின் மூலம் தமிழ் சிறுகதையுலகில் தனக்கென தனியிடம் பிடித்தவர் ராஜேந்திர சோழன். 'கசட தபற', 'கணையாழி', 'பிரக்ஞை' போன்ற சிற்றிதழ்களில் அஸ்வகோஷ் என்ற பெயரில் இருபதாண்டுகளுக்கும் மேலாகக் கதைகள், கட்டுரைகள் எழுதியிருக்கிறார். இடதுசாரி சிந்தனைகளில் தீவிர நாட்டம் கொண்ட இவர், சமூக மாற்றத்துக்கான போராட்டங்களை முன்னெடுத்து நடத்துபவர். 'ராஜேந்திர சோழன் கதைகள்', 'சிறகுகள்', 'முளைத்து', 'கடவுள் என்பது என்ன?' போன்றவை இவரது முக்கியப் படைப்புகள். கடலூர் மாவட்டத்தின் மயிலத்தில் வசித்து வருகிறார்.

தாண்டிய நுட்பம். ராஜேந்திர சோழனின் 'எதிர்பார்ப்புகள்' என்ற சிறுகதை இந்த நுட்பத்தை மிக அழகாக எழுத்தில் சாத்தியப்படுத்தியுள்ளது.

பி.யு.சி-யில் தேர்ட் பார்ட்டில் பெயிலாகி, செப்டம்பரில் திரும்பவும் பரீட்சை எழுதுவதற்காகப் படிக்கிற இருபது வயது இளைஞனைப் பற்றியது இக்கதை. வேலையற்ற அவனைப் போன்ற நண்பர்களுடன் பகல் பொழுதைக் கழிக்கும் அவனுக்கு, மீதமிருக்கும் நேரங்களில் பஞ்சாயத்து போர்டின் கிளார்க் வீட்டுக் குழந்தையைத் தூக்கி வைத்துக் கொஞ்சுவதில் மிகுந்த விருப்பமிருந்தது.

இதற்காக எப்போதும் அவர்கள் வீட்டையே சுற்றிக்கொண்டு கிடப்பான். இப்படி எப்போது பார்த்தாலும் குழந்தையைத் தூக்கிவைத்துக் கெடுக்காதீர்கள் என்று குழந்தையின் அம்மா சொல்லிய போதும் அவன் விடுவதேயில்லை. தினமும் மாலை நேரங்களில் அந்தக் குழந்தைக்கு அதன் அம்மா பவுடர் போட்டு கன்னத்தில் கறுப்பு பொட்டு வைத்துக் கொடுத்ததும் தெருப்பக்கமாக தூக்கிக்கொண்டு உலாத்துவான். அப்போது குருவியை, நாய்க்குட்டியை குழந்தைக்கு வேடிக்கை காட்டுவான்.

சில நேரம் அவள் உறங்கப்போகும் போதுகூட, 'பரவாயில்லை, நீங்க தூங்குங்க. நான் குழந்தையைப் பார்த்துக்கிடுறேன்' என்று அதே அறையில் அவன் அமர்ந்திருப்பான். அப்போது அவனை ஒரு சிறுவனைப்

போல நடத்துவதா இல்லை, வளர்ந்த இளைஞனைப் போல நடத்துவதா என்று அவளுக்குக் குழப்பமாக இருக்கும்.

ஒரு நாள் கிளார்க் தன் மனைவியை அழைத்துக்கொண்டு சினிமாவுக்குப் புறப்பட்டுக் கொண்டு இருக்கிறார். அப்போது குழந்தையைத் தேடிக் கொண்டு வருபவனை, சினிமாவுக்கு அழைக்கிறார். அவனும் வருவதாகச் சொல்லி தன் அம்மாவிடம் சொல்லிவிட்டு வருவதாக வீட்டுக்கு வருகிறான். இதைக் கேட்ட அவனது அம்மா, 'ஏண்டா, புரியாத ஆளா இருக்கே. அவர்கள் இளம் தம்பதிகள், தனியாப் போயிட்டு வரட்டும்' என்று தடுத்துவிடுகிறாள். அவன் மனசே இல்லாமல் போகாமல் இருந்து விடுகிறான்.

இதன் பிறகு ஒரு நாள் மதியம் அந்தக் குழந்தையைத் தேடி கிளார்க் வீட்டுக்குப் போகிறான். கிளார்க்கின் மனைவி தூங்கிக்கொண்டு இருக்கிறாள். அவளது சேலை நழுவிக் கிடக்கிறது. மார்பு திறந்து கிடப்பது தெரிகிறது. அவன் தன்னை அறியாமல் அந்தக் கோலத்தைப் பார்த்துக்கொண்டே நிற்கிறான்.

உறக்கத்திலிருந்து திடுக்கிட்டு விழித்த கிளார்க்கின் மனைவி, அவன் தன்னைப் பார்த்தபடியே நிற்பதைக் கண்டு பதற்றத்துடன் எழுந்து கொள்கிறாள். அவன் இப்போதுதான் வந்ததாகச் சமாதானம் சொல்கிறான். ஆனால், அவள் முகத்தில் கோபம் கொப்பளிக்கிறது. குழந்தையை அவனிடமிருந்து பிடுங்கிக் கொண்டு விடுகிறாள். மறுநாளில் இருந்து அவன் கிளார்க் வீட்டுக்குப் போய் அந்தக் குழந்தையைக் கொஞ்சுவது நின்று போய்விடுகிறது.

எதற்காக ஒரே நாளில் தன் மகன் மாறிவிட்டான் என்று அவனது அம்மாவுக்குப் புரியவே இல்லை. சில நாட்களாகவே அந்தக் குழந்தை அவனைத் தேடுவதாக அம்மா சொல்லும்போது, அவன் தனக்குப் பரீட்சைக்குப் படிக்கவே நேரமில்லை என்று சலித்துக் கொள்வதோடு கதை முடிகிறது.

இக்கதையின் ஆழத்தில் இச்சையின் ரகசிய நறுமணம் கசிந்து கொண்டு இருக்கிறது. நிகழ்வுகள் வெளிப்படையாக ஒரு தளத்திலும் அதன் ஆதாரப்புள்ளி இன்னொரு

இடத்திலும் புதையுண்டு இருப்பதை இக்கதை மிக அழகாக வெளிப்படுத்துகிறது.

இருபது வயதின் கரைகளில் நின்றபடி கண்ட காட்சிகளும் ரகசியங்களும் இன்று தொலைதூரத்தின் கானலைப் போல மினுங்கிக்கொண்டு இருக்கின்றன. ஆனால், மனது மட்டும் இசைத்தட்டின் முள்ளைப் போல திரும்பத் திரும்ப இருபது வயதின் வட்டத்துக்குள் சுழன்று கொண்டு இருக்கிறது. இருபதின் இசை என்பது என்றும் தீராத மயக்கம்தானா?

48

ஆதலினால் காதல்

நோபல் பரிசு பெற்ற சிலி நாட்டுக் கவிஞரான 'பாப்லோ நெருடா'வின் வாழ்க்கையில் நடந்த சில சம்பங்களை அடிப்படையாகக்கொண்டு எடுக்கப்பட்ட 'இல் போஸ்டினோ' என்ற இத்தாலியப் படத்தை, நீண்ட நாட்களுக்குப் பிறகு மீண்டும் பார்த்தேன்.

பாப்லோ நெருடா, காதலைக் கொண்டாடியவர். தனது போல் பரிசின் மூலம் கிடைத்த பணத்தைக்கொண்டு, சுற்றுக் கோட்டையும் பழைய அரண்மனை ஒன்றும் இருந்த 'ஜலா நெகரா' என்ற தீவை விலைக்கு வாங்கினார். அந்தத் தீவில், உலகில் எங்கிருந்து வேண்டுமானாலும் காதலர்கள் வந்து சேர்ந்து, ஆடிப்பாடி தங்களுக்கு விருப்பமான கவிதைகளை அந்த கோட்டைச் சுவர்களில் எழுதிப் போகலாம் என்று பிரகடனப்படுத்தியிருந்தார். அவர் இறந்து 30 ஆண்டுகளுக்கு மேலாகியும், இன்று வரை அந்தத் தீவு காதலர்களின் புகலிடமாகவே உள்ளது.

நெருடா, அரசியல் காரணங்களுக்காகச் சில ஆண்டுகாலம் இத்தாலியில் ஒளிந்து வாழ்ந்தார். அந்த நாட்களில் அவருக்குத் தபால் கொண்டு வரும் தபால்காரன் ஒருவனுக்கும் நெருடாவுக்கும் ஏற்படும் நட்பே இந்தத் திரைப்படம்.

தபால்காரன் ஒரு நாள் கவிஞரிடம் தான் ஒரு பெண்ணைக் காதலிப்பதாகவும், அவளை அடைவதற்காக ஒரு காதல் கவிதை எழுதித் தரும்படியாகவும் கேட்கிறான். 'நான் உனக்குக் காதல் கவிதை எழுதித் தந்தால் அந்தப் பெண் என்னைக் காதலிக்கத் துவங்கிவிடுவாள். பரவாயில்லையா?' என்று நெருடா சிரிக்க, 'என்னால் வேறு எப்படி ஒரு பெண்ணின் மனதை அடைய முடியும்?' என்று கேட்கிறான். 'சரி, உனக்குக் கவிதை எழுதக் கற்றுத் தருகிறேன். அதைக்கொண்டு நீயே ஒரு காதல் கவிதை எழுதிவிடலாம்' என்று கவிதை குறித்த ஆழ்ந்த புரிதலை அவனிடம் ஏற்படுத்துகிறார்.

கவிதையும் காதலும் பிரிக்கவே முடியாதது போலும். கவிதை தெரியாத அல்லது எழுதாத காதலர்கள் எவரேனும் உலகில் இருக்கிறார்களா என்ன? எல்லா காதலர்களும் டயரியில், கல்லூரிப் பாட நோட்டுகளில் கவிதை எழுதி ஒளித்து வைத்திருக்கிறார்கள்.

காதலிக்கச் சந்தர்ப்பம் அற்றுப்போய், அந்த ஆசையை நூற்றுக்கணக்கான காதல் கவிதைகளாக எழுதித் தீர்த்துக் கொள்பவர்கள் என்றும் ஒரு ரகம் இருக்கிறது. காதலிக்காத ஆணோ பெண்ணோகூட இருக்கக்கூடும். ஆனால், காதல் கவிதையை எழுதாத அல்லது ரசிக்காத ஆணும் பெண்ணும் வாலிப வயதைக் கடந்துவரவே முடியாது என்பது என் எண்ணம். வாழ்வின் விசித்திரம், யார் யாரைக் காதலிக்கிறார்கள் என்பதில்தான் இருக்கிறது. சரித்திரத்தின் கல்லெழுத்துக் களி லிருந்து சம காலத்துக் கதைகள் வரை, காதல் விநோதங்களால்தான் நிரம்பியிருக்கிறது.

இரண்டு ஆண்டுகளுக்கு முன்பு என்னிடம் தனது கவிதை தொகுப்புக்கான முன்னுரை கேட்பதற்காக, திருச்சியிலிருந்து வந்திருந்த இளைஞருக்கு 25 வயது இருக்கக்கூடும். அழகான ஒரு பையில், உயர்ந்த பாண்ட் பேப்பர்களில் நாலைந்து விதமான ஸ்கெட்ச் பேனாக்களைப் பயன்படுத்தி கவிதைகளை எழுதிக் கொண்டு வந்திருந்தார். அத்தனையும் சலிப்பூட்டும் காதல் கவிதைகள்!

நான் கவிதைகளுக்கு அல்ல, எந்தப் புத்தகங்களுக்கும் முன்னுரை எழுதுவதற்கு மிகத் தயக்கம் உள்ளவன். அது தேவையற்றது என்று நினைப்பவனும்கூட. அவரோ, "கவிதைகளை வாசித்து இப்போதே ஒரு முன்னுரை எழுதித் தர இயலுமாயின், அப்படியே அச்சுக்குக் கொடுத்துவிடுவேன்" என்று திரும்பத் திரும்பச் சொல்லிக் கொண்டு இருந்தார். "என்னால் அவ்வளவு அவசரமாகக் கவிதைகளை வாசிக்க இயலாது. மேலும் கவிதை குறித்த எனது விருப்பங்கள் வேறுவிதமானவை" என்று எப்படி விளக்கிச் சொல்லியபோதும் அவர் சமாதானம் ஆகவில்லை.

தனது அண்ணிகூட ஒரு முன்னுரை எழுதித் தந்திருப்பதாகச் சொல்லி, கவரில் மடித்துவைத்திருந்த இன்னொரு காகிதத்தை எடுத்து என்னிடம் படிக்கத் தந்தார். முத்து முத்தான கையெழுத்தில், கவிதைகளை சில பழைய சினிமாப் பாடல்களுடன் ஒப்பிட்டு சிலாகித்து எழுதி, அதனடியில் விமலா நரசிம்மன் என்று கையெழுத்திட்டிருந்தது.

நான் கேட்காமலே, கவிஞர் தனது அண்ணி கூட்டுறவுத் துறையில் வேலை பார்ப்பதாகச் சொன்னார். தயக்கமும் கூச்சமுமாக, எப்படி இவரைச் சமாளிப்பது என தெரியாது தவித்த நிமிடத்தில் அவராக, "அவங்க என் சொந்த அண்ணி இல்லை எங்க அண்ணன் காதலித்த பெண். நான் அவரை அண்ணி என்று கூப்பிடுகிறேன்" என்றார். சற்றே நிமிர்ந்து உட்கார்ந்தபடியே, "புரியவில்லை " என்றேன். கவிஞர் இரண்டு நிமிட யோசனைக்குப் பிறகு, தயக்கம் கலைந்தவராகச் சொல்லத் துவங்கினார்...

"எங்க அண்ணனும் இவங்களும் காலேஜ்ல படிக்கும்போது, லவ் பண்ணிட்டு இருந்தாங்க. அப்போ நான் ஸ்கூல்ல நைன்த் படிச்சிட்டு இருந்தேன். ஒரு நாள், சினிமா தியேட்டர்ல அவங்க ரெண்டு பேரையும் பார்த்துட்டேன். எங்க அண்ணன், 'இவங்கதாண்டா உங்க அண்ணி'னு அவங்களை எனக்கு அறிமுகப்படுத்தினார். அப்போலேர்ந்து மார்க்கெட்ல, டவுன் பஸ்லனு எங்காவது பாத்துட்டா அவங்களே கூப்பிடுவாங்க. நானும் அண்ணி, அண்ணினு ஒட்டிக்குவேன். எனக்கும் அவங்களை ரொம்பப் பிடிச்சுப் போச்சு.

காலேஜ் முடிஞ்சதும், எங்க அண்ணன் சொந்தமா பிசினஸ் ஆரம்பிச்சிட்டார். விமலா அண்ணி எம்.காம்.,

படிச்சிட்டு இருந்தாங்க. ஆனா, திடீர்னு எங்க அண்ணனுக்கு லால்குடியில் பெரிய இடத்துல இருந்து ஒரு பொண்ணு வந்துச்சு. முதல்ல யோசிச்சார். பிறகு பிசினஸ் பண்றதுக்கு நிறையப் பணம் கிடைக் கு மேன்னு அந்தப் பெண்ணைக் கல்யாணம் பண்ணிக்கிட்டார்.

இதைப் பத்தி தெரிஞ்சதுமே விமலா அண்ணி படிப்பை பாதியில விட்டுட்டு மெட்ராஸ் போயிட்டாங்க. அதுக்கப்புறம் நான் காலேஜ் படிச்சு முடிக்கிற வரைக்கும் அவங்களை மறுபடி நான் பார்க்கவே இல்லை. திடீர்னு ஒரு நாள் திருச்சி ஜங்ஷன்ல பார்த்தேன். 'என்ன அண்ணி... எப்படியிருக்கீங்க?'னு கேட்டேன். 'இன்னும் அதையெல்லாம் ஞாபகம் வெச்சிருக்கியா?'ன்னாங்க. 'அண்ணன் வேணும்னா அந்தக் காதலை மறந்திருக்கலாம். ஆனா, எனக்கு எப்பவும் நீங்கதான் அண்ணி'னு சொன்னேன்.

அன்னியிலேர்ந்து எனக்கு அப்பப்போ பணம் அனுப்புவாங்க. கவிதை எழுதச் சொல்லி ஊக்கப்படுத்துவாங்க. நானும் மெட்ராஸ் வந்தா அவங்களைப் போய்ப் பார்ப்பேன். எங்க அண்ணன் அவங்களைக் கல்யாணம் பண்ணிக்காட்டியும் அவங்கதான் அண்ணி. அதை நான் எப்படி மாத்திக்க முடியும்? அவங்க இன்னும் கல்யாணமே பண்ணிக்கலை. ஆனா, எனக்கு அவங்க இப்போ பொண்ணு பார்த்துட்டு இருக்காங்க. எங்க அண்ணன் மனசுல இருந்த காதல்தான் அழிஞ்சு போச்சு. அவங்க மனசுல இருக்கிற காதல் அழியவே இல்லை. இந்த விசித்திரம்தான் காதல். அதனாலதான் அவங்ககிட்டேயே ஒரு முன்னுரை எழுதி வாங்கிட்டேன்" என்றார்.

சில நிமிடங்களுக்கு என்ன பேசுவது என்று தெரியாமல் இருந்தேன். பிறகு, "இதற்கு மேல் உன் புத்தகத்துக்கு எவருடைய முன்னுரையும் தேவை இல்லை. உன் கவிதைகள் எப்படி இருக்கின்றன என்று என்னால் கணித்துச் சொல்ல முடியவில்லை. ஆனால், உன்னிடம் ஒரு மிகப் பெரிய நாவல் எழுதுமளவு சம்பவங்கள் இருக்கின்றன. முடிந்தால், நீ கதை எழுதிப் பார்" என்றேன். அவருக்கு அது சமாதானம் தரவில்லை என்பது கண்களிலே தெரிந்தது. முகச்சுழிப்போடு விடை பெற்றுச் சென்று விட்டார்.

 கௌரி சங்கர், கோவில்பட்டிக்காரர். இயற்பெயர் முத்துக்கிருஷ்ணன். வருவாய்த் துறையில் தாசில்தாராகப் பணியாற்றியவர். உலக இலக்கியங்கள் குறித்த தீவிர வாசிப்பு அனுபவம் கொண்டவர். 'மழை வரும்வரை' என்ற இவரது கவிதைத் தொகுப்பு பல கவிதை நூல்களுக்கு முன்னோடியான வடிவமைப்பும் கவிதைகளும் கொண்டது.

'முந்நூறு யானைகள்' என்ற சிறுகதைத் தொகுப்பை வெளியிட்டிருக்கிறார். நாகஸ்வர இசைக் கலைஞர் காருக்குறிச்சி அருணாச்சலம் குறித்த ஒரு விவரணப்படம் ஒன்றையும் தயாரித்து இயக்கியிருக்கிறார்.

இரண்டு மாதங்களுக்குப் பிறகு, எனக்கு ஒரு புத்தகம் அனுப்பி இருந்தார். அதில், ஆறேழு பேர் முன்னுரை எழுதி இருந்தார்கள். அந்த விமலா நரசிம்மன் என்ற அண்ணி எழுதிய முன்னுரையை மட்டும் காணவில்லை. எதற்காக அதை அவர் வெளியிடவில்லை என்று குழப்பமாக இருந்தது. சில நாட்களுக்குப் பிறகு, ஒரு கடிதம் எழுதி இருந்தார்.

'விமலா அண்ணியின் முன்னுரையைப் பிரசுரம் செய்வது தொடர்பாக வீட்டில் ஏகப்பட்ட பிரச்னை. இதில் உள்ள காதல் கவிதைகளை எல்லாம் விமலா அண்ணி மீது நான் ரகசியமாகக் காதல்கொண்டு இருப்பதால் எழுதியது என்று அண்ணன் திட்டுகிறார். அதனால் அவரது முன்னுரையை எடுத்துவிட்டேன். விமலா அண்ணியை நேரில் பார்க்கவே தயக்கமாக இருக்கிறது. இந்தச் சம்பவத்தைப் பற்றித் தெரிந்த நபர் நீங்கள் மட்டும்தான். ஆகவே நீங்களும் அதை மறந்துவிடுங்கள். இனி நான் கவிதைகள் எழுதுவதையே விட்டுவிடப் போகிறேன்.'

காதல் கவிஞர்களை உருவாக்குகிறதோ இல்லையோ, சில ஆழ்ந்த நினைவுகளை உருவாக்கிவிடுகிறது. யார் என்று முகம் தெரியாத அந்த விமலா நரசிம்மனை ஒரு முறையாவது பார்க்க முடியாதா என்னுமளவுக்கு அந்த நினைவு எனக்குள்ளாகவே தங்கிப் போயிருக்கிறது.

தமிழில் வெளிவந்த காதல் கதைகளில் மறக்க முடியாததும் மிக நெருக்கமான மன உணர்வுகொண்டதுமான சிறுகதை கௌரி சங்கர் எழுதிய 'தாக்கம்'. 1980-களில் தமிழ்ச்

சிறுகதையில் தீவிர முனைப்போடு செயல்பட்டவர் கௌரி சங்கர். இவரது 'மழை வரும் வரை' என்ற கவிதைத் தொகுப்பு, அதன் வடிவ நேர்த்திக்காகவும் சிறந்த காதல் கவிதைகளுக்காகவும் மிகவும் பேசப்பட்டது.

முருகேசன் பியூசியில் பெயிலாகி, ஒரு ஜவுளிக் கடையில் வேலை செய்கிறான். அவன் ஒரு நாள் காலையில், டைப் ரைட்டிங் போய்விட்டுச் சற்றே தாமதமாக ஜவுளிக் கடைக்கு வந்து சேர்கிறான். கடையில் அன்றைக்குப் பெரிய வியாபாரம் இல்லை. அவன் ஏதோ ஒரு யோசனையில் காற்றில் விரல்களால் எதையோ எழுதிக்கொண்டு இருக்கிறான்.

கடையில் அவனோடு வேலை செய்யும் மாரியப்பன் அண்ணாச்சி இதைக் கவனித்தவராக, என்ன யோசனை என்று விசாரிக்கிறார். அவன் ஒன்றுமில்லை என்று சமாளிக்கிறான். அண்ணாச்சி, தன் மனைவி பிரசவத்துக்குப் போயிருப்பதால் தானே சமைத்துச் சாப்பிடுவது சகிக்க முடியாமல் இருப்பதாக அலுத்துக் கொள்கிறார். அப்போது, கடைக்கு ஜவுளி எடுப்பதற்காக நாலைந்து பேர் உள்ளே நுழைகிறார்கள். அவர்களில் ஓர் இளம் பெண்ணும் இருப்பதை முருகேசன் பார்க்கிறான்.

அவர்கள் உள்ளே வந்த பிறகுதான் கவனிக்கிறான், அந்தப் பெண் அவன் தேடித் தேடிக் காதலித்த பெண். பெயர் ராணி. எஸ்.எஸ்.எல்.சி. படிக்கும் நாட்களில், அவளுக்காக எத்தனையோ நாள் பஸ் ஸ்டாப்பில் காத்து நின்றிருக்கிறான். அவளது ஒரு சிரிப்புக்காக, ரயில்வே நிலையம் வரை பின் தொடர்ந்து திரிந்திருக்கிறான்.

கழுத்தில் போட்டிருந்த நகையைப் பல்லால் கடித்தபடியே அவள் பார்க்கும் ரகசிய பார்வையில் தன்னைப் பறிகொடுத்து அவள் வீடு வரை, ஒரு நிழலைப்போலக் கூடவே போயிருக்கிறான். அவளும் அவனது காதலை உணர்ந்தவள் போலவே வீட்டுக்குள் போவதற்குள் கடைக்கண்ணால் பார்த்தபடி போயிருக்கிறாள். இந்த நாடகம் எத்தனையோ நாட்கள் நீண்டிருந்தது.

கடைசியாக அவளை எஸ்.எஸ்.எல்.சி. பரீட்சை எழுதி முடிக்கும் நாளில் பார்த்தான். அதன் பிறகு அவள் வீட்டைச் சுற்றிச் சுற்றி வந்தபோதும், பார்க்க முடியவில்லை. அதோடு,

அவன் எஸ்.எஸ். எல்.சி-யில் பெயிலாகிப் போனான். அந்த அவமானத்தால், அதன் பிறகு வீட்டை விட்டு வரவேயில்லை.

நீண்ட நாட்களுக்கு பின், அவள் வீடு இருக்கும் தெருவில் இருந்த சந்துருவிடம் கேட்டபோது, அவள் வெளியூருக்கு காலேஜ் படிக்கப் போயிருப்பது தெரியவருகிறது. அன்றிலிருந்து அவனது யோசனையில் எப்போதுமே அவள் மறையாமல் இருந்து கொண்டே இருந்தாள். இன்றைக்கும்கூட அவன் காற்றில் எழுதிப் பார்த்தது அவளது பெயரைத்தான்!

முருகேசனுக்கு அவள் முன் தான் ஒரு கடைப் பையனாக நிற்கிறோமே என்று அவமானமும் வேதனையுமாக இருக்கிறது. 'தம்பி, அதை எடுப்பா!' என்று அவளது அண்ணன் கூப்பிடும் போது, அப்படியே உடல் குன்றிப்போய் சித்ரவதை ஏற்படுவதாக உள்ளது. அவளும் அதே நிலையை அடைந்திருக்க வேண்டும். கடையில் அவர்கள் காட்டிய எதையும் விருப்பமில்லாமல் ஒதுக்கிக்கொண்டே இருந்தாள். முடிவில் அவளிடம் கேட்காமல், அவளது பெற்றோரே எல்லாவற்றையும் வாங்கிக்கொண்டு புறப்பட்டுப் போனார்கள்.

அவர்கள் போன பிறகு, எடுத்துப் போட்ட துணிகளை ஒவ்வொன்றாக மடித்துக்கொண்டு இருந்த முருகேசனிடம், 'ஏன் ஒரு மாதிரி பதறிக்கிட்டு நின்னே? ஒடம்புக்கு முடியலியா? மொக மெல்லாம் எப்படியோ இருக்கே?' என்று அண்ணாச்சி விசாரிக்கிறார். அவனால் பதில் பேச முடியவில்லை. பேசாமல், மடித்த துணிகளைக் கண்ணாடி பீரோவில் அடுக்க ஆரம்பிக்கிறான் என்பதோடு கதை முடிகிறது.

பிரிவு, காதலின் ஆறாத துயரம். அது களிமண்ணைப் போலப் பிசு பிசுப்பும் ஈரமும் கொண்டதாகவே எப்போதும் இருக்கிறது. பிரிந்த காதல் எத்தனையோ இலக்கியங்களின் வித்தாக இருந்திருக்கிறது. ஆன்டன் செகாவின் மூன்று காதல் கதைகளும், வைக்கம் முகமது பஷீரின் இளம் பருவத் தோழியும், தாஸ்தாயெவ்ஸ்கியின் வெண்ணிற இரவுகளும் என்றும் மறக்க முடியாத காதல் கதைகளாக இருப்பதற்கு, பிரிவுத் துயரும் ஒரு காரணம்தான் இல்லையா?

49
கதவைத் தட்டும் காமம்

இருபது வயதில் காமம் ஏற்படுத்தும் வலியை விடவும், ஐம்பது வயதில் காமம் ஏற்படுத்தும் வலி உக்கிரமானது. முறிந்த கிளை ஒன்று மரத்திலே தொக்கிக்கொண்டு நிற்பதுபோல் வயோதிகத்தின் காமம் விடுபட முடியாமலும், அதே நேரம் சுகிக்கச் சாத்தியமற்றும் ஊசலாடிக்கொண்டு இருக்கிறது.

இந்தியக் குடும்பங்களில் ஆணோ பெண்ணோ ஐம்பது வயதைத் தொடத் துவங்கியதுமே, புலன் இச்சைகளிலிருந்து தங்களைத் துண்டித்துக்கொண்டு வாழவேண்டிய கட்டாயம் ஏற்படுகிறது.

குறுந்தொகையில், மிளைபெருங்கந்தன் என்ற கவிஞரின் பாடல் ஒன்று காமத்தைப் பற்றிப் பாடுகையில், 'முற்றி வளராத இளம் புல்லைக் கடித்துத் தின்ன முடியாமல், முதிய பசு தன் நாவால் தடவிக் கொடுத்து மகிழ்வது போன்றதே காமம்' என்கிறார். இந்த நிலைதான் வயதேறியவர்களின் இச்சை.

சில வருடங்களுக்கு முன்பு, புனலூர் அருகில் உள்ள கிராமத்தில் ஒரு வைத்தியரைக் காண்பதற்காகப் போயிருந்தபோது, அவர் ஆற்றில் குளித்துக்கொண்டு இருப்பதாக உதவியாள் சொன்னதால், ஆற்றை நோக்கி நடந்து சென்றேன்.

மக்கிப்போன இலைகளும் அடர்ந்த குளிர் நிழலும் கொண்ட பாதை. எங்கோ காடுகளில் வெட்டி வீழ்த்தப்பட்டு விற்பனைக்காகக் கொண்டுவரப்பட்டிருந்த அடி பருத்த மரங்கள் ஆற்றோரம் முழுவதும் உருண்டு கிடந்தன.

நீரில் ஒரு இலை மிதப்பதுபோல நிர்வாணமாக ஊர்ந்துகொண்டு இருந்தார் வைத்தியர். அறுபது வயதைக் கடந்த தோற்றம். மெலிந்த உருவம். தலைமயிர் அடர்ந்திருந்தது. துடுப்பைப்போல வடிவேறிய உடல். அவர் ஒரு குழந்தையைப்போல சிரித்தபடியே குளித்துக்கொண்டு இருந்தார். அந்தப் பகுதியில் ஆட்கள் எவருமில்லை.

ஆள் அரவம் கேட்டுத் திரும்பியபோதும், தன் நிர்வாணத்தை மறைத்துக் கொள்ள அவர் முயற்சிக்கவே இல்லை. அருகில் போனதும், 'குளிக்கிறீர்களா, ரொம்ப சுகமாயிருக்கும்' என்று அழைத்தார். அவரை நேர்கொண்டு காணத் தயங்கியவனாக நிற்பதை அறிந்தவர்போல, 'இங்கே ஒரு காக்கையோ, குருவியோ குளிக்கிறதா நினைச்சுக்கிட்டீங்கனா, அப்புறம் என்னைப் பாக்குறதுல ஒரு சிரமமும் இருக்காது' எனச் சிரித்தார்.

அவர் குளித்து விட்டு வரும்வரை, உதிர்ந்துகிடந்த இலை களைப் பார்த்தபடியே இருந்தேன். கரையேறி தன் உடலை நன்றாகத் துடைத்துக் கொண்டதும், இருவரும் ஈரம் படிந்த பாதையில் நடந்து திரும்பினோம். வழியெல்லாம் அவர் பேசிக்கொண்டே வந்தார். பேச்சு காமத்தைச் சுற்றத் துவங்கியது. அவர், தன் வாழ்வில் நடந்த ஒரு சம்பவத்தை நினைவு கூர்ந்தார்.

"அஞ்சு வருசம் இருக்கும். அப்போ கோழிக்கோடுல் என் மனைவி, பிள்ளைங்க எல்லாம் இருந்தாங்க. மூலிகைக்காக மலை, காடுனு அலைஞ்சு திரிஞ்சுட்டு, ஒரு நாள் வீட்டுக்குப் போனேன். வீட்ல என் மனைவி தன் கூந்தல்ல மஞ்சள்

புஷ்பம் சூடிக்கிட்டு, உதட்டில் தொக்கி நிக்கிற சிரிப்போட சமையல் அறையில் இருந்தாள். வயோதிகத்தில் பெண்களுக்கு ஒரு அழகு வரும். அது பிராயத்தில்கூட இருக்காது. அப்படியொரு சொரூபம். பார்த்த நிமிஷத்திலேயே உடம்பு முறுக்கேற ஆரம்பிச்சுது. ரெண்டு நாளாக உடம்பில் காமம் மரங்கொத்தி மாதிரி நாள்பூரா கொத்திக்கிட்டே இருந்தது. என்ன இது, யோசனை ஒரு மாதிரியா போகுதேனு சாப்பாட்டை மாத்திப் பாத்தேன். ஆனா, அடங்கலை. இது எப்படியோ என் மனைவிக்கு தெரிஞ்சுப்போச்சு. வீட்ல மகன், மருமகள், பேரன் பேத்திகள் இருக்காங்க. வயசும் அறுபதை நெருங்கியாச்சு. அவளுக்கு என்ன செய்றதுன்னு தெரியலை.

எப்படியோ அவளைச் சம்மதிக்க வெச்சு, ரெண்டு பேரும் புறப்பட்டு குருவாயூர் போனோம். மனசில் நூல் அறுந்த பட்டம்போல காமம் திசை இல்லாம் பறந்துக்கிட்டிருந்துச்சு. அப்போ புதுசா கல்யாணம் ஆனவங்க கிட்டே இருக்கிற ரத்த வேகம் எனக்கு இருந்தது. குருவாயூர் போய் இறங்கி, ஒரு அறையை எடுத்தோம். நல்ல பசி, சாப்பிட்டு வரலாமேனு பக்கத்தில் இருக்கிற ஓட்டலுக்குப் போனோம். சாப்பிட்டு லாட்ஜூக்குத் திரும்பி வர்றப்போ, எங்கிட்டே வைத்தியம் பண்ணிக்கிட்ட ஒரு ஆசாமி வாசல்ல நிக்கிறார். என்னைப் பார்த்ததும் கையெடுத்துக் கும்பிட்டு, தானும் கோயிலுக்கு வந்திருப்பதாகச் சொல்லி தன் அறைக்கு எங்களை அழைத்துக் கொண்டுபோய், தன் குடும்பத்தை அறிமுகப்படுத்தினார்.

அதோடு விடாமல், 'நான் ஆசானோடு நிறைய பேசவேண்டி இருக்கு. உங்களுக்கு எதுக்கு சிரமம்? நீங்க என் மனைவியோடு இங்கே தங்கிக்கோங்க'னு என் மனைவியிடம் சொல்லி விட்டார். எனக்கு என்ன சொல்றதுனு தெரியலை. நானும் அவரும் அறைக்கு வந்து என்ன பேசினோம்னு நினைப்பில்லை. ஆனா, கோபமாகவும் அவமானமாகவும் இருந்துச்சு.

விடிகாலையில் என் மனைவி ஈரக் கூந்தலோடு வந்து கோயிலுக்குப் போகலாம்னு கூப்பிட்டா. ரெண்டு பேரும் தெருவில் இறங்கி, புகை மூட்டத்தில் நடந்து போகப் போக மனசு அப்படியே வடிஞ்சு சுத்தமான மாதிரி இருந்தது.

சாமி கும்பிட்டோம். கோயில் பிராகாரத்தில் உட்கார்ந்து நாள் முழுவதும் பேசிட்டு இருந்தோம். ஒருத்தரையொருத்தர்

தமிழ் இலக்கியத்தின் தனிப்பெரும் சாதனையாளரும், ஞானபீட பரிசு பெற்றவருமான ஜெயகாந்தன், இலக்கியம், அரசியல், பத்திரிகை, சினிமா என்று பல்வேறு தளங்களில் இயங்கியவர். 1934ம் ஆண்டு கடலூர் மாவட்டத்தின் மஞ்சக்குப்பத்தில் பிறந்த இவர், தனது பன்னிரண்டு வயதில் கம்யூனிஸ்ட் கட்சியின் மீது ஈர்ப்புகொண்டு, அதன் ஊழியராகப் பணியாற்றத் துவங்கி, அங்கிருந்து ஒரு போராளியாக உருவானார். புதுமைப் பித்தனையும் பாரதியையும் தன் ஆதர்சமாகக் கொண்டு எழுதத் துவங்கிய ஜெயகாந்தன், 1950 முதல் சரஸ்வதி இதழிலும், ஆனந்த விகடனிலும் தொடர்ந்து எழுதி வந்தார். இவரது கதைகள் அடிநிலை மக்களின் வாழ்வை உலகறியச் செய்தன. கற்பு, ஒழுக்கம், கட்டுப்பாடு, பொது மரபு என்ற பெயரில் அடக்கிவைக்கப்பட்ட பெண்களின் உரிமைகளுக்காக ஜெயகாந்தன் உரத்த குரல் கொடுத்தார். அரசியல் சீரழிவுகளையும், சமூக பிரச்னைகளையும் கூர்ந்து அவதானித்து இவர் எழுதிய கட்டுரைகள் இன்றைக்கும் விவாதப் பொருளாக இருக்கின்றன. 'சில நேரங்களில் சில மனிதர்கள்', 'கங்கை எங்கே போகிறாள்', 'ஒரு நடிகை நாடகம் பார்க்கிறாள்', 'பாரீஸுக்குப் போ', 'ஒரு மனிதன் ஒரு வீடு ஒரு உலகம்', 'சுந்தர காண்டம்' போன்றவை இவரது முக்கிய நாவல்கள். இவரது சிறுகதைகளும் முழுத் தொகுப்பாக 'ஜெயகாந்தன் சிறுகதைகள்' என்று வெளியாகி உள்ளன. இது போலவே குறுநாவல்களும் முழுமையாகத் தொகுக்கப்பட்டு இரண்டு தொகுதிகளாக வெளிவந்துள்ளன. சாகித்ய அகாடமி விருது, ராஜராஜன் விருது, நேரு விருது உள்ளிட்ட பல முக்கிய விருதுகளைப் பெற்றவர். இவரது படைப்புகள் ஆங்கிலம், செக், ருஷ்யன், பிரெஞ்ச், உக்ரேனியன் உள்ளிட்ட அயல் மொழிகளிலும் இந்தியாவின் முக்கிய மொழிகள் அனைத்திலும் மொழியாக்கம் செய்யப்பட்டுள்ளன.

கேலி செஞ்சு சிரிச்சுக்கிட்டோம். அன்னியோட இந்த எண்ணங்கள் என்னை விட்டு வடிஞ்சு போயிருச்சு.

வயதானவனுக்கு பொண்ணோட நெருக்கம் மட்டும்தான் தேவைப்படுது. உடம்பில்லே! அந்த நெருக்கம் வார்த்தைகளாக இருந்தாக்கூட போதும். குழந்தைகள் உறங்கிட்டு இருக்கும்போது நடு ராத்திரியில அப்பாவோ அம்மாவோ எழுந்து குழந்தைக்குப் போர்வையை நல்லா இழுத்துப் போர்த்தி விடுவாங்களே... அதில் ஒரு நெருக்கமும்

அக்கறையும் இருக்கு பாருங்க, அவ்வளவு கிடைச்சா போதும்" என்றார்.

அந்த வைத்தியரிடமிருந்து மருந்துகளை வாங்கிக் கொண்டு திரும்பி இரண்டு ஆண்டுகள் ஆகின்றன. அவரது வாழ்வு கற்றுத் தந்த பாடங்கள் இன்றும் என மனதில் ஒரு நீரோட்டத்தைப்போல ஓடிக்கொண்டே இருக்கின்றன.

ஒவ்வொரு வீட்டிலும் கண்ணுக்குத் தெரியாத பல திரைகள் தொங்குகின்றன. இந்தத் திரைகளுக்குப் பின்னால் என்ன நடக்கிறது என்று வீட்டில் இருப்பவர்களே ஒருவருக்கொருவர் தெரிந்து கொள்வதில்லை.

கடவுளும், குழந்தைகளும் இல்லாமல் போயிருந்தால் பெரும்பான்மைக் குடும்பங்களிலிருந்து பெண்கள் வெளியேறிப் போயிருப்பார்கள். இந்த இரண்டின் மீதுள்ள நம்பிக்கையால் மட்டுமே பெண் தன் சொந்த துயரங்களை மறந்து வாழ்ந்து கொண்டு இருக்கிறாள்.

அடிநிலை மக்களின் வாழ்க்கைப்பாடுகள் குறித்தும், பெண்களின் மீது சுமத்தப்படும் கலாசார ஒடுக்கு முறைகளுக்கு எதிராகவும் தன் எழுத்தின் வழியே தீவிர எதிர்வினைகள் தந்தவர் தமிழின் மூத்த படைப்பாளி ஜெயகாந்தன். அவரது 'மௌனம் ஒரு பாஷை' தமிழ்ச் சிறுகதைகளில் மிகத் தனித்துவமானதாகும்.

இக்கதை, தற்கொலை செய்ய முயன்ற அம்மாவைக் காண்பதற்காக வரும் மகனிடமிருந்து துவங்குகிறது. மருத்துவம் படித்துப் பட்டணத்தில் பணியாற்றும் ரவி, தன்னோடு வேலை செய்யும் ஒரு ஐரோப்பிய பெண்ணைக் காதலித்து அவளைத் திருமணம் செய்து கொள்ள விரும்புகிறான். இது ஆசாரமான அந்தக் குடும்பத்தில் எதிர்ப்புக்கு உள்ளாகிறது.

ஆனால், ரவி தான் விரும்பிய ஐரோப்பிய பெண்ணைத் திருமணம் செய்து கொள்கிறான். அன்றிலிருந்து அவன் தனது பிள்ளையே இல்லை என்று ஒதுக்கி வைத்துவிடுகிறார் சிங்காரம் பிள்ளை. இது நடந்து ஐந்து வருடமாகிறது. இடையில் ரவியின் தம்பிகளான முத்துவுக்கும் சோமுவுக்கும் திருமணம் நடக்கிறது. ரவிக்கு அழைப்பு இல்லை.

இரண்டு மாதங்களுக்கு முன், சிங்காரம் பிள்ளைக்கு சஷ்டியப்த பூர்த்தி விழா நடந்தது. அப்போதாவது ரவியை அழைக்கலாம் என்று, அம்மா விரும்புகிறாள். சிங்காரம் பிள்ளை அதையும் மறுத்து விடுகிறார்.

இப்போது ஐம்பது வயதைக்கூட நெருங்காத அம்மா, திடீரென அரளி விதையை அரைத்துக் குடித்து விடவே, எதற்காக இப்படி நடந்து கொண்டாள் என்று தெரியாமல் வீடே திகைக்கிறது. அவளைப் பரிசோதித்த வைத்தியர், பல்வேறு காரணங்களை ஆராய்ந்து, 'எதுவும் இல்லை' என்றதும், 'ஒரு வேளை ரவியைப் பார்க்காமலிருக்கும் ஏக்கத்தில்தான் இப்படிச் செய்திருக்க வேண்டும், அவனை வரவழையுங்கள்' என்கிறார்.

அம்மா தற்கொலை செய்ய முயன்ற செய்தி கேட்டு, அவளைப் பார்ப்பதற்காக மகளும் மருமகன்களும் வந்து சேர்கிறார்கள். ஆனால், அவர்களைப் பார்த்ததும் அம்மா, 'எதற்காக இப்படி என் மானத்தை வாங்குகிறீர்கள்?' என்று தன் கணவனிடம் கோபித்துக் கொள்கிறாள்.

ரவி நீண்ட நாட்களுக்குப் பிறகு வந்திருப்பதால், அவன் தன் தம்பிகளின் மனைவிகளிடம் தன்னை அறிமுகம் செய்து கொள்கிறான். எல்லோரும் அவரவர் குறையை அவனிடம் கொட்டித் தீர்க்கிறார்கள். அவனும் ஆறுதல் சொல்கிறான். ஆனால், ரவி வந்த நிமிஷத்திலிருந்து அம்மா வெளியே வராமல் குமுறி அழுதபடியே படுக்கையில் புரள்வதை அவர்களால் புரிந்து கொள்ளவே முடியவில்லை.

ரவி அம்மாவைப் பரிசோதனை செய்து பார்க்கிறான். அம்மா கர்ப்பமாக இருப்பது தெரிய வருகிறது. அம்மா, 'என் மானத்தைக் காப்பாத்துடா ரவி. இதை யாரிடமும் சொல்லி விடாதே' என்று கதறுகிறாள். ரவியோ, 'இதில் என்னம்மா தவறு இருக்கிறது? குழந்தைப் பேறு என்பது பெருமைக்குரிய ஒன்று. நீங்கள் நிம்மதியாக ஓய்வு எடுங்கள்' என்று சமாதானம் செய்து விட்டு, வீட்டில் உள்ளவர்களிடம் இந்தச் செய்தியைச் சொல்கிறான்.

இதைக் கேட்ட வீட்டு மாப்பிள்ளைகள், 'அம்மாவுக்கும் பெண்களுக்கும் ஒன்றாக வளைகாப்பு நடத்திவிடலாம்'

என்று கேலி செய்கிறார்கள். அதன் பிறகு, வீட்டில் நீண்ட மௌனம் படர்கிறது. வேறு வழி இல்லாமல் அப்பா விடம் ரவி பேசுகிறான்.

'அப்பா! நம்ப ஜனங்கள் இன்னும் வளரலை. தாய்மையை மதிக்கக்கூடத் தெரியாத நிலையில இருக்காங்க. பெத்த தாயை கேலி செய்யும் கீழ்த்தரம்தான் இங்கே இருக்கு. அதனால, அம்மா என்னோட வந்து இருக்கட்டும். நான் அவங்களைப் பாத்துக்கறேன்' என்று அனுமதி கேட்கிறான். அவரும் சம்மதிக்கிறார். ஊருக்குப் புறப்படும் நாளில், கனத்த இதயத்தோடு, பேச வார்த்தைகள் இன்றி, அவர்கள் வண்டி தெரு முனையைக் கடக்கும் வரை பார்த்தபடி நின்று கொண்டு இருக்கிறார் சிங்காரம் பிள்ளை.

சமூகத்தில் உள்ளவன் முறைக்கு எவ்விதத்திலும் குறைவானதில்லை குடும்பத்தில் உள்ள வன்முறை. ரத்தம் சிந்தாத இந்த வன்முறைக்கு ஆயுதம் சொற்கள்தான். கூர் தீட்டப்பட்ட கத்திகளைப்போல சொற்கள் நம் உடலில் ஆழமாகப் பாய்கின்றன. அதன் வலி மிக அந்தரங்கமானது. ஆறாத ரணமுடையது.

கதவுகள் மட்டும் இல்லாமல் போயிருந்தால், குடும்ப யுத்தத்தின் கூப்பாடு நம் தெருக்கள், நகரங்கள் முழுவதும் எதிரொலிக்கக்கூடும். வீடுகளுக்குக் கதவுகளையும் ஜன்னல்களையும் கண்டுபிடித்தவன் ஒரு குடும்பஸ்தனாகத்தான் இருக்கக்கூடும். நம் வீட்டுக் கதவுகள் வெளியிலிருந்து எதுவும் உள்ளே நுழையாமல் பாதுகாப்பதைவிடவும் உள்ளிருந்து எதுவும் வெளியே செல்லாமல் இருக்கத்தான் அதிகம் உதவுகின்றன. சரி, கதவு எங்கு இருக்கிறது? வீட்டுக்கு உள்ளேயா? வெளியிலா?

50
அகச்சித்திரம்

காசியில் உள்ள மகாகவி பாரதியாரின் வீட்டைக் காண்பதற்காக அனுமான் ஹாட் பகுதி யில் சுற்றிக்கொண்டே இருந்தேன். அது எங்கே இருக்கிறது என்று என்னை அழைத்துப் போனவருக்கும் அடையாளம் தெரியவில்லை. யார் பாரதியார் என்று ஆங்காங்கே யாராவது கேட்பதும், அவரைப் பற்றி நாங்கள் சொல்வதுமாக காலையில் இருந்தே சுற்றித் திரிந்தோம்.

காசியில் கடை வைத்திருக்கும் ஒன்றிரண்டு தமிழர்களுக்குக்கூட பாரதியார் அங்கே சில காலம் வசித்தார் என்பதோ, அவரது வீடு அங்கே இருக்கிறது என்பதோ தெரியவில்லை. சுற்றி அலைந்து இரண்டு நாட்களுக்குப் பிறகு கண்டுபிடித்துவிட்டேன். சிறிய சந்து போன்ற பகுதியில் அமைந்த குடியிருப்பு. காலமாற்றத்தில் அவர் வாழ்ந்த வீடு இடிக்கப்பட்டு வேறு ஏதோ வீடுகள் உருவாகிவிட்டன. பாரதியாரின் காலத்தில் காசி இன்னும் பழைமையேறி இருக்கக் கூடும். தன் வாலிபத்தில் இந்த நகரில்தான் பாரதியார் அலைந்து

திரிந்திருக்கிறார். இந்தப் படித்துறைகளில்தான் அவரும் குளித் திருப்பார். கங்கையின் பிரவாகத்தை அவரும் தன்னை மறந்து பார்த்திருப்பார்.

காசியைப் பார்க்க வேண்டும் என்பதற்கு இரண்டே இரண்டு கார ண ங் க ள் தான் என்னிடம் இருந்தன. ஒன்று, அங்கு பார தி யார் வ சித்தது. மற் றொன்று சத்யஜித் ரே தனது 'அபராஜிதோ' என்ற படத்தின் வழியே கண்ணை விட்டு அகலாத காசியை திரையில் காட்டியது.

கல்லூரி நாட்களில் ரேயின் படத்தைக் காணும் போதெல்லாம் காசியின் படித்துறைகளையும், பாலத்தையும், குஸ்தி போடுபவர்களின் பயிற்சிக் களங்களையும் நேரில் பார்க்க வேண்டும் என்று மிகவும் ஆசைப்பட்டிருக்கிறேன். பின்னாளில் அதே காசியில் சுற்றி அலைந்து அதை சாத்தியமும் ஆக்கியிருக்கிறேன். வெவ்வேறு வடிவங்களில் நாலைந்து முறை பயணம் செய்தபோதும் அந்த நகரம், தன் புராதனம் மாறாமலே இருப்பதை உணர்ந்திருக்கிறேன்.

அப்படியொரு பயணத்தில் பனாரஸ் பல்கலைக்கழகத்துக்கும் சென்றேன். காலத்தின் அழியாத சாட்சியான கட்டடங்கள். நிசப்தம் பூத்த அறைகள். அங்கேதான் பாரதியார் சமஸ்கிருதமும், தத்துவமும் படித்திருக்கிறார். காசியின் தெருக்களில் எங்கெங்கிருந்தோ வந்து சேரும் சாதுக்களும், சந்நியாசிகளும் அலைந்து திரிந்தபடி இருக்கிறார்கள். காசியில் வாழ்ந்ததால்தானோ என்னவோ, பாரதியாருக்கு எப்போதுமே சந்நியாசிகள் மீது ஒரு தீராக் காதல் இருந்து வந்தது. எனக்குத் தெரிந்து, தமிழ் எழுத்தாளர்களில் பாரதியார் அளவுக்கு சந்நியாசிகளோடு பழகிய மனிதர் வேறு எவருமே இல்லை. சந்நியாசிகளும் தங்களது சக தோழனைக் கண்டதுபோல் அவரை தங்களோடு சேர்த்துக்கொண்டதும் வேறு எவருக்கும் சாத்தியமாகவே இல்லை.

பாரதியார் வசித்த இடங்களையும், அவரது கையெழுத்துப் பிரதிகளையும் பார்த்துத் திரிந்த நாட்களில் இருந்த ஒரே ஆசை, பாரதியாரை நேரில் பார்த்த எவராவது ஒருவரை சந்தித்துவிட வேண்டும் என்பதே. கடையத்தில் உள்ள கல்யாணசுந்தரம் என்பவர் சிறுவயதில் பாரதியாரை நேரில் பார்த்திருக்கிறார் என்று என் நண்பர் ஒருவர் தெரிவித்தார். அவரிடமிருந்து முகவரியை வாங்கிக்கொண்டு கல்யாண

சுந்தரத்தைப் பார்ப்பதற்காகச் சென்றேன். அவருக்கு எழுபது வயதைக் கடந்திருக்கும். தானும் ஒரு காலத்தில் சிறுகதைகள் எழுதியிருப்பதாகத் தெரிவித்தார். 'நீங்கள் மகாகவி பாரதியாரை நேரில் பார்த்திருக்கிறீர்களா?" என்று கேட்டதும் அவரது முகத்தில் ஆழ்ந்த யோசனை படர்ந்தது. மெலிதான குரலில், அவர் தனது பத்து வயதில் கடையத்தில் பாரதியாரைப் பார்த்திருப்பதாகவும், அப்போது பாரதியார் தன் மனைவியின் வீடு இருந்த அக்ரஹாரத்தில் தங்கியிருந்ததாகவும் சொன்னார்.

'பாரதியார் உங்களோடு எப்படிப் பழகினார்?' என்று கேட்டதும், "அப்போ நாங்க சின்னப் பையன்கள். அதனால் எங்களைக் கூப்பிட்டு தபால் அட்டைகளை போஸ்ட் பாக்ஸில் போட்டு வரச் சொல்வார். சில நாட்கள் எங்களை மலையடிவாரத்துக்குக் கூட்டிப் போய் 'ஓம் சக்தி'னு கத்துவார். அது மலையில் எதிரொலிக்கும். அப்போ, 'யாரோ அங்கே ஒளிஞ்சுக்கிட்டு நாம் சொல்றதை திரும்பச் சொல்றாங்க, பார்த்தீங்களானு சொல்லிச் சிரிப்பார். நான் அவரிடமிருந்தே கைப்பட அவரது கவிதைப் புஸ்தகத்தை வாங்கியிருக்கிறேன்.

அவரை கொஞ்சநாள் அக்ரஹாரத்தை விட்டு விலக்கி வெச்சிருந்தாங்க. அப்போ நாங்கதான் மாமி தர்ற சாப்பாட்டைக் கொண்டு போய் கொடுப்போம். அவர் அதுக்குள்ளே சலவைத் தொழிலாளி வீட்டுக்குப் போய் கிடைக்கிறதைச் சாப்பிட்டுடுவாரு. மாமி ரொம்பக் கோவிச்சுக் கிடுவாங்க. ஆனா, அவருக்கு எல்லாமே சிரிப்புதான்!

ஒருநாள், தண்டோரா போடுற ஒருத்தனை வரச் சொல்லி, சாகாமல் இருப்பது எப்படினு தான் பேசப் போறதா, தெருத்தெருவா தமுக்கு அடிக்கச் சொன்னாரு. சாயங்காலம் தெருவே கூடி வழியுது. பாரதியார் ஒரு வீட்டுத் திண்ணையில் ஏறி நின்னுக்கிட்டு, 'சாகாம் இருக்கிறதுக்கு வழி தெரியணுமா? அதுக்கு முதல்ல நீங்க உயிரோட இருக்கணும். அடுத்தவங்களுக்கு எந்த உதவியும் செய்யாமலும், எப்பப் பாத்தாலும் வீண் வம்பு பேசிட்டும் இருக்கிற நீங்க எல்லாம் ஏற்கெனவே பிரேதம்தான்!" என்று சொல்லிச் சிரிச்சார். எல்லோருக்கும் கோவம் பொத்துக்கிட்டு வந்திருச்சு. அவரைப் பைத்தியம், பைத்தியம்னு சொல்லிகிட்டே போனாங்க. என் காதால் கேட்டேன். அப்போ பாரதியாரோட அருமை

யாருக்கும் தெரியலை. ஏதோ தெய்வ கடாட்சம், அவரை நேரில் பாக்குறதுக்கு பேசுறதுக்கு எனக்கு ஒரு சந்தர்ப்பம் கிடைச்சது. ஆனா, கடையத்தில் அவர் ரொம்ப நாள் இருக்கலே. கிளம்பிப் போயிட்டாரு. பின்னாடி அவர் கடையத்துக்கு வரவும் இல்லே. பாரதியார்கிட்டேயிருந்து வாங்கின புஸ்தகத்தை பத்திரமா ரொம்ப வருஷம் வெச்சிருந்தேன். ஆனா, எப்படியோ காணாமப் போயிருச்சு.

அந்தக் காலத்தில் அவரைப் பத்தி சில விஷயங்கள் சொல்லிக் கேள்விப்பட்டிருக்கேன். அது எவ்வளவு தூரம் நிஜம்னு தெரியாது. அவருக்கு யானைன்னா ரொம்ப பிடிக்கும்னு தெரியுமில்லையா. அவர் யானைப்பாகன்கிட்டே போய் ஒரு ரூவா ரெண்டு ரூவா காசு கொடுத்துட்டு யானையோட துதிக்கையைத் தடவித் தடவிப் பாத்துக்கிட்டே இருப்பாராம். சில நேரம் அவர் அதை பல்லால் கடிச்சுக்கூடப் பாப்பாராம். பாகன் சத்தம் போட்டதும் சிரிச்சுக்கிட்டே போயிடுவாராம். பாரதியாரை யானை தூக்கிப்போட்ட அன்னிக்குக்கூட இப்படித்தான் நடந்திருக்கணும்னு நெல்லையில் உள்ள எங்க மாமா சொன்னார். ஆனா, நிஜமானு தெரியலை" என்றார்.

பாரதியாரின் வாழ்வில் நடந்த சம்பவங்கள் குறித்து இது போன்று எத்தனையோ கதைகள் இருக்கின்றன. இன்றைக்கும் அவரது வாழ்வு, முடிவற்ற ஒரு புனைவைப் போலத்தான் இருக்கிறது. ஒவ்வொரு மனிதனும் தன்னளவில் பாரதியாரைப் பற்றிய புரிதல் ஒன்றையும், புனைவுகளையும் வைத்திருக்கிறான். தமிழகத்தில் பள்ளி, கல்லூரி துவங்கி பொது மேடை வரை எல்லா அரங்கங்களிலும் ஐம்பது ஆண்டுகளாக மாறி மாறி பேசப்பட்டும், விவாதிக்கப்பட்டும் புனைவுகளாகப் பெருக்கப்பட்டும் வருவது பாரதியாரின் வாழ்வும், எழுத்துக்களும்தானே!

மகாகவி பாரதி நம் காலத்தின் கனவு. நவீனத் தமிழ் இலக்கியத்தின் ஊற்றுக்கண். சிறுகதை என்ற வடிவம் உருவாகி நூற்றாண்டைக் கடந்துவிட்ட நிலையில், இதன் ஆரம்பச் சுவடுகள் எங்கிருந்து துவங்குகின்றன என்று ஆராயும்போது பாரதியாரின் கதைகள் துவக்கப் புள்ளியாக இருப்பதைக் காண முடிகிறது. பாரதியார், சிறுகதை என்று இன்று வாசிக்கப்படும் கதை வடிவம் குறித்த தீவிர பிரக்ஞை கொண்டவர் இல்லை. ஆனால், அவருக்கு மரபாகச் சொல்லப்பட்டு வரும் கதைகளின் மீதும் வேடிக்கை கதைகள்

தேடிச் சோறு நிதந் தின்று - பல
சின்னஞ் சிறுகதைகள் பேசி - மனம்
வாடித் துன்பமிகவுழன்று - பிறர்
வாடப் பலசெயல்கள் செய்து - நரை
கூடிக் கிழப்பருவம் எய்தி - கொடுங்
கூற்றுக் கிரையெனப் பின்மாயும் - பல
வேடிக்கை மனிதரைப் போல - நான்
வீழ்வே னென்று நினைத் தாயோ?

மீதும் மிகுந்த நாட்டம் இருந்திருக்கிறது. அவரது கதைகள் பெரும்பாலும் பகடியும், விமர்சனங்களும் கொண்டவையாக இருக்கின்றன. விக்ரமாதித்தன் கதைகள் போலவும், அராபியக் கதைகள் போலவும் ஒரு கதையைத் துவக்கி, அத்துடன் மற்ற கதையை இணைத்துவிடுகிறார்.

பெரும்பாலும் கதை அவருடைய குரலில் சொல்லப்படுகிறது. கதையின் ஊடாகவே அவர் சமூகக் கொடுமைகளை, மூடப் பழக்கங்களை விமர்சனம் செய்கிறார். ஐரோப்பாவில் நடக்கும் விஞ்ஞான வளர்ச்சி பற்றிய விளக்கமும் தருகிறார். நுட்பமான வர்ணனையும், எளிய உரையாடலும் கொண்டவை அவரது கதைகள்.

'கத்திச் சண்டை' என்றொரு கதை இருக்கிறது. வேதபுரத்தில் மார்கழி மாதத்தின் விடிகாலை மழை பெய்து கொண்டு இருந்த வீதியில் ஒரு பண்டாரம் சங்கு ஊதிக்கொண்டு, சேகண்டி அடித்துக்கொண்டு திருவாசகம் பாடியபடி வருகிறான். அவனது பாடல் தேவகானம் போலிருக்கவே, யார் என்று ஜன்னலைத் திறந்து பார்க்கிறார் பாரதியார்.

ஜன்னலில் இருந்தபடியே, 'திருப்பள்ளியெழுச்சி பாடி வரும் நீ யார்?' என்று விசாரிக்கிறார். அவன், தான் பாடியது திருச்சாழல் என்று சொல்லி, தன் பெயர் நெட்டைமாடன் என்கிறான். அவனது உயர்ந்த சங்கீதத்தினை ரசித்தவராக, 'உனக்கு யார் சங்கீதம் கற்றுக் கொடுத்தார்கள்?' என்று விசாரிக்கிறார்.

அவன், அறிவூர் வீணை ரகுநாதபட்டர் மகன் ஆஞ்சநேய பட்டரிடம் கற்றுக் கொண்டதாகச் சொல்கிறான். அதைக் கேட்டதும் அவர், 'தம்பி! நீ சாதியில் வள்ளுவன் ஆயிற்றே... உன்னைப் போன்றவர்கள் எதிரில் வந்தாலே தீட்டு என்று

பிராமணர்கள் ஒதுக்கி வைப்பார்களே, எப்படி நீ அவர்களிடம் சங்கீதம் கற்றுக்கொண்டாய்?' என்று கேட்கிறார்.

அதற்கு அவன், 'நான் நாலு வயதுப் பையனாக இருந்தபோதே, சர்க்கஸ் கம்பெனியில் சேர்ந்துவிட்டேன். அங்கு சூராதி சூர வேலைகள் செய்து பெயர் சம்பாதித்தேன். சர்க்கஸ் கம்பெனி தலைவராக இருந்த மகாராஷ்டிர பிராமணருக்கு என்னிடம் மிகுந்த அபிமானம். அவர் மூலம் நான் அறிவூர் ஜமீன்தாருக்கு மெய்க்காப்பாளனாகச் சேரும் சந்தர்ப்பம் கிடைத்தது. அங்கே ஜமீன்தார், என்னைத் தன் மகன் போலவே வளர்த்தார். அப்போதுதான் சங்கீதம் கற்றுக்கொண்டேன். அதே நேரம் கத்திச் சண்டையிலும் பேர் வாங்கியிருக்கிறேன். ஆறு பாஷை பேசுவேன், பாடுவேன், நாட்டியமாடுவேன், கழைக்கூத்து, மல்வித்தை, குதிரையேற்றம் எனப் பல தொழிலும் தெரியும் என்கிறான்.

இதைக் கேட்டு ஆர்வமாகி, 'நீ உன்னுடைய கத்தி சுழற்றும் திறமையைச் செய்து காட்ட முடியுமா?' என்று கேட்கிறார் பாரதியார். அவனும், 'எனக்கு இணையாகக் கத்தி சுழற்றக் கூடியவர்கள் இந்த ஊரில் ஒரேயொருவர் மட்டுமே இருக்கிறார். அவரையும் அழைத்துக்கொண்டு பிறகு வருகிறேன்' என்று புறப்பட்டுப் போய்விடுகிறான்.

அன்றைய பகலில், திரும்பவும் வந்து சேர்கிறான் நெட்டை மாடன். அவன் கையில், சர்க்கஸில் வைத்திருக்கும் இரண்டு மொண்ணை வாள் மட்டுமே இருக்கிறது. 'எனக்கு இணையாகச் சண்டை போடுகிறவரைத் தேடிப் பார்த்தேன். அவரைக் காணவில்லை. அதனால் இன்று நான் மட்டுமே தனியே வாள் வீசிக் காட்டுகிறேன்' என்கிறான். அவனை முதலில் சாப்பிடச் சொல்கிறார் பாரதியார்.

அவன் சாப்பிட்டுக்கொண்டு இருந்தபோது, பாரதியின் நண்பர் குள்ளச்சாமியார் வந்து சேர்கிறார். அவரைக் கண்டதும் நெட்டை மாடன் எழுந்து 'ஜயராம் மகராஜ்' என்கிறான். அவரும் 'ராம்... ராம்...' என்கிறார். பிறகு இருவரும் மலையாள பாஷையில் நெடுநேரம் பேசிக்கொள்கிறார்கள். பிறகு, நெட்டைமாடன், 'எனக்கு நிகராக கத்திச் சண்டை போடத் தெரிந்த நபர் ஒருவர் உண்டென்று சொன்னேன் இல்லையா, அது இவர்தான்!' என்று குள்ளச்சாமியை காட்டுகிறான். பாரதியாருக்கு மிக ஆச்சர்யமாக இருக்கிறது.

சில நிமிஷங்களுக்குப் பிறகு, நெட்டைமாடனும் குள்ளச்சாமியாரும் ஆளுக்கொரு கத்தியாக எடுத்துக்கொண்டு வீசத் துவங்குகிறார்கள். நெடுநேரம் அவர்களுக்குள் கத்திச் சண்டை நடக்கிறது. பிறகு, தங்கள் கத்தியைக் கீழே வைத்துவிட்டு, எந்த ஆயாசமும் இல்லாமல் உரையாடத் துவங்குகிறார்கள். அதன் பிறகு, குள்ளச்சாமியார் நெட்டைமாடனைக் காட்டி, 'இவன் பெரிய யோகி. இவனது யோக சித்திக்கு வழியாக கத்திச் சண்டைதான் ஈசன் காட்டியிருக்கிறார். அதனால், இவன் கொலைத் தொழிலுக்குரிய கூர்வாளை எடுத்துச் சண்டையிடுவது கிடையாது. வேடிக்கைக்காக இது போன்ற வாளை எடுத்துச் சண்டையிட்டுக் காட்டுவான்.

உடம்பை வசப்படுத்தும் ஹடயோக சித்திகளில் ஒன்றாக, அவன் இதைப் பயின்று வைத்திருக்கிறான். இவனை எதிர்த்துச் சண்டையிட, பூலோகத்தில் வேறு யாரும் கிடையாது. இவன் ஒரு மகான். இவனைப் போன்றவர்களைக் காண்பதே அரிதானது. ஆகவே நீ பரதேசி, பண்டாரங்களை எங்கே, எப்போது கண்டாலும், மிகுந்த மதிப்புடன் போற்று' என்று சொல்லிவிட்டுப் புறப்பட்டுப் போகிறார்.

சிறந்த சிறுகதைகளுக்குரிய அம்சங்களான நுட்பமான விவரணையும், சமூக நோக்கும் வாசகனோடு நெருக்கம் கொள்ளும் உரையாடலும், தனித்துவமான அகப்பார்வையும், கச்சிதமான அளவும் பாரதியாரிடம் கூடி வந்திருக்கிறது. 'பறவைகள் பறந்த சுவடு வானில் இருப்பதில்லை. அப்படிப்பட்டதுதான் சந்நியாசிகள் சென்ற பாதையைக் கண்டறிவதும்' என்பார் கவிஞர் பிரமிள். அது நிஜம் என்கிறது இக்கதை.

'நொய்ந்த வீடு, நொய்ந்த கதவு, நொய்ந்த கூரை, நொய்ந்த மரம், நொய்ந்த உடல், நொய்ந்த உயிர், நொய்ந்த உள்ளம் இவற்றைக் காற்றுத்தேவன் புடைத்து நொறுக்கிவிடுவான். ஆதலினால் மானிடரே... வீடுகளை திண்மையுறக் கட்டுவோம். கதவுகளை வலிமையுறச் சேர்ப்போம். உடலை உறுதிகொள்ளப் பழகுவோம். உயிரை வலிமையுறச் செய்வோம். உள்ளத்தை உறுதி செய்வோம்' என்கிறார் பாரதியார். வாழ்வும் இலக்கியமும் வேண்டுவது இதைத்தானே!